அயல் மகரந்தச்சேர்க்கை

தொகுப்பும் மொழிபெயர்ப்பும்
ஜி. குப்புசாமி

அயல் மகரந்தச்சேர்க்கை	:	நேர்காணல்கள் & சிறுகதைகள்
தொகுப்பும் மொழிபெயர்ப்பும்	:	ஜி. குப்புசாமி
	:	© ஆசிரியருக்கு
முதற்பதிப்பு	:	டிசம்பர் 2011
இரண்டாம் பதிப்பு	:	நவம்பர் 2016
வெளியீடு	:	வம்சி புக்ஸ்
		19.டி.எம்.சாரோன்,
		திருவண்ணாமலை.
		செல்:9445870995, 04175-235806
அச்சாக்கம்	:	மணி ஆப்செட், சென்னை - 600 077
விலை	:	₹ 300/-
ISBN	:	978-93-80545-57-8

Ayal magarandhacherkai	:	Interviews & Short stories
Compiled by	:	G. Kuppuswamy
	:	© Author
First Edition	:	December 2011
Second Edition	:	November 2016
Published by	:	Vamsi books
		19.D.M.Saron,
		Tiruvannamalai-606 601
		9445870995, 04175-235806
Printed at	:	Mani Offset, Chennai-600 077
	:	₹ 300/-
ISBN	:	978-93-80545-57-8

www.vamsibooks.com - E.Mail.vamsibooks@yahoo.com

உள்ளடக்கம்

முன்னுரை	4
என்னுரை	7
ஹாருகி முரகாமி	8
சல்மான் ருஷ்டி	42
டோபியாஸ் உல்ஃப்	80
சினுவா ஆச்சிபி	102
ரேமண்ட் கார்வர்	122
லெ க்ளேஸியோ	166
ஓரான் பாமுக்	188
சீமமாண்டா என்கோஸி அடிச்சி	220
குந்தர் கிராஸ்	238
எடுவார்டோ காலியானோ	272

முன்னுரை

இந்திரன்

டிசம்பர் குளிர். நெதர்லாண்டின் லெய்டன் நகரம். இரவு ஏழு மணி. உணவை முடித்துவிட்டு நடைப்பயிற்சியைத் தொடங்குவது நண்பர் காலின் ஆடம்ஸுக்கு வாடிக்கை. உடன் நடக்கும் எனக்கோ உயிரின் வாதை. வழி நெடுக இலக்கியம் பேசிக்கொண்டே நடப்பதில் இருவருக்கும் பனிக்குளிரில் நாக்கு மரத்துப் போகும்.

பர்ப்பிள் ஃப்ளோரல் பகுதியைத் தாண்டி கால்ஃப் கிளப் புல்வெளிக்கு அப்பால், சுழலும் காற்றாலையை அடைவதற்கு நாங்கள் திரும்பியபோதுதான் அது நடந்தது. ஒரு முகம் காட்டாத பறவை உயிரை உருக்குவது போல் விடாமல் பாடியது. நான் நடப்பதை நிறுத்திவிட்டேன். காலின் என்னை அழைத்தார். நான் கேட்டேன், “இந்தப் பறவை ஏன் இப்படிப் பாடுகிறது?”. காலின் நடந்து கொண்டே மாயா எஞ்சலோவாவின் சில வரிகளைச் சொன்னார். அதை இன்னமும் என்னால் மறக்க முடியவில்லை.

“ஒரு பறவை தன்னிடம் ஒரு பதிலை வைத்திருப்பதால் பாடுவதில்லை. அதற்கென்று ஒரு பாடலை வைத்திருப்பதாலேயே அது பாடுகிறது.”

ஜி. குப்புசாமியின் இந்தப் புத்தகத்தின் பக்கங்களைப் புரட்டுகிறபோது நண்பர் காலின் ஆடம்ஸின் குரல் காதில் எதிரொலிக்கத் தொடங்கிவிடுகிறது.

“அப்படியானால் ஜி. குப்புசாமியிடம் இருக்கும் பாடல் எது? உலக எழுத்தாளர்களின் நேர்காணல்களையும், நோபல் பேருரைகளையும், படைப்புகளையும் பக்கம் பக்கமாக மொழி பெயர்க்கச் செய்வது எது?”

காலின் ஆடம்ஸின் குரல் குப்புசாமியின் குரலாக உருத்திரிபடைகிறது. கரகரப்பான, கம்பீரமான குப்புசாமியின் குரல் இலக்கியப் படைப்பாளிகளைப் பற்றிப் பேசுகிறபோது வார்த்தைகளை மேலும் அழுத்தி அழுத்தி உச்சரிக்கத் தொடங்கி விடுவதின் அர்த்தம் என்ன என்று நான் பலமுறை யோசித்திருக்கிறேன். தாத்தா, பாட்டிகளின் காலத்துக்குப் பொருந்தாத நீளமான பெயர்களைத் தன் குழந்தைகளுக்குச் சூட்டிவிடும் தந்தையர், சிரமம் பார்க்காமல் அந்த பெயர்களை சுருக்காமல் முழுப் பெயராகச் சொல்லி விளிப்பது போலத்தான் குப்புசாமியும். தனக்குப் பிடித்த உலக இலக்கியவாதிகளின் கடினமான பெயர்களை முழுப் பெயராகச் சொல்லி அவர் பேசுவார். அத்தருணங்களில் அவர்களின் மீது அவர் கொண்டிருக்கும் உள்ளார்ந்த நேசிப்பு புலப்படும். அந்த நேசிப்பின் வாசனையை மற்றொரு சக வாசகன் மட்டுமே நுகர முடியும்.

பெண்ணாக இல்லாமல் தாயாக முடியாது என்பது போல ஒரு சிறந்த வாசகனாக இல்லாமல் சிறந்த மொழிபெயர்ப்பாளனாக முடியாது. குப்புசாமி ரசனை மிகுந்த ஒரு சிறந்த வாசகன் என்பதை அவருடன் பேசும் பல தருணங்களில் நான் உணர்ந்திருக்கிறேன். உன்னதமான எழுத்தை எப்போதெல்லாம் பார்க்க நேர்கிறதோ அப்போதெல்லாம் அதைத் தன் சக மனிதர்களுடன் பகிர்ந்து கொள்ள வேண்டும் என்று பரபரப்படையும் ஒரு வாசகச் செயல்பாடுதான் அவரை மொழிபெயர்ப்பு முயற்சியில் மீண்டும் மீண்டும் ஈடுபடுத்துகிறது.

குப்புசாமிக்குள் இருக்கும் மொழிபெயர்ப்பாளனைக் காட்டிலும் குப்புசாமிக்குள் இருக்கிற தீராத் தாகம் கொண்ட வாசகனை நான் அதிகம் நேசிக்கிறேன்.

■

வழக்கமான தமிழ்ப் புத்தகங்களிலிருந்து இத்தொகுப்பு மாறுபட்டிருக்கிறது. ஆங்கிலத்தில் நான் தேடித்தேடி வாங்க நினைக்கும் ஒரு புத்தகமாக இந்த தமிழ்ப் புத்தகம் அமைந்திருக்கிறது. குந்தர் கிராஸ், எடுவர்டோ காலியானோ, ரேமண்ட் கார்வர், சீமமாண்டா என்கோஸீ அடீச்சி, ஹாருகி முரகாமி, சல்மான் ருஷ்டி, ஓரான் பாமுக், டோபியாஸ் உல்ஃப், லே க்ளேசியோ, சினுவா ஆச்சிபி என்று தமிழ் இலக்கியப் பரப்புக்குள் கால் பதித்திராத பத்து உலக இலக்கியவாதிகளைத் தேர்ந்தெடுத்து அவர் தமிழுக்குக் கொண்டு வந்திருக்கிறார். இது ஒன்றும் அவருக்குப் புதிதல்ல. முரகாமியின் சிறுகதைகளையும், "நாளை வெகு தூரம்" என 15 சமகால உலக எழுத்தாளர்களையும், "என் பெயர் சிவப்பு" ஓரான் பாமுக்கையும், கடல் ஜான்பான்வில்லையும் தமிழுக்குக் கொண்டு வந்தவர்தான் அவர்.

உண்மையின் சக்தியை, உண்மையின் புரிதலை, உண்மையின் பார்வைகளை இந்தப் புத்தகம் நமது கவனத்துக்குக் கொண்டு வருகிறது. தீவிர இலக்கியவாதிகள் என்று தங்களைச் சொல்லிக் கொள்கிற தமிழ் எழுத்தாளர்கள்கூட கற்றுக் கொள்வதற்கு இந்த புத்தகத்தில் நிறைய பாடங்கள் உள்ளன. ஏனெனில் இத்தொகுப்பில் உள்ள நேர்காணல்கள் ஆகட்டும், படைப்புகள் ஆகட்டும் அனைத்துமே அந்த இலக்கியவாதிகளின் சத்தியப் பிரமாண வாக்குமூலங்கள்.

"புத்திசாலித்தனமான குப்பை என்றாலும் குப்பை குப்பைதான்" என்று சால்மன் ருஷ்டி தன்னுடைய எழுத்தைப் பற்றியே சுயவிமர்சனம் செய்கிறபோது அவரது நேர்மை நமது நெற்றிப்பொட்டில் தாக்குகிறது. தனது எழுத்தைப் பற்றிய சுயவிமர்சனம் என்பதை ஒரு யோகத்தைப் போல நமது எழுத்தாளர்கள் பயிலுதல் வேண்டும் என்கிற அரிச்சுவடியை அது நமக்குக் கற்றுக் கொடுக்கிறது.

"எனது படைப்புகளுக்கு வாசகர்கள் கிடைக்க வேண்டும் என்பதற்காக சுவாரஸ்யமான ஈர்ப்புள்ள புத்தகங்களை எழுதுவதுதான் நான் செய்கிற காரியம்" என்று ஹாருகி முரகாமி சொல்கிறபோது எனக்கு வியப்பு மேலிடுகிறது. இலக்கிய எழுத்தாளன் X ஜனரஞ்சக எழுத்தாளன் என்று பிரித்துப் பேசும் தமிழ் இலக்கிய உலகில் இத்தகைய நேர்மையான குரலை கேட்டதாக ஞாபகமில்லை. "யாருக்காகவும் நான் எழுதுவதில்லை. எனக்காக மட்டுமே எழுதிக் கொள்கிறேன்" என்று அறிக்கை விடுபவர்கள் விருதுகளுக்காக திரைக்குப் பின்னால் யார் யாரை எந்தெந்த விதங்களில் சந்திக்கிறார்கள் என்பது எனக்கு நிறையவே தெரியும்.

"ஒரு எழுத்தாளன் ஒரு தீர்க்கதரிசி அல்ல. தத்துவ ஞானி அல்ல. அவனைச் சுற்றி இருப்பவற்றிற்கு அவன் ஒரு சாட்சி" - என்று மொரீஷியசைத் தாய்நாடாகக் கொண்ட ஃபிரெஞ்சு எழுத்தாளன் லெ க்ளேசியா சொல்கிறபோது நாம் கொஞ்சம் சிந்திக்க வேண்டியதாக இருக்கிறது. தான் வாழும் காலத்தின் ஈழப் பிரச்சினை ஆகட்டும், சாதி, மதப் பிரச்சினை ஆகட்டும் எதனுடைய தீட்டும் தன் மீது படாமல் படைப்புகளைக் காப்பாற்றும் தூய இலக்கிய தமிழ் எழுத்தாளனையும் சிந்திக்க வைக்கும் வாக்குமூலங்கள் இவை.

"அதிகமாக எழுத எழுத உங்கள் மரபின் பாரத்தையும், வடிவத்தில் உள்ள சிரமங்களையும், ஏற்கனவே அதிகமும் நீங்கள் செய்தவற்றை மீண்டும் நீங்கள் செய்ய விரும்பாததையும் அறிந்து கொள்வீர்கள்" என்று டோபியாஸ் உல்ஃப் குறிப்பிடுகிறபோது எழுத்தின் முன்னால் இருக்கிற சவால்களை நாம் உணரத் தலைப்படுகிறோம். இதில் உள்ள கதைப் படைப்புகளுக்குள் புனையப்பட்டிருக்கும் பொய்களுக்குள் புதைந்திருக்கும் உண்மைகள் உன்னதமானவை.

நண்பர் ஜி. குப்புசாமியின் சிறந்த இம்மொழிபெயர்ப்புத் தொகுப்பினைப் பார்க்கிறபோது 30 ஆண்டுகளுக்கு முன் வெளிவந்த எனது "அறைக்குள் வந்த ஆப்பிரிக்க வானம்" நூலின் முன்னுரையில் நான் எழுதிய வார்த்தைகள் மீண்டும் என் நினைவுக்கு வருகின்றன.

"நாம் நமது ஜன்னல்களைத் திறந்து வைப்போம். அப்போதுதான் வெளியே மழை பெய்கிறதா, வெயில் காய்கிறதா என்பது தெரியும். வெளியிலுள்ள நறுமணங்களும், பறவைகளின் பாடல்களும், அவதிப்படுவோரின் அழுகுரலும், நம்மை யாரோ வெளியிலிருந்து அழைக்கிறார்கள் என்ற உண்மையும் புலப்படும். இந்த மொத்த பிரபஞ்சத்தில் நமது இடம் எது என்பது தெளிவாகிவிடும்."

உலக இலக்கியப் பரப்பில் தமிழ் இலக்கியத்தின் இடம் எது என்பது தெளிவாக வேண்டுமானால் இத்தகைய மொழிபெயர்ப்புத் தொகுப்புகள் மிகவும் தேவை.

என்னுரை

சமகால உலக எழுத்தாளர்களின் நேர்காணல்களை The Paris Review இதழில் பல வருடங்களாக படித்து வருகிறேன். எழுத்தாளன் ஒருவனை பேட்டி காண்பதற்கு முன்னால், பேட்டி காண்பவர்கள் எந்தளவுக்கு அவனுடைய எல்லா எழுத்துக்களையும் முழுமையாகப் படித்து தம்மைத் தயார் செய்து வைத்திருக்கிறார்கள் என்பது அந்த நேர்காணல்களில் தெரியும். ஒரு படைப்பாளியை எப்படி அணுக வேண்டும் என்பதைக் காட்டுவதற்காகவே அந்த நேர்காணல்களில் சிலவற்றை மொழிபெயர்த்தேன். தீராநதி, அம்ருதா, புதுஎழுத்து இதழ்களில் இவை வெளிவந்தன. தமிழின் மூத்த எழுத்தாளர் திரு. இந்திரன் அவர்கள் இவற்றைத் தொகுப்பாகக் கொண்டுவரவேண்டுமென்று தொடர்ந்து வலியுறுத்திவந்தார். ஒவ்வொரு நேர்காணலோடும் அந்த எழுத்தாளனின் ஒரு சிறுகதையையும் மொழி பெயர்த்து இணைப்பது என்ற யோசனையும் அவருடையதுதான். இந்நூல் வெளிவருவதற்கு அவரது தொடர்ந்த வலியுறுத்தல்களே காரணம். மிகவும் அரிதாகவே சிறுகதை எழுதுபவர்களென்பதால் ஓரான் பாமுக் நாவலிலிருந்து ஓர் அத்தியாயமும், குந்தர் கிராஸின் நோபல் உரையும், எடுவார்டோ காலியானோவின் கட்டுரையும் சிறுகதைகளுக்குப் பதிலாக சேர்க்கப்பட்டுள்ளன.

தொகுப்பிலுள்ள சிறுகதைகள் கல்குதிரை, உயிர்மை, காலச்சுவடு, அம்ருதா இதழ்களில் வெளிவந்தன. இவ்விதழ்களின் ஆசிரியர்கள் திருவாளர்கள் கண்ணன், கோணங்கி, கடற்கரய், மனோன்மணி, திருமதி. திலகவதி ஆகியோருக்கும் நூல் தயாரிப்பில் உதவிய நண்பர் தே. சங்கருக்கும், எல்லோருக்கும் முதன்மையாக திரு. இந்திரன் அவர்களுக்கும் என் நெகிழ்வான வந்தனங்கள்.

பவா செல்லதுரையும், ஷைலஜாவும் ஏறக்குறைய என் குடும்ப உறுப்பினர்களாக இருந்தாலும் இந்த நூலை நேர்த்தியாகக் கொண்டுவருவதற்காக அவர்களுக்கும் நன்றி தெரிவிப்பது சம்பிரதாயம் மட்டுமல்ல.

ஜி. குப்புசாமி
gkuppuswamy62@yahoo.com

74/26 பிள்ளையார் கோயில் தெரு,
ஆரணிப்பாளையம்,
ஆரணி - 632 301
திருவண்ணாமலை மாவட்டம்.
செல் - 9443305456

ஹாருகி முரகாமி

இன்றைய தேதியின் உச்ச நாவலாசிரியர் ஜப்பானைச் சேர்ந்த ஹாருகி முரகாமி. மிகவும் வினோதமான, மாயவகை சிறுகதைகளோடு நுட்பமான நாவல்களையும் ஏராளமாக எழுதித் தள்ளிக்கொண்டிருக்கும் மிகவும் சுறுசுறுப்பான, ஆச்சரியகரமான எழுத்தாளர். இவரது The Wind-up Bird Chronicle கடந்த ஐம்பதாண்டுகளில் வெளிவந்த மிகச்சிறந்த நாவலாக சில அமைப்புகளால் தேர்ந்தெடுக்கப்பட்டது. Norwegian Wood, Hard - Boiled Wonderland and the End of the World, Dance Dance Dance, Kalfka on the Shore போன்ற நாவல்கள் பல லட்சம் வாசகர்களை இவரது எழுத்தின் மேல் பித்துப்பிடிக்க வைத்திருக்கின்றன. after the Quake, The Elephant Vanishes, Blind Willow Sleeping Woman போன்றவை சிறுகதைத் தொகுப்புகள்.

ஹாருகி முரகாமி அளித்த இரண்டு பேட்டிகளின் தொகுப்பு இது. முரகாமி என்ற அதிசய மனிதருக்கு பல முகங்கள். இன்றைய தேதிகளில் ஜப்பானிய எழுத்தாளர் களில் தலையாயவர் என்று ஒரு முகம்தான் நமக்கு பரவலாகத் தெரியும். அதிகமும் வெளிச்சத்திற்கு வராத இன்னொரு முரகாமி ஒரு மாரத்தான் ஓட்டவீரர். ஆம், மாரத்தான்! குத்துச்சண்டை போட்ட எழுத்தாளர்கள், ஓவியம் வரைந்த எழுத்தாளர்கள், இன்னும் பலவித தொழில் முறையாளர்களை அறிவோம். ஆனால் நாற்பத்தியிரண்டு கிலோமீட்டர் தூரம் மாரத்தான் ஓட்டம் ஓடும் ஒரு நவீன எழுத்தாளர்? முரகாமிக்கு நெடுந்தூர ஓட்டமும் நாவல் எழுதுவதும் ஆன்ம பரிசோதனையின் இரண்டு பக்கங்களாகவே இருப்பது இப்பேட்டிகளில் வெளிப்படு கிறது. முதலில் எழுத்தாளரின் பேட்டி. அடுத்தது மாரத்தான் ஓடும் அறுபது வயதுகாரரின் பேட்டி.

*K*afka on the shore ஜப்பானில் 2002ல் வெளிவந்தது. ஆனால் ஆங்கில மொழிபெயர்ப்பு ஜனவரி 2005ல்தான் வரப்போகிறது. படைக்கப்பட்டு கணிசமான வருடங்கள் கடந்தபின் வெளிவரும் இந்த புத்தகத்தைப்பற்றி உங்கள் அபிப்பிராயம் என்ன?

பெரும்பாலான என் நாவல்கள் தற்கால பத்திரிகைத்தனமான விஷயங்களை அடிப்படையாக கொண்டிருப்பவையல்ல என்பதால் இரண்டு மூன்று வருடங்கள் தாமதமாக ஆங்கிலத்தில் வருவது ஒரு பெரிய பிரச்சனையல்லவென்று நினைக்கிறேன், ஒரு நாவலை மொழிபெயர்க்க பெரும் நேரம் பிடிக்கிறது, திரைப்படங்களை, சங்கீதத் தொகுப்புகளை அயல்நாடுகளுக்கு பெயர்த்துச் செல்வதைவிட இலக்கியத்தைக் கொண்டுசெல்வது மிக மெதுவாகத்தான் நடக்கிறது. இத்தகைய கால கட்டுப்பாடுகளைத் தாண்டி செல்லக்கூடிய வலுவான படைப்பு களையே நான் எப்போதும் எழுத விரும்புகிறேன். எனது நாவல்களில் நான் எழுத விரும்புவது மனிதர்களின் உணர்ச்சிகளில் இருக்கின்ற, காலத்தையும், தூரத்தையும் கடந்து பகிர்ந்துகொள்ளக்கூடிய ஓர் உலகளாவிய சூழ்நிலைதான்.

உங்கள் நாவல் *Norwegian wood*-க்கு ஜப்பானில் கிடைத்த வரவேற்பு அசாதாரமானது. அப்படிப்பட்ட சமன் குலைக்கும் பிரபல்யத்திலிருந்து தப்பிப்பதற்காகவே பல வருடங்கள் ஜப்பானில் இருந்து வெளியேறிச் சென்றிருந்தீர்கள். பிரபல்யத்திலிருந்து தவிர்க்க விரும்பும் ஒரு தனிமை விரும்பியாக இருக்கும் நீங்கள், உங்கள் படைப்புகளுக்காக ஒரு பரந்த வாசகர் பரப்பு இருக்க வேண்டுமென்று விழைகிற ஒரு படைப்பாளியின் இச்சையை எப்படி கையாளுகிறீர்கள்?

எனது படைப்புகளுக்கு வாசகர்கள் கிடைக்க வேண்டும் என்பதற்காக சுவாரஸ்யமான, ஈர்ப்புள்ள புத்தகங்களை எழுதுவதுதான் நான் செய்கின்ற காரியம். நான் எழுதுகிற புத்தகம் அவர்களை எனது அடுத்து வரப்போகும் புத்தகத்தை வாங்கச்செய்ய வேண்டும். அவர்களை ஏமாற்றிவிடக்கூடாது என்பதற்காகத்தான் நான் கடுமையாக முயலுகிறேன். இருபத்தைந்து வருடங்களாக எழுதிக் கொண்டிருக்கிறேன். எழுதுவதைத்தாண்டி சொல்லிக் கொள்கிறார் போல எதையும் நான் செய்திருக்கவில்லை. நல்ல வேளையாக என் வாசகர்களின் எண்ணிக்கை நிதானமாகக் கூடிக்கொண்டேதான் வருகிறது. வாசகர்களை தேடிச்செல்வது நானல்ல. புத்தகங்களே வாசகர்களைக் கண்டுகொள்ளும். நான் அப்படித்தான் பார்க்கிறேன். உண்மையைச் சொல்ல வேண்டுமென்றால், பரிச்சயமில்லாத மனிதர்கள், வாசகர்கள், முன்னால் நின்று பேசுவது எனக்கு சற்றும் பிடிக்காத விஷயமாக இருக்கிறது. எல்லோரையும் போல ஒரு சாதாரண வாழ்க்கையைத்தான் வாழவிரும்புகிறேன். ஒவ்வொரு நாளும் சுரங்க நடைபாதையில் செல்கிறேன், பேருந்தில் செல்கிறேன், கடைத்தெருக்களில் நடக்கிறேன், நடைப்பயிற்சி

செய்கிறேன். இந்த சுதந்திரம் என்னிடமிருந்து பறிக்கப்படுவதுதான் நான் அதிகமாக வெறுக்கின்ற விஷயம்.

உங்களுடைய புத்தகங்களில் பெரும்பாலானவை, குறிப்பாக உங்களின் புனைவற்ற எழுத்துக்கள், ஆங்கிலத்தில் வெளிவரவேயில்லை. மேற்குலகில் உங்களை வாசிக்க வேண்டிய புத்தகங்கள் எவ்வெவை என்பதை உங்கள் கட்டுப்பாட்டில் வைத்திருக்க விரும்புகிறீர்கள் போலிருக்கிறது. அ/புனைவு எழுத்துக்களில் எந்தெந்த விஷயங்களை நீங்கள் தொட்டிருக்கிறீர்கள்? அவற்றை வாசிக்கும் வாய்ப்பு எங்களுக்கு கிடைக்குமா?

ஏராளமான கட்டுரைத்தொகுப்புகளையும், பயணநூல்களையும் ஜப்பானில் வெளியிட்டு இருக்கிறேன். ஆனால் எனது புனைவெழுத்துக்களைப்போல அவற்றை அயல்மொழிகளில் மொழிபெயர்ப்பதில் எந்த அர்த்தமும் இருப்பதாக நான் நினைக்கவில்லை. *Underground*- டைத் தவிர மற்றவையெல்லாமே இலேசாக கேளிக்கைத்தன்மை கொண்டவைதான். தினசரி நடப்புகள், உள்ளூர் நிகழ்வுகள் போன்றவற்றை வார்த்தை ஜாலங்களோடு சொல்கின்ற எழுத்துக்கள். அவற்றில் பல பகுதிகளை அயலகவாசகர்கள் புரிந்துகொள்வது இயலாததாக இருக்கும். ஒரு விஷயத்தை மட்டும் உறுதியாகச் சொல்வேன். எனது மிகச் சிறந்த அம்சமே, என் நாவல்களில் இருக்கின்ற எழுத்தாளனாகிய நான் தான்.

வாட்டர்ஸ்டோன்ஸ் புத்தக விற்பனை நிலையம் உங்களுடைய *The Wind-up Bird Chronicle* நாவலை எக்காலத்திலும் சிறந்த 20 நூல்களில் ஒன்று எனத்தேர்வு செய்துள்ளது. உங்களுடைய படைப்பு வாழ்க்கையில் இந்த நாவல் எவ்வளவு முக்கியத்துவம் கொண்டதாக இருக்கிறது?

என் எழுத்து வாழ்க்கையில் *The Wind-up Bird Chronicle* மிக முக்கியமான நாவல்களில் ஒன்று. இந்த நாவல் மட்டும் வெளிவந்திராவிட்டால் ஒரு குறிப்பிடத் தக்க நாவலாசிரியனாக நான் கருதப்படுவது வெகுவாக பாதிக்கப் பட்டிருக்கும். இந்த நாவலை எழுதி முடிக்க கணிசமான நேரமும் உழைப்பும் தேவைப்பட்டது. இந்த நாவலை உருவாக்கிய எனது படைப்பியக்கம் என்னை ஒரு நாவலாசிரியனாக அடுத்த கட்டத்துக்கு உயர்த்திச் சென்றிருக்கிறது,

உங்களுடைய சில ஆரம்பகால புத்தகங்களும் கதைகளும் 80களில் திரைப்படமாக ஆக்கப்பட்டுள்ளன. பிறகு வெகுகாலம் கழித்து உங்கள் படைப்புகள் சிலவற்றை வேறு வடிவங்களில் உருவாக்கம் செய்து கொள்ள அனுமதித்திருக்கிறீர்கள். *The Elephant Vanishes*-மேடை நாடகமாக்கப் பட்டுள்ளது. *Toni Takitoni* திரைப்படமாகியிருக்கிறது. இந்த இயக்குநர்களின் பணி உங்களை சந்தோஷப்படுத்தியிருக்கிறதா? வேறு சில முரகாமி புத்தகங்களும் பெரிய திரையில் பார்க்கக் கிடைக்குமா?

எனது படைப்புகளின் மேடை, திரைவடிவங்களை நான் பார்ப்பதில்லை என்பதை ஒரு கொள்கையாகவே வைத்திருக்கிறேன். ஒரு படைப்பை உருவாக்கும்போது, அதனை ஒரு திரைப்படமாக, ஒரு நாடகமாக ஏற்கனவே என் மனதில் உருவாக்கிக்கொண்டுதான் படைக்கிறேன். எனவே வேறு யாரோ ஒருவரின் திரை, நாடக வடிவங்களை பார்க்க எனக்கு விருப்பம் கிடையாது. ஒரு வேளை அவை மிகச்சிறப்பாகவே உருவாக்கப்பட்டிருக்கலாம். உதாரணத்திற்கு என் நண்பர்கள் எல்லோருமே *The Elephant Vanishes*-ஐ சைமன் மெக்பர்னி அற்புதமான மேடை நாடகமாக ஆக்கியிருப்பதாகத் தெரிவித்தனர். ஆனால் எனக்காக என் மனதில் உருவாக்கிக் கொண்டிருந்த பிம்பத்தை நான் சிதைத்துக் கொள்ள விரும்பவில்லை. என் படைப்புகளை திரைப்படங்களாக, நாடகங்களாக, உருமாறிக் கொள்ள கேட்டுக் கொண்டேதான் இருக்கின்றனர். இப்போது சில உருவாகிக் கொண்டிருக்கின்றன. சில பேச்சுவார்த்தை அளவில் இருக்கின்றன. இருந்தும் என் படைப்புகளிலிருந்து ஒரு திரைப்படத்தை நாடகத்தை உருவாக்குவது மிகச் சிரமமான காரியமென்றே நினைக்கிறேன். அதை அவ்வளவு எளிதாக செயல்படுத்திவிட முடியாது. நேர்மையாகச் சொன்னால், என் படைப்புகளை திரைப்படங்களாக மாற்றுவதில் எனக்கு அவ்வளவு ஆர்வமில்லை. ஒருவேளை *after the Quake*-ஐ உடி ஆலனோ *The Wind-up Bird Chronicle*-ஐ டேவிட் வின்ச்சோ இயக்குவதாக இருந்தால் எனக்கு ஆட்சேபனையில்லை. அவற்றை பார்க்கக்கூடச் செய்வேன்.

■

திரு முரகாமி, எது கடினமானது? நாவல் எழுதுவதா, மாரத்தான் ஓடுவதா?

எழுதுவது சந்தோஷமானது. பெரும்பாலும், ஒவ்வொரு நாளும் நான்கு மணி நேரம் எழுதுகிறேன். அதற்குப் பிறகு ஓடச் செல்கிறேன். ஒரு நாளைக்கு கட்டாயமாக 10 கி.மீட்டர்கள். அது சுலபமாக செய்து முடிக்கக் கூடியது. ஆனால் முழு மாரத்தான் தூரமான 42.195 கி.மீ ஒரேயடியாக ஓடுவது கஷ்டம். ஆனால் அந்தக் கஷ்டத்தைத் தான் நான் தேடி அனுபவிக்கிறேன். வலுக்கட்டாயமாக என் மீது நானே திணித்துக் கொள்ளும் சித்திரவதை அது. மாரத்தான் ஓடுவதன் முக்கியமான அம்சம் என்னைப் பொறுத்தவரை அதுதான்.

எது இனிமையானது. ஒரு புத்தகத்தை முடிப்பதா, மராத்தான் முடிவு கோட்டை ஓடிக்கடப்பதா?

கதையின் இறுதியில் கடைசி முற்றுப்புள்ளியை வைப்பதென்பது ஒரு குழந்தையை பெற்றெடுப்பதைப் போல ஓர் ஒப்பிட முடியாத தருணம். அதிர்ஷ்டசாலியான எழுத்தாளன் ஒருவன் தன் வாழ்நாளில் சுமார் பனிரெண்டு நாவல்கள் எழுதுவான். என்னிடம் இன்னும் எத்தனை நல்ல புத்தகங்கள் மிச்சமிருக்கின்றன என்று

தெரியவில்லை. ஒருவேளை இன்னும் நான்கு அல்லது ஐந்து இருக்கலாம். ஆனால் ஓடும்போது இந்தவிதமான வரம்புகள் எதையும் நான் உணர்வதில்லை. நான்கு வருடங்களுக்கு ஒருமுறை ஒரு தடிமனான நாவலை நான் வெளியிடுகிறேன். ஆனால் ஒவ்வொரு வருடமும் ஒரு 10 கி.மீ. ஓட்டம், ஒரு பாதி மாரத்தான், ஒரு முழு மாரத்தான் ஓடிவிடுகிறேன். இதுவரை 27 மாரத்தான் ஓட்டங்கள் ஓடியிருக்கிறேன். கடைசி ஓட்டம் சென்ற ஜனவரியில். 28, 29, 30ஆவது ஓட்டங்கள் விரைவில் நிகழும்.

உங்களது சமீபத்தைய புத்தகத்தில் உங்களுடைய ஓட்ட அனுபவங்களையும், நெடுந்தொலைவு ஓட்டங்கள் உங்கள் எழுத்துப்பணிக்கு ஏற்படுத்தும் முக்கியத்துவத்தையும் விவரித்திருக்கிறீர்கள். எதற்காக இத்தகைய சுய சரிதைத் தன்மையோடு ஒரு புத்தகத்தை எழுதியுள்ளீர்கள்?

25 வருடங்களுக்கு முன் 1982ம் வருடத்தின் இலையுதிர் காலத்தில் முதல்முறையாக ஓடத் தொடங்கியதிலிருந்து இப்படிப்பட்ட ஒரு விளையாட்டை எதற்காக நான் தேர்ந்தெடுத்தேன் என்று என்னை நானே கேட்டுக் கொண்டிருக்கிறேன். ஏன் கால்பந்து ஆடவில்லை? நான் ஓடத் தொடங்கிய நாள் முதல்தான் ஒரு தீவிர எழுத்தாளனாக எனது இருப்பு உண்மையில் ஸ்தாபனமாகியது என்றால் அதன் காரணம் என்ன? என் எண்ணங்களை பதிவு செய்யும் போதுதான் விஷயங்களை நான் புரிந்து கொள்ளத் தொடங்குகிறேன். ஓடுவதைப்பற்றி எழுதும்போது என்னைப் பற்றித்தான் எழுதுகிறேன் என்பதை கண்டுகொண்டேன்.

எதற்காக ஓடத் தொடங்கினீர்கள்?

என் எடையை குறைக்க விரும்பினேன். எழுத்தாளனாக எனது ஆரம்ப வருடங்களில் நிறைய புகைபிடித்துக் கொண்டிருந்தேன். ஒரு நாளைக்கு 60 சிகரெட்டுகள் வரை பிடிப்பேன். மனதை, ஒருமுகப்படுத்துவதற்காக. பற்களும், விரல் நகங்களும் மஞ்சளாகிவிட்டன. 33வது வயதில் புகை பிடிப்பதை நிறுத்துவதென்று முடிவெடுத்த போது என் இடுப்பைச்சுற்றி பட்டை பட்டையாக கொழுப்பு சேர்ந்திருந்தது. எனவே ஓடத் தொடங்கினேன். ஓடுவதுதான் நடைமுறையில் சாத்தியமான ஒன்றாக இருந்தது.

ஏன்?

குழு விளையாட்டுகள் எனக்கு ஏற்றவையல்ல. நான் மட்டும் தனியாக, என் சொந்த வேகத்தில் செயலாற்றும்போது எனக்கு எல்லாம் எளிமையாக இருக்கின்றது. ஓடுவதற்கு உங்களுக்கு துணையாரும் தேவையில்லை. டென்னிஸுக்குத் தேவைப்படுவது போல தனி மைதானம் தேவையில்லை. ஒரு ஜோடி கால் போதும். ஜூடோ எனக்குப் பொருந்திவராது. நான் சண்டைக்காரனல்ல. நெடுந்தொலைவு ஓட்டம் என்பது மற்றவர்களோடு போட்டி போட்டு ஓடி ஜெயிக்கிற விஷயமல்ல. உங்களுடைய எதிரி நீங்களேதான். வேறு யாரும் சேர்த்தியில்லை. ஆனால் நீங்கள்

ஓர் உள்ளார்ந்த போராட்டத்தில் ஈடுபட்டிருக்கிறீர்கள்: சென்ற முறையை விட நான் மேம்பட்டிருக்கிறேனா? உங்கள் வரம்பை திரும்பத் திரும்பத் தாண்டிச் செல்வது. அதற்கு உங்களை வருத்திக் கொள்வது, ஓடுதலின் சாராம்சம் இதுதான். ஓடுதல் வலியுண்டாக்குவது. ஆனால் வலி என்னை விட்டு விலகுவதில்லை. அதனை என்னால் சமாளித்துக் கொள்ள முடியும். இதுதான் என் சுபாவத்திற்கு உசிதமானது.

அந்த சமயத்தில் உங்களுடைய உடற்தகுதி எவ்வாறு இருந்தது?

இருபது நிமிடங்கள் கழித்து எனக்கு மூச்சு முட்டியது. என் இதயம் தடதடத்துக் கொண்டிருந்தது. கால்கள் தள்ளாடிக் கொண்டிருந்தன. முதலில் நான் ஓடுவதை மற்றவர்கள் பார்ப்பது எனக்கு சங்கடத்தைக் கொடுத்தது. ஆனால் ஒடுவது என்பதை பல் விளக்குவதைப்போல எனது அன்றாடக் கடமைகளில் ஒன்றாக ஆக்கிக் கொண்டேன். அதன் பிறகு வெகுவாக முன்னேறிவிட்டேன். ஒரு வருடத்திற்குள் எனது முதல், அதிகாரப்பூர்வமற்ற மாரத்தானை ஓடினேன்.

நீங்கள் மட்டும் தனியாக ஏதென்ஸிலிருந்து மாரத்தான் வரை ஓடினீர்கள் இல்லையா?

ஆம். அதுதான் அசல் மாரத்தான். வரலாற்று சிறப்புமிக்க மாரத்தான் ஓடுபாதை. ஆனால் நான் எதிர் திசையில் ஓடினேன். காரணம், போக்குவரத்து நெரிசல் நேரத்தில் ஏதென்ஸை சென்றடைய நான் விரும்பவில்லை. 35 கி.மீக்கு மேல் நான் எப்போதுமே ஓடியதில்லை. என் கால்களும், உடம்பின் மேற்பகுதியும் அப்போது போதிய வலு பெற்றிருக்கவில்லை. எதை எதிர்பார்ப்பது என்று எனக்குத் தெரியவில்லை. கண்ணைக்கட்டிக்கொண்டு காட்டில் ஓடுவதைப்போல.

எப்படி ஓடினீர்கள்?

அது ஜூலை மாதம். பயங்கர வெயில்.விடியற்காலையிலேயே புழுக்கமாக இருந்தது. அதற்குமுன் நான் கிரீஸுக்குச் சென்றதில்லை. அரை மணி நேரம் கழித்து என் சட்டையைக் கழற்றிவிட்டேன். ஐஸ் கோல்டு பீர் சாப்பிட வேண்டும் போலிருந்தது. சாலையோரத்தில் செத்துக்கிடந்த நாய்களையும், பூனைகளையும் எண்ணிக் கொண்டே ஓடினேன். சூரியன் தாங்க முடியாததாக இருந்தது. தோலில் கொப்புளங்கள் தோன்றின. 3 மணி நேரம் 51 நிமிடங்கள் பிடித்தது. பரவாயில்லை. பாராட்டக்கூடிய நேரம்தான். எல்லைக் கோட்டைத் தாண்டியதும், ஒரு பெட்ரோல் நிலையத்தில் சில்லென்று தண்ணீரை மேலே ஊற்றிக்கொண்டேன். நான் ஆசைப்பட்ட பீரை அருந்தினேன். அந்த பெட்ரோல் பம்ப் உதவியாளன் நான் செய்துமுடித்த காரியத்தைப்பற்றி தெரிந்துகொண்டதும் எனக்கு ஒரு பூங்கொத்து பரிசளித்தான்.

மாரத்தானில் உங்களுடைய சாதனை நேரம் என்ன?

1991ல் நியூயார்க்கில் 3 மணி 27 நிமிடங்களில் ஓடியது. ஒரு கிலோ மீட்டருக்கு ஐந்து

நிமிடங்கள். நான் பெருமைப்படக்கூடிய சாதனை அது. ஏனென்றால் அந்த ஓட்டத்தின் கடைசி பகுதி சென்ட்ரல் பார்க் வழியாகச் செல்லும் தடம் மிகக் கடினமானது. இந்த நேரத்தை முறியடிக்க முயற்சி செய்து வருகிறேன். ஆனால் எனக்கு வயதாகி வருகிறது. மேலும் எனது தனிப்பட்ட நேர அளவுகளில் ஆர்வம் போய்விட்டது. எனக்கு நானே திருப்திப்பட்டுக் கொள்வதுதான் எனக்கு முக்கியம்.

ஓடும்போது முணுமுணுத்துக்கொள்ளும் மந்திரம் ஏதாவது உண்டா?

கிடையாது. அவ்வப்போது எனக்கு நானே கூறிக்கொள்வேன். ஹாருகி, உன்னால் முடியும். ஆனால் உண்மையில், நான் ஓடும்போது எதையுமே சிந்திப்பதில்லை.

எதையும் சிந்திக்காதிருப்பது சாத்தியமா?

நான் ஓடும்போது என் மனம் தன்னை காலியாக்கிக் கொள்கிறது. ஓடும்போது சிந்திக்கிற எல்லாமே இந்தச் செயலாக்கத்துக்கு கீழ்படிந்தே இருக்கிறது. ஓடும்போது என்மீது கவிகிற எண்ணங்கள் எல்லாமே சூறைக் காற்றைப் போலத்தான். திடீரென்று தோன்றி எதையும் மாற்றாமல் மறைந்துபோய்விடும்.

ஒவ்வொறு நாளும் எப்படி உங்களை ஊக்கப்படுத்திக் கொள்கிறீர்கள்?

சில நாட்கள் மிகவும் வெப்பமாக இருக்கும். சில நாட்கள் மிகவும் குளிராக இருக்கும், அல்லது மேகமூட்டமாக. இருந்தாலும் விடாமல் ஓடச்செல்வேன். ஒரு நாள் ஓடப்போகாவிட்டால் அடுத்தநாளும் போகமாட்டேன் என்று எனக்குத் தெரியும். தேவையில்லாத பாரங்களை ஏற்று சுமந்திருப்பது மனித இயல்பில் இல்லாத ஒரு குணாம்சம். எனவே இந்த பழக்கங்கள் மாறிவிடும். அதற்கு அனுமதிக்கக்கூடாது. எழுதுவதற்கும் இது பொருந்தும். பழக்கம் விட்டுவிடக்கூடாதென்பதற்காகவே தினமும் நான் எழுதுகிறேன். தொடர்ந்து ஓடுவதால் தசைநார்கள் மென்மேலும் வலுவடைவதைப் போலவே, தொடர்ந்து எழுதுவது எனது இலக்கிய அளவுகோலை மெதுவாக மென்மேலும் உயர்த்திக் கொண்டே செல்வதற்கு உதவும்.

நீங்கள் கூடப்பிறந்தவர் யாருமில்லாமல் ஒற்றையாக வளர்ந்தவர். எழுதுதல் என்பது தனியாகச் செயல்படுவது. ஓடும்போதும் தனியாகத்தான் ஓடுகிறீர்கள். இவற்றிற்கெல்லாம் ஏதாவது ஒரு தொடர்பு இருக்கிறதோ?

நிச்சயமாக, தனியாக இருந்து பழகிவிட்டது. தனியாக இருப்பதுதான் பிடித்தும் இருக்கிறது. என் மனைவிக்கு நேரெதிரான குணமாக, எனக்கு கூட்டமே பிடிப்ப தில்லை. எனக்கு திருமணமாகி 37 வருடங்கள் ஆகின்றன. பெரும்பாலும் போராட்டம்தான். இதற்கு முன் பார்த்த வேலையில் விடியற்காலை வரை வேலை செய்வேன். இப்போது ஒன்பது பத்து மணிக்கெல்லாம் படுத்துவிடுகிறேன்.

ஓர் எழுத்தாளனாக, ஓட்டக்காரனாக ஆவதற்கு முன் டோக்கியோவில் ஒரு ஜாஸ் கிளப் நடத்தி வந்தீர்கள். மாற்றம் என்றாலும் மகத்தான மாற்றம் தான்

இல்லையா?

கிளப் நடத்திக்கொண்டிருந்தபோது பாருக்குப் பின்னால் நின்றிருப்பேன். உரையாடிக் கொண்டிருப்பதுதான் என் தொழில். அதை ஏழு வருடங்கள் செய்து கொண்டிருந் தேன். இயல்பில் நான் வாயாடி அல்ல. அப்போது ஒரு சத்தியம் செய்து கொண்டேன். இந்த வேலைக்குப் பிறகு, நான் யாரிடம் பேச விரும்புகிறனோ, அவர்களிடம்தான் நான் பேசப்போகிறேன்.

புதிதாக ஒன்றைத் தொடங்க நேரம் வந்தாகிவிட்டது என்பதை எப்போது உணர்ந்தீர்கள்?

ஏப்ரல் 1978ல் டோக்கியோவில் ஜிங்கு அரங்கத்தில் ஒரு பேஸ்பால் ஆட்டத்தைப் பார்த்துக் கொண்டிருந்தேன். நல்ல வெயில். பீர் அருந்திக்கொண்டிருந்தேன். யாகுல்ட் ஸ்வாலோஸின் டேவ் ஹில்டன் ஓர் அற்புதமான ஷாட் அடித்தபோது, அந்தக் கணத்தில் நான் ஒரு நாவல் எழுதப்போகிறேன் என்பதை உணர்ந்தேன். அது ஓர் உன்னதமான உணர்வு. இப்போதும் அதை என் இதயத்தில் உணர்கிறேன். இப்போது அந்தப் பழைய திறந்தவெளி வாழ்க்கையை எனது புதிய மூடப்பட்ட வாழ்க்கையின் ஊடாக ஈடு செய்து வருகிறேன். தொலைக்காட்சியில் ஒருபோதும் நான் தோன்றியதில்லை. வானொலியில் பேசியதில்லை. நூல் வாசிப்பு அரிதாகத்தான் செய்கிறேன். புகைப்படம் எடுத்துக்கொள்வதில் அதீதமான தயக்கம் எனக்கு உண்டு. மிக அரிதாகத்தான் பேட்டிகள் தருகிறேன். நான் ஒரு தனியன்.

ஆலன் ஸில்லிடோவின் *The Loneliness of the Long Distance Runner* **படித்திருக்கிறீர்களா?**

எனக்கு அந்தப்புத்தகம் பிடிக்கவில்லை. சலிப்பாக இருந்தது. ஸில்லிடோ ஓட்டக்காரர் அல்லவென்பதை நீங்கள் உடனே அறிந்துகொள்ளலாம். ஆனால் அதன் மையக்கருத்து நன்றாக இருந்தது. ஓடுவதின் மூலம் தன் அடையாளத்தை அந்த நாயகன் அறுதியிட்டுக் கொள்கிறான். அவன் சுதந்திரமாக உணரும் ஒரே நிலை, ஓடும்போதுதான் என்பதை அவன் கண்டுகொள்கிறான். இதனை என்னோடு பொருத்திப் பார்த்துக்கொள்ள முடிகிறது.

ஓடுதல் உங்களுக்கு கற்றுத்தந்தது என்ன?

இறுதிக்கோட்டை நான் தொட்டுவிடுவேன் என்ற நிச்சயத்தன்மை. எழுத்தாளனாக எனது திறமையில் நம்பிக்கை வைப்பதற்கு ஓடுதல் கற்றுத்தந்திருக்கிறது. எந்தளவுக்கு என்னை வருத்திக்கொண்டு உழைக்க முடியும், எப்போது அவசியத்திற்கு அதிகமாக நீண்டுச் செல்கிறது என்பதையெல்லாம் கற்றுக்கொண்டிருக்கிறேன்.

நீங்கள் ஓடுவதில் ஈடுபடுவதால் உங்கள் எழுத்து மேம்பட்டிருக்கிறதா?

நிச்சயமாக. தசைகள் வலுவடைந்தால் மனமும் தெளிவடையும். ஆரோக்கியமற்ற

வாழ்க்கை வாழும் எழுத்தாளர்கள் சீக்கிரத்திலேயே மங்கிப்போகின்றனர். ஜிமி ஹென்ரிக்ஸ், ஜிம் மாரிசன், ஜேனிஸ் ஜாப்ளின் போன்றோர் என் இளமையில் பெரும் நாயகர்களாக எனக்கு இருந்தனர். எல்லோருமே சின்ன வயதில் இறந்துவிட்டனர். மோஸார்ட், புஷ்கின் போன்ற மேதைகள்தான் அற்பாயுளில் இறந்துபோக தகுதியானவர்கள். இவர்கள் மேதைகளல்லர். ஜிமிஹென்ரிக்ஸ் பரவாயில்லை. ஆனால் போதை மருந்தினால் அழிந்தார். கலாபூர்வமாக பணியாற்றுவது ஆரோக்கியக் கேடான விஷயம். அதை சமாளிக்க ஒரு கலைஞன் ஆரோக்கியமான வாழ்க்கையை வாழ வேண்டும். ஒரு எழுத்தாளனுக்கு கதையை கண்டுபிடிப்ப தென்பது அபாயகரமான விஷயம். ஓடுதல் அந்த அபாயத்தை தவிர்க்க உதவுகிறது.

இதை விளக்கமாகச் சொல்லமுடியுமா?

எழுத்தாளன் ஒரு கதையை உருவாக்கும்போது, அவன் தனக்குள்ளிருக்கும் விஷத்தை நேருக்கு நேராக எதிர் கொள்கிறான். உங்களுக்குள் அந்த விஷம் இல்லாவிட்டால் நீங்கள் உருவாக்கும் கதை மொண்ணையாக, நீர்த்துப்போனதாக இருக்கும். இது ஃபூகுவைப்போல. பஃப்பர் மீனின் சதைப்பகுதி மிகமிகச் சுவையானது. ஆனால் அந்த மீனின் முட்டையும், ஈரலும், இதயமும் உயிர்கொல்லும் நச்சுத்தன்மை கொண்டவை. என் கதைகள் என் பிரக்ஞையின் இருண்ட, அபாயகரமான பகுதியில் பொதிந்திருக்கின்றன. என் மனதில் இருக்கும் நஞ்சை நான் உணர்கிறேன். எனக்கு வலுவான உடல் இருப்பதால் மிக அதிக அளவு நஞ்சையும் என்னால் தாக்குப்பிடிக்கமுடிகிறது. இளைஞனாக இருக்கும்போது நல்ல உடல் வலிமையோடு இருக்கிறீர்கள். எனவே எந்தவித பயிற்சியும் இல்லாமலேயே அந்த விஷத்தை உங்களால் வெற்றி கொள்ள முடிகிறது. நாற்பது வயதுக்குப் பின் உங்கள் பலம் மங்குகிறது. ஆரோக்கியமான வாழ்க்கையை உங்களால் நடத்தமுடியா விட்டால் அந்த விஷத்தை உங்களால் சமாளிக்க முடியாது.

ஜே.டி.ஸாலிங்கர் தனது ஒரே நாவலான *Catcher in the Rye*-ஐ 32 வயதில் எழுதினார். தனக்குள்ளிருந்த விஷத்தை தாங்கமுடியாதளவுக்கு அதன்பின் அவர் பலவீனமாகிவிட்டார் எனலாமா?

அவரது புத்தகத்தை நான் ஜப்பானிய மொழியில் மொழி பெயர்த்தேன். அது மிக நல்ல நாவல். ஆனால் முழுமையடையாதிருக்கிறது. கதை போகப் போக இருண்டு கொண்டே செல்கிறது. கதை நாயகனான ஹோல்டன் காஃபீல்ட்டுக்கு அந்த இருட்டுலகிலிருந்து வெளியே வர வழி தெரியவில்லை. எனக்கென்னவோ ஸாலிங்கருக்கும் வழி தெரியவில்லையென்றுதான் தோன்றுகிறது. விளையாட்டில் அவர் ஈடுபட்டிருந்தால் அவர் காப்பற்றப்பட்டிருப்பாரோ? எனக்குத் தெரிய வில்லை.

கதைகளுக்கான அகத்தூண்டல் உங்களுக்கு ஓடுவதால் கிடைக்கிறதா?

கிடையாது. ஒரு கதைக்கான ஆதாரத்தை விளையாட்டுத்தனமாக தேடிச்செல்கிற எழுத்தாளனல்ல நான். ஆதாரத்திற்காக நான் ஆழமாக தோண்டிச்செல்ல வேண்டியிருக்கிறது. என் ஆன்மாவின் இருண்ட பிரதேசங்களுக்குள் ஆழமாகத் தோண்டிச் சென்று அங்கே புதைந்திருக்கும் கதையை நான் கண்டெடுக்க வேண்டியிருக்கிறது. இதற்காகவும் கூட என் உடல் நல்ல வலுவோடு இருக்க வேண்டியது அவசியமாகிறது. ஓடத் தொடங்கிய பிறகு என்னால் நெடுநேரத்திற்கு மனதை ஒருமுகப்படுத்தியிருக்க முடிகிறது. மணிக்கனக்காக மனதை ஒருமுகப்படுத்தி இருட்டுக்குள் செல்லமுடிகிறது. இருட்டுக்குள் அப்படி போகும்போது வழியில் உங்களுக்கு எல்லாமே கிடைக்கின்றன. பிம்பங்கள், பாத்திரங்கள், உருவகங்கள். உடல்ரீதியாக நீங்கள் பலவீனமாக இருந்தால் அவற்றை தவறவிட்டு விடுவீர்கள். அவற்றை இறுகப் பற்றிக்கொண்டு, உங்கள் பிரக்ஞையின் மேற்பரப்பிற்கு கொண்டுவரச் செய்ய உங்களுக்கு சக்தியிருக்காது. நீங்கள் எழுதிக்கொண்டிருக்கும் போது முக்கியமான விஷயம் என்பது, ஆதாரத்துக்குள் உங்களை தேடிக்கொண்டே செல்வதல்ல. இருட்டில் இருந்து திரும்ப மேலே வருவதுதான், ஓட்டத்திலும் இதே விஷயம்தான். என்ன விலை கொடுத்தாவது நீங்கள் கடக்க வேண்டிய இறுதிக்கோடு ஒன்று இருக்கிறது.

இதைப் போன்ற இருட்டுப் பிரதேசத்தில்தான் நீங்கள் ஓடும்போது இருக்கிறீர்களா?

அதோடு ஒப்பிடுகிறார் போல ஏதோ ஒன்று நான் ஓடும்போது எனக்குள் இருக்கிறது. ஓடும்போது நான் அமைதியான இடத்தில் இருக்கிறேன்.

யு.எஸ்.ஸில் பலவருடங்களாக இருந்திருக்கிறீர்கள். அமெரிக்க ஓட்டக்காரர்களுக்கும் ஜப்பானிய ஓட்டக்காரர்களுக்கும் வேறுபாடு இருக்கின்றனவா?

இல்லை. ஆனால் கேம்பிரிட்ஜில் இருந்தபோது (ஹார்வர்டில் உறைவிட எழுத்தாளராக இருந்த காலத்தில்) உயர்குடி உறுப்பினர்கள் ஓடுகிற விதம் சாதாரணவர்கள் ஓடுவதிலிருந்து வேறுபட்டதாக இருப்பதை கவனித்திருக்கிறேன்.

எப்படி சொல்கிறீர்கள்?

நான் சார்லஸ் நதியோரமாகத்தான் ஓடுவேன். அந்தத் தடத்தில் இளம்பெண்களும், ஹார்வர்டின் மாணவர்களும் தமது செவிகளில் ஐ-பாடுகளை அணிந்துகொண்டு, பொன்னிறப் பின்னல் முன்னும் பின்னும் புரள, நீண்டதாக கால் வீசி ஓடிக்கொண்டிருப்பதைப் பார்ப்பேன். அவர்கள் மொத்த உடம்பும் பிரகாசிக்கும். தாம் வழக்கத்துக்குமாறான அசாதாரணர்கள் என்ற பிரக்ஞை அவர்களிடம் பரிபூரணமாகத் தெரியும். இந்த சுய பிரக்ஞை என்னை ஆழமாக பாதித்திருக்கிறது. அவர்களைவிட நான் ஒரு சிறந்த ஓட்டக்காரன். ஆனால் அவர்களிடம் என்னைவிட ஆக்கப்பூர்வமான புறமெய்மை ஏதோவொன்று இருப்பது பளிச்சென்று தெரிந்தது.

என்னிடமிருந்து வெகுவாக மாறுபட்டு இருந்தனர். அந்த மேட்டுக்குடி குழாமில் ஒரு அங்கத்தினனாக என்னால் எப்போதுமே முடிந்ததில்லை.

ஓர் ஆரம்பநிலை ஓட்டக்காரனை அனுபவசாலியான ஓட்டக்காரனிடம் இருந்து வேறுபடுத்தி பார்க்க உங்களால் முடியுமா?

ஆரம்பநிலை ஓட்டக்காரர் மிக வேகமாக ஓடுவான். அவன் சுவாசம் மேலெழுந்த வாரியாகத்தான் இருக்கும். அனுபவசாலி பதற்றமின்றி ஓடுவான். ஒரு அனுபவசாலி எழுத்தாளன் அவனைப் போன்ற இன்னொரு எழுத்தாளனின் நடை, மொழி ஆகியவற்றை வைத்து அடையாளம் கண்டுகொள்வதைப் போலத்தான் இது.

உங்கள் கதைகள் மாய யதார்த்தவாத பாணியில், யதார்த்தம் மாயத்தோடு ஒன்று கலந்திட, எழுதப்படுகின்றன. உங்கள் ஓட்டப்பயிற்சி என்பது உடல் ரீதியான இயக்கத்தைத் தாண்டி ஒரு மீயதார்த்தவாத *(Surrealist)* அல்லது மீபொருண்மைவாத *(Metaphysical)* பரிமாணத்தையும் கொண்டிருப்பதாக சொல்ல முடியுமா?

வெகுகாலமாக செய்துகொண்டிருக்கும் எந்த ஒரு செயலும் ஒருவித ஆன்மிகத் தன்மையை கைக்கொண்டுவிடும். 1995ல் நான் ஒரு 100 கி.மீ. ஓட்டப்பந்தயத்தில் கலந்து கொண்டேன். ஓடி முடிக்க 11 மணிநேரம் 42 நிமிடங்கள் ஆனது. இறுதியில் அது ஒரு தெய்வீக அனுபவம்.

ஆ-ஹா!

55 கி.மீ ஆனதும் நான் தளர்ந்து போனேன். என் கால்கள் கீழ்படிய மறுத்தன. என் உடம்பை இரண்டு குதிரைகள் எதிரெதிர் திசையில் பிடித்து இழுப்பதைப் போலிருந்தது. 75ஆவது கி.மீ.ஐத் தாண்டியதும் திடீரென்று என்னால் சரியாக ஓடமுடிந்தது. வலி மாயமாக மறைந்துவிட்டது. நான் மறுகரையை அடைந்து விட்டேன். சந்தோஷம் எனக்குள்ளே பெருக்கெடுத்தது. முடிவுக்கோட்டை கடந்த போது எனக்குள் குதூகலம் நிரம்பியிருந்தது. இன்னும் கூட தொடர்ந்து என்னால் ஓடியிருக்க முடியும். இருந்தாலும் இன்னொருமுறை அப்படிப்பட்ட அல்ட்ரா மாரத்தான் ஓடவே மாட்டேன்.

ஏன் அப்படிச் சொல்கிறீர்கள்?

ஒருவித மனப் பேதலிப்பு. ஓடுவது மிகச் சலிப்பாக மாறிவிட்டது. 100 கி.மீ ஓடுவது பயங்கர போரான விஷயம். நீங்கள் மட்டும் தனியாக 11 மணி நேரத்துக்கு மேல் ஓடிக்கொண்டிருந்தால் சலிப்பு உங்களை பிய்த்துத் தின்றுவிடும். ஓடுவதற்கான ஊக்கத்தையே என் ஆன்மாவிலிருந்து அது உறிஞ்சியெடுத்து விட்டது. ஓடுவதற்கே சலிப்பாக இருந்தது பல வாரங்களுக்கு.

அப்புறம் எப்படி மீண்டு வந்தீர்கள்?

வலுக்கட்டாயமாக ஓட முயற்சி செய்து பார்த்தேன். நடக்கவில்லை. அதிலிருந்த சந்தோஷம் போய்விட்டிருந்தது. எனவே வேறொரு விளையாட்டை முயற்சி செய்து பார்க்கலாமென்று முடிவெடுத்தேன். ஒரு புதிய தூண்டுதல் கிடைக்குமென்ற நம்பிக்கையில் ட்ரையத்லான் தொடங்கினேன். அது உதவியாக இருந்தது. சிறிது காலம் கழித்து ஓடுவதற்கான உற்சாகம் திரும்பி வந்தது.

உங்களுக்கு 59 வயது முடிந்துவிட்டது. இன்னும் எவ்வளவு காலம் மாரத்தான் ஓட உத்தேசித்திருக்கிறீர்கள்?

என்னால் நடக்க முடிகிற காலம் வரை ஓடிக் கொண்டிருப்பேன். எனது கல்லறையில் என்ன எழுதிவைக்க வேண்டுமென்று விரும்புகிறேன் தெரியுமா?

சொல்லுங்கள்,

"இந்த ஆள் நடக்கவே இல்லை"

முதல் பகுதி நேர்காணல் WBQ Magazine, 2004ல் வெளிவந்தது,
இரண்டாவது பகுதி Spiegel Online, 2008ல் வெளியானது.

ஆளுண்ணும் பூனைகள்

ஹாருகி முரகாமி

துறைமுகத்தில் நான் வாங்கிய செய்தித்தாளில் கிழவி ஒருத்தியை பூனைகள் சாப்பிட்டதைப் பற்றிய ஒரு செய்தி இருந்தது. அவளுக்கு எழுபது வயது. ஏதென்ஸின் ஒரு சிறிய புறநகர் பகுதியில் தனியாக வாழ்ந்து வந்தவள். ஒரு சின்ன ஒற்றை அபார்ட்மென்டில் அவளுடைய மூன்று பூனைகளோடு ஓர் அமைதியான வாழ்க்கையை வாழ்ந்து வந்திருக்கிறாள். ஒரு நாள் திடீரென சோபாவில் தலைகுப்புற சாய்ந்து விழுந்திருக்கிறாள். அநேகமாக மாரடைப்பாகத்தான் இருக்க வேண்டும். அப்படி விழுந்த பிறகு எவ்வளவு நேரம் அவஸ்தைப்பட்டு இறந்திருக்கிறாள் என்பது யாருக்கும் தெரிந்திருக்கவில்லை. அடிக்கடி வந்து சந்தித்துப் போகும் உறவினர்களோ நண்பர்களோ அவளுக்கு இருக்கவும் இல்லை. ஒரு வாரம் கழித்துதான் அவளது உடல் கண்டுபிடிக்கப்பட்டது. சன்னல்களும், கதவுகளும் தாழிடப்பட்டிருந்ததால் பூனைகள் உள்ளே சிக்கிக் கொண்டிருந்தன. அந்த அப்பார்ட்மென்டில் உணவு எதுவும் இருந்திருக்கவில்லை. ஃப்ரிட்ஜில் இருந்திருக்கலாம்தான், ஆனால் ரெஃப்ரிஜி ரேட்டரை திறந்து பார்ப்பதற்கு அந்த பூனைகளுக்கு எந்த வழியும் தெரிந்திருக்கப் போவதில்லை. கொலைப்பட்டினியில் வேறு வழியில்லாமல் அந்தப் பூனைகள் தம்மை வளர்த்த சொந்தக்காரியின் சதையை பிய்த்துத் தின்றிருக்கின்றன.

என்னெதிரே உட்கார்ந்திருந்த இசுமிக்கு இந்தச் செய்தியை படித்துக் காட்டினேன். வெயிலார்ந்த நாட்களில் துறைமுகம் வரை நடந்து செல்வதுண்டு. ஏதென்ஸின் ஆங்கில செய்தித்தாள் ஒன்றை வாங்கிக் கொண்டு வரி அலுவலகத்தின் பக்கத்தில் அமைந்திருந்த கஃபேவில் காபி ஆர்டர் செய்துவிட்டு செய்தித்தாளில் சுவாரஸ்யமாக இருப்பதை அவளுக்கு படித்துக் காட்டுவேன். அந்தத்தீவில் எங்களது தினசரி சுற்று இதுவரைக்கும் மட்டும்தான். ஏதேனும் ஒரு குறிப்பிட்ட செய்தி எங்கள் கவனத்தை ஈர்க்குமானால் அதைப்பற்றிக் கொஞ்ச நேரம் எங்கள் அபிப் பிராயங்களைப் பகிர்ந்து கொள்வோம். இசுமியின் ஆங்கிலம் சரளமாகவே இருக்கும். அந்த செய்திக்கட்டுரைகளை அவளேகூட எளிதாக படித்துவிடலாம். ஆனால் அவள் செய்தித்தாளை கையில் எடுத்து நான் பார்த்தேயில்லை.

“யாராவது படித்துக்காட்டுவதுதான் எனக்குப் பிடிக்கும்” என்றாள். “சின்ன வயதிலிருந்தே இதுதான் என் கனவாக இருந்திருக்கிறது. ஒரு வெயில் பிரதேசத்தில் உட்கார்ந்து கொண்டு வானத்தையோ கடலையோ நான் வெறித்துக் கொண்டிருக்க, யாராவது எனக்கு உரத்து வாசித்துக் காட்ட வேண்டும். அவர்கள் வாசித்துக் காட்டுவது ஒரு செய்தித்தாளோ, பாடப்புத்தகமோ, ஒரு நாவலோ - அது எதுவாக

இருந்தாலும் எனக்கு அக்கறையில்லை. ஆனால் இதுவரை யாரும் எனக்காக வாசித்துக்காட்டியதில்லை. ஆகவே நான் இழந்த சந்தர்ப்பங்களையெல்லாம் நீ இப்போது ஈடுசெய்கிறாய் எனலாம். அதுவுமில்லாமல் உன் குரல் எனக்குப் பிடித்திருக்கிறது".

இங்கே வானமும் கடலும் எங்களுக்கு இருக்கிறது. அது மட்டும் நிச்சயம். உரக்க வாசித்துக் காட்டுவதும் எனக்குப் பிடித்திருக்கிறது. ஜப்பானில் வசித்து வந்தபோது என் மகனுக்காக சித்திரப் புத்தகங்களை வாசித்துக் காட்டியிருக்கிறேன். உரக்க வாசிப்பது என்பது கண்களால் வாக்கியங்களைப் பின் தொடர்ந்து செல்வதிலிருந்து வேறுபட்ட ஒன்று. கொஞ்சமும் எதிர்பாராதது ஏதோவொன்று மனதுக்குள் நிரம்புகிறது. என்னால் தடுத்து நிறுத்த முடியாத, அதை எப்படியென்று விளக்க முடியாத ஒருவித ஒலி அதிர்வு.

அந்தக் கசப்புக் காப்பியை அவ்வப்போது உறிஞ்சிக்கொண்டே அச்செய்தியை மெதுவாக வாசித்தேன். சில வரிகளை எனக்குள் வாசித்துப் பார்த்துக்கொண்டு, அதை ஜப்பானிய மொழியில் எப்படி சொல்வது என்று குழம்பி, பின் உரக்க மொழி பெயர்த்தேன். எங்கிருந்தோ வந்த சில தேனீக்கள் எங்களுக்கு முன் இங்கு அமர்ந்திருந்த வாடிக்கையாளர் மேஜையில் சிந்தி விட்டுச் சென்றிருந்த பழக்கூழ் துளிகளை மொய்த்தன. படபடப்போடு ஒரு கணம் அந்த இனிப்பை நக்கிவிட்டு, வேறெதோ திடீரென ஞாபகத்துக்கு வந்ததைப்போல எழுந்து, ஓர் அடங்கிய ரீங்காரத்தோடு மேசையை சிலமுறை வட்டமடித்துவிட்டு, மீண்டும் ஏதோ நினைவுக்குத் தட்டுப்பட்டதைப்போல மேசை மீது மறுபடியும் வந்தமர்ந்தன. அந்த செய்திக்கட்டுரை மொத்தத்தையும் படித்து முடித்ததும் இசுமி அதே இடத்தில் அசையாமல் மேஜை மேல் முழங்கைகளை ஊன்றியபடி உட்கார்ந்திருந்தாள். வலது கை விரல்களை கூடாரம் போல ஆக்கி இடதுகை விரல் நுனிகளோடு சேர்த்துக் கொண்டாள். செய்தித் தாளை மடி மீது வைத்துக் கொண்டு அவளுடைய மெல்லிய விரல்களை உற்றுப்பார்த்தபடி இருந்தேன். விரலிடுக்குகளின் வழியே என் மீது பார்வையை திருப்பினாள்.

"அப்புறம் என்ன நடந்தது?" என்றாள்.

"அவ்வளவுதான்," என்றபடி பேப்பரை மடித்தேன். பாக்கெட்டிலிருந்து கைக்குட்டையை உருவி உதட்டின் மேல் படிந்திருந்த காபி துகள்களை துடைத்தேன். "இதற்கு மேல் வேறு எதுவும் போட்டிருக்கவில்லை."

"அந்தப் பூனைகளுக்கு என்ன ஆனது?"

கைக்குட்டையை பாக்கெட்டுக்குள் செருகினேன். "ம்ஹூம். அதைப்பற்றித் தெரியவில்லை."

இசுமி அவள் உதடுகளை ஒரு பக்கமாக சுருக்கினாள். இது அவளுக்கான ஒரு சின்ன

சேஷ்டை. எப்போதெல்லாம் ஓர் அபிப்ராயத்தை அவள் சொல்ல முற்படுகிறாளோ - அது எப்போதுமே ஒரு குட்டிப் பிரகடனமாகத்தான் இருக்கும் - இப்படித்தான் உதடுகளை சுருக்கி வைத்துக் கொள்வாள், ஏதோ படுக்கை விரிப்புகளின் சுருக்கங்களை நீவிவிடுவதைப்போல. அவளை முதல்முறை சந்தித்தபோது இந்த முகசேஷ்டை எனக்கு மிகவும் ரசமாகத் தெரிந்தது.

"எந்த நாட்டுக்குப் போனாலும் செய்தித்தாட்கள் ஒரே மாதிரியாகத்தான் இருக்கின்றன," என்று இறுதியாக பிரகடனம் செய்தாள். "நீங்கள் எதைத் தெரிந்து கொள்ள வேண்டுமென்று விரும்புவீர்களோ, அதை அவை சொல்வதில்லை."

ஸேலம் சிகரெட் பாக்கெட்டிலிருந்து ஒன்றை எடுத்து உதடுகளில் பொருத்திக் கொண்டு பற்றவைத்தாள். ஒவ்வொரு நாளும் ஒரு பாக்கெட் ஸேலம், அதற்கு ஒன்று கூட அதிகமாகவோ குறைவாகவோ கிடையாது. காலையில் ஒரு பாக்கெட்டைத் திறப்பாள். அதன் கடைசி சிகரெட்டை இரவில் பிடித்து முடித்துவிடுவாள். நான் புகைப்பதில்லை. ஐந்து வருடங்களுக்கு முன் என் மனைவி கர்ப்பமாக இருந்தபோது என்னை நிறுத்தச் செய்துவிட்டாள்.

"எனக்குத் தெரியவேண்டியது என்னவென்றால், அப்புறம் அந்த பூனைகளுக்கு என்ன ஆனது? மனித மாமிசத்தை சாப்பிட்டனவென்பதால் அதிகாரிகள் அந்தப் பூனைகளை கொன்றுவிட்டார்களா? அல்லது பாவம், நீங்கள் பசியில் ரொம்பத்தான் துடித்துப் போய்விட்டீர்கள் என்று பரிதாபத்தோடு அவற்றின் தலையை வருடிக் கொடுத்து போக விட்டுவிட்டார்களா? உனக்கு என்ன தோன்றுகிறது?" அவள் சிகரெட்டிலிருந்து புகை தப்பித்து மௌனமாக காற்றில் சுருண்டது. மேசையின் மேல் வட்டமிடுகின்ற தேனீக்களை வெறித்தேன். அவற்றைப் பற்றி யோசித்தேன். ஒரு கண்ணிமைக்கும் கணத்தில் பழக்கூழை நக்கிக் கொண்டிருக்கும் இந்த அமைதியற்ற குட்டித்தேனீக்களும், ஒரு கிழட்டுப் பெண்மணியின் சதையை கடித்துத் தின்ற மூன்று பூனைகளும் என் மனதில் ஒன்றாகக் கலந்தன. தூரத்துக் கடற்பறவை ஒன்றின் கிறீச்சிடும் கத்தல் தேனீக்களின் ரீங்கரிப்பை அமிழ்த்த, ஒன்றிரண்டு விநாடிகளுக்கு என் பிரக்ஞை நிஜத்திற்கும் நிஜமற்றதிற்கும் இடையே விளிம்பில் தடுமாறியது. எங்கே இருக்கிறேன் நான்? இங்கே என்ன செய்து கொண்டிருக்கிறேன்? இந்தச் சூழ்நிலையிலிருந்து எதுவும் விளங்கவில்லை. ஆழமாக மூச்சை இழுத்துக் கொண்டு வானத்தை நிமிர்ந்து வெறித்தேன். இசுமியின் பக்கம் திரும்பினேன்.

"எனக்கு எதுவும் தோன்றவில்லை."

"யோசித்துப்பார். நீ இந்த நகரத்தின் மேயராகவோ, காவல்துறைத் தலைமை அதிகாரியாகவோ இருந்தால் அந்தப் பூனைகளை நீ என்ன செய்திருப்பாய்?"

"மனநலக் காப்பகத்தில் வைத்திருக்கலாம்" என்றேன். "அவற்றை சைவமாக மாற்றி யிருக்கலாம்."

இசுமி சிரிக்கவில்லை. சிகரெட்டை நீளமாக இழுத்து, மிகமிக மெதுவாக புகையை

வெளியேற்றினாள். “இந்தக் கதை நான் கத்தோலிக்க உயர்நிலைப் பள்ளியில் சேர்ந்தபோது கேட்ட சொற்பொழிவு ஒன்றை ஞாபகப்படுத்துகிறது,” என்றாள். “நான் மிகக் கண்டிப்பான ஒரு கத்தோலிக்கப் பள்ளியில் படித்தேன் என்று சொல்லியிருக்கிறேன் அல்லவா? நுழைவு நிகழ்ச்சிக்குப் பிறகு தலைமை கன்னியாஸ்திரீக்களில் ஒருவர் எங்களை அரங்கம் ஒன்றில் கூட்டிவைத்து கத்தோலிக்க கோட்பாடு பற்றி மேடையில் பேசினார். அவர் எவ்வளவோ விஷயங்களைப் பேசினாலும் எனக்குத் தெளிவாக ஞாபகமிருப்பது ஒரேயொரு விஷயம்தான். நாங்கள் சென்ற கப்பல் மூழ்கி, ஆளரவமற்ற ஒரு தீவில் ஒரேயொரு பூனையோடு மட்டும் ஒதுங்க நேர்ந்தால் நாங்கள் என்ன செய்ய வேண்டுமென்ற ஒரு கதை.”

“கேட்பதற்கு சுவாரஸ்யமாக இருக்கிறதே,” என்றேன்.

“ ‘நீங்கள் சென்ற கப்பல் மூழ்கிவிடுகிறது என்று வைத்துக் கொள்ளலாம்’, என்றார் எங்களிடம். ‘உயிர்காப்புப் படகில் நீயும் ஒரேயொரு பூனையும் மட்டும்தான் ஏறி தப்பிக்க முடிகிறது. நீங்கள் ஏதோ ஒரு பெயரில்லாத, ஆளரவமற்ற தீவில் ஒதுங்குகிறீர்கள். அங்கே சாப்பிடக்கூட எதுவுமில்லை. உங்களிடம் இருப்பதெல்லாம் பத்து நாட்களுக்கு சமாளிக்கக்கூடிய தண்ணீரும், கொஞ்சம் உலர்ந்த பிஸ்கெட்டுகளும்தான்’, என்றாள். ‘சரி, அப்படிப்பட்ட ஒரு சூழ்நிலையில் இருப்பதாக நீங்கள் ஒவ்வொருவரும் கற்பனை செய்து கொள்ளுங்கள். இந்த வறண்ட தீவில் நீங்களும் பூனையும் மட்டும்தான். உணவே இல்லை. உங்களுக்குப் புரிகிறதா? உங்களுக்குப் பசிக்கிறது. தாகம் எடுக்கிறது. சீக்கிரத்தில் செத்துப்போகப் போகிறீர்கள், நீங்கள் என்ன செய்ய வேண்டும்? உங்களிடம் இருக்கும் சொற்பமான உணவை பூனையோடு பகிர்ந்து கொள்ள வேண்டுமா? இல்லை. நீங்கள் அப்படி செய்யவே கூடாது. அது தவறாக இருக்கும். நீங்கள் அனைவரும் கடவுளால் தேர்ந்தெடுக்கப்பட்ட, பெருமதிப்பு வாய்ந்த பிறவிகள். ஆனால் பூனை அப்படிப் பட்டதல்ல. அதனால்தான், உங்கள் கையிலிருக்கும் எல்லா உணவையும் நீங்களேதான் சாப்பிட வேண்டும்.’ அந்த கன்னியாஸ்திரி எங்களை படுசீரியஸான பாவனையில் பார்த்துச் சொன்னார். எனக்குக் கொஞ்சம் அதிர்ச்சியாக இருந்தது. பள்ளியில் அப்போதுதான் சேர்ந்திருக்கும் குழந்தைகளிடம் சொல்கிற கதையா இது? ஐயோ, என்ன மாதிரியான இடத்துக்கு வந்து சேர்ந்திருக்கிறேன் என்று நினைத்துக்கொண்டேன்.”

■

இசுமியும் நானும் ஒரு சிறிய கிரேக்கத் தீவில் ஒரு சிக்கன அப்பார்ட்மெண்டில் குடியிருந்தோம். அது சுற்றுலா சீஸனல்ல, அந்தத்தீவும் அப்படியொன்றும் சிறப்பான சுற்றுலா தளமும் அல்லவென்பதால் வாடகை குறைவாகத்தான் இருந்தது. அங்கே

செல்வதற்கு முன் அந்தத் தீவைப்பற்றி நாங்களிருவருமே கேள்விப்பட்டதில்லை. துருக்கியின் எல்லைக்கு அருகில் அமைந்திருந்தது. தெளிவான தினங்களில் பச்சைநிற துருக்கிய மலைகளை மங்கலாகப் பார்க்க முடியும். காற்று அதிகமாக வீசுகின்ற நாட்களில் கெபாப் வாசனைகூட அங்கிருந்து வரும் என்று உள்ளூர் வாசிகள் ஜோக்கடிப்பார்கள். ஜோக்குகளைத் தவிர்த்துவிட்டு பார்த்தாலும்கூட, அந்தத்தீவு அதற்கருகில் இருந்த இன்னொரு கிரேக்கத் தீவைவிட துருக்கியின் கடற்கரைக்கு அருகில் இருந்தது. ஆசியா மைனர் எங்கள் கண்ணெதிரே பிரசன்னமாகியிருந்தது என்று சொல்லலாம்.

அந்த நகரத்தின் சதுக்கத்தில் ஒரு கிரேக்க சுதந்திரப் போராளியின் சிலை ஒன்று இருந்தது. அந்தத் தீவை அப்போது ஆக்கிரமித்திருந்த துருக்கியர்களுக்கெதிராக எழுந்த புரட்சியை தலைமையேற்று நடத்தியவன் அவன். ஆனால் துருக்கியர்கள் அவனை சிறைபிடித்து மரண தண்டனை வழங்கினர். துறைமுகத்தை அடுத்த அந்த சதுக்கத்தில் கூராக கொழுகொம்பு ஒன்றை நட்டு உதவிக்கு யாருமற்ற அந்தப்பரிதாப கரமான வீரனின் உடைகளைக் களைந்து அதன்மேல் அவனை செருகியிருக்கின்றனர். மலவாய் வழியாக செருகப்பட்ட கொழுகொம்பு, அவன் உடம்பின் எடையில் மெதுவாக இறங்கி வாய்வழியாக வந்தபோது கோரமான முறையில் உயிரை விட்டிருந்தான். எப்படிப்பட்ட பயங்கரமான, அணுஅணுவாக சித்திரவதைத்து மெதுவாக உயிரைப் பிடுங்கும் கொலைமுறை! இது நடந்ததாகச் சொல்லப்படும் இடத்தில் சிலை நிறுவப்பட்டிருந்தது. சிலை நிறுவப்பட்ட சமயத்தில் பார்ப்பதற்கு அது கவர்ச்சியாக இருந்திருக்கலாம். ஆனால் இப்போது கடற்காற்றிலும், புழுதியிலும், கடற் பறவைகளின் எச்சத்திலும் அம்மனிதனின் முகமே தெளிவில்லாமல் மாறியிருந்தது. கடந்து செல்லும் உள்ளூர்வாசிகள் அச்சிலையைத் திரும்பிக்கூட பார்ப்பதில்லை. அந்த வீரனும் தன் பங்குக்கு அந்த மனிதர்களுக்கும், அந்தத் தீவுக்கும், உலகத்துக்கும் தன் முதுகைத் திருப்பிக் கொண்டிருந்தான்.

இசுமியும் நானும் காபியோ, பீரோ அருந்தியபடி துறைமுகத்தின் படகுகளை, கடற் பறவைகளை, தூரத்துத் துருக்கிய மலைகளை வெறித்துக்கொண்டு எங்கள் அவுட்டோர் கஃபேவில் அமரும்போது ஐரோப்பாவின் விளிம்பில் உட்கார்ந் திருப்போம். அடிக்கின்ற காற்று உலகத்தின் விளிம்பில் அடிக்கும் காற்று. தப்பிக்க முடியாத ஒரு புராதன நிறம் அந்த இடத்தை நிரப்பியிருந்தது. அயலானதும், கைக்கு எட்டமுடியாததும், தெளிவின்றி ஆனால் வினோதமாக மென்மையாகவும் இருக்கின்ற ஓர் அந்நிய மெய்மையால் நான் சப்தமின்றி விழுங்கப்படுவதைப்போல அது உணரவைக்கும். அந்தப் பொருளின் நிழல், துறைமுகத்தில் குழுமியிருந்த மனிதர்களின் முகங்களை, கண்களை, சருமங்களை நிறமேற்றும்.

சில நேரங்களில், இந்தச்சூழலின் ஒரு பகுதியாக நான் இருக்கிறேன் என்ற யதார்த்தத்தை என்னால் உள்வாங்கிக் கொள்ள முடிவதில்லை. என்னைச் சுற்றியிருக்கும் காட்சிகளை நான் எவ்வளவுதான் கிரகித்துக்கொண்டாலும், அந்தக்

காற்றை எவ்வளவுதான் ஆழமாக உள்ளிழுத்துக் கொண்டாலும், எனக்கும் இந்த எல்லாவற்றிற்கும் இடையே எந்த விதமான உயிர்மத் தொடர்பும் இருப்பதில்லை.

இரண்டு மாதங்களுக்கு முன்பு டோக்கியோவில், உனோகியிலிருந்த ஒரு மூன்று பெட்ரூம் அபார்ட்மென்டில் என் மனைவியோடும் எங்கள் நான்கு வயது மகனோடும் வாழ்ந்து வந்தேன். அது ஒன்றும் விசாலமான இடம் அல்ல, வெறும் அடிப்படைத் தேவைகளுக்கு மட்டும் போதுமான ஒரு கச்சிதமான அபார்ட்மென்ட். எனக்கும் என் மனைவிக்கும் ஒரு படுக்கையறை, என் மகனுக்கு ஒன்று, இன்னோர் அறையை என் பணியறையாக பயன்படுத்தி வந்தேன். நல்ல அமைதியான அபார்ட்மென்ட். ஜன்னலுக்கு வெளியே ரம்யமான காட்சி உண்டு. வாரக் கடைசிகளில் நாங்கள் மூவரும் டாமா ஆற்றங்கரை ஓரமாக நடந்து செல்வோம். வசந்த காலங்களில் ஆற்றங்கரையிலிருக்கும் செர்ரி மரங்கள் பூக்கத் தொடங்கும். எனது மோட்டார் சைக்கிளில் என் பையனைப் பின்னால் உட்காரவைத்துக் கொண்டு ஜெயன்ட்ஸ் ட்ரிபிள் ஏ அணியினர் பயிற்சி எடுப்பதைப் பார்க்கச் செல்வேன்.

நான் புத்தகங்களுக்கும் பத்திரிகைகளுக்கும் லே அவுட் செய்யும் ஓரளவு பெரிதான ஒரு வடிவமைப்பு கம்பெனியில் பணியாற்றி வந்தேன். அதற்காக என்னை ஒரு வடிவமைப்பாளர் என்று அழைப்பது கொஞ்சம் மிகையாகத்தான் இருக்கும். நாங்கள் செய்கின்ற வேலை ஏற்கனவே பேசி முடிவெடுத்து தீர்மானிக்கப்பட்டதாகத்தான் இருக்கும். கற்பனைக்கோ புதுமைக்கோ இடமே கிடையாது. பெரும்பாலான நேரங்களில் எங்கள் பணி அட்டவணை ரொம்பவுமே மும்முரமாகத்தான் இருக்கும். ஒரு மாதத்தில் பல நாட்கள் இரவுநேரங்களில் கூட நான் அலுவலகத்தில் வேலை பார்க்க வேண்டியிருக்கும். நான் பார்த்த வேலைகளில் சில என்னை அளவுக்கு மீறிச் சலிப்படைய வைத்து அழவைப்பதாக இருக்கும். எப்படி இருந்தாலும் அந்த வேலையைச் சகித்துக் கொண்டுதான் இருந்தேன். கம்பெனியில் சாவகாசமாக இருக்கலாம். எனக்கு சீனியாரிட்டி இருந்ததால் எனக்கான வேலைகளைத் தேர்ந்தெடுத்து பொறுக்கிக்கொள்ளும் உரிமையும், என்ன சொல்ல விரும்பு கிறேனோ அதைச் சொல்லும் அதிகாரமும் இருந்தது. என்னுடைய அலுவலகத் தலைவர் கூட பரவாயில்லை. என் கூடப் பணியாற்றும் சகாக்களோடு நன்றாகவே உறவு முறை இருந்தது. ஊதியம் ஓரளவுக்கு சுமார் என்றுதான் சொல்ல வேண்டும். எனக்கு எதுவும் நேர்ந்திருக்காவிட்டால் இதே கம்பெனியில் அடுத்து பல வருடங்களுக்கு தொடர்ந்திருப்பேன். என் வாழ்க்கையும் மோல்டாவு நதியைப்போல - மோல்டாவு நதியை உண்டாக்கியிருக்கும் அந்த பெயரற்ற தண்ணீரைப்போல என்று சொல்வது பொருத்தமாக இருக்கும் - தொடர்ந்து பெருக் கெடுத்தோடிக் கடலில் கலந்து போயிருக்கும்.

ஆனால் இதற்கிடையில் நான் இசுமியைச் சந்தித்தேன்.

∎

ஜி. குப்புசாமி 25

இசுமி என்னைவிடப் பத்துவயது இளையவள். ஒரு வியாபாரக் கூட்டத்தில் நாங்கள் சந்தித்தோம். ஒருவரை ஒருவர் பார்த்துக்கொண்டபோது ஏதோவொன்று எங்களுக் கிடையே பற்றிக்கொண்டது. அடிக்கடி நிகழ்கிற விஷயமாக அது இருக்கவில்லை. அதற்குப்பின் ஓரிருமுறை நாங்கள் சந்தித்து எங்கள் கூட்டுத்திட்டத்தின் விவரங்களை விவாதித்திருக் கிறோம். அவள் அலுவலகத்திற்கு நான் செல்வேன் அல்லது அவள் எனது அலுவலகத்திற்கு வருவாள். எங்கள் சந்திப்பு எப்பொழுதுமே சுருக்கமாகத் தான் இருந்தது. மற்றவர்களும் கூட இருப்பார்கள். பேச்சு வியாபாரத்தைப் பற்றிய தாகவே இருக்கும். எங்கள் ப்ராஜெக்ட் நிறைவடைந்ததும் ஒரு பயங்கரமான தனிமை என்னை மூழ்கடித்தது. என்னுடைய பிடியிலிருந்து ஜீவஆதாரத்தையே வலுக்கட்டாயமாக பிடுங்கிக்கொண்டதைப் போல. இத்தனை வருடங்களில் இப்படி நான் உணர்ந்ததே இல்லை. அவளுக்கும் அப்படித்தான் இருந்திருக்கும் என்று நினைக்கிறேன்.

ஒரு வாரம் கழித்து ஏதோ சில்லரை விஷயத்தைப்பற்றிப் பேச எங்கள் அலுவலகத்திற்கு போன் செய்தாள். நாங்கள் கொஞ்ச நேரம் பேசினோம். நான் அவளிடம் ஒரு ஜோக் சொன்னேன். அவள் வாய்விட்டுச் சிரித்தாள். "எங்கேயாவது வெளியில் அருந்தப்போகலாமா?" என்று கேட்டேன். ஒரு சிறிய பாருக்குச் சென்று கொஞ்சம் பானங்கள் அருந்தினோம். நாங்கள் என்ன பேசினோம் என்று குறிப்பாக ஞாபகத்தில் இல்லை. ஆனால் நாங்கள் பேசுவதற்கு லட்சக்கணக்கான விஷயங்கள் இருந்தன. முடிவே இல்லாமல் பேசிக்கொண்டிருந்தோம். அவள் சொல்ல விரும்புவதை லேசரைப் போன்ற தெளிவுடன் என்னால் கிரகித்துக் கொள்ள முடிந்தது. வேறு யாரிடமும் என்னால் சரிவர விளக்கிச் சொல்லமுடியாத விஷயங்களை அவளிடம் பேசும்போது நானே ஆச்சரியப்படும் அளவுக்குத் துல்லியமாகச் சொல்ல முடிந்தது. எங்கள் இருவருக்கும் மணமாகி இருந்தது. எங்கள் மணவாழ்க்கை குறித்து பெரிய புகார்கள் எதுவும் எங்களிடம் இல்லை. எங்கள் இல்வாழ்க்கைத் துணைகளை நாங்கள் நேசித்தோம். அவர்களை மதித்தோம். இருந்தாலும் உங்கள் உணர்வுகளை மிகத்தெளிவாக, மிகப்பூரணமாக வெளிப்படுத்த முடிகிற ஒருவரின் ஊடாக நிகழ்கிற ஒரு சிறிய அற்புதத்தின் கட்டளையாக இது இருந்தது. பெரும்பாலான மனிதர்களுக்கு அப்படிப்பட்ட ஒருவரை சந்திக்காமலேயே மொத்த வாழ்க்கையும் முடிந்துவிடும். இதை காதல் என்று முத்திரை குத்துவது தவறாக இருக்கும். முழுமையான ஒன்றுணர்ச்சி என்று சொல்லலாம்.

நாங்கள் அடிக்கடி வெளியே செல்லத் தொடங்கினோம். அவள் கணவன் வேலை யிலிருந்து வருவதற்கு மிகவும் தாமதமாகுமென்பதால் அவள் விருப்பப்படி வந்து போக முடிந்தது. நாங்கள் இருவரும் ஒன்றாக இருக்கும்போது நேரம் பறந்து போய்க்கொண்டிருந்தது. கடைசி ரயிலைத் தவறவிட்டுவிடக் கூடாதென்பதற்காக கடிகாரங்களை அவ்வப்போது பார்த்துக் கொள்வோம். குட்பை சொல்வதற்கு

எனக்கு எப்போதுமே பெரும் துக்கமாக இருந்தது. ஒருவருக்கொருவர் பேசிக் கொள்ள எவ்வளவோ இருந்து வந்தது.

எங்களில் யாரும் மற்றவரை படுக்கைக்குக் கவர்ந்து இழுக்கவில்லையென்றாலும் நாங்கள் ஒன்றாக படுக்கத் தொடங்கிவிட்டோம். அந்தக் காலகட்டம் வரை எங்கள் வாழ்க்கைத் துணைகளுக்கு விசுவாசமாகவேதான் இருந்து வந்திருக்கிறோம். ஆனாலும் அது எங்களுக்கு நிகழ்ந்தாக வேண்டுமென்பதால் எங்களுக்குக் குற்றவுணர்வாக இருக்கவில்லை. அவள் உடைகளைக் களைவதும், அவள் சருமத்தை வருடுவதும், அவளை இறுக்கமாக அணைப்பதும், அவளுக்குள் புகுவதும், வருவதும் இவையெல்லாமே எங்கள் உரையாடல்களின் இயல்பான நீட்சியாகவே இருந்து வந்தன. எந்தளவுக்கு இயல்பாக இருந்ததென்றால், எங்கள் சம்போகமே இதயத்தை உருக்கும் உடல்ரீதியான வேட்கையின் ஆதாரமாக இருக்காமல், எந்தப் பாசாங்கும் இல்லாத ஓர் அமைதியான, இனிமையான செயலாக இருந்தது. எல்லாவற்றையும்விட மிக அழகானது எதுவென்றால், செக்ஸுக்குப் பிறகு அவள் நிர்வாண உடம்பை என்னோடு சேர்த்து இறுக்கிக்கொள்ள, அவள் என் கரங்களுக்குள் சுருண்டு கொண்டு எங்களுக்கே சொந்தமான ஒரு தனிப்பட்ட மொழியில் ரகசியங்களைக் கிசுகிசுத்துக் கொண்டு படுக்கையில் கிடக்கின்ற நேரம்தான்.

எப்போதெல்லாம் முடியுமோ நாங்கள் சந்தித்து வந்தோம். விநோதமாக, அல்லது இது அவ்வளவு விநோதமாக இல்லையென்றுகூடச் சொல்லலாம். எங்கள் உறவு என்றென்றைக்கும் நிலையாக நீடித்திருக்கும் என்று பரிபூரணமாக நம்பிவந்தோம். இந்தச் சமன்பாட்டின் ஒரு பக்கத்தில் எங்கள் மணவாழ்க்கைகளும், மறுபக்கத்தில் எங்கள் இருவருக்குமான உறவும் எந்தப்பிரச்சனையும் எழாமல் தன்பாட்டுக்குப் போய்க் கொண்டிருக்குமென்று ஒரு நம்பிக்கை. எங்கள் விவகாரம் ஒரு போதும் வெளியே வராது என்று நம்பியிருந்தோம். எங்களுக்கிடையே உடல்ரீதியாக உறவு இருந்ததுதான். ஆனால் அது வேறுயாரையாவது காயப்படுத்தியிருக்கப்போகிறதா? இசுமியோடு தூங்க நேர்ந்த இரவுகளில் வீட்டுக்குத் தாமதமாகச் சென்று என் மனைவியிடம் ஏதோ ஒரு பொய்யைத் தயாரித்துச் சொல்ல நேர்கிறபோது மனசாட்சியின் நகங்கள் என்னைக் கீறும்தான் என்றாலும் அதுவொன்றும் துரோகச் செயலாக எப்போதுமே எனக்குத் தோன்றியதில்லை. இசுமிக்கும் எனக்கும் கறாராகப் பகுக்கப்பட்ட ஆனால் முற்றிலும் உள்ளார்ந்த ஓர் உறவு இருந்தது.

வேறு எதுவும் நிகழ்ந்திருக்காவிட்டால், நாங்கள் வோட்காவும் டானிக்கும் அருந்திவிட்டு, எப்போதெல்லாம் முடியுமோ அப்போதெல்லாம் போர்வைக்குள் நுழைந்து எங்கள் உறவைத் தொடர்ந்து கொண்டேயிருந்திருப்போம். அல்லது எங்கள் வாழ்க்கைத் துணைகளிடம் தொடர்ந்து பொய்சொல்லிக்கொண்டிருப்பதில் சலிப்படைந்து, எங்களுடைய பழைய, சௌகரியமான, சிக்கலற்ற வாழ்க்கை முறைகளுக்குத் திரும்பி வந்துவிடுவதற்காக எங்கள் உறவை இயல்பாக மரித்துப்

போக விட்டுவிட்டிருக்கலாம். இந்த இரண்டு வழிகளிலுமே விஷயங்கள் நாராசமாக மாறியிருக்கக்கூடுமென்று நான் நினைக்கவில்லை. இதை என்னால் நிரூபிக்க முடியாது. அந்த உணர்வு மட்டும் எனக்கிருந்தது. ஆனால் விதி தலைகுப்புறத் திரும்பியது. பிற்பாடு அதை நினைத்துப் பார்க்கையில், தவிர்க்க முடியாதது என்றுகூடத் தோன்றியது. இசுமியின் கணவனுக்கு விஷயம் தெரிந்துவிட்டது. அவளைத் துருவி துருவி விசாரணை செய்து முடித்துவிட்டு, கட்டுப்பாடு இழந்து என் வீட்டுக்குள் திடுமென பிரவேசித்தான். அதிருஷ்டத்தைப் பாருங்கள், என் மனைவி மட்டும் வீட்டில் தனியாக இருந்திருக்கிறாள். அப்புறம் மொத்தமும் அசிங்கமாக மாறியது. நான் வீடு திரும்பியதும், என்ன நடந்து கொண்டிருக்கிறது என்று விளக்கச் சொல்லி அதட்டினாள். இசுமி ஏற்கனவே எல்லாவற்றையும் ஒப்புக்கொண்டிருக்கிறாள். அதனால் வேறு எந்தக் கதையையும் என்னால் சிருஷ்டிக்க முடியவில்லை. என்ன நடந்ததென்று அப்படியே என் மனைவியிடம் சொன்னேன். “நான் ஏதோ காதலில் விழுந்துவிட்டேன் என்றெல்லாம் அர்த்தமில்லை” என்று விளக்கினேன். “அது ஒரு விசேஷமான உறவு. உன்னோடு எனக்கு இருப்பதிலிருந்து முற்றிலும் வேறுபட்டதாக இருப்பது அது. இரவும் பகலும் போல. சந்தேகப்படும்படியாக எதையும் நீ கண்டுபிடிக்கவில்லைதானே? நீ நினைக்கிற மாதிரியான கள்ளத் தொடர்பு ஒன்றும் கிடையாது என்பதைத்தான் அது காட்டுகிறது இல்லையா?”

ஆனால் என் மனைவி காது கொடுத்துக் கேட்க மறுத்தாள். அது அவளுக்கு பெரிய அதிர்ச்சியாக இருந்தது. உறைந்து போயிருந்தாள். அதற்கப்புறம் ஒரு வார்த்தை என்னிடம் பேசவில்லை. அடுத்த நாள் அவள் பொருட்கள் எல்லாவற்றையும் பெட்டியில் போட்டு காரில் ஏற்றிக் கொண்டு சிகாஸாகியில் அவளுடைய பெற்றோர் வீட்டுக்கு எங்கள் மகனையும் கூட்டிக் கொண்டு போய்விட்டாள். நான் இரண்டு முறை அவளைத் தொலைபேசியில் கூப்பிட்டேன். அவள் லைனுக்கே வரவில்லை. பதிலாக அவளுடைய அப்பா வந்தார். “உன் பொய் சமாதானங்கள் எதையும் கேட்க விரும்பவில்லை” என்று எச்சரித்தார். “உன்னைப் போன்ற ஒரு வேசி மகனோடு என் மகளை அனுப்பவே மாட்டேன்” என்றார். முதலிலிருந்தே எங்கள் கல்யாணத்திற்கு எதிர்ப்புத் தெரிவித்துக் கொண்டிருந்தவர் அவர். அவர் நினைத்தது கடைசியில் சரியாகப் போய்விட்டது என்பதை அவர் குரலிலிருந்த தொனி உணர்த்தியது.

திகைத்துப் போய், சில நாட்கள் விடுப்பு எடுத்துக் கொண்டு, நம்பிக்கையிழந்து தன்னந் தனியாக, கட்டிலில் படுத்துக்கொண்டிருந்தேன். இசுமி தொலைபேசியில் அழைத்தாள். அவளும் தனியாக இருந்தாள். அவள் கணவனும் அவளை விட்டு போய்விட்டிருக்கிறான். போவதற்கு முன் அவளை அடித்துத் துவைத்துவிட்டுதான் போயிருக்கிறான். அவள் வைத்திருந்த உடைகள் எல்லாவற்றையும் கத்திரிகோலை எடுத்து கன்னா பின்னாவென்று வெட்டிப்போட்டுவிட்டானாம். அவள் ஓவர் கோட்டிலிருந்து அண்டர்வேர் வரை எல்லாமே கந்தல் கந்தலாக கிடக்கிறதாம். அவன்

எங்கே போனான் என்று அவளுக்குத் தெரியவில்லை. “நான் முற்றிலுமாக நொறுங்கிப்போயிருக்கிறேன்” என்றாள். “எனக்கு என்ன செய்வதென்றே தெரிய வில்லை, எல்லாமே நாசமாகிவிட்டது. எதுவும் பழையபடி ஆகப்போவதில்லை. அவர் திரும்பியும் வரப் போவதில்லை.” அவள் போனில் தேம்பித் தேம்பி அழுதாள். அவளும் அவள் கணவனும் பள்ளி நாட்களிலிருந்தே காதலர்களாக இருந்தவர்கள். அவளுக்கு ஆறுதல் சொல்ல விரும்பினேன். ஆனால் நான் என்ன சொல்ல இருக்கிறது?

“நாம் எங்காவது அருந்தச்செல்லாம்” என்று கடைசியில் யோசனை சொன்னாள். நாங்கள் ஜீபூயாவுக்குச் சென்று அங்கிருந்த ஓர் இரவு நேர அருந்தகத்தில் விடியும் வரை அருந்திக் கொண்டிருந்தோம். எனக்கு வோட்கா, அவளுக்கு ரம்மும் எலுமிச்சம் சாறும் கலந்த டைகிரி காக்டெய்ல். எந்தளவுக்கு குடித்தோம் என்ற கணக்கே எனக்கு விட்டுப்போனது.

நாங்கள் சந்தித்ததிலிருந்து முதல் முறையாக பேசுவதற்கு எதுவுமில்லாமல் இருந்தது. விடிந்ததும் ஹரஜாகு வரை நடந்து சென்றதில் உடம்பிலிருந்த ஆல்கஹால் வற்றியது. டென்னிஸ் உணவகத்தில் காலை உணவும் காபியும் எடுத்துக்கொண்டோம். அப்போதுதான் அவள் நாங்கள் இருவரும் கிரீஸ் நாட்டுக்குப் போய்விடலாம் என்ற எண்ணத்தை வெளிப்படுத்தினாள்.

“கிரீஸா?” என்றேன்.

என் கண்களுக்குள் ஆழமாகப் பார்த்துக்கொண்டு, “நாம் ஜப்பானில் இனி தங்கியிருக்க முடியாது,” என்றாள்.

இந்தத் திட்டத்தை என் மனதுக்குள் புரட்டிப்போட்டுப் பார்த்தேன். கிரீஸ்? ஆல்கஹாலில் ஊறியிருந்த என் மூளை தருக்க ரீதியாக சிந்திக்க இயலாதிருந்தது.

“கிரீஸுக்குப் போகவேண்டுமென்றுதான் நான் எப்போதுமே ஆசைப்பட்டு வந்திருக்கிறேன்,” என்றாள். “அதுதான் என் கனவாக இருந்தது. என் தேநிலவுக்கு அங்கேதான் போக விரும்பினேன். ஆனால் எங்களிடம் போதுமான பணம் இல்லை. அதனால் நாம் போவோம், நாம் இருவரும் எதைப்பற்றியும் கவலைகள் இல்லாமல் அங்கே வசிக்கலாம். ஜப்பானிலேயே இருந்தால் விரக்திதான் நம்மை மூழ்கடிக்கும், எதுவும் நல்லதாக நடக்கப்போவதில்லை.”

கிரீஸைப்பற்றி விசேஷமான ஆர்வம் எதுவும் எனக்கு இல்லை. ஆனால் அவளுக்கு நான் உடன்பட்டாக வேண்டும். எங்கள் இருவரிடம் எவ்வளவு பணம் இருக்கிறதென்று கணக்கிட்டோம். அவளிடம் சேமிப்பாக இரண்டரை மில்லியன் யென் இருந்தது. என்னிடம் ஒன்றரை மில்லியன் இருக்கும். ஆகமொத்தம் நான்கு மில்லியன் யென். சுமார் இருபத்தைந்தாயிரம் பவுண்டுகள்.

“இருபத்தைந்தாயிரம் பவுண்டுகளை வைத்துக் கொண்டு கிரேக்க கிராமப்பகுதியில்

சில வருடங்கள் காலம் தள்ளலாம்,'' என்றாள் இசுமி. "மலிவான விமானங்களில் இரண்டரை ஆயிரத்தில் நாம் போய்விடலாம். அது போனால் மிச்சமிருப்பது சுமார் இருபத்தி மூன்று. ஒரு மாதத்துக்கு அறுநூற்றைம்பது செலவாகுமென்று வைத்துக் கொண்டால் மூன்று வருடங்களுக்குப் போதும். அதிகபட்சமாக கணக்கிட்டால் இரண்டரை வருடங்கள். என்ன சொல்கிறாய்? நாம் போய்விடுவோம். பிற்பாடு மற்ற விஷயங்களை தீர்த்துக் கொள்ளலாம்.''

நான் என்னைச் சுற்றிலும் பார்த்தேன். டென்னிஸ்ஸின் அதிகாலை கூட்டம் இளம் ஜோடிகளாக இருந்தது. முப்பது வயதுக்கு மேற்பட்ட ஜோடி நாங்கள் மட்டும்தான் அதுவும் பெரும் அவலம் ஒன்றுக்குப் பிறகு, கையிலிருக்கும் எல்லா பணத்தையும் போட்டு கிரீஸுக்குத் தப்பி செல்வதைப் பற்றி பேசிக்கொண்டிருந்த ஒரே ஜோடி நாங்கள் மட்டும்தான். என்ன ஒரு குழப்பம் என்று தோன்றியது. என் உள்ளங்கையை வெகுநேரம் உற்றுப்பார்த்துக் கொண்டிருந்தேன். இப்படிப்பட்ட நிலைக்குத்தான் உண்மையில் என் வாழ்க்கை வந்துவிட்டதா?

இறுதியாக "ஆல்ரைட்,'' என்றேன், "அப்படியே செய்வோம்.''

அடுத்த நாள் அலுவலகத்தில் எனது ராஜினாமாக் கடிதத்தைக் கொடுத்தேன். என் முதலாளி என்னைப்பற்றிய வதந்திகளைக் கேட்டிருந்தார். தற்சமயத்திற்கு என்னை ஒரு நீண்ட விடுப்பில் வைத்திருப்பதுதான் சரியாக இருக்குமென்று முடிவெடுத்தார். நான் வேலையை விடுகிறேன் என்பதைக் கேள்விபட்டு என் சகாக்கள் திகைத்துப் போயிருந்தனர். ஆனால் என் மனதை மாற்றிக்கொள்ளும்படி ஒருவரும் தீவிரமாக முயற்சி செய்யவில்லை. வேலையை துறப்பது என்பது ஒன்றும் அவ்வளவு கஷ்டமான காரியமல்லவென்று தெரிந்தது. எதையாவது விட்டுத்தொலைப்பது என்று தீர்மானித்துவிட்டீர்களென்றால் உங்களால் துறக்க முடியாதது மிகச் சொற்பமானவைதான். இல்லை - மிகச் சொற்பமானவையல்ல. உங்கள் மனதில் தீர்மானித்துவிட்டீர்களென்றால் உங்களால் விட்டுத் தொலைக்கமுடியாதது எதுவுமேயில்லை. ஒவ்வொன்றாக உங்களிடமிருந்து எடுத்து எறியத் தொடங்கி விட்டால், எல்லாவற்றையும் விட்டுத்தொலைக்கத்தான் விரும்புகிறீர்கள் என்பதை கண்டுகொள்வீர்கள். இது எப்படியென்றால், உங்கள் பணம் மொத்தத்தையும் சூதாட்டத்தில் வைத்துவிட்டு, அட என்னதான் ஆகட்டுமே, மிச்சம் இருக்கிற எல்லாவற்றையும் பணயம் வைக்கிறேன் என்பதைப்போல. மிச்சம் இருப்பதை பிடித்துத் தொங்கிக் கொண்டிருப்பதில் பெரும் கஷ்டம்தான்.

எனக்குத் தேவையென்று நினைத்தவை எல்லாவற்றையும் ஒரு நடுத்தர அளவு நீலநிற ஸாம்ஸோனைட் சூட்கேஸில் அடைத்தேன். இசுமியும் அதேயளவு லக்கேஜ் எடுத்துக் கொண்டாள்.

எகிப்தின் மீது பறந்து கொண்டிருக்கும்போது, என்னை ஒரு பயங்கரமான பயம் பீடித்தது. எனது பெட்டியை தவறுதலாக யாரோ எடுத்துக்கொண்டு போய்விடுவதாக

ஒரு பயம். உலகத்தில் பல்லாயிரக்கணக்கான நீலநிற ஸாம்ஸோனைட் சூட்கேஸ்கள் இதே மாதிரி இருக்கும். கிரீஸுக்கு போய்ச் சேர்ந்ததும், சூட்கேஸைத் திறந்து பார்க்கும்போது, வேறு யாருடைய பொருட்களோ அதில் இருந்தால்? கடுமையான கவலை என்னை தாக்கியது. சூட்கேஸ் தொலைந்துவிட்டால், என்னை என் சொந்த வாழ்க்கையோடு பிணைத்துக் கொள்ள எதுவுமே மிச்சமிருக்காது, இசுமியைத்தவிர. திடீரென நான் மாயமாக மறைந்ததைப்போல உணர்ந்தேன். விசித்திரமான உணர்வு. விமானத்தில் அமர்ந்திருக்கும் மனிதன் நானே அல்ல. என்னைப்போலவே காணப்பட்ட ஒரு பொருத்தமான, சௌகரியமான ஸ்தூலத்துக்குள் என் மூளை தப்பாக மாட்டிக்கொண்டு விட்டது. என் மனம் அதீதமான கலவரத்தில் இருந்தது. நான் ஜப்பானுக்கு திரும்பிச் சென்று என் உண்மையான உடம்புக்குள் புகுந்து கொள்ள வேண்டும். ஆனால் நான் இங்கே எகிப்தின் மேல் பறந்து கொண்டிருக்கிறேன், திரும்பிச் செல்லவே முடியாது. நான் தற்காலிகமாக கைக்கொண்டிருக்கும் இந்தத் தசைப்பிண்டம் சாந்துக்கலவையால் ஆனது போல இருந்தது. என்னை நான் சொறிந்து கொண்டால் விள்ளல், விள்ளலாக கழன்று விழுந்துவிடும். அடக்க முடியாமல் நான் நடுங்கத் தொடங்கினேன். இந்த விள்ளல்கள் தொடர்ந்து விழுந்துகொண்டிருந்ததால் நான் இருக்கும் இந்த உடம்பு துண்டுத்துண்டாக உடைந்து மண்ணாகிப் போகும். விமானத்தின் குளிர்சாதனங்களையும் மீறி எனக்கு வியர்வை துளிர்த்தது. என் சட்டை தோலோடு ஒட்டிக்கொண்டது. சகிக்கமுடியாத ஒரு நாற்றம் என்னிடமிருந்து எழுந்தது. எனக்குள் இந்தப் பிரளயம் நிகழ்ந்து கொண்டிருந்தபோது, வெளியே இசுமி என் கையை இறுக்கமாகப் பிடித்துக் கொண்டிருந்தாள். அவ்வப்போது ஆதுரத்துடன் அணைத்துக்கொண்டாள். ஒரு வார்த்தைக்கூடப் பேசாவிட்டாலும் நான் என்ன நிலையில் இருக்கிறேன் என்பது அவளுக்குத் தெரிந்திருந்தது. அடுத்த அரை மணி நேரத்திற்கு இந்த நடுக்கம் இருந்து கொண்டிருந்தது. எனக்கு செத்துப்போக வேண்டும் போலிருந்தது. துப்பாக்கிக் குழலை என் காதுக்குள் செருகி விசையை அழுத்த வேண்டும். என் மனம், என் தசைப்பிண்டம், இரண்டுமே வெடித்துச் சிதறி மண்ணாகிப்போக வேண்டும்.

நடுக்கம் குறையத்தொடங்கியதும், திடீரென இலேசாக உணர்ந்தேன். இருக்கமாக இருந்த என் தோள்களைத் தளர்த்திக் கொண்டு கால ஓட்டத்துக்கு என்னை ஒப்புவித்தேன். ஆழமான தூக்கம் என்னைப் போர்த்தியது. கண்களைத் திறந்த போது எனக்குக் கீழே ஈஜியனின் வெளிர்நீல நீர்ப்பரப்பு பரந்து விரிந்திருந்தது.

■

அந்தத்தீவில் எங்களை எதிர்நோக்கியிருந்த மிகப்பெரிய பிரச்சனை, செய்வதற்கு எந்த விஷயமுமே இல்லாதிருந்ததுதான். நாங்கள் வேலைக்குச் செல்லவில்லை. எங்களுக்கு நண்பர்களும் இல்லை. அந்தத் தீவில் திரைப்பட அரங்குகளோ டென்னிஸ் கோர்ட்டுகளோ அல்லது படிப்பதற்குப் புத்தகங்களோ இல்லை.

ஜப்பானை விட்டு நாங்கள் திடீரென்று கிளம்பிவிட்டதால் கையில் எந்தப் புத்தகத்தையும் நான் எடுத்துக்கொள்ளவில்லை. விமானநிலையத்தில் நான் வாங்கிய இரண்டு நாவல்களையும் இசுமி கொண்டு வந்திருந்த ஈஸ்கிலஸ்ஸின் சோக நாடகங்களின் ஒரு பிரதியையும் இரண்டு முறை படித்து முடித்துவிட்டேன். சுற்றுலாவாசிகளை கவருவதற்காக துறைமுகத்தில் இருந்த பெட்டிக் கடையில் சில ஆங்கில பேப்பர்பேக் புத்தகங்களை வைத்திருந்தனர். அவற்றில் எதுவும் என்னைக் கவரவில்லை. புத்தகம் வாசிப்பதில் எனக்குப் பேரார்வம். எனக்கு மட்டும் போதிய நேரம் கிடைத்தால், புத்தகங்களின் மேல் விழுந்து புரண்டு கொண்டிருப்பேன் என்று நினைப்பேன். ஆனால் இப்போது அளவில்லாத நேரம் கையில் இருக்கும்போது படிக்க ஒரு புத்தகமும் இல்லை.

இசுமி கிரேக்கமொழிக் கற்றுக்கொள்ளத் தொடங்கினாள். கிரேக்க மொழிப் பாடப் புத்தகம் ஒன்றை அவள் வாங்கிக்கொண்டு வினைத்தொடர்புச் சொற்றொடர்களை பட்டியல் தயார் செய்து கொண்டாள். வாய்விட்டு வினைச்சொற்களை ஒப்பித்துக்கொண்டேயிருந்தாள். இப்படியாக, கடைக்காரர் களிடமும் உணவகங் களில் வெயிட்டர்களிடமும் அவளது உடைந்த கிரேக்கத்தில் அவளால் பேச முடிந்தது. சில நண்பர்கள்கூட இதனால் கிடைத்தனர். ஏட்டிக்குப் போட்டியாக நானும் எனது பிரெஞ்ச்சைத் தூசிதட்டி எடுத்தேன். என்றாவது ஒரு நாள் உதவியாக இருக்குமென்று நினைத்தால், இந்தக் குட்டித் தீவில் பிரெஞ்சு பேசுகிற ஒரு ஆத்மாவைக்கூட என்னால் சந்திக்கமுடியவில்லை. நகரத்தில் ஆங்கிலத்தை வைத்துக் கொண்டு சமாளித்துவிட முடிந்தது. சில வயதானவர்களுக்கு இத்தாலியனோ ஜெர்மனோ தெரிந்திருந்தது. ஆனால் பிரெஞ்சு? ம்ஹூம்.

செய்வதற்கு எதுவும் இல்லாமல், எல்லா இடங்களிலும் நடந்து திரிந்தோம். துறைமுகத்தில் மீன் பிடிக்க முயற்சித்தோம். ஒன்றும் அகப்படவில்லை. மீன்கள் இல்லாமலில்லை. பிரச்சனை தண்ணீர் மிகத் தெளிவாக இருந்ததுதான். மீனுக்கு தூண்டிலிலிருந்து, அதைப் பிடிக்க முயற்சித்துக் கொண்டிருக்கும் மனிதனின் முகம் வரை தண்ணீருக்குள்ளிருந்து தெளிவாகத் தெரியும் போலிருக்கிறது. சரியான தத்தி மீனாக இருந்தால்தான் மாட்டியிருக்கும் போல. நான் ஒரு ஸ்கெட்ச் புத்தகத்தையும் , வாட்டர் கலர் ஒரு செட்டும் உள்ளூர் கடை ஒன்றில் வாங்கினேன். அந்தத் தீவெங்கிலும் சுற்றி நிலக்காட்சிகளையும் மனிதர்களையும் வரைந்தேன். இசுமி என் பக்கத்தில் உட்கார்ந்து கொண்டு, அவளது கிரேக்கச் சொற்றொடர்களை மனனம் செய்து கொண்டே நான் வரைவதைப் பார்த்துக் கொண்டிருப்பாள். உள்ளூர்வாசிகள் நான் வரைவதை நின்று கவனிப்பார்கள். பொழுதைப் போக்குவதற்காக நான் அவர்களின் உருவப் படங்களையும் வரையத் தொடங்க, அது மிகவும் பிரபலமாகி விட்டது. அவர்களுக்கு வரைந்த படத்தைக் கொடுத்தால், பதிலுக்கு பீர் வாங்கிக்கொடுத்தனர். ஒருமுறை மீனவன் ஒருவன் ஒரு முழு ஆக்டோபஸ்ஸை கொடுத்தான்.

"உருவப்படங்கள் வரைவதை நீ தொழிலாகவே வைத்துக் கொள்ளலாம்," என்றாள் இசுமி. "நீ நன்றாக வரைகிறாய். இதை வைத்து நீ கொஞ்சம் காசு பார்க்கலாம். நீ ஒரு புகழ்பெற்ற ஜப்பானிய ஓவியன் என்று அளந்துவிடு. இங்கே ஜப்பானியர்கள் அதிகம் பேர் இருக்கமாட்டார்கள்."

நான் வாய்விட்டுச் சிரித்தேன். ஆனால் அவள் முகபாவம் தீவிரமாகத்தான் இருந்தது. கிரேக்கத் தீவுகள் ஒவ்வொன்றுக்கும் சென்று மலையேறி, மனிதர்களை வரைந்து கொஞ்சம் காசும், அவ்வப்போது ஓசியில் பீரும் பெற்றுக்கொள்வதை கற்பனை செய்துபார்த்தேன். இது ஒன்றும் மோசமான திட்டமாக இல்லையே, என்று தோன்றியது.

"ஜப்பானிய சுற்றுலாவாசிகளுக்கு நான் ஒருங்கமைப்பாளராக இருப்பேன்," அவள் தொடர்ந்தாள், "நாளாக ஆக, ஜப்பானியர்கள் நிறையபேர் வருவார்கள். நமக்கு வருமானம் அதிகரிக்கும். ஆனால் அதற்குள் கிரேக்க மொழியை நான் சீரியஸாக கற்றுக்கொள்ள வேண்டும்."

"எந்த வேலைக்கும் போகாமல் இரண்டரை வருடங்களை கடத்த முடியுமென்று நினைக்கிறாயா?" என்று கேட்டேன்.

"கொள்ளையடிக்கப்பட்டோ, நோய்வாய்ப்பட்டு பெரிதாக மருத்துவச் செலவோ, அல்லது விபத்தாக ஏதாவதோ நமக்கு நிகழாத வரையில், சமாளித்துவிடலாம். அசம்பாவிதம் எதுவும் நடக்கக்கூடாது. ஆனால் எதிர்பாராத சிக்கல்களுக்காக நாம் தயாராகத்தான் இருக்க வேண்டும்."

"இதுவரை மருத்துவரிடம் நான் சென்றதேயில்லை" என்றேன். இசுமி என்னை நேராகப் பார்த்தாள். உதட்டை இறுக்கி ஒரு பக்கமாக சுருக்கிக்கொண்டாள்.

"சரி, நான் கர்ப்பம் தரித்துவிட்டேன் என்றால், என்ன செய்வாய்?" என்றாள். "முடிந்த அளவுக்கு ஜாக்கிரதையாகத்தான் இருக்கிறாய். ஆனால் தவறுகள் நடப்பது சகஜம். அப்படி நிகழ்ந்துவிட்டால் நம்முடைய பணம் சடுதியில் கரைந்துவிடும்.

அப்படி ஒரு நிலைமை வந்தால், நாம் ஜப்பானுக்கு திரும்பிப்போக வேண்டியிருக்கலாம்," என்றேன்.

"அது நடக்கவே நடக்காது, புரிகிறதா?" என்றாள் அமைதியாக. "நம்மால் ஜப்பானுக்கு ஒருபோதும் திரும்பவே முடியாது."

இசுமி தனது கிரேக்க மொழிப்பாடத்தைத் தொடர்ந்து வந்தாள், நான் எனது சித்திரம் வரைதலை.

என் வாழ்க்கையிலேயே மிக அமைதியான காலகட்டம் இதுதான். எளிமையாக உணவு உண்டு, மலிவான ஒயின்களை அருந்திக்கொண்டிருந்தோம். ஒவ்வொரு நாளும் அருகிலிருந்த ஒரு குன்றின் மீதேறிச்செல்வோம். உச்சியில் ஒரு சிறிய

கிராமம் இருந்தது. அங்கிருந்து தொலைவிலிருக்கும் மற்ற தீவுகள் தெரியும். சுத்தமான காற்றாலும் நல்ல உடற்பயிற்சியாலும் நான் நல்ல உடற்தகுதியோடு இருந்தேன். தீவில் சூரியன் மறைந்ததும் சின்ன சத்தம் கூட கேட்காது. அந்த அமைதியில் இசுமியும் நானும் காதல் புரிவோம். எல்லாவிதமான விஷயங்களையும் பேசிக்கொண்டிருப்போம். கடைசி ரயிலைப் பிடிக்க வேண்டிய கவலை, எங்கள் வாழ்க்கைத்துணைகளிடம் சொல்ல வேண்டிய பொய்களைப்பற்றிய விசனம், எதுவுமில்லாத வாழ்க்கை. நம்ப முடியாதபடிக்கு அற்புதமான வாழ்க்கை. இலையுதிர் காலம் சிறிது சிறிதாக மாறி முன்பனிக்காலம் தொடங்கியது. காற்றின் வேகம் கூடி கடலில் வெள்ளைத் தொப்பிப் பறவைகள் தென்படத் தொடங்கின.

இந்த நேரத்தில்தான் ஆள் உண்ணும் பூனைகளைப் பற்றிய செய்தியை பேப்பரில் படித்தோம். அதே செய்தித்தாளில் ஜப்பானிய பேரரசரின் உடல்நிலை சீர்குலையத் தொடங்கியிருந்த செய்தியும் வெளியாகியிருந்தது. ஆனால் நாங்கள் பேப்பர் வாங்கியது பணமாற்ற விகிதங்களைத் தெரிந்து கொள்வதற்காகத்தான். திராக்மாவுக்கு ஈடான யென் மதிப்பு தொடர்ந்து கூடிக்கொண்டிருந்தது. இது எங்களுக்கு முக்கியமான நல்ல செய்தி. யென் ஆரோக்கியமாக இருக்கும்வரை எங்களுக்குப் பணமும் அதிகம் கிடைக்கும்.

“பூனைகளைப்பற்றிப் பேசும்போது என் சின்ன வயதில் எங்கள் வீட்டுப்பூனை விநோதமான வகையில் காணாமற்போனது ஞாபகத்திற்கு வருகிறது.” அந்த செய்தியை படித்த சில தினங்கள் கழித்து இசுமியிடம் சொன்னேன்.

இசுமிக்கு ஆர்வம் ஏற்பட்டு மேலும் கேட்பதற்குத் தயாரானாள். அவளது கிரேக்கச் சொற்றொடர் அட்டவணையிலிருந்து தலையை உயர்த்தி என்னைப் பார்த்தாள். “எப்படி?”

“எனக்கு ஏழு வயதிருக்கும், ஒருவேளை எட்டாக இருக்கலாம். நாங்கள் ஒரு கம்பெனி வீட்டில் வசித்து வந்தோம். அந்த வீட்டில் ஒரு பெரியதோட்டம் இருக்கும். அங்கே ஒரு புராதானமான பைன் மரம் இருந்தது. மிகப்பெரிய மரம். உச்சி கண்ணுக்கேத் தெரியாது. ஒருநாள் நான் பின் வாசலில் உட்கார்ந்து புத்தகம் படித்துக் கொண்டிருந்தேன். ஆமை ஓட்டு நிறத்திலிருந்த எங்கள் பூனை தோட்டத்தில் விளையாடிக்கொண்டிருந்தது. பூனைகள் சில நேரங்களில் அர்த்தமில்லாமல் தாவிக்குதித்துக் கொண்டிருக்குமே அப்படி குதித்துக்கொண்டிருந்தது. எதனாலோ அது அளவுக்கு மீறி கிளர்ச்சியடைந்திருந்தது. நான் அதைக் கவனித்துக் கொண்டிருக்கிறேன் என்ற பிரக்ஞைகூட இல்லாமல் அது குதியாட்டம் போட்டுக் கொண்டிருந்தது. அதைப் பார்க்க பார்க்க எனக்கு பயம் அதிகரித்தது. அந்தப் பூனைக்குப் பேய் பிடித்துவிட்டதைப் போலிருந்தது. அப்புறம் அந்த பைன் மரத்தைப் படுவேகமாக சுற்றிவரத் தொடங்கியது. ‘லிட்டில் பிளாக் ஸாம்போ’வில் அந்தப்புலி சுற்றுமே, அதைப்போல. திடீரென்று சுற்றுவதை நிறுத்திவிட்டு, விடுவிடுவென்று

மரத்தின் மேல் ஏறத்தொடங்கியது. உச்சிக் கிளைகளை நோக்கி அது ஏறிக்கொண்டே யிருக்க, அதன் சின்ன முகம் கிளைகளுக்கு மத்தியில் என் பார்வையிலிருந்து கொஞ்சம் கொஞ்சமாக மறைந்து வந்தது. பயங்கரமான டென்ஷனில் பதற்றத்தோடு மரமேறிய அந்தப்பூனை கிளைகளுக்குப் பின்னால் கடைசியில் காணாமற் போனது. எதையோ அது வெறித்துக் கொண்டிருக்க வேண்டுமென்று தோன்றியது. நான் அதன் பேரைச்சொல்லிக் கூப்பிட்டேன். காதிலேயே விழாதமாதிரி அது வெளியே வரவில்லை."

"அந்தப்பூனையின் பெயர் என்ன?" என்று கேட்டாள் இசுமி.

"மறந்துவிட்டேன். மாலை வந்தது. மெதுவாக இருட்டியது. நான் கவலையோடு அந்தப்பூனை கீழே இறங்கி வரும் என்று வெகுநேரம் காத்திருந்தேன். கடைசியில் கும்மிருட்டானது. அந்தப் பூனையை நாங்கள் பிறகு பார்க்கவேயில்லை."

"அது ஒன்றும் அசாதாரணமல்ல," என்றாள் இசுமி. "பூனைகள் அடிக்கடி இதுபோல மறைந்து போவதுண்டு. குறிப்பாக வெயில் அதிகமாக இருக்கும்போது படபடப்பு அதிகமாகி, வீட்டுக்குத் திரும்பும் வழியை மறந்துவிடும். நீ கவனிக்காமல் இருக்கும் போது அந்தப் பூனை பைன் மரத்திலிருந்து இறங்கி எங்காவது போய்விட்டிருக்கும்."

"அப்படித்தான் நானும் நினைக்கிறேன்," என்றேன். "ஆனால் அப்போது நான் சின்னப்பையன். அந்தப்பூனை மரத்தின் உச்சியிலேயே வசிக்க முடிவெடுத்து விட்டது என்று உறுதியாக நம்பினேன். அதனால் கீழே வரமுடியாததற்கு ஏதோ காரணம் இருக்கவேண்டும். ஒவ்வொரு நாளும் வாசலில் உட்கார்ந்து கொண்டு, அந்தப்பூனை கிளைகளுக்கு நடுவிலிருந்து எட்டிப் பார்க்கும் என்று நம்பிக் கொண்டிருந்தேன்."

இசுமிக்கு இந்தக்கதையில் ஆர்வம் போய்விட்டது தெரிந்தது. அவளது இரண்டாவது ஸேலம்மைப் பற்ற வைத்துக்கொண்டு தலையை உயர்த்தி என்னைப்பார்த்தாள்.

"உன் குழந்தையின் ஞாபகம் எப்போதாவது உனக்கு வருகிறதா?" அவள் கேட்டாள்.

இதற்கு என்ன பதில் சொல்வது என்று தெரியவில்லை. நேர்மையாக, "சில நேரங்களில்," என்றேன். "ஆனால் எப்போதும் அல்ல. அபூர்வமாக ஏதாவது ஒரு விஷயம் ஞாபகப்படுத்திவிடும்."

"அவனைப் பார்க்க வேண்டுமென்று தோன்றுகிறதா?"

"சிலநேரங்களில் தோன்றும்," என்றேன். ஆனால் அது பொய். அப்படித்தான் நான் உணர்ந்தாக வேண்டும் என்று எனக்குத் தோன்றியது. என் மகனோடு நான் வாழும்போது, நான் பார்த்ததிலேயே மிக அழகான அற்புதம் அவன்தானென்று நினைத்துவந்தேன். வீட்டுக்குத் தாமதமாக வரும்போதெல்லாம், என் மகனின் அறைக்குத்தான் முதலில் செல்வேன், அவனுடைய தூங்கும் முகத்தைக்

காண்பதற்காக. சில நேரங்களில் அவனை நொறுக்கிவிடுமளவுக்கு இறுக்கமாக அழுத்திக் கசக்க வேண்டும்போல ஆசை வரும். இப்போது அவனைப் பற்றிய எல்லாமே-அவன் முகம், அவன் குரல், அவன் செய்கைகள்-ஒரு தூர தேசத்தில் இருக்கின்றன. என்னால் தெளிவாக ஞாபகப்படுத்திக் கொள்ள முடிவதெல்லாம், அவனுக்குப் பயன்படுத்தும் சோப்பின் வாசனை. நான் குளிக்கும்போது அவனையும் தூக்கிச்சென்று, அவன் மென்மையான உடலைத்தேய்த்துக் குளிப்பாட்டுவேன். அவனுக்கு ரொம்பவும் சென்ஸிட்டிவான சருமம். எனவே அவனுக்காகவென்றே ஒரு விசேஷமான சோப்புக்கட்டியை என் மனைவி வாங்கி வைத்திருப்பாள். என் மகனைப்பற்றி என்னால் ஞாபகப்படுத்திக்கொள்ள முடிவதெல்லாம் சோப்பின் வாசனையைத்தான்.

"உனக்கு ஜப்பான் போகவேண்டுமென்றிருந்தால் உன்னை நான் தடுப்பேன் என்று நினைக்காதே," என்றாள் இசுமி. "என்னைப்பற்றிக் கவலைப்பட வேண்டாம், நான் எப்படியாவது சமாளித்துக்கொள்வேன்."

நான் தலையை ஆட்டினேன். அது நடக்கப்போவதில்லை என்பதை அறிந்திருந்தேன்.

"உன் மகன் வளர்ந்து பெரியவன் ஆனதும், அந்த பைன் மரத்தில் ஏறி மறைந்து போன பூனையைப் போலவே உன்னையும் நினைத்துக்கொள்வானோ என்று யோசிக்கிறேன்," என்றாள்.

நான் சிரித்தேன். "ஒருவேளை அப்படியும் நடக்கலாம்," என்றேன்.

இசுமி சிகரெட்டை சாம்பல் குடுவையில் திணித்துவிட்டு பெருமுச்செறிந்தாள். "சரி வீட்டுக்குப் போய் காதல் புரியலாம். சரியா?" என்றாள்.

"இன்னும் பகல் முடியவில்லை," என்றேன்.

"அதனால் என்ன? எதாவது தப்பா?"

"அப்படியொன்றும் இல்லை."

■

நள்ளிரவில் எழுந்தபோது இசுமி பக்கத்தில் இல்லை. கட்டிலுக்குப் பக்கத்திலிருந்த கடிகாரத்தைப் பார்த்தேன். பனிரெண்டு முப்பது. விளக்குக்காக தடுமாறி, ஸ்விட்ச்சைப்போட்டு அறையைச் சுற்றிலும் பார்வையை செலுத்தினேன். தூங்கிக்கொண்டிருந்தபோது யாரோ வந்து எல்லாவற்றையும் திருடிஎடுத்துக் கொண்டு, சுற்றிலும் நிசப்தப்பொடியைத் தூவிவிட்டுப் போய் விட்டதைப்போல எல்லாமே நிச்சலமான அமைதியில் சமைந்திருந்தது. சாம்பல் குடுவையில் நசுங்கிய ஸேலம் சிகரெட் துண்டுகள் இரண்டும், பக்கத்தில் மூடி திறந்த காலி சிகரெட்

பெட்டியும் கிடந்தன. கட்டிலிலிருந்து இறங்கி வசிப்பறைக்குச் சென்றேன். இசுமி அங்கே இல்லை. சமையலறையிலோ குளியலறையிலோ கூட இல்லை. கதவைத் திறந்து முன் வாசலுக்கு வெளியே பார்த்தேன். பிரகாசமான நிலா வெளிச்சத்தில் இரண்டு வினைல் நாற்காலிகள் நனைந்து கொண்டிருந்தன. இசுமி என்று மெல்லிய குரலில் கூப்பிட்டேன். ஒன்றும் நிகழவில்லை. இந்த முறை சற்று உரக்கக் கூப்பிட்டேன். என் இதயம் திடுக்கிட்டது. இது என் குரலா? குரல் மிகவும் கனமாக, இயல்புக்கு மாறாக இருந்தது. இன்னும் பதிலே இல்லை. கடலிலிருந்து மெல்லிய காற்று வந்து பேம்பாஸ் புற்களை சலசலக்க வைத்தது. கதவை மூடிவிட்டு சமையலறைக்குச் சென்று, என்னை நிதானப்படுத்திக்கொள்வதற்காக அரை கிளாஸ் ஒயின் ஊற்றிக் கொண்டேன்.

சந்திரகிரணங்கள் சமையலறை ஜன்னல் வழியே நுழைந்து, சுவரிலும் தரையிலும் விநோத நிகழ்வுகளை சிருஷ்டித்தது. அந்தச்சூழலே ஏதோ நவீன நாடகம் ஒன்றின் குறியீட்டு அரங்கம் போல இருந்தது. திடீரென்று அது என் நினைவுக்கு வந்தது. பைன் மரத்தில் அந்தப்பூனை ஏறி மறைந்த இரவு இதைப்போலவேதான் இருந்தது. ஒரு சின்ன மேகத்தீற்றல் கூட இல்லாத பௌர்ணமி. அன்று இரவு உணவுக்குப்பின், பூனையைப் பார்ப்பதற்காக மீண்டும் தோட்டத்து வாசலுக்கு வந்து உட்கார்ந்தேன். இரவு செல்லச்செல்ல, சந்திர வெளிச்சம் பிரகாசம் கூடியது. பைன் மரத்திலிருந்து என் கண்களை அகற்றவே முடியவில்லை.

மரக்கிளைகளுக்கு நடுவே பூனைகள் கண்கள் மினுமினுப்பது தெரிவதாகவே அவ்வப்போது தோன்றிக்கொண்டிருந்தது. ஆனால் அது வெறும் பிரமை.

கனமான ஸ்வெட்டரும் ஜீன்சும் அணிந்துகொண்டு, மேஜையிலிருந்த காசுகளை எடுத்து பாக்கெட்டில் போட்டுக் கொண்டு வெளியே சென்றேன். இசுமிக்கு தூக்கம் வந்திருக்காது. அதனால் எழுந்து வெளியே உலாவச்சென்றிருப்பாள். அப்படித்தான் இருக்கும். காற்று அடங்கிவிட்டிருந்தது. மிகையான சினிமாப் பின்னணி சப்தங்கள் போல எனது டென்னிஸ் காலணிகள் தெருவின் சரளைக்கற்களை அரைக்கும் சப்தம் மட்டும்தான் எழுந்து கொண்டிருந்தது. இசுமி துறைமுகம் பக்கம்தான் சென்றிருப்பாள் என்று முடிவுசெய்தேன். அவள் செல்வதற்கு வேறு எந்த இடமும் இல்லை. துறைமுகத்துக்குச் செல்ல ஒரே ஒரு வழிதான் உண்டு. எனவே அவளைத் தவறவிடமுடியாது. தெருவில் எந்த வீட்டிலும் விளக்கு வெளிச்சமே இல்லை. நிலாவெளிச்சம் தரைக்கு வெள்ளிமுலாம் பூசியிருந்தது. அதைப் பார்ப்பதற்கு சமுத்திரத்தின் அடிப்பரப்பைப் போலிருந்தது.

துறைமுகத்துக்குச் செல்லும் பாதி வழியில் மெலிதான இசை காதில் விழுந்தது. நின்றேன். முதலில் அதை மனப்பிரமை என்று நினைத்தேன். காற்றமுத்தம் குறையும்போது காதுக்குள் ஒருவித ரீங்காரம் சில நேரங்களில் ஏற்படும். ஆனால் உற்றுக்கேட்டபோது அது ஒரு இன்னிசைதான் என்பது புலப்பட்டுது. மூச்சையடக்கிக்

கொண்டு எவ்வளவு முடியுமோ அவ்வளவு உன்னிப்பாக காதைத்தீட்டிக்கொண்டுக் கேட்டேன். என் உடம்புக்குள்ளிருக்கும் இருட்டில் என் மனதை தோய்த்து ஊற வைப்பதைப்போல. சந்தேகமே இல்லை. அது இசைதான். யாரோ சங்கீத வாத்தியம் இசைக்கின்றனர். ஒலிப்பெருக்கியில் வாசிக்காத நேரடியான சங்கீதம். ஆனால் அது என்ன வாத்தியமாக இருக்கக்கூடும்? *Zorba the Greek* படத்தில் ஆண்டனி க்வின் மாண்டலின் போன்ற ஒரு கருவியை வாசிப்பாரே, அதுவா? பூஸூகியா? ஆனால் அர்த்த ராத்திரியில் யார் பூஸுகி வாசித்துக்கொண்டிருக்கப் போகிறார்கள்? அதுவும் எங்கே?

■

நடைப்பயிற்சிக்காக நாங்கள் தினமும் செல்வோமே, அந்தக்குன்றின் மேலிருக்கும் கிராமத்திலிருந்துதான் சங்கீதம் வந்து கொண்டிருப்பதைப் போலிருந்தது. என்ன செய்வதென்றும் எந்தத்திசையில் திரும்புவதென்றும் தெரியாமல் அந்த நாற்சந்தியில் நின்றேன். இதே இடத்திலிருந்து இசுமியும் இதே சங்கீதத்தை கேட்டிருப்பாள். அதை நோக்கித்தான் அவள் சென்றிருப்பாள் என்று சர்வநிச்சயமாக எனக்குத் தோன்றியது.

சட்டென முடிவெடுத்து, அச்சாலை சந்திப்பின் வலப்புறம் திரும்பி, எனக்கு நன்கு பழக்கமான மேட்டுப்பாதையில் நடக்கத் தொடங்கினேன். பாதையை வரிசை யிட்டிருக்கும் மரங்கள் எதுவுமில்லை. பாறைகளின் நிழல்களில் ஒளிந்திருக்கும், முட்டியளவு உயர்ந்த முட்புதர்கள் மட்டும்தான். மேலே நடக்க நடக்கத்தான் அந்த இசையை தெளிவாக கேட்க முடிந்தது. அந்த இசையில் ஒருவித கொண்டாட்டத் தன்மை இருந்தது. அந்த கிராமத்தில் ஏதோ விருந்து நடைபெறுகிறது போலும். அதன்பிறகு தான் எனக்கு ஞாபகம் வந்தது. அன்று காலை துறைமுகத்தருகே ஒரு கல்யாண ஊர்வலத்தைப் பார்த்தோம். இது அந்த கல்யாண விருந்தாகத்தான் இருக்க வேண்டும். ராத்திரி வரை நீண்டு கொண்டிருக்கிறது.

அப்போது - எந்த எச்சரிக்கையுமில்லாமல் - நான் மறைந்து போனேன்.

ஒருவேளை நிலா வெளிச்சம் காரணமாக இருக்கலாம். அல்லது அந்த நள்ளிரவு சங்கீதம். நான் எடுத்து வைத்த ஒவ்வோர் அடியிலும் என் அடையாளம் அழியும்படி புதைமணலுக்குள் புதைந்து கொண்டிருப்பதைப் போல உணர்ந்தேன். எகிப்தின் மீது விமானத்தில் பறந்து கொண்டிருந்த போது ஏற்பட்ட அதே உணர்ச்சி. நிலா வெளிச்சத்தில் நடந்து சென்றுகொண்டிருப்பது நானல்ல. நான் கிடையாது. எனக்காக களிமண்ணால் செய்யப்பட்ட ஒரு பதிலி. என் முகத்தைக் கையால் துடைத்துக் கொண்டேன். ஆனால் இது என் முகமல்ல. என் கையுமல்ல. என் இதயம் அதி வேகமாக என் மார்புக்கூட்டில் தடதடத்து அதிர, என் உடம்பெங்கும் ரத்தம் காட்டாற்று வேகத்தில் பாய்ந்தது. என் உடம்பு களிமண் பொம்மை. சூனியக்காரன்

ஒருவன் மூச்சுக்காற்று ஊதி உயிர் கொடுத்திருக்கும் ஒரு பில்லி சூனிய பொம்மை. நிஜவாழ்க்கையின் தணல் இதில் இல்லை. எனது மாற்று ஏற்பாட்டு, அபத்த தசைக்கோளம் உயிரற்ற அசைவுகளில் நகர்ந்து கொண்டிருக்கிறது. எதற்காகவோ பலியிடுவதற்காக இருக்கும் ஒரு கைப்பாவை நான்.

நிஜமான நான் எங்கேயிருக்கிறேன்? எனக்குக் குழம்பியது.

திடீரென எங்கிருந்து வருகிறதென்று தெரியாமல் இசுமியின் குரல் கேட்டது. *நிஜமான நீ, பூனைகளால் தின்னப்பட்டுவிட்டாய். நீ இங்கே நின்று கொண்டிருந்தபோது பசியோடிருந்த அந்தப்பூனைகள் உன்னை தின்றுத்தீர்த்துவிட்டன. மிச்சமிருப்பது எலும்புகள் மட்டும்தான்.*

சுற்றுமுற்றும் பார்த்தேன். பிரமைதான். தரையில் சிதறிக்கிடந்த பாறைகளும், குட்டைப் புதர்களும், அவற்றின் நிழல்களும்தான் இருந்தன. குரல் என் தலைக் குள்ளிருந்துதான் வருகிறது.

இப்படிப்பட்ட இருட்டு எண்ணங்களை நிறுத்து, எனக்கு நானே சொல்லிக் கொண்டேன். ஒரு மாபெரும் அலையிலிருந்து தப்பிப்பதற்காக கடலுக்கடியிலிருந்த ஒரு பாறையை இறுகப்பற்றிக் கொண்டு மூச்சை அடக்கியபடி இருக்கிறேன். அலை நிச்சயம் கடந்துவிடும். அதிகம் உழைத்து நீ சோர்ந்து போயிருக்கிறாய். அவ்வளவுதான். எனக்கு நானே சொல்லிக்கொண்டேன். நிஜமாக இருப்பதைப் பற்றிக்கொள். அது எதுவாக இருந்தாலும் பரவாயில்லை. நிஜமாக இருப்பதை கெட்டியாகப் பற்றிக்கொள். சில்லறைக்காக என் பாக்கெட்டுக்குள் கையை விட்டேன். என் உள்ளங்கையில் அவை வியர்த்தன.

வேறு எதையாவது யோசிக்க முயன்றேன். உனோகியில் இருந்த எனது பிரகாசமான அபார்ட்மென்ட். நான் அங்கேயே விட்டுவிட்டு வந்த இசைத்தட்டுகள். எனது அழகான ஜாஸ் சேகரிப்புகள். ஐம்பதுகளிலும் அறுபதுகளிலுமிருந்த வெள்ளை ஜாஸ் பியானோ கலைஞர்கள். லென்னி ட்ரிஸ்டானோ, அல் ஹைக், கிளாட் வில்லியம்ஸன், லூ லெவி, ரூஸ் ஃப்ரீமன். பெரும்பாலான இசைத் தொகுப்புகள் தற்போது கிடைக்காதவை. அவற்றை சேகரிக்க எவ்வளவோ நேரத்தையும் பணத்தையும் செலவழித்திருக்கிறேன். இசைத்தட்டு கடைகளைத் தேடி அலைந்திருக்கிறேன். இதர சேமிப்பாளர்களிடம் பரிமாறிக் கொண்டிருக்கிறேன். இப்படித்தான் எனது பொக்கிஷம் மெதுவாக வளர்ந்தது. எனது சேகரிப்பிலிருந்த பெரும்பாலான இசையாளர்களைமுதல் தரமானவர்கள் என்று சொல்ல முடியாது. இருந்தாலும் அந்த நாட்பட்ட பழங்கால இசைத்தட்டுகள் உருவாக்கிய தனித்துவமான, இணக்கமான சூழலை நான் நேசித்தேன். உலகத்தில் எல்லாமே முதல் தரமானவைகளாலேயே நிரப்பப்பட்டிருந்தால் அது ஒருவித மழுங்கலான இடமாகத்தானே இருக்கும்? அந்த இசைத்தட்டுகளின் மேலுறைகள் அனைத்தும், அவற்றின் எல்லா நுட்பங்களோடும்- என் கையில் உணரும் அவற்றின் எடை, திண்மை - ஞாபகத்துக்கு வந்தன.

ஆனால் அவையெல்லாம் இப்போது என்றென்றைக்குமாக போய் தொலைந்து விட்டன. அவற்றை நானேதான் துடைத்தழித்துவிட்டேன்.

இசுமிக்கு முத்தம் தரும்போது உணர்கிற புகையிலை வாசனையை யோசித்துப் பார்த்தேன். அவள் உதடுகள், நாவின் தொடுகை. என் கண்களை மூடினேன். எனக்குப் பக்கத்தில் அவள் இருக்க வேண்டும். அவள் என் கைகளைப் பற்றிக் கொள்ள வேண்டும். எகிப்தின் மீது பறந்து செல்லும்போது என் கைகளைப் பற்றிக் கொண்டதைப் போல என்னை ஒருபோதும் விட்டு விலகக்கூடாது.

கடைசியில் அந்த அலை என்னைக் கடந்து சென்றது. அதனுடன் சேர்ந்து இசையும் விலகிப் போனது.

அவர்கள் வாசிப்பதை நிறுத்திவிட்டார்களா? நிச்சயமாக அது ஒரு சாத்தியம்தான், மேலும் இப்போது இரவு ஒரு மணி அல்லவா? அல்லது, இந்த இசை என்பதே என் கற்பனைதானோ? அதுவும் சாத்தியம்தான். என் செவிகளை இனியும் என்னால் நம்ப முடியாது. கண்களை மூடி என் பிரக்ஞைக்குள் மூழ்கி, அந்த இருட்டில் ஒரு மெல்லிய கனமான கோட்டினை நழுவவிட்டேன். ஒரு சின்ன சத்தம் கூட கேட்கவில்லை. எதிரொலி கூட எழும்பவில்லை.

என் கடிகாரத்தைப் பார்த்தேன். என் கையில் கடிகாரம் கட்டிக்கொண்டிருக்க வில்லையென்று உணர்ந்தேன். பெருமூச்சுடன் என் இரண்டு கைகளையும் பாக்கெட்டுக்குள் செருகிக் கொண்டேன். உண்மையில் நேரத்தைப் பற்றி எனக்கு எந்த அக்கறையும் இல்லை. வானத்தை நிமிர்ந்து பார்த்தேன். நிலா என்பது ஒரு சில்லிட்ட பாறை. அதன் மேற்தோல் வருடக்கணக்கான வன்முறைகளால் தின்னப்பட்டு வருகிறது. அதன் மேற்பரப்பில் நிழல்களைப் பார்த்தால் தன் விஷக்கொம்புகளை துருத்திக்கொண்டு பரவிவரும் புற்றுநோயைப்போல இருக்கின்றன. சந்திர ஒளி மனிதர்களின் மனங்களில் பல விஷமங்களைச் செய்கிறது. பூனைகளை மாயமாக மறைய வைக்கிறது. இசுமியை காணாமற்போக வைத்திருக்கிறது. ஒருவேளை இவை யெல்லாமே கவனத்துடன் திட்டமிடப்பட்ட நாடகங்கள்தானோ? பலவருடங்களுக்கு முன் அந்த இரவில் தொடங்கப்பட்ட நாடகம்.

கைகளை உதறி விரல்களை சொடுக்கி சோம்பல் முறித்துக்கொண்டேன். தொடர்ந்து செல்லலாமா அல்லது வந்த வழியே திரும்பலாமா? இசுமி எங்கே சென்றாள்? அவளில்லாமல் இந்தக் காயல் தீவில் தன்னந்தனியாக எப்படி வாழப்போகிறேன்? சுலபத்தில் உடைந்துவிடக்கூடிய, நிகழ்கால என்னை ஒன்றாக சேர்த்து கட்டி வைத்திருக்கும் ஒரே விஷயம் அவள்தான்.

குன்றின் மீது தொடர்ந்து ஏறிச்சென்றேன். இவ்வளவு தூரம் வந்தாகிவிட்டது. இதன் உச்சியைத்தான் அடைந்து பார்த்துவிடலாம். இங்கே உண்மையிலேயே சங்கீதம்

இசைக்கப்பட்டதா? எவ்வளவு நுட்பமான தடயங்களே மிச்சமிருந்தாலும் அதை நான் உறுதிப்படுத்தியே ஆகவேண்டும். ஐந்து நிமிடங்களில் உச்சியை அடைந்து விட்டேன். தெற்குப் பகுதியில் கடலையும் துறைமுகத்தையும் தூங்கும் நகரத்தையும் நோக்கி குன்று சரிந்த கடற்கரைச் சாலையில் தெருவிளக்குகள் சிதறியிருந்தன.

மலையின் மறுபகுதியை இருட்டு போர்த்தியிருந்தது. கொஞ்சநேரத்துக்கு முன் இங்கே ஒரு விருந்து கொண்டாடப்பட்டதற்கான எவ்வித அறிகுறியும் காணப்பட வில்லை.

அபார்ட்மென்ட்டுக்குத் திரும்பி வந்து ஒரு கிளாஸ் பிராந்தியை விழுங்கினேன். தூங்க முயற்சித்தேன். முடியவில்லை. கீழ்வானில் வெளிச்சம் ஏற்றும் வரை நிலவின் பிடியில் சிக்கியிருந்தேன். திடீரென ஒரு பூட்டிய அபார்ட்மென்ட்டுக்குள் சிக்கிக் கொண்டு உயிர் போகும் பசியில் துடித்துக்கொண்டிருந்த பூனைகளின் நினைவு வந்தது. நான் - நிஜமான நான் - இறந்துவிட்டேன். அவை உயிரோடு இருக்கின்றன. என் தசையைத் தின்றுகொண்டு, என் இதயத்தைக் கடித்துக்கொண்டு, குருதியை உறிஞ்சிக்கொண்டு, என் ஆண்குறியைப் பிய்த்துக் கொண்டிருக்கின்றன. வெகு தூரத்தில் அவை என் மூளையை நாவால் துழாவிக் குடிப்பதைக் கேட்க முடிகிறது. மேக்பெத்தின் பிசாசுகளைப் போல அந்த மூன்று நொசிவான பூனைகளும் என் உடைந்த தலையைச் சுற்றி நின்று கொண்டு உள்ளிருக்கும் கெட்டியான சூப்பை உறிஞ்சிக் கொண்டிருக்கின்றன. அவற்றின் சொரசொரப்பான நாக்குகள் என் மனதின் மென்மையான மடிப்புகளை நக்குகின்றன. ஒவ்வொரு நக்கலிலும் என் பிரக்ஞை ஒரு சுடரைப்போல துடித்து மங்கித் தேய்ந்து கொண்டிருந்தது.

சல்மான் ருஷ்டி

1947-ம் ஆண்டு பம்பாயில் பிறந்த சல்மான் ருஷ்டி எப்போதும் செய்திகளில் இருந்து கொண்டிருப்பவர். சர்ச்சைகளைத் தேடிச் செல்கிறாரா, அல்லது தேடி வருகிறதா என்பதை தீர்மானிப்பது கடினம். Best Sellersகளுக்கு இணையாக விற்றுத் தீர்க்கும் இவரது புத்தகங்கள் தீவிர வாசிப்பைக் கோருபவை.

Midnight's Children, Haroun and the Sea of Stories, The Moor's Last sigh, The Ground Beneath Her feet, Fury மற்றும் அதிகம் சர்ச்சைக்குள்ளான *The Satanic Verses* போன்றவை இவரது நாவல்கள்.

தி பாரிஸ் ரிவ்யூவில் வந்த நேர்காணலின் மொழி பெயர்ப்பு இது.

நீங்கள் எழுதும்போது உங்களை வாசிக்கப் போகிறவர்களைப் பற்றி யோசிப்பீர்களா?

எனக்கு உண்மையிலேயே தெரியவில்லை. இளைஞனாக இருந்த காலங்களில், இல்லை நான் வெறும் வேலையின் ஊழியன் மட்டுமே என்று கூறியிருப்பேன்.

இது அடக்கம்தானே?

அளவு கடந்த அடக்கம். தெளிவுற எழுதவேண்டிய கடமையில்தான் எனக்கு அதிகமும் ஆர்வமிருந்தது. கடினமாக எழுதுவதில் ஆர்வமில்லை. வாசகர்கள் எப்படி

வாசிக்கின்றனர் என்பது குறித்து எனக்கு ஒரு தெளிவான பார்வை இருந்திருக்கிறது என்பதும், அதுவரை நான் எழுதியவற்றை அவர்கள் எப்படி வாசித்திருக்கின்றனர் என்று நான் அறிந்திருந்ததும் இதற்குக் காரணம் என்று கருதுகிறேன். படிப்பவர்களை குஷிப்படுத்த எழுதப்படும் நூல்களை நான் விரும்பாவிட்டாலும் என்னால் இயன்றவரை தெளிவாகவும், சுவாரஸ்யமாகவும் ஒரு கதையைக் கூறுவதில்தான் எனக்கு அதிகமும் அக்கறை இருந்திருக்கிறது. இதெல்லாம் நான் ஆரம்பத்தில் *Midnight Children* எழுதியபோது நினைத்து வந்தது. கதை கூறலும் இலக்கியமும் ஒன்றிற்கொன்று விலகிவிட்டிருப்பது எனக்கு விந்தையாகத் தோன்றுகிறது. இப்படியொரு விலகல் நிகழ்ந்துவிட்டிருப்பது அவசியமற்றதுதான். ஒரு கதை எளிமையானதாக, ஒற்றைப் பரிமாணத்தோடு இருக்க வேண்டியதில்லை. ஆனால் அது பல பரிமாணங்கள் கொண்டதாக இருக்கும் பட்சத்தில் அதைச் சொல்வதற்கு மிகத் தெளிவான, மிகவும் ஈர்ப்பான வழியைக் கண்டுபிடித்து அதை உபயோகிப்பது அவசியம்.

எனக்கு நேர்ந்துவிட்ட விஷயங்களில் ஒன்று. அதுவும் முக்கியமாக பொருண்மை, என்னவென்றால், ஏதாவது ஓரிடத்தின் கதை என்பது எல்லா இடங்களுக்குமான கதையாகவும் அமைந்துவிடுவது. நான் வளர்ந்த பம்பாய் நகரம் கிழக்கோடு மேற்கு பூரணமாக கலந்துவிட்டிருந்த ஒரு நகரம் என்பதால், இதனை நான் ஏற்கனவே ஓரளவுக்கு அறிந்திருந்தேன். என் வாழ்க்கையின் விபத்துகள் எனக்கு உலகின் வெவ்வேறு பகுதிகள் சில வேளைகளில் இணக்கமாக, சில வேளைகளில் முரண்பட்டு,சில வேளைகளில் இரண்டும் சேர்ந்து - பெரும்பாலும் இப்படித்தான் - ஒன்றுகலந்துவிடும் கதைகளை எழுதும் திறனை கற்றுத்தந்திருக்கின்றன. இத்தகைய கதைகளில் உள்ள சிக்கல் என்னவென்றால், எல்லா இடங்களையும் பற்றி நீங்கள் எழுதத் தொடங்கினால் எந்த இடத்தைப் பற்றியும் எழுதமுடியாததாகப் போய்விடலாம். ஒரே இடத்தைப் பற்றி எழுதுகிற எழுத்தாளர் எதிர்கொள்ளாத ஒரு பிரச்சனை இது. அந்த எழுத்தாளர்கள் வேறுவிதமான பிரச்சனைகளை எதிர் கொள்கின்றனர். ஆனால் ஒரே ஒரு துண்டு நிலத்தை வைத்துக்கொண்டு அதை மிக ஆழமாக ஆகர்ஷித்து, அதில் முழுவதுமாக உரித்தாகி, வாழ்நாள் முழுக்க அகழ்வாராய்ச்சி செய்துகொண்டே இருந்தும் அதை முற்றிலும் தீர்த்துவிடாத ஒரு ஃபாக்னரையோ அல்லது ஒரு வெல்ட்டியையோ நான் மதிக்கிறேன். ஆனால் நான் செய்வது அதுவல்ல.

உங்கள் பணியை நீங்கள் எவ்வாறு வர்ணிப்பீர்கள்?

என் வாழ்க்கை எனக்கு இந்தக் களத்தை வழங்கியிருக்கிறது. மோதும் உலகங்கள். இப்போது ஒவ்வொருவருடைய கதையும் மற்ற ஒவ்வொருவரின் கதையின் ஒரு பகுதி என்பதை வாசகன் காணச் செய்வது எப்படி? இதைச் சொல்வது ஒரு விஷயம். ஆனால் ஒரு வாசகனை அது அவர்கள் வாழ்ந்து தீர்த்த ஓர் அனுபவம் என்று எப்படி உணர வைப்பீர்கள்? இந்தக் கேள்விகளுக்கு விடைகளைக் கண்டுபிடிக்கும்

முயற்சிகளே என் கடைசி மூன்று நாவல்களும். *The Ground Beneath her Feet, Fury* மற்றும் சமீபத்திய *Shalimar the Clown*. இது லாஸ் ஏஞ்செல்ஸில் தொடங்கி அங்கேயே முடிகிறது. நடுவில் கொஞ்சம் காஷ்மீர், நாஜிகள் ஆக்கிரமித்த ஸ்ட்ராஸ்பர்க்கில் கொஞ்சம், 1960களில் இருந்த இங்கிலாந்து கொஞ்சம். *Shalimar*ல் மேக்ஸ் ஓஃபுல்ஸ் இரண்டாம் உலக யுத்த சமயத்தில் இருந்த ஒரு கலகக்காரன்.

இவனது எதிர்ப்புணர்வை அக்காலக்கட்டத்தில் வீரம் என்றே கருதினாலும் தற்போது ஆக்கிரமிக்கப்பட்ட இடங்களில் எழுகின்ற கிளர்ச்சியை பயங்கரவாதம் என்றே கூறப் பழகிவிட்டோம். கிளர்ச்சியை வீரம் என அழைக்காததொரு காலக்கட்டத்தில் இருக்கிறோம். அவற்றைத் தீவிரவாதம் என்கிறோம். அறத்தீர்ப்புகள் வழங்குவதில் எனக்கு விருப்பமில்லை. நான் சொல்ல விரும்பியது: அது நிகழ்ந்தது அப்போது; இது நிகழ்வது இப்போது. இந்தக் கதை இந்த இரண்டு விஷயங்களையும் உள்ளடக்கியது. எப்படி ஒருங்கிணைவாக அவை பொருந்தியிருக்கின்றன என்பதை கவனியுங்கள். இதற்கு அர்த்தம் இதுதான் என்று நாவலாசிரியன் கூறவேண்டிய தில்லை என்று நினைக்கிறேன்.

இதற்கு அர்த்தம் இதுதான் என்று கூறுவதிலிருந்து உங்களை அடக்கிக் கொள்கிறீர்களா?

இல்லை. நாவலில் இதனை நான் மறுக்கிறேன். நான் ஒரு தலையங்கக் கட்டுரை எழுதிக் கொண்டிருந்தால் அது வேறு விஷயம். ஆனால் வாசகருக்கு அறிவுரை கூற யத்தனிக்கும்போது நாவலை நீங்கள் சிதைத்துவிடுவதாக நம்புகிறேன். உதாரணத்திற்கு ஷாலிமார் பாத்திரம் ஒரு கொடூரமான கொலைகாரன். அவனைக் கண்டு பயப்படுகிறீர்கள். ஆனால் சில கட்டங்களில் - அவன் ஸான் க்வென்டிலிருந்து தப்பிக்கும் காட்சியைப்போல - அவனுக்காக நீங்கள் பதட்டப் படுகிறீர்கள். நான் விரும்பியது அதைத்தான். என்ன மாதிரியான மனிதன் அவன் என்று அவர்களுக்குத் தெரிந்திருப்பதாக உத்தேசித்துக் கொள்வதற்கு பதிலாக, அவன் காண்பதையே வாசகன் காணவும், அவன் உணர்வதையே வாசகன் உணரவும் விரும்பினேன். எனது எல்லாப் புத்தகங்களிலேயே இந்தப் புத்தகம்தான் பாத்திரங்களாலேயே முற்றிலுமாக எழுதப்பட்டதாக இருக்கிறது. பாத்திரங்கள் வேறொரு வழியில் போக விரும்பியதால் மூலப்படியில் யோசித்திருந்த மையக் கருத்துகளின் பலவற்றை நாவலுக்கு வெளியே எடுத்தெறிய வேண்டியிருந்தது.

அப்படியென்றால்-

எழுதும்போது ஒவ்வொரு கணத்திலும் நான் எதிர்பார்த்திராத விஷயங்கள் சம்பவிக்கின்றன. வினோதமாக ஏதோவொன்று இப்புத்தகத்தோடு நிகழ்ந்தது. இதன் மனிதர்களால் நான் முழுமையாகப் பீடிக்கப்பட்டு, நான் உருவாக்கிய பாத்திரங் களுக்காக நானே அழுகிற நிலை வரைக்கும் சென்றுவிட்டேன். புத்தகத்தில் ஓரிடத்தில் பூன்யியின் அப்பா, பண்டிட் பியாரேலால் அவரது பழத்தோட்டத்தில் இறந்து

போகும் கட்டம் வரும். அதை என்னால் தாங்க முடியவில்லை. என் மேஜையில் அமர்ந்து அழுது கொண்டிருந்தேன். பிறகு தோன்றியது. என்ன செய்து கொண்டிருக்கிறேன்? இது நான் உருவாக்கிய ஒரு பாத்திரம். அதன் பிறகு காஷ்மீர் கிராமம் ஒன்றை அழிக்கும் இடம் ஒன்று உண்டு. அதை என்னால் எழுதவே முடியவில்லை. என் நாற்காலியில் அமர்ந்தபடி இந்த வாக்கியங்களை என்னால் எழுதவே முடியாது என்று யோசித்துக் கொண்டிருந்தேன். அக்கிரமங்களை எழுத வேண்டியிருக்கிற பல எழுத்தாளர்களுக்கு அதை நேரடியாக எதிர்கொள்வது இயலவே இயலாது. கதை ஒன்றைச் சொல்ல முடியாமற் போகுமென்று எப்போதுமே எனக்குத் தோன்றியதில்லை - இது சகிக்க முடியாமல் இருக்கிறது. இதை நான் கூற விரும்பவில்லை. ஏதாவது நிகழ்ந்துவிடுமா? அப்புறம் தோன்றும். ஓ ... வேறு எதுவும் நடக்காது. அதுதான் நடக்கிறது.

காஷ்மீர் உங்களுக்குக் குடும்பப் பிரதேசம்தானே?

என் குடும்பத்திற்கு பூர்வீகம் காஷ்மீர்தான். *Midnight's Children*-இன் ஆரம்பம் காஷ்மீர். *Haroun and the Sea of Stories* ஒரு காஷ்மீரத்து தேவதைக் கதை. ஆனால் என் கதைகளில் காஷ்மீரின் சிக்கல்களை எடுத்தாண்டதில்லை. காஷ்மீரின் பிரச்சனைகள் நிஜமாகவே வெடித்த1989-ல் தான் என் சொந்த வாழ்க்கையிலும் பிரச்சனைகள் வெடித்தன. அதனால் எனக்கு ஏற்பட்ட சஞ்சலங்கள் ... எப்படியோ, ஃபட்வாவிற்கு இன்று ஆண்டுவிழா. வாலன்டைன்ஸ் டே எனக்கு அபிமான தினமாக இருப்பதில்லை. அதனால் என் மனைவிக்குக்கூட எரிச்சல்தான். எப்படியாயினும், ஒரு காஷ்மீரத்து *Paradise Lost*-ஐ எழுத முயன்றதுதான் *Shalimar. Paradise Lost* மனிதர்களின் வீழ்ச்சியைப் பற்றியது. சொர்க்கம் அங்கேயே இருக்கிறது. மனிதர்கள்தான் அங்கிருந்து விரட்டப்படுகிறார்கள். *Shalimar* சொர்க்கத்தையே சிதைத்ததைப் பற்றியது. ஏதோ ஆதாமே வெடிகுண்டுகளோடு திரும்பி வந்து அந்த இடத்தை வெடித்துச் சிதறடித்ததைப்போல.

காஷ்மீரைப் போல அழகை உலகில் வேறெங்கும் நான் கண்டதில்லை. அந்த அழகிற்குக் காரணம், பள்ளத்தாக்கு மிக சிறியதாகவும், மலைகள் மிக பிரமாண்டமாகவும் இருப்பது. இமயமலைத் தொடர்கள் சூழ்ந்த இந்தக் குட்டி கிராமப் பகுதிகள் அற்புதமான அழகுடன் காணப்படும். அங்கிருக்கும் மனிதர்களும் மிக அழகானவர்கள்தாம். காஷ்மீர் மிகவும் வளமான பிரதேசம். மிகச் செறிவான உயிர்ச்சத்து நிறைந்த மண் என்பதால் அபாரமான விளைச்சல். பெரும்பான்மையான இந்தியாவில் பற்றாக்குறை இருப்பது போலன்றி அந்த இடத்தின் செழிப்பு நம்ப முடியாமல் இருக்கும். ஆனால் அதெல்லாம் இப்போது போய்விட்டது. தாங்கமுடியாத இன்னல்களே நிரம்பியிருக்கின்றன.

காஷ்மீரின் பிரதான வருவாய் சுற்றுலாவிலிருந்து. அயல் நாட்டவரின் சுற்றுலா அல்ல. இந்திய சுற்றுலா. இந்தியத் திரைப்படங்களைப் பார்த்தால், எப்போதெல்லாம் வசீகரக்

கவர்ச்சியோடு ஓர் இடச்சூழல் தேவைப்படுகிறதோ, அப்போது காஷ்மீரப் பகுதியில் ஒரு நடனக் காட்சியை வைத்து விடுவார்கள். காஷ்மீர் இந்தியாவின் தேவதைப் பிரதேசம். இந்தியாவைப் போன்ற ஓர் உஷ்ண தேசத்திற்குக் கிடைத்த வரப்பிரசாதம். உறை பனியைப் பார்த்தவுடனேயே இந்தியர்கள் மெய்மறந்து போவார்கள். விமான நிலையத்திற்கு வெளியே சாலையோரங்களில் குவியல் குவியலாக ஒதுக்கப் பட்டிருக்கும் அழுக்கு உறைபனியைக் கூட ஏதோ வைரச்சுரங்கத்தைக் கண்டெடுத்ததைப்போல வந்ததும் வராததுமாக ரசித்துப் பார்த்துக் கொண்டு நிற்பார்கள். அந்தப் பிரதேசத்திற்கு நம்மை மதிமயக்க வைக்கும் தன்மை உண்டு. இப்போது அதெல்லாம் போய்விட்டது. நாளைக்கே அமைதி ஒப்பந்தம் ஒன்று கையெழுத்தானால்கூட அது திரும்பக் கிடைக்கப்போவதில்லை. அந்த இடமே சிதறடிக்கப் பட்டிருப்பதைத்தான் நான் எழுத விழைந்தது. காஷ்மீரின் சகிப்புத்தன்மை கொண்ட கதம்பமான கலாச்சாரத்தை எழுத விரும்பினேன். இந்துக்கள் அங்கிருந்து விரட்டப்பட்ட விதத்திற்கும், இஸ்லாமியர்களை அடிப்படைவாதத்திற்கு ஆட்படுத்தி சித்திரவதைக்கப்பட்ட விதத்திற்கும் பிறகு அதை மீண்டும் ஒன்றுகூட்டுவது முடியாத காரியம். நான் சொல்ல விரும்பியது, இது ஐயாயிரம், ஆறாயிரம் மைல்களுக்கு அப்பால் இருக்கிற மலைவாழ் மக்களைப் பற்றிய கதை மட்டுமல்ல, இது நமது கதையும்கூட. இந்தக் கதை தனிப்பட்டது, அரசியலாக்கப்பட்டதல்ல என்பதை இப்புத்தகத்தில் உறுதிபடக் கூற விரும்பினேன். வாசகர்கள் இதை வாசித்து பாத்திரங்களின் மேல் நெருக்கமான, நாவலுக்குரிய பந்தத்தை உண்டாக்கிக்கொள்ள வேண்டுமென விரும்பினேன். நான் இதைச் சரியாகச் செய்தேனென்றால் அது போதனையாகத் தெரிய வராது. எல்லோர் மீதும் உங்களுக்கு அக்கறை வரும். நான் சின்னஞ்சிறு பாத்திரங்கள் இல்லாத ஒரு நூலை எழுத விரும்பினேன்.

அரசியல் மற்றும் அதிகாரத்தின் மீது உங்களுக்கிருக்கும் ஆர்வத்தோடு உங்கள் படைப்புகளில் கற்பனாவாத உருவகங்கள் நிறையக் காணப் படுகின்றன. *The wizard of Oz* தான் உங்களை ஒரு எழுத்தாளனாக்கியது என்று கூறியிருக்கிறீர்கள்.

அந்தப் படத்தைப் பார்த்த பிறகு வீட்டிற்குச் சென்று *Over the Rainbow* என்றொரு சிறுகதையை எழுதினேன். எனக்கு ஒன்பது அல்லது பத்து வயதிருக்கலாம். அந்தக் கதையில் பம்பாயின் நடைபாதை ஒன்றில் நடந்து செல்கின்ற சிறுவன் ஒருவன், ஒரு வானவில்லின் தொடக்கத்தை, முடிவதை அல்ல, அவனுக்கெதிரே பளபளப்பாகப் புறப்பட்டு வளைந்து எழும்புவதைக் காண்பதாக வரும். அதில் சௌகரியமாக படிக்கட்டுகள் வெட்டப்பட்டிருக்கும். வானவில் நிறங்களில் படிக்கட்டுகள் மேலே வரைக்கும் செல்லும். அவன் வானவில்லின் மீதேறிச் சென்று தேவதைக் கதைகளின் சாகசங்களையெல்லாம் செய்வான். ஒரு கட்டத்தில் பேசுகிற பியானோலா வாத்தியத்தைக்கூட சந்திப்பான். அந்தக் கதை தொலைந்துவிட்டது. அதுவும் நல்லதுக்குத்தான்.

உங்கள் அப்பா அதை வைத்திருந்ததாகச் சொன்னாரே?

அவரிடம் இருப்பதாகச் சொன்னார். ஆனால் அவர் இறந்தபிறகு அவருடைய பேப்பர்களைத் தேடியபோது எங்களுக்குக் கிடைக்கவேயில்லை. ஆகவே, அவர் பொய் சொன்னாரோ அல்லது தொலைத்துவிட்டாரோ தெரியவில்லை. அவர் இறந்தது 87ல். எனவே வெகுகாலமாகிவிட்டது. இனி நிச்சயமாக எதுவும் வெளிச்சத்திற்கு வரப்போவதில்லை. மேல் மாடத்து அறையில் எந்த டிரங்க் பெட்டியும் இல்லை. அது தொலைந்துதான் போயிருக்க வேண்டும். அதற்கு பல வருடங்கள் கழித்து முழு நீளத்திற்கு முதன் முதலாக நான் எழுதியதும் கூடவே சேர்ந்து காணாமற் போயிருந்தது. எனக்குப் பதினெட்டு வயதாக இருக்கும்போது - அப்போதுதான் வார்விக்ஷையரிலிருந்த ரக்பி பள்ளியைவிட்டு வெளிவந்திருந்தேன். கேம்பிரிட்ஜில் சேருவதற்கு முன் ஐந்து மாதங்கள் அவகாசம் கிடைத்து. அந்த இடைவெளியில் *Terminal Report* என்று பள்ளியில் என் கடைசி ஓரிரு பருவங்களைப் பற்றி லேசான கற்பனையோடு ஒல்லியாக ஒரு நாவல் டைப் செய்தேன். கேம்பிரிட்ஜிற்குச் சென்றபின் அதை மறந்தே போய்விட்டேன். பிறகு இருபது வருடங்கள் கழித்து அந்தப் பிரதி கிடைத்திருப்பதாக என் அம்மா சொன்னார். அது என்னுடைய 18 வயது சுயத்திலிருந்து கிடைத்த தூதுச் செய்தியைப் போல இருந்தது. அரசியல் ரீதியாக பழமைவாதியாகவும், மற்ற விஷயங்களில் ஒரு சராசரியான இங்கிலிஷ் போர்டிங் ஸ்கூல் மாணவனாகவும் இருந்த அந்த நான் எனக்கு அதிகம் பிடிக்கவில்லை. இதில் விதிவிலக்காக இருந்தது இனவெறியைப் பற்றி எழுதப்பட்டிருந்த நேர்த்தியான பகுதிகள். அவை உண்மையிலேயே அபாரமாக இருந்தன. அந்தப் பதினெட்டு வயதுப் பையனுக்கு, எனக்கு இப்போது தெரிந்திருக்கிற எல்லாமும் தெரிந்திருந்தது. அவை அப்போதுதான் அவனுக்கு நிகழ்ந்திருந்ததால் அதை வெகு கூர்மையாகவே அவதானித்திருந்தான். இருந்தும் அந்தப் பிரதியின் மீது எனக்கு எதிர்மறையாகவே தோன்றிக்கொண்டிருந்ததால் என் அம்மா அது எனக்குத் தேவைப்படுமா என்று கேட்டபோது உற்சாகமாக பதில் அளிக்கவில்லை. பிறகு அதுவும் காணாமற் போய்விட்டது. எங்களுக்குக் கிடைக்கவேயில்லை.

நீங்கள் நன்றாகப் படிக்கக்கூடிய மாணவனாக இருந்தீர்களா?

நான் நம்பிக்கொண்டிருந்தளவுக்கு புத்திசாலியாக நான் இருக்கவில்லை. பம்பாயிலிருந்த கதீட்ரல் பள்ளி பொதுவாகவே நல்ல பள்ளிதான். அங்கிருந்து இங்கிலாந்து சென்றபோது அந்தளவுக்கு நானொன்றும் பின்தங்கியிருக்கவில்லை. ரக்பியில் சேருவதற்கு முன் என் அப்பா, எல்லா இந்தியத் தந்தைகளைப் போலவே எனக்கு கடுமையான வீட்டுப் பாடங்கள் கொடுப்பார். நீளநீளமான கட்டுரைகளை வலுக்கட்டாயப்படுத்தி எழுத வைத்ததும், அதை நான் மூர்க்கமாக எதிர்த்ததும் ஞாபகத்தில் இருக்கிறது. அவர் ஷேக்ஸ்பியரை சுருக்கியெழுதச் சொல்வார். ரக்பியில் இருந்தபோது சமூகப் புறக்கணிப்பின் விரக்தி காரணமாக வேலையில் மூழ்கினேன்.

படைப்பிலக்கியம் என்றெல்லாம் சொல்லிவிட முடியாது. அந்நாட்களில் சரித்திரத்தின் பால் பெரும் ஈர்ப்பு இருந்தது. நீளமான ஆய்வுரைகளுக்காகவும், கட்டுரைகளுக்காகவும் பரிசுகள் பெற்றிருந்தேன். வாசிப்பில் எனக்கிருந்த ஆர்வத்தை வைத்துப் பார்க்கையில் இலக்கியம் படிக்க வேண்டுமென்று பள்ளி நாட்களிலோ, பல்கலைக் கழகத்திலோ ஏன் தோன்றவில்லையென்று வியப்பாக இருக்கிறது. நாவல்கள் வாசிப்பது ஒரு தொழிலாக எனக்குப்படவில்லை போலிருக்கிறது. உண்மையில் சரித்திரம் படிப்பது கூட பிழைப்பதற்கு உதவுமென்று என் அப்பா கருதவில்லை. அவர் அறிவுபூர்வமாக எதையாவது செய்யச் சொன்னார். அவர் சொன்னது கேம்ப்ரிட்ஜில் பொருளாதாரம்.

நீங்கள் மறுத்தீர்களா?

கல்லூரி இயக்குனர் டாக்டர் பிராட்பென்ட் என் வாழ்க்கையை காப்பாற்றினார். அவர் என் அப்பாவிற்கு எழுதிய கடிதத்திற்குப் பிறகு அவர் பொருளாதாரம் படிக்க வற்புறுத்தவில்லை. ஆனால் நான் பட்டப்படிப்பை முடித்த பிறகு நாவல்கள் எழுத உத்தேசித்திருக்கிறேன் என்றபோது அவர் அதிர்ந்துபோனார். என் நண்பர்களிடம் என்ன சொல்வேன்? என்று கத்தினார். அதற்குக் காரணம் அவருடைய நண்பர்களின் முட்டாள் பிள்ளைகளெல்லாம் வேலைக்குப் போய் ஏராளமாக சம்பாதிக்கும்போது ஒரு காசு பெறாத நாவலாசிரியனாக நான் ஆவதா என்ற ஆதங்கம் அவருக்கு. எழுதுவது என்பது அவரைப் பொறுத்தவரை அதிகபட்சமாக ஒரு பொழுதுபோக்கு. அதிர்ஷ்டவசமாக இது அந்தளவுக்கு அசட்டுத்தனமான தேர்வாக எனக்கு அமைந்திருக்கவில்லை என்பதைப் பார்த்துவிட்டுத்தான் அவர் காலமானார்.

அவர் பாராட்டியிருக்கிறாரா?

எதனாலோ அவரால் என் புத்தகங்களைப் பாராட்டவே முடிந்ததில்லை. உணர்வு ரீதியாக அவர் வினோதமான சிக்கலில் இருந்தார். நான் அவருக்கு ஒரே மகன். அதனால் எங்களுக்கிடையே யிருந்த உறவு சிலாக்கியமாக இல்லை. அவர் 87ல் காலமானார். எனவே *Midnight's Children*-ம், *Shame*-ம் வந்துவிட்டிருந்தன. *The Satanic Verses* வெளிவந்திருக்கவில்லை. அவர் இறப்பதற்கு ஓரிரு வாரங்கள் முன்வரை என் எழுத்தைப்பற்றி இனிமையாக எதுவுமே கூறியதில்லை. ஆனால் என் புத்தகங்களை நூற்றுக்கணக்கான முறை படித்திருக்கிறார். என்னைவிட அவற்றைப்பற்றி அவர் கூடுதலாக அறிந்து வைத்திருக்கக்கூடும். வாஸ்தவத்தில் *Midnight's Children*-இல் வரும் அப்பா பாத்திரம் அவரை பகடி செய்வதைப் போல இருப்பதாக அவர் எரிச்சலுற்றிருந்தார். இளமையின் திமிரில் எல்லா அசிங்கமான சமாச்சாரங்களையும் அப்பாத்திரத்தில் வெளியிட்டிருந்தேன். என் அப்பா கேம்ப்ரிட்ஜில் இலக்கியம் படித்தவர். எனவே அந்நாவலைப் பற்றி நயமான ஒரு பார்வையைக் கொண்டிருப்பார் என்று எதிர்பார்த்தேன். ஆனால் அப்படியாக சரியாகப் புரிந்து ஏற்றுக்கொண்டது என் அம்மாதான். அந்தப் புத்தகத்தில் வரும்

குடும்பம் என் குடும்பத்தை ஒத்திருப்பதாக அவர்தான் கோபித்துக் கொள்வார் என்று நினைத்திருந்தேன். ஆனால் அது ஒரு புனைகதைதானே என்ற அளவில் என் அம்மா எடுத்துக் கொண்டார். என் அப்பாவின் கோபம் தணிய கொஞ்சகாலம் பிடித்தது. பிறகு அவர் மன்னித்துவிட்டதாகக் கூறியபோது எனக்கு இன்னும் அதிகமாக எரிச்சல் ஏற்பட்டது.

ஆனால் *The Satanic Verses*ஐ வாசித்துப் பார்க்க அவர் இல்லை என்றீர்கள்.

ஐநூறு சதவீதம் என் சார்பாக அவர் இருந்திருப்பாரென்று உறுதியாக நம்புகிறேன். அவர் ஓர் இஸ்லாமிய அறிஞர். இறைத்தூதரின் வாழ்க்கையைப் பற்றியும் தொடக்க கால இஸ்லாமின் ஆரம்பங்கள் குறித்தும், குர்-ஆன் வெளியிட்ட முறைகளைப் பற்றிக்கூட அவர் ஆழமான அறிவு கொண்டிருந்தார். ஆனால் மதநம்பிக்கை என்பது அவருக்கு அறவே இருந்ததில்லை. மசூதிக்கு வருடத்திற்கு ஒருமுறை நாங்கள் செல்வோம். அவர் இறந்து கொண்டிருக்கும்போது கூட ஒரேயொரு விநாடிகூட மத நம்பிக்கையில் தஞ்சமடையவோ, கடவுளை அழைக்கவோ இல்லை. மரணம் என்பது வெறும் முடிவு என்பதற்கு மேல் வேறெதுவும் இல்லையென்று தீர்மானமாக நம்பியிருந்தார். அது மிகவும் ஆச்சரியமூட்டுவது. எனவே பல்கலைக்கழகத்தில் இஸ்லாமின் தொடக்கம் குறித்து நான் பயின்றது ஒரு விபத்தல்ல. வீட்டில் அதைப் போன்றதொரு உதாரணம் இருந்ததுகூட ஓரளவுக்கு காரணமாக இருக்கலாம். நான் அந்தப் புத்தகத்தில் செய்தது ஒரு மத நம்பிக்கையற்ற மனிதன், இஸ்லாமை உதாரணமாக எடுத்துக் கொண்டு மறை வெளியீட்டின் இயல்புகளை ஆராய்ந்தது தான் என்று அவர் நிச்சயம் கண்டு கொண்டிருப்பார்.

விளம்பர நிறுவனம் ஒன்றில் பணிபுரிந்து கொண்டிருந்தீர்களல்லவா? அதே நேரத்தில் கதைகளும் எழுதிக் கொண்டிருந்தீர்களா?

அப்போதுதான் ஆரம்பித்திருந்தேன். வெற்றிகரமாக அமையவில்லை. எழுத்தாளனன் ஆவதற்கான ஒரு மார்க்கத்தை உண்மையில் காணவே முடியவில்லை. யாரிடமும் காட்டாமல் நான் எழுதிக்கொண்டிருந்த விஷயங்களைக் கடைசியாகத் தொகுத்த போது ஒரு நாவலின் அளவுக்கு வந்துவிட்டிருந்தது. ஒருத்தருக்கும் பிடிக்கவில்லை. இது என் முதலில் வெளிவந்த நாவலான *Grimus* க்கு முன்னால் நடந்தது. அந்தப் புத்தகத்தை ஜேம்ஸ் ஜாய்ஸின் நனவோடை உத்தியில் எழுத முயன்றிருந்தேன். உண்மையில் அதனை ஒரு நேரான, கிளர்ச்சியூட்டும் நடையில் எழுதியிருக்க வேண்டும். அப்புத்தகத்திற்கு *The Book of the Peer* என்று தலைப்பிட்டிருந்தேன். உருதுவில் *peer* என்றால் ஒரு துறவி அல்லது மகான் என்று பொருள்.

எல்லா நாவலாசிரியர்களுக்கும் குப்பையாகப் போடப்பட்ட ஒன்று மேஜை இழுப்பறையில் இருக்கிறது அல்லவா?

எனக்கு மூன்று! *Midnight's Children*-ஐ நான் எழுதத்தொடங்கும்வரை - அதாவது 75ன் பிற்பகுதி 76ன் முற்பகுதி - இந்தக் கசையடி காலகட்டம் இருந்தது. இது ஒரு

தொழில் நுட்பச் சிக்கல் என்பதைவிட கூடுதலானது. நீங்கள் யாரென்பதை நீங்கள் அறிந்துகொள்ளாதவரை உங்களால் எழுதமுடியாது. என் வாழ்க்கை இந்தியா, இங்கிலாந்து, பாகிஸ்தான் என்று கலைந்திருந்ததால் என்மீதே எனக்கு ஒரு கடிவாளம் இல்லாதிருந்தது. இதன் விளைவாக, எழுதுவதெல்லாம் குப்பையாகத்தான் அமைந்தது - சில வேளைகளில் புத்திசாலித்தனமான குப்பையென்றாலும் குப்பை குப்பைதான். இது *Grimus* க்கும் பொருந்துமென்று நினைக்கிறேன். அது என் எழுத்தைப் போலவே எனக்குத் தோன்றவில்லை. அல்லது ஏதோ அங்குமிங்குமாக. இது என்னை அலமாரிக்குப் பின்னால் ஒளிந்து கொள்ளத் தூண்டுகிறது. ஆனால் என்ன பயன்? அச்சில் வந்தாகிவிட்டது. அதையொன்றும் நான் திரும்பப் பெற்றுக் கொள்ளவில்லை. எதையாவது பிரசுரிக்கிற தவற்றை நீங்கள் செய்துவிட்டால் அதை அப்படியே விட்டுவிட வேண்டியதுதான். நிதானமாக அதற்கும் ஒரு வாசிப்பு அங்கீகாரம் இப்போது கிடைத்து, சிலர் அதைப்பற்றியும் நல்ல விதமாகக் கூறி என்னை திகைப்பிலாழ்த்துகின்றனர்.

ஆனால் நான் கைவிட்ட நாவல்களில் ஒன்றான *The Antagonist*-இல் தான் *Midnight's Children*-க்கான வித்து அடங்கியிருந்தது. அதில் இடம்பெறுகிற சலீம் சினாய் என்ற ஒரு சிறிய துணைப் பாத்திரம் இந்தியாவிற்கு சுதந்திரம் கிடைத்த அதே நேரத்தில் பிறக்கிறான். இந்த ஒரே விஷயம் மட்டும் தப்பிப் பிழைத்தது. நான் ஒரு வருட வேலையை உதறிவிட்டு அந்த வித்தினை வளர்த்தேன்.

விமர்சன ரீதியாக *Grimus* கடுமையாகத் தாக்கப்பட்டதற்குப் பின், எல்லாவற்றையுமே மறுசிந்தனைக்கு உள்ளாக்கினேன். சரி, நான் அதிகமும் அக்கறை கொள்கிற விஷயத்தைப் பற்றிதான் எழுதவேண்டுமென்று தீர்மானித்தேன். எல்லா நேரமும் பெரும் அச்சத்திலேயே பீடிக்கப்பட்டிருந்தேன். ஒரு எழுத்தாளனாக எந்த திசையிலும் நான் வளரவேயில்லையென்று தோன்றியது. இதனிடையில் மகத்தாக திறமையாளர்களைக் கொண்டிருந்த என் தலைமுறை எழுத்தாளர்களில் பெரும் பாலானோர் என்னைவிட குறைவான வயதிலேயே தங்களை ஸ்திரப்படுத்திக் கொண்டிருந்தனர். என்னைக் கடந்து அவர்கள் விரைகிறாற்போல இருந்தது. மார்ட்டின் அமிஸ், இயன் மெக்கீவன், ஜூலியன் பார்ன்ஸ், வில்லியம் பாய்ட், காசுவோ இஷிகுரோ, டிமோதி மோ, ஏஞ்செலா கார்ட்டர், புரூஸ் சாட்வின் ... ஆங்கில இலக்கியத்தின் அசாதாரணமான பொற்காலம் அது. நான் வாசலிலேயே தயங்கிக்கொண்டு எந்தப் பக்கம் ஓடுவதென்று தெரியாமல் நின்று கொண்டிருக் கிறேன். இது நிலைமையை சீராக்குவதாக இல்லை.

சலீம் சினாயில் இருந்து எது உங்களை விடுவித்து?

பம்பாயில் கழித்த என் சிறு வயது அனுபவங்களிலிருந்து எதையாவது எழுத வேண்டுமென்று எப்போதுமே நினைத்து வந்திருக்கிறேன். இந்தியாவைவிட்டு வந்து கொஞ்ச காலமாகிவிட்டதால் அந்தத் தொடர்பு செல்லரித்துக்கொண்டு வருவதாக

நான் பயப்படத் தொடங்கினேன். பிள்ளைப்பருவம். இதுதான் எனக்கிருந்த ஒரே உந்துவிசை. கதை என்ன, எந்தளவுக்கு அது வளரும் என்பதெல்லாம் பிடிபடுவதற்கு முன்பாகவே இதைத்தான் எழுதவேண்டுமென்று தீர்மானம். ஒரு புதிய தேசம் பிறந்த நேரத்திலேயே பிறந்த ஒருவரின் கதையை எழுதவேண்டுமென்றால், ஒரு விதத்தில் அவர்களை இரட்டையர்களாகவே கருதி அவ்விருவரின் கதைகளையும்தான் சொல்லவேண்டும். எனவே இது என்னை வரலாற்றைக் கைக்கொள்ள கட்டாயப்படுத்தியது. அதை எழுதி முடிக்க எனக்கு ஐந்தாண்டுகள் ஆனதிற்கான காரணங்களில் ஒன்று எனக்கு அதை எப்படி எழுதுவது என்று தெரியாதிருந்ததுதான். முதலில் எழுதிய பிரதி ஒன்றின் தொடக்கம் இப்படி இருந்தது. "நம் வாழ்க்கையின் முக்கியத்துவமானவற்றில் பெரும்பாலானவை நாம் இல்லாதபோது நிகழ்வனவாக இருக்கின்றன." நான் கூற வந்தது குழந்தைகள் இவ்வுலகிற்கு நிர்வாணமாக வருவதில்லை, அவர்கள் குடும்பத்தின், அவர்கள் உலகத்தின் ஒன்றுகூட்டிய சரித்திரத்தை சுமந்தபடிதான் வருகின்றனர். ஆனால் இது மிகவும் டால்ஸ்டாய் தனமாக இருந்தது. இந்தப் புத்தகம் அன்னா கரீனினாவாக இருக்கக் கூடாதென்று நினைத்தேன். இந்த வாக்கியம் அந்தப் புத்தகத்தில் எங்கேயோ இன்னமும் இருக்கிறது. ஆனால் அதைப் புதைத்து வைத்திருக்கிறேன்.

படர்க்கையில் எழுதியது சரியாக அமையவில்லை. எனவே, தன்மை ஒருமையை முயற்சிக்கலாமென்று முடிவெடுத்தேன். ஒருநாள் நான் உட்காரும்போது எல்லாம் சரியாக அமைந்து இப்போது *Midnight's Children*-ன் முதல்பக்கமாக இருப்பதை ஏறக்குறைய எழுதிவிட்டேன். சலீமின் இந்தக் குரல் அப்படியே வந்து சேர்ந்துவிட்டது. சுடர்விடும் அறிவோடும் எல்லாவித மறைபொருட்களும் நிறைந்து வேடிக்கையும், கிண்டலும் மிளிர, என் டைப்ரைட்டரிலிருந்து வெளிவருவதைக் காண எனக்குப் புல்லரித்தது. எழுத்து உங்களிடமிருந்து வராமல் உங்களை ஊடுருவிக்கொண்டு வருகிறார்போல உங்களுக்குத் தோன்றும் அபூர்வத் தருணங்களில் ஒன்று அது. இந்தியாவின் புராதன சம்பிரதாயங் களிலிருந்து வாய்மொழி, கதை வடிவம் அனைத்திற்கும் மேலாக இந்திய நகரத்தின் சங்கீதம், இரைச்சல் என எல்லாவற்றையும் எப்படி உள்ளிழுத்துக்கொள்வதென்பதைக் கண்டேன். முதல் பத்தி எனக்கு அந்தப் புத்தகத்திற்கு திசை காட்டியது. சலீமின் சட்டை நாடாவைப் பிடித்துக் கொண்டு, இஷ்டத்திற்கு அவன் ஓட அவன் பின்னால் நானும் செலுத்தப்பட்டேன். புத்தகம் வளர வளர, சலீமும் வளர வளர, அவன் மீது எனக்கு விரக்தி ஏற்பட்ட சந்தர்ப்பங்களும் இருந்தன. வயதாக ஆக, அவன் மந்தமாக ஆகிவிட்டான். அவனை சுறுசுறுப்பாக்கவும், நடப்பவைகளுக்கு பொறுப்பேற்றுக் கொள்ளவும் தொடர்ந்து வற்புறுத்தி முயற்சித்துக் கொண்டிருந்தேன். முடியவில்லை. பிற்பாடு அப்புத்தகம் சுயசரிதைத்தனமாக இருப்பதாக பலரும் அனுமாணித்துக் கொண்டனர். ஆனால் என்னைப் பொறுத்தவரை சலீமை என்னைப்போல உணர்ந்ததேயில்லை. ஏனென்றால் அவனோடு ஒருவித மல்யுத்தப் போட்டியிலேயே இருந்து வந்தேன். இறுதியில் தோற்றுப் போனேன்.

நீங்கள் எழுதிய வேறெந்த நாவலிலாவது அப்படி ஒரு குரலும் தொனியும் வாய்த்திருக்கிறதா?

ஒவ்வொரு புத்தகமும் அதை நீங்கள் எப்படி எழுத வேண்டுமென்று கற்றுத்தர வேண்டும். ஆனால் கண்டறிதலின் முக்கியமானதொரு தருணம் அவ்வப்போது நிகழ்கின்றது. இதனோடு ஒப்பிடக்கூடிய ஒரே விஷயமாக *Haroun and the Sea of Stories*-ஐ எழுதும்போது எந்தத் தொனியில், குரலில் எழுதவேண்டுமென்ற பெரும் பிரச்சனை வந்தது. சிறுவர்களுக்கும் பெரியவர்களுக்கும் ஒரேவித சந்தோஷ மளிக்கக்கூடிய லாவகத்துடன் அந்தப் புத்தகத்தை நான் அமைக்க வேண்டும். பல தப்பான தொடக்கங்களுக்குப் பிறகு ஒரு குறிப்பிட்ட தினத்தில் இப்போது அந்நாவலின் ஆரம்பமாக இருக்கும் பக்கத்தை எழுதிவிட்டேன். "முன்னொரு காலத்தில் ஆலிஃப்பே என்றொரு தேசத்தில் ..." என்பது போன்ற கட்டுக்கதைகளின் 'முன்னொரு காலத்தில்' ஃபார்முலாவை நான் கையாள வேண்டியிருந்தது. ஏனென்றால், கட்டுக் கதைகளின் விசேஷமே பயன்படுத்தப்படும் வார்த்தைகள் எளிமையாகவும் கதைகள் அவ்வாறில்லாமலிருப்பதும். இதை பஞ்சத்தந்திரக்கதை போன்ற இந்திய நீதிக்கதைகளிலும். ஈசாப் கதைகளிலும், கால்வினோவின் நாவல்கள் போன்ற நவீன கட்டுக்கதைகளிலும் காணலாம். முன்னொரு காலத்தில் கால்முட்டியளவுக்கு காலணிகள் அணிந்து, கத்தி வீசவும் தெரிந்த பூனை ஒன்று வாழ்ந்து வந்தது என்பதைப் போல. எளிமையான வாக்கியங்கள். ஆனால் அவை ஏற்படுத்தும் தாக்கங்கள் வினோதமானவை.

ஜோசப் ஹெல்லர் அவ்வப்போது நூற்றுக்கும் அதிகமான வாக்கியங்களைக் கொண்ட வாக்கியத்தை உபயோகிப்பதாக கூறியிருக்கிறார். *Catch-22*வை அவர் ஆரம்பிக்கும்போது யொஸ்ஸாரியன், புரோகிதனோடு காதல் வயப்படும் கட்டத்தில் அது அவருக்கு நிகழ்ந்திருக்கிறது. அந்நாலின் எஞ்சிய பகுதி எங்கே செல்கிறது என்பதை அந்த வாக்கியம் அவருக்கு உணர்த்தியிருக்கிறது. இது எனக்கு *Midnight's Children*-ஐயும் *Haroun*-ஐயும் ஆரம்பிக்கும் போது நிகழ்ந்தது. தலைக்கு மேல் பல்பு எரியும் தருணம். ஆனால் *The Satanic Verses*-ஐ எழுதும்போது இப்போது அதன் ஆரம்பமாக இருக்கும் 'இம்மனிதர்கள் ஆகாயத்திலிருந்து விழுந்து கொண்டிருந் தனர்' என்ற காட்சியை எழுதுவதற்கு முன் நூற்றுக்கணக்கான பக்கங்களை எழுதியிருக்கிறேன். அந்தக் காட்சியை எழுதியபோது இங்கே இது என்ன செய்து கொண்டிருக்கிறது? இதன் இடமே இதுவல்லவே என்று தோன்றியது.

அப்படித்தான் தொடங்கியிருக்கிறீர்கள் ...

அந்தக் காட்சியே வேடிக்கையானது. புத்தகம் வெளி வந்த போது பலரும் அதை வெறுத்தனர். அப்போதுததான் 15வது பக்க ருஷ்டி வாசகர் மன்றம் பற்றி ஒரு ஜோக் உருவானது. அதாவது பதினைந்தாவது பக்கத்திற்குமேல் படிக்க முடியாதவர்கள். அது ஒரு நல்ல துவக்கமென்றே இப்போதும் நினைக்கிறேன். நீங்கள்

எழுதிக்கொண்டிருக்கும் புத்தகம் நீங்கள் எழுதத் தீர்மானித்திருந்த புத்தகமல்ல வென்பதை ஏறக்குறைய உடனடியாகவே நீங்கள் கண்டறிந்து கொள்வீர்கள். அதைக் கண்டறிந்தவுடன் அப்புத்தகத்தின் பிரச்னையை நீங்கள் தீர்த்துவிடுகிறீர்கள். நான் *Fury*ஐ எழுதும்போதுஅதன் தலைப்பு ஒவ்வொரு நாளும் மாறிக் கொண்டே யிருந்தது. எதைப் பற்றியது இந்தப் புத்தகமென்று பல நாட்கள் தீர்மானமேயின்றி இருந்தது. பொம்மைகளா அல்லது நியூயார்க்கா அல்லது பலாத்காரமா அல்லது விவாகரத்தா, எதைப்பற்றியது? ஒவ்வொரு நாளும் விழித்தெழுந்ததும் கொஞ்சம் வெவ்வேறு விதமாக எனக்குத் தோன்றும். அதன் தலைப்பை முடிவு செய்த பிறகுதான் அப்புத்தகத்தின் மையக் கருத்து என்னவென்பதைப் புரிந்து கொண்டேன். *Midnight's Children* க்கும் அதுதான் நடந்தது. முதலில் எழுதத்தொடங்கியபோது என்ன தலைப்பு வைப்பதென்று தீர்மானிக்க முடியாமல் 'சினாய்' என்று மட்டும் அட்டையில் எழுதிவிட்டு தொடர்ந்தேன். பிறகு எழுதுவதை நிறுத்திவிட்டு தலைப்புகளை எழுதத் தொடங்கினேன். இப்படியே பல நாட்களை வீணடித்த பிறகு இரண்டு தலைப்புகள் எஞ்சின. *"Children of Midnight", "Midnight's Children"*. பைத்தியம் போல இவ்விரண்டு தலைப்புகளையும் மாறி மாறி தட்டச்சு செய்து கொண்டிருந்தேன். அப்புறம் திடீரென்று தோன்றியது. *"Children of Midnight"* என்பது மிகவும் போரான தலைப்பு. *"Midnight's Children"* என்பது உண்மையிலேயே நல்ல தலைப்பு. இது நாவலின் மையத்தைக் காட்டியது. இது அந்தச் சிறுவர்களைப் பற்றியது என்பதை. *The Satanic Verses* ஐப் பொறுத்தவரை அது ஒரு புத்தகமா அல்லது மூன்று புத்தகங்களா என்று எனக்குத் தெரியவில்லை. ஒரே புத்தகம்தான் என்பதை தைரியமாகத் தீர்மானிக்க கொஞ்ச காலம் பிடித்தது. தொடர்பற்றவை களைப் பற்றிய நாவலாக இருந்தாலும் நான் எழுத விரும்பிய புத்தகம் அதுதானென்று முடிவெடுத்தேன். நான் மிகவும் தன்னம்பிக்கையோடு உணர்ந்திருக்க வேண்டும். முந்தைய இரண்டு புத்தகங்களும் படு தோல்வி யடைந்திருந்ததால் என் டேங்க்கில் போதுமான அளவு எரிபொருள் மிச்சமிருந்தது. என்னால் எதுவும் முடியுமென்று தோன்றியது.

ஓர் எழுத்தாளனாக உங்கள் நம்பிக்கையை 'ஃபட்வா' உலுக்கிவிட்டதா?

என்னைப் பெரிதும் ஆட்டம் காண வைத்துவிட்டது ஆழமாக மூச்சிழுத்துக் கொண்டு, படைப்புக் கலைக்கு என்னை மறு சமர்ப்பிப்பு செய்து கொண்டு 'இதற்குப் போய் என்ன? தொலைந்து போகட்டும்' என்று யோசிக்க வைத்தது. முதலில் எனக்குப் பட்டது என்னவென்றால் இந்தப் புத்தகத்தை முடிக்க ஐந்தாண்டுகளுக்கு மேல் எனக்கு ஆகியிருக்கிறது. என் வாழ்க்கையின் ஐந்தாண்டுகளைச் செலவழித்து ஆகச் சிறந்த படைப்பாக இருக்க வேண்டுமென்று என் ஆற்றலின் சாத்தியப்பட்ட எல்லைவரை கடுமையாக உழைத்து நிறைவேற்றியிருக்கிறேன். எழுத்தாளர்கள் தமது படைப்புக்கலையின் மூலமாகப் பொதுநலத் தொண்டாற்றுவதாகத்தான் நம்புகிறேன். அவர்கள் பணத்தையும், புகழையும் எழுதும்போது சிந்திப்பதில்லை. முடிந்தவரை

மிகச் சிறந்த படைப்பாளியாக திகழ வேண்டுமென்பதிலும், ஒவ்வொரு அத்தியாயமும் எவ்வளவு சிறப்பாக அமையமுடியுமோ அந்தளவுக்கு ஒவ்வொரு வார்த்தையையும் ஆகச் சிறந்த வாக்கியமாகத் தேர்ந்தெடுப்பதிலும், ஒவ்வொரு பாத்திரத்தையும் சுவாரசியமாக்குவதிலும் கதைக்கருவை வளர்த்தெடுப்பதிலும்தான் அவன் கவனம் வியாபித்திருக்கிறது. அதைச் சரியாகச் செய்து முடிப்பதைப் பற்றித்தான் யோசித்துக் கொண்டிருக்கிறான். எழுதுவது என்பது எந்தளவுக்கு கடினமானதென்றால் அது உங்கள் மேல் செலுத்துகிற ஆக்கிரமிப்பில் உங்களிடம் கோருகிற அர்ப்பணிப்பில் புத்தக விற்பனை விமரிசனம் போன்றவை உங்களுக்கு உறைப்பதேயில்லை. எனவே இதுபோல ஐந்தாண்டுகளை நான் செலவழித்ததற்கு எனக்குக் கிடைத்ததெல்லாம் உலகளாவிய அவதூறும் கொலை மிரட்டல்களும், உடல் ரீதியான அபாயத்தை விடவும் என்னை அதிகமாகப் பாதித்த அறிவுலகத்தின் எதிர்ப்பும், அந்தப் படைப்பின் தீவிரத்தை சிறுமைப்படுத்தும் முயற்சிகளும்தான். துரதிருஷ்டவசமாக மேற்குலகின் என் சக படைப்பாளிகளில் பலரும் இத்தகைய சேற்றை வாரியடிக்கும் தாக்குதலில் ஈடுபட்டனர். அப்புறம் உங்களுக்கே தோன்ற ஆரம்பிக்கும்: எந்த இழவுக்காக இதையெல்லாம் நான் செய்து கொண்டிருக்கிறேன்? எதற்கும் மதிப்பே இல்லை. ஐந்து வருட பரிபூரண அர்ப்பணிப்பின் உழைப்பிற்குப் பிறகு அதனை அற்பக் காரியமென்றும், மடத்தனமான செய்கையென்றும், என் சுய விளம்பரத்திற்காக சந்தர்ப்பவாதமாக உள்நோக்கத்தோடு செய்திருப்பதாகக் குற்றம் சுமத்தினால், ஆமாம், வேண்டுமென்றே ஒரு நோக்கத்தோடுதான் செய்தேன்! ஐந்து வருடங்கள் தீவிரமான முனைப்புடன் ஒரு காரியத்தைத் தற்செயலாகச் செய்துவிட முடியுமா?

ஆனால் எடுத்த எடுப்பில், 1989ல் நீங்கள் பேசும்போது இவ்வளவு முயற்சிக்கும் உழைப்புக்கும் இலக்கியம் தகுதியுடையதாக இருக்கிறதா என்று ஐயமுற்றீர்கள் ...

பல மாதங்களுக்கு இனி எழுதவே தேவையில்லையென்று எனக்குத் தோன்றி வந்தது. அபாயகரமானதாகிவிட்டது என்பதால் அல்ல. எனக்கு நிகழ்ந்தவற்றில் கடுமையாகக் கசந்து போயிருந்தேன். இப்படித்தான் என் படைப்புகள் நடத்தப்படுமென்றால் இதை எப்படித் தொடர்ந்து செய்வது என்று வியப்பாக இருந்தது. பதிலாக ஒரு பஸ் கண்டக்டராகிவிடலாம். இதைவிட வேறு எதுவும் மேலானதுதான். நான் எழுத்தாளனாகத் தொடர்ந்ததற்கு, ஒரு எழுத்தாளனாக என்னைக் காப்பாற்றியதற்கு ஒரே காரணம் - இதைப் பலமுறை கூறியிருக்கிறேன் - என் மகனுக்காக ஒரு புத்தகம் எழுதித் தருவதாக வாக்களித்திருந்தேன். அவன் வாழ்க்கையும் கணிசமாக தடம்புரண்டு போயிருந்தது. என்னுடையது மட்டுமல்ல அவனோடு, அவனுக்காக எவ்வளவோ விஷயங்களை என்னால் செய்ய முடியவில்லை. செய்தவற்கு மிகக கடினமான விஷயங்கள் இருந்தன. எனவே இந்த

வாக்குறுதியை நான் நிறைவேற்றியே தீரவேண்டுமென்று உணர்ந்துகொண்டேன். இதுதான் என்னை மீண்டும் எழுத்தாளனாக்கியது. *Haroun and the Sea of Stories*-இன் குரலை நான் கண்டுபிடித்துக் கொண்டதும் எனக்கு மகிழ்ச்சி மறுபடியும் திரும்பியது. பிப்ரவரி 1989க்குப் பிறகு நான் முதன்முதலாக மகிழ்ச்சியடைந்தது அப்போதுதான். என் வேலை எழுதுவது. அதை நான் ஏன் நேசிக்கிறேன் என்பதை, என்னால் இயங்காமல் இருக்க முடியாது என்பதை அது உணர்த்தியது.

வால்டேர் போன்ற விழிப்புணர்வு எழுத்தாளர்களை எடுத்துப் படித்துக் கொண்டிருந்தேன். சிரமங்களுக்கும், பிரச்சினைகளுக்கும் உட்படுத்தப்பட்ட ஒரே எழுத்தாளன் நான் மட்டுமல்ல வென்பதை அறிந்து கொண்டேன். இது கிண்டலடிக்கும்படியான கற்பனாவாதமாகத் தோன்றலாம். ஆனால் இலக்கிய வரலாற்றைப் படித்து நான் வலிமை பெற்றேன். நாடு கடத்தப்பட்ட ஓவிட், சுட்டுத்தள்ளப்படுவதற்கு ஃபயரிங் ஸ்குவாட் முன் நிறுத்தப்பட்ட தஸ்தயேவ்ஸ்கி, சிறையில் அடைக்கப்பட்ட ஜெனே - அவர்கள் என்னவெல்லாம் படைத்திருக் கிறார்கள் என்பதைப் பாருங்கள். *Metamorphoses, Crime and Punishment,* ஜெனே எழுதியதெல்லாமே சிறை இலக்கியம். அவர்களால் செய்ய முடிந்ததென்றால் நானும் ஏன் முயற்சிக்கக் கூடாதென்று தோன்றியது. உலகில் நான் எங்கே நின்று கொண்டிருக்கிறேன் என்பது தெரிந்துவிட்டதால் சுலபமாக இருந்தது. அது நல்லதிற்குத்தான். சில குழப்பங்களை விட்டு நான் வெளிவந்துவிட்டேன்.

இருந்தும் ஒரு புத்தகத்தை மக்கள் எப்படி எதிர்கொள்வார்கள் என்று இன்னமும் நான் அறிந்திருக்கவில்லை. *The Satanic Verses* தான் நான் எழுதிய நாவல்களிலேயே குறைவான அரசியல் நாவலென்று நம்பினேன். அது இப்போது உண்மையாகிக் கொண்டு வருகிறதென்று நினைக்கிறேன். இத்தனை சச்சரவுகளுக்குப் பின்பு கடைசியாக அந்தப் புத்தகம் ஓர் இலக்கிய அந்தஸ்தை குறிப்பாக கலைக் கழகங்களில் பெறத் தொடங்கிவிட்டது. மதங்களின் ஒப்பு நோக்கிலிலும், மத்திய கிழக்கு அரசியல் பாடங்களிலும் மட்டுமே பயிலப்படாமல் பரவலாகவே வாசிக்கப்பட்டு வருகிறது. எனக்கு வருகிற கடிதங்களில் இஸ்லாமிய விஷயங்களைப் பற்றி யாரும் குறிப்பிடுவதில்லை. நாவலில் காணப்படும் நகைச்சுவையைப் பற்றி பலரும் கடிதமெழுதுகின்றனர் - அதைப்பற்றி விமரிசகர்கள் யாருமே இதுவரை குறிப்பிட்ட தில்லை. அது சரி வேடிக்கையான விளைவுகளை ஏற்படுத்தியிருக்காத ஒரு நாவலின் வேடிக்கையைப் பற்றி யார் பேசுவார்கள்? ஒரு வகையில் பார்க்கப்போனால். இவ்வளவு போராடியதற்கும், கஷ்டப்பட்டதற்கும் தகும் என்று தோன்றுகிறார்போல இந்த புத்தகம் ஏதோ சூடான பலகாரம் போல வந்த கணத்தில் விற்றுப் பின்னர் ஆறிப் போய்விடாமல் நிலைத்து நின்றிருக்கிறது என்பதும், அது வெறும் கோஷங்களை எழுப்பி சர்ச்சையாகியிருந்த விஷயமாக இல்லாமல் ஒரு நாவலாக நிரூபணமாகியிருப்பதும் ஆறுதலாக இருக்கிறது.

The Jaguar Smile-ஐத் தவிர *Imaginary Homelands, Step Across this Line* போன்ற புனைவற்ற நூல்களும் எழுதியிருக்கிறீர்கள். இன்னுமொரு அ புனைவு நூல் தயாராகி வருகிறதா?

இதுவரை இல்லை. தற்சமயம் - இதை எப்படிச் சொல்வது? - என் வாழ்க்கை திடுக்கிடும் வகையில் அ புனைவாகியிருப்பதாக உணர்கிறேன். உண்மைத் தகவல்கள் ஏராளமாக என்னைச் சுற்றிச் சூழ்ந்திருக்கின்றன.அந்த மெய்ம்மை குப்பைக் கூளங்களின் ஆழத்திலிருந்து எழும்பித் தப்பித்து புனைவாக்க முறைமைக்குத் திரும்பவேண்டியதன் அவசியத்தை உணர்கிறேன். கதைகள் என்னிடம் நிரம்பியிருப்பது தெரிகிறது. தூசு தட்டி உதறிக் கொண்டு நான் சொல்லவேண்டிய கதைகளை உண்மையிலேயே மீட்டெடுக்கும் வரை - மீட்டெடுத்தல் அல்ல, புத்தாய்வு செய்யும்வரை - மெய்ம்மைகளுக்குத் திரும்ப விரும்பவில்லை. அதை மேலும் மேலும் குறைவாகச் செய்யவே விரும்புகிறேன். புனைவுகளுக்காக மிக வலுவான மனத்தூண்டல் ஒன்று தற்போது என்னிடம் இருக்கிறது.

உண்மையாகத்தான் சொல்கிறீர்களா?

நிச்சயமாக. நான் பொய்யும் சொல்லக்கூடும். ஓர் எழுத்தாளன் அவனது எதிர்கால எழுத்துக்களைப் பற்றிப் பேசுவதை எப்போதுமே நம்பாதீர்கள்.

சல்மான் ருஷ்டியின் சமீபத்திய சிறுகதை இது. மாமன்னர் அக்பருக்கு ஜோதா பாய் என்ற பெயரில் ஒரு இந்து மனைவி இருந்ததுண்டா என்பது இப்போது விவாதப் பொருளாகியிருக்கிறது. இவ்விவாதம் கிளம்பியதற்கு முக்கிய-அல்லது ஒரே காரணம், ரித்திக் ரோஷன், ஐஸ்வர்யா(ராய்) பச்சன் நடிப்பில் பல கோடி ரூபாய்களை விரயம் செய்து, வெளிவந்துள்ள 'ஜோதா அக்பர்' என்ற ஹிந்தித் திரைப்படம். கே.என். பணிக்கர் போன்ற மதிப்புமிக்க பல வரலாற்றாய்வாளர்களும் அக்பருக்கு ஜோதா என்ற பெயரில் ஒரு மனைவி இருந்ததற்குச் சாட்சியமே காணப்படவில்லை என்கின்றனர். அக்பர் பல இந்துப் பெண்களை மணமுடித்திருக்கிறார். ஆனால் ஜோதா என்ற பெயர் அக்பர்நாமாவில் இல்லை. பிஜேபி, ஆர்.எஸ்.எஸ். அறிஞர்களுக்கு சரித்திர உண்மையில் நாட்டமில்லை. ஒரு இந்துப் பெண்ணை முஸ்லீம் ஒருவர் திருமணம் செய்து கொள்வதுதான் அவர்களால் சகிக்க முடியாதது (ஆனால் ஒரு இந்து ஆண் முஸ்லீம் பெண்ணை மணம் செய்து கொள்ளலாம். பம்பாய் திரைப்படத்திற்கு ஆர்.எஸ்.எஸ்., சிவசேனா ஆசாமிகளிடமிருந்து எதிர்ப்பு வரவில்லை. மும்பை என்று பெயரைத்தான் மாற்றக் கோரினர்)

ஆனால், சல்மான் ருஷ்டியைப் போன்ற ஒரு படைப்பாளிக்கு இத்தகைய மேலோட்டமான அரசியல் துவேஷங்களில் அக்கறை கிடையாது. ஜோதா என்பது ஒரு கற்பிதம். அக்பருக்குத் தனது மனைவிகளில் யாரும் நூறு சதவீதம் பரிபூரணர்கள் இல்லை என்று எண்ணம். கனவுலகவாசியான அவர் அந்தப் பெண்கள் ஒவ்வொருத்தரிடமிருந்தும் அவருக்குகந்த அம்சத்தைத் தேர்ந்தெடுத்து அவற்றை ஒன்றாகப் பொருத்தி ஜோதா என்ற நூறு சதவீதப் பொருத்தமான பெண்ணைக் கற்பனை செய்து கொள்கிறார். முகலாய மன்னர்களில் அக்பர் வித்தியாசமானவர். அவரது முன்னோர்களைப் போல மதவெறி, பிற இனத்தவர் மீது சகிப்பின்மை, கொடுங்கோன்மை ஈவிரக்கமற்ற கொலைவெறி ஆகியவை இல்லாத ஒரு அபூர்வமான அரசர். ஆனால் தனது மதச்சார்பற்ற, மனிதத்துவ எண்ணங்கள் அனைத்தையுமே ஜோதாதான் தனக்கு உணர்த்தியதாக கூறிவந்திருக்கிறார். (ஜோதா பற்றிய கட்டுக் கதைகள் அப்படித்தான் கூறுகின்றன) இத்தகைய மனோரதங்களில் ருஷ்டி ஒவ்வொரு பாத்திரத்திற்குள்ளும் பயணித்து அவர்களின் செயல்களுக்கு உளப்பகுப்பாய்வு செய்திருக்கிறார். அவருக்கே உரித்தான நகைச்சுவைக்கும், கலைத்தன்மைக்கும் பங்கம் வராமல், கற்பனைப் பெண்ணை உருவாக்கிக் கொண்ட, தனக்குள்ளிருக்கும் பன்முக ஆளுமைகளினால் தன்னையே ஒரு எண்கூறான பிரதியாக கருதுகிற, ஒரு பேரரசருக்குள் உள்மன யாத்திரை செய்திருக்கும் ருஷ்டியின் இக்கதை இன்றைய நிகழ்வுகளுக்கு ஒரு புதிய கலைப்பரிமாணத்தை அளிக்கிறது. இச்சிறுகதையை மையமாக வைத்து The Enchantress of Florence என்ற நாவலை ருஷ்டி தற்போது எழுதியிருக்கிறார்.

உலகத்தின் புகலிடம்

சல்மான் ருஷ்டி

மாமன்னர் அக்பரின் புதிய 'வெற்றி நகர'த்தின் மருளவைக்கும் மணற்பாறை மாளிகைகள் அதிகாலைப் பொழுதில் செந்நிறப் புகையால் நிர்மாணிக்கப்பட்டவை போலத் தோற்றமளித்தன. பெரும்பாலான நகரங்கள் ஏறக்குறைய அவை உருவான காலத்திலிருந்தே எப்போதும் சாசுவதம் போன்ற தோற்றத்தை அளிக்க ஆரம்பிக்கின்றன. ஆனால் சிக்ரி எப்போதுமே ஒரு கானல் நீரைப் போலவே காட்சியளிக்கிறது. சூரியன் உச்சிக்கு ஏறியதும் படுக்கைக் கற்களை உஷ்ணம் எழும்ப சம்மட்டிகளால் உடைப்பதும், இன்னபிற கட்டுமான ஒலிகளும் மனிதச் செவிகளைச் செவிடாக்கி, பீதியுற்ற இரலைமான்களைப் போலக் காற்றை நடுங்க வைத்து மனத்தெளிவுக்கும் பிறழ்வுக்கும், கற்பனைக்கும் நிஜத்திற்கும் இடையிலுள்ள எல்லையை பலவீனமாக்கும்.

சக்கரவர்த்தி கூட கற்பனைக்கு ஆட்பட்டிருந்தார். அவரது மாளிகைக்குள் ஆவியுருக்களைப் போல அரசிகள் அங்குமிங்கும் மிதந்து கொண்டிருக்க, ராஜபுத்திரப் பெண்களும் துருக்கிய சுல்தானாக்களும் ஓடிப் பிடித்து விளையாடிக் கொண்டிருந்தனர். இந்த அரசகுலப் பெண்டிரில் ஒருத்தி உண்மையில் இருப்பவளில்லை. தனிமையான சிறுவர்கள் கற்பனையாக நண்பர்களைக் கனவுகண்டு கொள்வதைப்போல அவள் அக்பரால் கனவுகொள்ளப்பட்ட ஒரு கற்பனை மனைவி. உயிரோடு பற்பல துணைவிகள் சுற்றி மிதந்து கொண்டிருந்தாலும் மாமன்னருக்கு அந்த உண்மையான அரசிகள்தான் பொய்த் தோற்றங்களென்றும், இருக்கவே இருக்காத அவர் காதலிதான் உண்மையானவளென்றும் அபிப்ராயம் இருந்தது. அவர் அவளுக்கு ஜோதா என்று பெயரிட்டார். அவரை மறுத்துப் பேச எவருக்கும் தைரியமில்லை. அந்தப்புரத்தின் மறைவுக்குள்ளேயும், அவள் மாளிகையின் பட்டுப் போன்ற தாழ்வாரங்களிலும் ஜோதாவின் ஆதிக்கமும் அதிகாரமும் வளர்ந்தன. மாபெரும் இசைக் கலைஞர் தான்சேன் அவளுக்காகப் பாட்டெழுதினார். பாரசீகர் அப்துஸ் ஸமத் அவள் முகத்தைப் பார்த்தேயிராவிட்டாலும் கனவொன்றின் ஞாபகத்திலிருந்து அவளைத் தானாகவே ஓவியம் தீட்டினார். அவரது ஓவியத்திலிருந்து எழுந்த அழகை மாமன்னர் கண்டபோது "அவளை உயிரோடு அகப்படுத்திவிட்டீர்கள்" என்று கைத்தட்டிப் பாராட்ட அப்துஸ் மைத்திற்கு நிம்மதியாகி, கழுத்திலிருந்த தலை கழன்று விழுகிறார் போலிருந்த பிரமை நின்றது. மாமன்னரின் ஆஸ்தான ஓவியரின் இந்தத் தீர்க்க தரிசனப் படைப்பு காட்சிக்கு வைக்கப்பட்டதற்குப் பின் அரசவையினர் அனைவரும்

ஜோதா என்பவள் உண்மை தானென்று ஏற்றுக்கொண்டனர். அரசவை அறிஞர்களான 'நவரத்தினர்கள்' அவளுடைய இருப்பை மட்டுமன்றி அவள் அழகையும் அவள் அறிவையும் நளினமான அவள் அசைவுகளையும், அவள் குரலின் மென்மையையும் புகழ்ந்துரைத்தனர். அக்பரும் ஜோதாபாயும்! ஆஹா! இதுவன்றோ இந்த யுகத்திற்கான காதற்கதை!

மாமன்னரின் நாற்பதாவது பிறந்த நாளுக்கு ஏதுவாக, சரியான நேரத்தில் அந்நகரம் கடைசியில் கட்டி முடிக்கப்பட்டது. வெப்பம் தகித்தபடி பன்னிரண்டு நீண்ட வருடங்கள் அதற்குப் பிடித்திருந்தாலும் அது பிரயத்தனமேயின்றி ஒவ்வொரு வருடத்திலும் படிப்படியாக ஏதோ மாயவித்தை மூலம் எழுப்பப்பட்டது போன்றதொரு பிம்பம் அக்பரிடம் கொஞ்ச காலத்திற்கு உருவக்கப்பட்டு வந்தது. மாமன்னரின் பொதுப்பணித்துறை அமைச்சர் அப்புதிய தலைநகரில் மாமன்னர் தங்கியிருக்கும் காலங்களில் எந்தவிதமான கட்டுமானப் பணிகளும் மேற் கொள்ளப்பட அனுமதிக்கவில்லை. மாமன்னர் தனது அரண்மனையில் இருக்கும் போது கல்லுடைப்போரின் கருவிகள் ஊமையாகும். மரத்தச்சர்கள் ஆணியடிப்ப தில்லை. வண்ணம் தீட்டுவோர், கட்டிடப்பணியாளர்கள், படுதாத்துணி நெய்வோர், சிற்பிகள் என அனைவரும் பார்வையிலிருந்து மறைந்து போயினர். மெல்லணையில் பொதிக்கப்பட்ட சுகலோகம் போல அது அவருக்குக் காட்டப்பட்டது. சந்தோஷ சப்தங்கள் மட்டுமே கேட்க அனுமதிக்கப்பட்டன. நடன மங்கையரின் கணுக்கால் கொலுசொலிகள் இனிமையாக எதிரொலித்தன, நீரூற்றுகள் கலகலத்தன, மேதை தான்சேனின் மென்மையான சங்கீதம் காற்றில் மிதந்தது. மாமன்னரின் செவிகளில் கவிதை கிசுகிசுக்கப்பட்டது. வியாழக்கிழமைகளில் கூடும் பச்சீஸி முற்றத்தில் அடிமைப் பெண்கள் உயிருள்ள காய்களாக தரையின் சதுரங்கக் கட்டங்களில் நிற்க வைக்கப்பட்டு சோம்பிய கதியில் பச்சீஸி விளையாடப்படும். திரை மூடப்பட்ட மதிய வேளைகளில் வீசும் பங்க்காக்களுக்கடியில் அமைதியான சம்போகத்திற்கு நேரம் ஒதுக்கப்படும்.

மாளிகைகளை மட்டுமே கொண்டிருக்கும் நகரம் எதுவுமில்லை. மரத்தாலும் சேற்றாலும் சாணத்தாலும் செங்கற்களாலும் கட்டப்பட்ட உண்மையான நகரம், அரண்மனைகளைச் சுற்றி நெடிதுயர்ந்த சிவப்புக் கற்களாலான மதிற் சுவருக்குப் பின்னால் குவியற்குவியலாக ஒளிந்திருந்தது. சகதி நகரமான அதன் பிராந்தியங்கள் இனத்தை வைத்தும், தொழிலை வைத்தும் வரையறுக்கப்பட்டிருந்தன. இங்கே யிருப்பது பொற்கொல்லர் வீதி. அங்கே கணப்புகளின் உஷ்ணமும் உளிச்சத்தங் களும் கவிந்த கருமாரர் தெரு, இன்னும் சென்று மூன்றாவது நீர்க்காலைத்தாண்டினால் வளையல்களுக்கும் துணிமணிகளுக்குமான இடம், கிழக்கில் இருப்பது இந்துக் குடியிருப்பு, அதற்கும் அப்பால் நகரத்தின் எல்லைச் சுவர்களையொட்டியபடி பாரசீகர்களின் பகுதி, அதற்கும் அப்பால் துரானிகளுக்கு. அதற்கடுத்து வரும் வெள்ளிக்கிழமை மசூதியின் பிரமாண்டமான வாயிலை யொட்டியுள்ள பகுதிகளில்

இந்திய முஸ்லீம்களின் வீடுகள். புறநகர் பகுதியில் ஆங்காங்கே கனவான்களின் நாட்டுப்புற மாளிகைகளும், தேசம் முழுதும் புகழ்பரப்பியிருந்த ஓவியகலா மண்டபமும், எழுதுகூடமும், இசையரங்கமும், நாட்டியக் கூடமும். சிக்ரியின் தாழ்வான இப்பகுதிகளில் சோம்பலுக்கோ ஓய்வுக்கோ நேரமே இருப்பதில்லை. மாமன்னர் போர்முனையிலிருந்து திரும்பி வந்தவுடன் நிசப்தத்திற்கான கட்டளை அந்தக் களிமண் நகர்ப் பகுதியில் மூச்சடைப்பு போல அமிழ்த்தப்படும். கசாப்புக் கடைகளில் கோழிகள் கழுத்தறுபடுவதற்கு முன் மன்னர் மன்னரின் நிம்மதியைக் குலைத்துவிடக் கூடாதென்பதற்காகஅவற்றின் வாய்களை அடைக்க வேண்டி யிருந்தது. ஒரு மாட்டுவண்டிச் சக்கரம் கீச்சிட்டால் வண்டியோட்டிக்கு கசையடி தரப்பட்டது. அடி தாங்காமல் அவன் சத்தமெழுப்பினால் தண்டனை மேலும் கடுமையாகியது. பிரசவிக்கும் பெண்கள் தம் அலறலை அடக்கிக்கொண்டனர். அங்காடிப்பகுதியின் ஊமைத்தனம் ஒருவித பைத்தியக்காரத்தனம். "மகாராஜா இங்கே இருந்தால் எங்கள் எல்லோருக்கும் பைத்தியம் பிடித்துவிடுகிறது" என்று மக்கள் கூறினாலும் எல்லா இடங்களிலும் ஒற்றர்களும் துரோகிகளும் விரவியிருப்பதால் அவசர அவசரமாக - "சந்தோஷத்தினால்" என்று கூடவே சேர்த்துக்கொண்டனர். சகதி நகரம் அதன் மாமன்னரை நேசித்தது. நேசிப்பதாக வற்புறுத்திக் கூறியது. வார்த்தைகளின்றி வலியுறுத்தியது. வார்த்தைகள் என்பவை தடைசெய்யப்பட்ட சப்தச் சலனங்கள் என்பதால், குஜராத், ராஜஸ்தான், காபூல், காஷ்மீர் படைகளுக்கெதிரான அவரது முடியவே முடியாத (ஆனால் எப்போதுமே வெற்றியில் முடிகிற) படையெடுப்புகளில் ஒன்றிற்குச் சென்றவுடனேயே அந்த நிசப்தச் சிறையின் பூட்டவிழ்க்கப்பட்டு, கொம்பொலிகள் பிளிற, இத்தனை மாதங்களாக ஒத்திவைத்திருந்த எல்லாவற்றையும் அவர்கள் பேசினர். "நான் உன்னைக் காதலிக்கிறேன்", "என் அம்மா காலமாகிவிட்டார்", "நீ செய்த சூப் நன்றாக இருந்தது", "என்னிடம் கடன் வாங்கிய பணத்தைத் தராவிட்டால் உன் முழங்கையை உடைப்பேன்", "என் அன்பே நானும் உன்னைக் காதலிக்கிறேன்" எல்லாமே.

சகதி நகருக்கு அதிருஷ்டமளிப்பதாக ராணுவ விஷயங்கள் அக்பரை அடிக்கடி வெளியில் இட்டுச் சென்றன. உண்மையில் பெரும்பாலான நேரம் அவர் வெளியிலேயேதான் இருந்தார். அவர் இல்லாதபோது எழுந்த ஏழைக்கும்பலின் இரைச்சலும், தளை நீக்கப்பட்ட கட்டுமானப் பணியாளர்களின் அதிரடி சப்தங்களும், புணர்ச்சியில்லாத அரசிகளை தினசரி அயர்வுறச் செய்தன. அரசிகள் நெருக்கமாகப் படுத்துக்கொண்டு முனகினர். அவர்கள் கவனத்தைத் திசை திருப்ப ஒருவருக் கொருவர் என்ன செய்துகொண்டனர், படுதா மறைத்த கூடங்களில் ஒருவரிடம் ஒருவர் கண்டெடுத்த சுவாரஸ்யங்கள் என்னென்ன வென்பதையெல்லாம் இங்கே விவரிக்கப் போவதில்லை. கற்பனை அரசி மட்டுமே பரிசுத்தமானவளாக இருந்தாள். அவர் இல்லத்தில் இருக்கும்போது நிம்மதியாக இருக்க வேண்டுமென்பதற்காக அதீதப் பணிவான அமைச்சர்கள் இம்மக்களுக்கு விதித்திருந்த கட்டுப்பாடுகளைப்

பற்றி அவள்தான் அக்பரிடம் எடுத்துரைத்தாள். இது தெரிந்தவுடனேயே பேரரசர் அந்த உத்தரவை ரத்து செய்து, பொதுப்பணித்துறை அமைச்சரை மாற்றி, ஒரு சாதுவான நபரை அப்பதவியில் அமர்த்திவிட்டு, ஒடுக்கப்பட்டிருந்த அந்த எளியோரின் வீதிகளில் இப்படி உரக்க அறிவிப்பு செய்ய வேண்டுமெனக் கட்டளையிட்டார். "மக்களே உங்களால் முடிந்தளவுக்கு இனி கூச்சலிடலாம், சத்தமெழுப்பலாம்! சப்தம்தான் உயிர். பேரொலிகள் ஒலிப்பது உயிர்மை சிறப்பாக இருப்பதன் அறிகுறி. நிசப்தமாக இருக்க வேண்டிய நேரம் நம்மெல்லோருக்குமே வரும்-நாம் அமைதியாக இறந்து போகும்போது", நகரம் உற்சாக ஆரவாரத்தில் வெடித்தது. அன்றைய தினத்தில்தான் ஒரு புதிய அவதாரத்தை மாமன்னர் பூண்டிருக்கிறார் என்பதும், இனி உலகம் இதுவரை இருந்தது போலிருக்காதென்றும் உணர்ந்து கொண்டனர்.

■

கடைசியில் தேசம் அமைதியாக இருந்தது. ஆனால் அரசரின் ஆன்மா அமைதியாக இல்லை. அரசர் அப்போதுதான் தனது சமீபத்தைய போரிலிருந்து திரும்பியிருந்தார். சூரத்தில் தலைகாட்டிய எதிர்ப்பை நசுக்கச் சென்ற அவரது அணிவகுப்பின் நீண்ட தினங்களின் போதும், போரின் போதும், அவர் மனம் ராணுவ சம்பந்தமான சிக்கல்களில் மட்டுமின்றி தத்துவார்த்த மொழியியற் புதிர்களிலும் போராடிக் கொண்டிருந்தது. பேரரசர் அபுல்-ஃபாத் ஜலாலுதீன் முகமது என்ற மன்னருக் கெல்லாம் மன்னரும், சிறுவயதிலிருந்தே 'மகத்தான' என்ற பொருளுடைய அக்பர் என்றும், பின்னர் அது சொல்லடுக்காக இருந்தாலும் மகத்தானவற்றிலும் மகத்தான, தன் மகத்துவத்தில் மகத்தான பன்மடங்கு மகத்தான மாமன்னர் அக்பர் என்றும், அவரது பட்டத்தின் அடுக்கு மொழியின் மகத்துவத்தில் அவரது வீறார்ந்த வெற்றிகளை வெளிப்படுத்துவது பொருத்தமானது மட்டுமல்ல அவசியமானது மென்றாகி- போர்ப்புழுதி படிந்த, விழுப்புண்கள் நிறைந்த, வெற்றிகரமான, சிந்தனாவாதியான, சீரம் பருமனாகத் தொடங்கிய நிலையிலிருந்த பிரமைகளற்ற முறுக்கிய மீசைகொண்ட கவித்துவமான, பாலியற் பிரியரான முழுமையான மாபெரும் மொகலாயரும், பெரும் அற்புதமாக பெரும் இரட்சகராக மொத்தத்தில் ஒரேயொரு மானுட ஜீவியாக இருக்கக் கொள்ளாத பன்முக ஆளுமையாக, எதிர்ப்படும் அனைத்தையும் மூழ்கடிக்கும் பிரவாகமான அரசரும், உலகங்களை ஆட்கொள்பவரும் பலதலைகள் கொண்ட அரக்கரும், தன்னை எப்போதுமே தன்மைக் கூற்று பன்மையாக அழைத்துக் கொள்பவருமான அவர், மூடப்பட்டிருந்த ஊறுகாய் மண்சாடிகளுக்குள் பிரயாண அதிர்ச்சியில் குலுங்கிக்கொண்டே வந்த போரில் தோற்கடிக்கப்பட்ட எதிரிகளின் தலைகள் சகிதமாக முடிவின்றி நீளும், சோர்வூட்டும் பயணத்தில் தன்மை ஒருமையான 'நான்' என்பதன் தொந்தரவூட்டும் சாத்தியக் கூறுகளைப் பற்றி சிந்திக்கத் தொடங்கினார்.

அக்பராகிய அவர் தனிமையிலோ, கோபத்திலோ அல்லது கனவுகளிலோகூட தன்னை 'நான்' என்று குறிப்பிட்டுக் கொண்டதில்லை. அவர்-வேறு எப்படி அவர் இருக்க முடியும்? - 'யாம்' என்பதாகத்தான் இருந்தார். 'யாம்' என்பதற்கு அவர்தான் விவரணம், அவர்தான் அவதாரம். பன்மையாகப் பிறந்தவர் அவர். அவர் 'யாம்' என்று சொன்னபோது அவரது எல்லா பிரஜைகளின் எல்லா நகரங்களின், நிலங்களின், நதிகளின், மலைகளின், ஏரிகளின் அவரது எல்லைக்குட்பட்டிருந்த எல்லா விலங்குகள், தாவரங்கள், மரங்கள் மட்டுமின்றி தலைக்கு மேலாகப் பறந்து சென்ற பறவைகளின், அந்த நேரத்து அசுரத்தனமான கொசுக்கள், பூமிக்கடியில் வேர்களைச் சுரண்டி மென்று கொண்டு வளைகளுக்குள்ளிருந்த பெயரற்ற ஜீவராசிகள் போன்ற எல்லாவற்றின் அவதாரமாகவே தன்னை இயல்பாகவும் உண்மையாகவும் கருதிக் கொண்டார். அவரது வெற்றிகளின் ஒட்டுமொத்தத் திரட்சியாகவும், அவரை எதிர்த்து தலைகொய்யப்பட்ட அல்லது சமாதானமாக்கப் பட்ட எதிரிகள் அனைவரின் குணங்களாகவும், திறமைகளாகவும், சரித்திரங் களாகவும் ஏன்-அவர்களுடைய ஆன்மாக்களாகவும் கூடத் தன்னைக் காட்டிக் கொண்டது மட்டுமின்றி அவருடைய குடிமக்களின் கடந்த, நிகழ்காலத்தின் சேய்மைத் தொலைவாகவும் எதிர்காலத்தின் எந்திரமாகவும் உருக் கொண்டிருந்தார்.

இந்த 'யாம்' என்பது ஓர் அரசன் என்பதால் வரித்துக்கொண்டது. ஆனால் ஏன் பொதுமக்கள் கூட அவ்வப்போது தம்மைப் பன்மையில் கருதிக்கொள்கின்றனர் என்று நியாயத்தின் பொருட்டும், விவாதத்திற்கான நோக்கத்தின் பொருட்டும் இப்போது தனக்குள் அவர் சிந்திக்கத் தலைப்பட்டார்.

தவறு அவர்கள் மீதா? அல்லது (ஓ துரோகமான எண்ணங்களே) அவர் மீதா? ஒருவேளை சுயத்தை சமூகமாகக் கருதுவதென்பது, உலகின் ஓர் இருப்பில் ஒன்றாக, எந்தவோர் இருப்பாக, அத்தகைய இருப்பான இருப்பாக, மேலும் பிற இருப்புகளுக்கிடையில் தவிர்க்க முடியாத ஓர் இருப்பாக, எல்லா விஷயங்களின் இருப்பிலும் ஒரு பகுதியாக இருப்பதுதானா? ஒருவேளை பன்மைக்கூறு என்பது ஓர் அரசருக்கேயுரித்தான மேதக உரிமையில்லையா? ஒருவேளை அவருக்கேயுரித்தான தெய்வீக உரிமைகூட இல்லையா? மாமன்னரின் கருத்துக்கள் அதிகமும் செறிவும் மெருகும் ஊட்டப்பட்டதாக இருந்தாலும் அவரது பிரஜைகளின் அகவயச் சிந்தனைகளை சந்தேகமின்றிப் பிரதிபலித்தனவென்றும், அதனால் அவர் அரசாண்ட ஆடவரும் பெண்டிரும் தம்மை 'யாம்' என்றே பாவித்துக் கொண்டதாகவும் ஒருவர் மேலும் வாதிடலாம். ஒருவேளை அவர்கள் தம்மோடு அவர்களுடைய குழந்தைகள், அம்மாக்கள், அத்தைகள், முதலாளிகள், சக ஊழியர்கள், உடன்தொழுவோர், உறவினர், நண்பர்கள் அனைவரையும் சேர்த்துப் பன்மை ஆளுமைகளாகத் தம்மை அவதானித்திருக்கலாம். அவர்களும்கூடத் தமது சுயங்களைப் பன்முகமாகவே கண்டனர். ஒரு பகுதி அவர்களுடைய குழந்தைகளுக்குத் தந்தையாக; மற்றொன்று அவர்களுடைய பெற்றோர்களின் மகனாக. அவர்கள் தமது எஜமானர்களுக்கு

முன்னால் இருப்பது போல வீட்டில் தமது மனைவிகளிடம் இருப்பதில்லையென்று அவர்களுக்கே தெரிந்திருந்தது. சுருக்கமாக அவர்கள் அனைவருமே அவரைப் போலவே பன்முக சுயங்களாக, பன்மையில் தெறிப்பவர்களாக இருப்பவர்கள். அப்படியானால் ஆள்பவருக்கும் ஆளப்படுபவர்களுக்கும் இடையே ஆதாரமாக எந்த வித்தியாசமுமே இல்லையா? அவரது முதன்மையான இக்கேள்வி, இப்போது புதியதும் திகைப்பூட்டுவதுமான ஒரு வடிவத்தில் தன்னை உருமாற்றிக்கொண்டது. பன்முக சுயங்களைக் கொண்ட அவரது பிரஜைகள் தம்மைப் பன்மையில் அல்லாது ஒருமையில் கருதுவார்களெனில். அவரும் 'நான்' மட்டும்தானா? வெறும் ஒருமையாக இருப்பது 'நான்' என்றேதான் இருக்குமா? இத்தகையான தனியான 'நான்'கள் உலகத்தின் 'யாம்'களின் நெரிசலுக்கடியில் புதைந்திருக்கின்றனவா? வெண் புரவியில் அச்சமின்றி, தோல்வியே காணாதவராகத் திரும்பி வருகையில் அவரை மருளச்செய்த ஒரு கேள்வியாக அது இருந்தது. அவருக்கு நடுக்கம் கூட ஏற்படத் தொடங்கியது என்பதை ஒப்புக்கொள்ள வேண்டும். இரவில் இந்த எண்ணம் அவர் தலைக்குள் எட்டிப்பார்த்த போது அவரால் எளிதில் தூங்க முடியவில்லை. அவருடைய ஜோதாவைப் பார்க்கும்போது அவர் என்ன கூறுவார்? வெறுமனே "'நான்' வந்துவிட்டேன் என்றாலோ வந்திருப்பது 'நான்' தான்" என்றாலோ பதிலுக்கு அவள் குழந்தைகளுக்கும், காதலர்களுக்கும், கடவுள்களுக்கும் ஒதுக்கப் பட்ட அந்த முன்னிலைப்பதமாக "நீ" என்று கூப்பிட இயலுமா? அதற்கு என்ன அர்த்தமாக இருக்கும்? அவர் அவளுடைய குழந்தையைப் போல அல்லது கடவுள் போல, அல்லது அவர் கனவு கண்டிருந்த காதலன் என்றா? அச்சிறிய 'நீ' என்ற சொல்மொழியின் மிக எழுச்சியான சொல்லாக மாறுமோ? "நான்!" அவர் தன் மூச்சுக்குள் அவ்வார்த்தையை உச்சரித்துப் பார்த்தார். "இதோ நான் வந்துவிட்டேன்", "நான் உன்னைக் காதலிக்கிறேன்" "என்னிடம் வா".

வீடு திரும்பும் வழியில் குறுக்கிட்ட ஒரு ராணுவ அலுவல் அவர் சிந்தனை ஓட்டத்தைக் குலைத்தது. கிளர்ச்சியில் ஈடுபடும் மேலும் ஓர் இளவரசனை ஒடுக்க வேண்டும். கூச் நஹீனின் ராணாவை அடக்க, கத்தியவார் தீபகற்பத்திற்கு அணிவகுப்பு திரும்பியது. ராணா, பெரிய வாயும் அதைவிடப் பெரிய மீசையும் (மன்னரின் மீசை அவ்வளவு சிலாக்கியமாக இல்லையென்பதால் போட்டிக்கு வரும் மீசைகளை அவர் ரசிப்பதில்லை) கொண்ட பண்ணை குடித்தலைவன். சுதந்திரம் பற்றி முட்டாள்தனமாக பேச விரும்புபவன். சுதந்திரம் யாருக்கு? யாரிடமிருந்து? சக்கரவர்த்தி உள்ளுக்குள் பொருமினார். சுதந்திரம் என்பது குழந்தைகளின் கற்பனை. பெண்கள் விளையாடுவதற்கான ஒரு விளையாட்டு.

எந்த மனிதனும் எப்போதும் சுதந்திரமாக இருந்ததில்லை. மௌனமாக அணுகும் பிளேக் நோயைப்போல கிர் காடுகளின் வெண்ணிற மரங்களுக்கிடையே அவரது படை முன்னேறியது. சலசலக்கும் மர உச்சியில் மரணம் அணுகுவதைக் கண்டதும் கூச் நஹீனின் பரிதாபமான கோட்டை எதிர்ப்பு கோபுரங்களைத் தானாகவே

உடைத்துவிட்டு சரணாகதிக் கொடியை ஏற்றி, உயிர்ப்பிச்சை வேண்டியது. தோற்கடிக்கப்பட்ட எதிரியைக் கொல்வதற்கு பதிலாக, அவர்களுடைய புதல்விகளில் ஒருத்தியை மணமுடித்துக்கொண்டு மாமனாருக்கு ஒரு வேலையையும் அளிப்பது மாமன்னரின் வழக்கம். பிணம் ஒன்று அழுகுவதைவிட குடும்பத்தில் ஓர் உறுப்பினர் கூடுவது நல்லது. ஆனால் இம்முறை அவர் கடும் எரிச்சலோடு அந்தத் திமிர் பிடித்த ராணாவின் அழகிய முகத்திலிருந்து மீசையைக் கொத்தாகப் பிடுங்கியெறிந்து தனது சொந்த வாளாலேயே, தன் பாட்டனாரின் பாணியில், அந்த நோஞ்சலான கனவுலகவாசியைக் கோரமான துண்டுகளாக வெட்டி சாய்த்தார். முகாமிற்குத் திரும்பியதும் அவரை விநோதமானதொரு துக்கம் ஆக்கிரமித்து அவர் உடலை நடுங்கச் செய்தது.

ஓர் இளம் பெண் கனவு காண்பதைப் போல, ஒரு கடலோடி நிலப்பரப்பைத் தேடுவதைப் போல மாமன்னரின் அகன்ற கண்கள் சாய்வுற்று அனந்தத்தை வெறித்தன. அவரின் முழுமையான உதடுகள் பெண்பிள்ளைத்தனமாக முன்னால் பிதுக்கிக் கொண்டிருந்தன. இதுபோன்ற பெண்களின் சாயல்கள் இருந்தாலும் அவர் ஒரு கம்பீரமான வாட்டச்சாட்டமான வலுவான ஓர் ஆண்மகன். சிறுவனாக இருந்தபோது ஒரு பெண்புலியை வெறும் கைகளைக் கொண்டே கொன்றிருக்கிறார். அதன்பின் அச்செயல் அவரை அலைகழிக்க, அன்றிலிருந்து மாமிசம் உண்பதையே நிரந்தரமாகக் கைவிட்டு சைவமாக மாறிவிட்டார். ஒரு சைவ முஸ்லீம். அமைதியை மட்டுமே விழையும் ஒரு போர் வீரர். தத்துவவாதி அரசர். சொல் முரணணிகள் தாம். தேசம் கண்ட அதிமகத்தான சக்கரவர்த்தியென்று அழைக்கப்பட்ட அவர் அப்படித்தான் இருந்தார்.

போருக்குப் பிறகான மனச்சோர்வில் மாலைநேரம் வெற்றுப் பிரதேசங்களின் மேல் சரிந்து கொண்டிருந்தது. இடிக்கப்பட்ட கோட்டையின் அடியில் சிந்திய ரத்தம் உறைந்து கொண்டிருக்க ஒரு வானம்பாடி புல்-புல், புல்-புல் என்று பாடிக் கொண்டிருந்தது. அதற்கருகிலிருந்த அவரது பட்டுத்துணி கூடாரத்தில் நீர் கலந்த ஒயினை அருந்தியபடி ரத்தம் படிந்த தன் மரபுவரிசையை எண்ணி அரற்றிக் கொண்டிருந்தார். அவருடைய முன்னோர்கள் சரித்திரத்தின் மகத்தான புருஷர்களாக இருந்தாலும் அந்த ரத்த தாகம் பிடித்தவர்களைப் போன்றிருக்க அவருக்குப் பிடிக்கவில்லை. கொள்ளைக்கார மூதாதையரின் பெயர்களால் அவர் பாரம் சுமந்திருந்தார். மனித ரத்தம் அருவியாக வழியும் அப் பெயர்களின் அடுக்கில் அவர் பெயரும் இடம் பெற்றிருக்கிறது. ஃபெர்கானாவின் போர்வேந்தரான அவர் பாட்டனார் பாபர் இப்புதிய பரிச்சயமில்லாத தேசத்தை வெற்றி கொண்டிருந்தாலும் இந்தியாவை எப்போதுமே இகழ்ச்சியாகப் பேசி வந்தவர். இந்த நாட்டில் ஏராளமான செல்வங்கள், ஏராளமான கடவுள்கள் என்பார். போர் இயந்திரமாக இருந்தாலும் எதிர்பாரா வகையில் சங்கீத வார்த்தைத் திறமையும் கொண்டிருந்தவர். பாபருக்கு முன்னாலிருந்த டிரான்ஸோக்கியானா, மங்கோலியா இளவரசர்கள், அமானுஷ்ய

பலம் கொண்ட தெமூஜின்-கெங்கிஸ், சாங்கிஸ், ஜெங்கிஸ் அல்லது சிங்கிஸ்கான் - அவர்களால்தான் அக்பராகிய அவரும் 'முகலாயர்' என்ற பெயரை ஒப்புக்கொள்ள வேண்டியிருந்தது. 'மங்கோல்' என்று அவர் இருந்திருக்க முடியாது. அப்படி அவரும் உணர்ந்ததில்லை. அவர் உணர்ந்தது ... ஹிந்துஸ்தானி என்று. அவரது சைனியம் பொன்னிறமாகவோ, நீலமாகவோ, வெண்ணிறமாகவோ இருந்ததில்லை. சைனியம் என்ற அவ்வார்த்தையே அவரது மெல்லிய செவிகளில் அகோரமாக, கீழ்மையாக, கரடுமுரடாக விழுந்தது. அவர் சைனியங்களை விரும்பவில்லை. அவரிடம் தோற்ற எதிரிகளின் கண்களில் உருக்கிய வெள்ளியை ஊற்றவோ, அவர் உணவருந்திக் கொண்டிருக்கும் மேடைக்குக் கீழேயே அவர்களை நசுக்கிக் கொல்லவோ அவர் விரும்பியதில்லை. அவர் போர்களில் சலிப்புற்றிருந்தார்.

அவருடைய இளம்பிராயத்து ஆசிரியர், ஒரு பாரசீக மிர் அவரிடம் கூறியதை நினைவு கூர்ந்தார். ஒரு மனிதன் தன்னளவில் அமைதியுற்றிருப்பவனாக இருக்க வேண்டுமானால் மற்ற அனைவரோடும் அவன் அமைதி காத்திருக்க வேண்டும். ஸுல்-இ-குல். முழுமையான அமைதி. அத்தகைய அறிவுரை எந்தவொரு கானுக்கும் புரியாது. அவருக்கு வேண்டியது கானேத் என்ற ஒரு பிராந்தியம் அல்ல. அவருக்கு வேண்டியது ஒரு நாடு.

கூச் நஹீனின் ராணா கறுப்பான மெலிந்த இளைஞன். மீசை பிடுங்கப்பட்ட முகத்தில் ரத்தம் வழிந்தபடி அக்பரின் காலடியில் மண்டியிடப்பட்டு இறுதி அடிக்காகக் காத்திருந்தான். "வரலாறு திரும்புகிறது" என்றான். "உன் பாட்டனார் என் பாட்டனாரை எழுபது வருடங்களுக்கு முன் கொன்றார்,"

"எமது பாட்டனார்!" என்று இகழ்ச்சியாக ஆரம்பித்தார் மாமன்னர், அவரது வழக்கமான அரசகுலப் பன்மையைப் பயன்படுத்தியபடி. ஒருமையைப் பயன் படுத்தும் பரிசோதனைக்கு உகந்ததல்ல இந்த நேரம். மேலும் அதைக்கேட்கும் கௌரவம் இந்த இழி மகனுக்குக் கிடைக்க வேண்டியதில்லை. "அவர் ஒரு கவிஞரின் நாவைக் கொண்ட ஒரு காட்டுமிராண்டி. ஆனால் யாம் ஒரு காட்டுமிராண்டியின் வரலாற்றையும், ஒரு காட்டுமிராண்டியின் போர்த்திறனையும் கொண்டிருக்கும் ஒரு கவிஞன். எனவே வரலாறு என்பது திரும்புவதில்லை, முன்னேறுகிறது என்பதும் மனிதன் மாற்றங்களைக் கொண்டு வரும் வல்லமை படைத்தவன் என்பதும் நிரூபணமாகியிருக்கிறது."

"ஒரு கொலைகாரன் உதிர்ப்பதற்கு விநோதமான கருத்துதான் இது" என்றான் இளைஞனான ராணா மென்மையாக. "ஆனால் மரணத்தோடு விவாதம் செய்வது பயனற்றது."

"உன் நேரம் நெருங்கிவிட்டது" மாமன்னர் இசைவாகக் கூறினார். "அதனால் நீ போவதற்கு முன் எம்மிடம் சத்தியமாகக் கூறு.மரணவாயிலைக் கடந்த பின்பு எந்த வகையான சொர்க்கத்திற்குச் செல்ல விரும்புகிறாய்?"

ராணா தன் சிதைந்த முகத்தை உயர்த்தி மாமன்னரின் கண்களுக்குள் பார்த்தான். “சொர்க்கத்தில் ‘வழிபாடு’ ‘விவாதம்’ என்ற வார்த்தைகள் எல்லாம் ஒரே அர்த்தத்தைக் குறிப்பவை” அவன் பிரசங்கித்தான். “இறைவன் ஒரு கொடுங்கோலனல்லன். கடவுளின் இல்லத்தில் எல்லா குரல்களும் அவை தேர்ந்தெடுப்பதைப் பேச சுதந்திரம் கொண்டிருப்பவை. அவர்களின் பக்திக்கு அதுதான் வடிவம்.” அவன் ஓர் எரிச்சலூட்டும், உன்னை-விட-நான்-புனிதமானவன்-ரக இளைஞன், அதில் சந்தேகமில்லை. ஆனால் அவரது கோபத்தை மீறி அக்பர் ஆடிப்போய் விட்டார். “அத்தகு புகழ் பாடும் இல்லத்தை இங்கே, இந்தப் பூமியிலேயே யாம் கட்டுவோம் என்று உனக்கு யாம் வாக்களிக்கின்றோம்” மாமன்னர் முழங்கினார். பின் “அல்லாஹு அக்பர்” - (‘இறைவன் மிகப் பெரியவன்’ அல்லது ‘அக்பர் என்பவர் கடவுள்’) என்று உரக்கக் கூவியபடி அந்தத் தற்பெருமை கொண்ட அற்பக் கயவனின் துடுக்குத்தனமான, அவருக்கே போதனை செய்கிற - அதனால் உடனடியாகப் பயனற்றுப் போய்விட்ட - தலையை வெட்டித் துண்டாக்கினார்.

ராணாவைக் கொன்றபிறகு பலமணி நேரங்களுக்கு மாமன்னரை அவருக்குப் பரிச்சயமான தனிமையின் பிசாசு பிடித்திருந்தது. யாராவது அவருக்குச் சமமாக அவரிடம் பேசிவிட்டால் அவருக்கு வெறியேறிவிடுகிறது. இது ஒரு குறைதான், அவருக்குத் தெரிகிறது. கோபம் கொண்ட அரசன் தவறிழைத்த கடவுளைப் போல. இங்கே அவரிடம் மற்றொரு முரண்பாடு. அவர் வெறும் காட்டுமிராண்டி தத்துவவாதியும், கொலைகாரப் புலம்பல் பேர்வழியும் மட்டுமல்ல, அடிமைப் பணிவுக்கும் முகஸ்துதிக்கும் மயங்கும் ஒரு தற்புகழ்ச்சியாளரும்கூட, என்றபோதிலும் மற்றோர் உலகத்திற்காக, அவருக்குச் சமமான மனிதனைக் காணக்கூடிய ஓர் உலகத்திற்காக ஏங்கிக் கொண்டிருந்தார். அந்த மனிதனை அவருடைய சகோதரனைப் போல அவரால் எதிர்கொள்ள முடியும், சுதந்திரமாக அளவளாவ, கற்பிக்க, கற்றுக்கொள்ள, சந்தோஷம் வழங்க, பெற்றுக்கொள்ள முடியும். போர் வெற்றியின் குரூரக் களிப்பைக் கைவிட்டு இதமான, ஆனால் சிரமமிக்க அறிவுத்தேடலின் சந்தோஷங்களை நாடலாம். அத்தகையதோர் உலகம் இருக்கிறதா? எந்தச் சாலையில் சென்றால் அங்கு அடையலாம்? அப்படிப்பட்ட ஒரு மனிதன் , உலகில் எங்காவது இருக்கிறானா, அல்லது அவனைத்தான் அவர் அப்போது கொன்றிருக்கிறாரா? அந்த மீசைக்கார ராணா மட்டும்தான் இவ்வுலகில் ஒரே ஒருத்தனாக இருந்திருந்தால்?அவரால் நேசித்திருக்கக்கூடிய ஒரே மனிதனைத் தான் அவர் வெட்டிச்சாய்த்திருக்கிறாரா? மாமன்னரின் கண்கள் மதுவருந்திய கண்ணீருடன் கலங்கியிருக்க அவரது சிந்தனைகள் போதையில் உணர்ச்சி வசப்பட்டன. அவர் ஆகவிரும்பிய மனிதனாக அவர் எப்படி ஆவது? மகத்தான மாமன்னர் அக்பர்? எப்படி?

பேச்சுத் துணைக்கு அங்கே யாருமில்லை. அமைதியாக மதுவருந்துவதற்காக அவருடைய முழுச் செவிட்டுச் சேவகன் பக்தி ராமை கூடாரத்தை விட்டு வெளியேற்றிவிட்டிருந்தார். தன் எஜமானரின் புலம்பல்களைக் காதில் கேட்க முடியாமல் ஓர் அணுக்க ஊழியன் இருப்பது ஒரு வரம். ஆனால் பக்திராம் இப்போது அவரது உதடுகளின் அசைவைப் படிக்கக் கற்றுக் கொண்டிருக்கிறான். இது அவனது மதிப்பைக் கொஞ்சம் குறைத்து எல்லோரையும் போல அவனையும் ஓர் ஒட்டுக் கேட்பவனாக்கியிருக்கிறது. அரசருக்குப் பைத்தியம் பிடித்துவிட்டது. அவர்கள் கூறினர், எல்லோருமே கூறினர். அவருடைய படைவீரர்கள், அவருடைய ஆட்கள், அவருடைய மனைவிகள். பக்திராம் கூட ஒருவேளை அப்படியே சொல்லி யிருக்கலாம். பிரமாண்டமான உருவமும் பெரும் பலமும் கொண்டிருந்த அம்மாவீரனின் முகத்திற்கு நேராக அவர்கள் பேசவில்லை. பண்டைய கதைகளில் வருவதைப் போன்ற ஒரு நாயகன், மன்னருக்கெல்லாம் மன்னர். அத்தகைய ஒருவர் கொஞ்சம் கிறுக்குத்தனமாக இருக்க விரும்பினால் அதை விவாதிக்க அவர்கள் யார்? அரசர் உண்மையில் பைத்தியம் அல்ல. இருப்பு குறித்து அரசருக்குத் திருப்தியில்லை. அவர் அடைய முயன்று கொண்டிருந்தார்.

நல்லது, இறந்துபோன கத்தியவாரி இளைஞனுக்களித்த வாக்குறுதியை அவர் நிறைவேற்றுவார். அவரது ஜெயங்கொண்ட நகரின் மையத்தில் ஒரு வழிபாட்டு இல்லத்தை எழுப்புவார். அது விவாதங்களுக்கு இடமளிக்கும் ஆலயமாக இருக்கும். அங்கே எவர் வேண்டுமானாலும், யாரிடமும் எதைப் பற்றியும் பேசலாம். கடவுள் இல்லை என்பதிலிருந்து மன்னராட்சியை ஒழிக்க வேண்டும் என்பது உட்பட. பணிவு என்பதை அவ்வில்லத்திற்கு அவரே வந்து கற்பிப்பார். இல்லை, இப்போது அவரே அவருக்கு நியாயமாக இல்லை. கற்பிப்பது அல்ல. பதிலாக தன்னையே அவர் நினைவு கூர்ந்து கொண்டு அவர் இதயத்தின் ஆழத்தில் புதைந்திருக்கும் பணிவை மீட்டெடுப்பார். இந்தப் பணிவு மிக்க அக்பரே அவரது மிகச் சிறந்த சுயமாக இருக்கும். தலைமறைவாகக் கழித்த அவரது குழந்தைப் பருவத்தின் சந்தர்ப்பங்கள் உருவாக்கிய எளிமை, இப்போது ஆடம்பர ராஜ உடைகள் தரித்திருந்தாலும் இன்னமும் உயிருடன் இருக்கிறது. இந்தச் சுயம் வெற்றியில் பிறந்ததல்ல, தோல்வியில் பிறந்தது. இந்நாட்களில் எல்லாமே வெற்றி முகங்களாக இருக்கின்றன, ஆனால் மாமன்னருக்குத் தோல்வியைப் பற்றி அனைத்தும் தெரியும். தோல்வி என்பது அவருடைய தந்தை. அதன் பெயர் ஹுமாயுன்.

அப்பாவைப் பற்றி நினைப்பது அவருக்குப் பிடிக்கவில்லை. அவர் அப்பா அளவிற்கதிகமாக ஓப்பியம் புகைத்து தன் சாம்ராஜ்யத்தை இழந்து, பாரசீக அரசர் தனக்குப் படைவீரர்கள் தந்து உதவுவார் என்பதற்காக ஷியாவிற்கு மாறிவிட்டதாக நடித்த பிறகே அதைத் திரும்பப் பெற்று (கோஹினூர் வைரத்தை சரண் செய்துவிட்டு) அதன் பின் தனது அரியாசனத்தை மீட்டெடுத்தவுடனேயே நூலகப் படிக்கட்டு களிலிருந்து கீழே விழுந்து இறந்துபோனவர். அக்பருக்கு அவர் அப்பாவைத்

தெரியாது. சௌஸாவில் ஹூமாயுன் தோற்கடிக்கப்பட்ட பின் அப்போதுதான் சிந்துவில் பிறந்திருந்த - அக்பர் அப்போது பதினான்கு மாதக் குழந்தை - அக்பரைத் துறந்துவிட்டு பாரசீகத்திற்குத் தப்பியோடியவர்தான் அவர். அவருடைய அப்பாவின் சகோதரரும் எதிரியுமான காந்தஹார் சித்தப்பா அஸ்காரியால் அக்பர் வளர்க்கப்பட்டார். சித்தப்பா அஸ்காரியே ஒரு முரட்டுப் பேர்வழி. அக்பருக்கு அருகில் கொஞ்சநேரம் இருந்திருந்தால் அவரையே கொன்றிருப்பார். அது தெரிந்துதான் அவருடைய மனைவி அவர் அக்பரை நெருங்கவிடாமல் பார்த்துக் கொண்டிருந்தாள்.

அவருடைய சித்தியின் தயவால் அக்பர் பிழைத்தார். காந்தஹாரில் அவருக்கு ஆபத்திலிருந்து தப்பிக்கவும், சண்டையிடவும், கொல்லவும், வேட்டையாடவும் கற்றுத்தரப்பட்டது. சொல்லித்தராமலும் பலவற்றை அவர் கற்றுக்கொண்டார். எப்படித் தன்னைத் தானே கவனித்துக் கொள்வது, எப்படி நாவை அடக்கி தப்பான விஷயங்களை - தன்னை சாகடித்துவிடக் கூடிய விஷயங்களைப் பேசாதிருப்பது. தோற்றவர்களின் மேன்மையைப் பற்றி, தோற்றதைப்பற்றி, தோல்வியை ஏற்றுக்கொள்வதில் அது எப்படி ஆன்மாவைச் சுத்தமாக்குகிறது என்பதைப் பற்றி, விரும்புவதன் மேல் மிக இறுக்கமான பிடிப்பை ஏற்படுத்திக்கொண்டு அதன் வலையில் சிக்காதிருப்பதைப் பற்றி, பொதுவாகப் பற்றற்று இருப்பதைப்பற்றி, குறிப்பாக தந்தையின்மை, தந்தைகளின் இன்மை, தந்தையற்றிருப்பவர் களின் இன்மை. அதிகமானவருக்கெதிரில் குறைவானவர்களுக்கிருக்கும் மிகச்சிறந்த சுற்றயல் பார்வை. குறைவுத் தன்மைகளின் பல பாடங்கள். குறைவதிலிருந்து வளர்வது துவங்கக்கூடும்.

யாருமே கற்றுத்தராத விஷயங்களும் இருந்தன. எப்போதுமே அவரால் கற்றுக்கொள்ள முடியாத விஷயங்கள் . "யாம், இந்தியாவின் சக்கரவர்த்தி, பக்திராம் ஜெயின். ஆனால் எம்முடைய சொந்தப் பெயரைக்கூட எம்மால் எழுத முடியவில்லை!" விடியற்காலை அவர் மேனியலம்பிக் கொண்டிருக்கையில் உதவிக் கொண்டிருந்த அவ்வயதான அணுக்க ஊழியனிடம் அவர் இரைந்தார்.

"ஆமாம், ஓ ஆசீர்வதிக்கப்பட்ட ஜீவன் அவர்களே, எண்ணிறைந்த மனைவிகட்குக் கணவரே, உலகின் சக்கரவர்த்தியே, பூமியை அரவணைத்திருப்பவரே!" என்றான் பக்தி ராம் ஜெயின், துவாலை ஒன்றை அவரிடம் நீட்டியபடி. அரசரை வரவேற்று வாழ்த்தும் இத்தருணம், சாம்ராஜ்ய முகஸ்துதிக்குமான தருணமாகும். பத்திராம் ஜெயின் சாம்ராஜ்யத்தின் முதல் நிலை முகஸ்துதியாளன் என்ற பட்டத்தைப் பெருமிதத்தோடு சுமந்திருந்தான். பழங்கால முகமன் பாணியில் அலங்காரப் புகழ்ச்சியில் விற்பன்னன். மனம்போன போக்கில் சரளமாகப் புகழ்மாலை சூத்திரங்களை மனப்பாடமாக ஒப்பிக்கும் ஞாபக சக்தியும், திரும்பத் திரும்பக் கூறவேண்டிய அத்தியாவசிய அடைமொழிகளைத் துல்லியமாகப் பொருத்தமான

வரிசையில் முகமன் கூறும் திறனும் அவனுக்கு இருக்க வேண்டும். பக்திராம் ஜெயினின் ஞாபக சக்தி பிறழாதது. மணிக்கணக்காக முகமன் கூறுவான்.

பாத்திரத்திலிருந்து வெதுவெதுப்பான நீரில் மாமன்னரின் முகம் ஊழித்தீர்ப்புக்குக் குறி சொல்வது போன்ற முகச்சுளிப்புடன் பிரதிபலித்தது. "யாம் மன்னர்களுக் கெல்லாம் மன்னராகத் திகழ்கிறோம். பக்திராம் ஜெயின், ஆனால் எமது சட்டதிட்டங்களைக்கூட எம்மால் படிக்க இயலவில்லை. இதற்கு என்ன கூறுகிறாய்?"

"ஆமாம், ஓ நியாயமானவர்களுக்கெல்லாம் நியாயவானே, எண்ணிறைந்த புதல்வர்களுக்குத் தந்தையே, எண்ணிறைந்த மனைவிகட்குக் கணவரே, உலகின் சக்கரவர்த்தியே, பூமியை அரவணைத்திருப்பவரே, அனைவரையும் ஒருங்கிணைத்து அனைத்தையும் ஆள்பவரே," என்றான் பக்திராம், தன் நியமங்களுக்குத் தகவமைத்துக் கொண்டபடி.

"எம்மை இறுமாந்த சுடரொளியென்றும், இந்தியாவின் நட்சத்திரமென்றும், வெற்றியின் சூரியனென்றும் கூறுகின்றனர்" என்று ஆரம்பித்தார் மாமன்னர். அவருக்கும் முகஸ்துதி அடைமொழிகள் ஒன்றிரண்டு தெரியும். "இருந்தும் ஆண்கள், குழந்தைகளை உண்டாக்கப் பெண்களையும், வளர்ந்த மனிதனாக்க சிறுவர்களையும் புணர்கின்ற ஒரு நரகல் குழு நகரத்தில் முதுகிற்குப் பின்னாலிருந்து தாக்குபவர்களிடமிருந்தும், எதிரே நின்று போரிடுபவர்களிடமிருந்தும் கவனமாக இருக்கும்படியாகத்தான் யாம் வளர்க்கப்பட்டோம்."

"ஆமாம், ஓ பிரகாசிக்கும் ஜோதியே, எண்ணிறைந்த புதல்வர்களுக்குத் தந்தையே, எண்ணிறைந்த மனைவிகட்குக் கணவரே, உலகின் சக்கரவர்த்தியே, பூமியை அரவணைத்திருப்பவரே, அனைவரையும் ஒருங்கிணைத்து அனைத்தையும் ஆள்பவரே, இறுமாந்த சுடரொளியே, இந்தியாவின் நட்சத்திரமே, வெற்றியின் சூரியனே" என்றான் பக்திராம் ஜெயின். செவிடனாக இருந்தாலும் சாடையாகக் கோடி காண்பிப்பதை எப்படிக் கவர்ந்து கொள்வது என்று அவனுக்குத் தெரியும்.

"இப்படித்தான் ஒரு மன்னனை வளர்க்கவேண்டுமா பக்திராம் ஜெயின்?" கோபத்தில் தண்ணீர்ப் பாத்திரத்தை எற்றியபடி மாமன்னர் உறுமினார். "தற்குறியாக, கழுதை மேய்ப்பவனாக, நாகரிகமற்றவனாக-இப்படித்தான் ஓர் இளவரசன் இருக்க வேண்டுமா?"

"ஆமாம். ஓ ஞானவான்களுக்கெல்லாம் ஞானவானே, எண்ணிறைந்த புதல்வர் களுக்குத் தந்தையே, எண்ணிறைந்த மனைவிகட்குக் கணவரே, உலகின் சக்கரவர்த்தியே, பூமியை அரவணைத்திருப்பவரே, அனைவரையும் ஒருங்கிணைத்து அனைத்தையும் ஆள்பவரே, இறுமாந்த சுடரொளியே, இந்தியாவின் நட்சத்திரமே, வெற்றியின் சூரியனே, மானுட ஆன்மாக்களின் நாயகரே, உமது குடிமக்களின் தலைவிதியை எழுதுபவரே" என்றான் பக்திராம் ஜெயின்.

“எமது உதடுகளிலிருந்து வரும் வார்த்தைகளை கிரகிக்க முடியாதவன் போல நடிக்கிறாய் நீ!” மாமன்னர் இரைந்தார்.

“ஆமாம், ஓ மெய்ஞானிகளைக் காட்டிலும் தீர்க்க தரிசனம் கொண்டவரே, எண்ணிறைந்த புதல்வர்களுக்கு-”

“நீ ஒரு வெள்ளாடு. உன் கழுத்தை வெட்டி உன் மாமிசத்தை மதிய உணவிற்கு யாம் கொள்ள வேண்டும்.”

“ஆமாம், ஓ கடவுளரையும் விட கருணைமிக்கவரே, எண்ணிறைந்த-”

“உன் அம்மா ஒரு பன்றியோடு புணர்ந்து உன்னை பெற்றெடுத்திருக்கிறாள்.”

“ஆமாம், ஓ தெளிந்த அறிவு கொண்டோருக்கெல்லாம் தெளிந்த அறிவு கொண்டோரே எ-”

“சரி போகட்டும் விடு” என்றார் மாமன்னர். “இப்போது எமக்குக் கொஞ்சம் பரவாயில்லை. போய்த்தொலை. பிழைத்துப்போ.”

■

செந்நிற மாளிகைகளின் சன்னல்களிலிருந்து பிரகாசமான பட்டுத் திரைகள் படுதாக்களைப் போல பறந்து கொண்டிருக்க, சிக்ரி வெயில் உஷ்ணத்தில் கஞ்சா அருந்தினால் தெரிவது போல மினுக்கிக் கொண்டிருந்தது. இறுதியாக அதன் மிடுக்கு நடை மயில்களோடும் நடன மங்கைகளோடும் அது ஒரு வாழ்நகரமாகிவிட்டது. போரால் சீரழிந்த உலகம் ஒரு கசப்பான நிஜம் என்றால், சிக்ரி ஒரு அழகான மாயை. புகைப்பவர் புகைக் குழலிடம் வருவது போல் மாமன்னர் இல்லம் திரும்பினார். அவர்தான் மாந்திரீகர். இந்த இடத்தில் ஒரு புதிய உலகை, மத, பிராந்திய, சாதிய வரையறைகளைத் தாண்டிய உலகை அவர் சிருஷ்டிப்பார். உலகத்தின் மிக அழகான பெண்களெல்லாம் இங்குதான் அவருடைய மனைவிகளாக இருந்தனர். நாட்டிலிருந்த அபாரமான திறமைசாலிகள் அனைவரும் இங்குதான் குழுமியிருந்தனர். அவர்களில் நவரத்தினர்கள் என்று புகழ் பெற்றிருந்த ஒன்பது மாபெரும் அறிவாளிகள் அமைச்சரவை சகாக்களாக இருந்தனர். அவர்களின்றி அவரால் எதையும் சாதிகக் இயலாது. அந்த ஒன்பது மேதைகளின் மேதைகளில் மிகச் சிறந்த மேதையாக இருந்தவர் பீர்பால். அவரது முதல் மந்திரி. முதல் நண்பர்.

முதல் மந்திரியும் அக்காலத்தின் மகத்தான அறிவாளருமாகிய பீர்பால், ஆனைத்தந்த கோபுரம் கொண்ட ஹிரான் மினாரில் மாமன்னருக்கு எதிர் வந்து முகமன் கூறினார். மாமன்னரின் குறும்புத்தனம் அசைந்தெழுந்தது. குதிரையிலிருந்து இறங்கியபடியே மாமன்னர், “பீர்பால், எமது கேள்வி ஒன்றிற்குப் பதிலுரைப்பாயா? யாம் வெகுகாலமாக இதைக் கேட்பதற்குக் காத்திருக்கிறோம்.” நுண்ணறிவுக்கும்

நகைச்சுவைக்கும் பெயர் பெற்றிருந்த முதல் மந்திரி பணிவுடன் தலை வணங்கினார். “தங்கள் சித்தப்படியே, ஜஹான் பனா, உலகத்தின் புகலிடமே !”என்றார். “நல்லது, அப்படியானால் எது முதலில் வந்தது, கோழியா முட்டையா?” என்றார் அக்பர். பீர்பால் உடனே பதிலளித்தார். “கோழி” அக்பருக்குத் தூக்கிவாரிப்போட்டது. “எப்படி அவ்வளவு உறுதியாகக் கூறுகிறாய்?” என்றார். “ஹுஸூர் நான் ஒரேயொரு கேள்விக்கு மட்டும்தான் பதிலளிப்பதாய் வாக்களித்தேன்.”

முதல் மந்திரியும் பேரரசரும் நகரின் கொத்தளத்தின் மீது நின்றபடி வட்டமடித்துப் பறந்து கொண்டிருந்த காகங்களைப் பார்த்துக்கொண்டிருந்தனர். “பீர்பால், எமது ராஜ்ஜியத்தில் எவ்வளவு காகங்கள் இருப்பதாகக் கருதுகிறாய்?” என்றார் அக்பர். “ஜஹான்பானா, சரியாக ஒன்பது இலட்சத்து, தொண்ணூற்றொண்பதாயிரத்து, தொள்ளாயிரத்து தொண்ணூற்று ஒன்பது” அக்பர் திகைத்தார். “ஒருவேளை நாம் அவற்றை எண்ணத் தொடங்கி, அதைவிட அதிகமாக இருந்தால்?” “அப்படியானால் பக்கத்து ராஜ்ஜியத்திலிருந்து அவற்றின் நண்பர்களைச் சந்திக்க வந்திருக்கலாம் என்று பொருள்.” பீர்பால் பதிலளித்தார். “சரி அதைவிடக் குறைவாக இருந்தால்?” “நமது பறவைகளில் சில வெளியுலகைக்காண அயல்நாடு சென்றிருக்கலாம்.”

அக்பரின் அரண்மனையில் மேற்கே தொலைதூர தேசத்திலிருந்து வந்த ஒரு மாபெரும் பன்மொழியறிஞர் காத்திருந்தார். ஒரு ஜெசூவிட் பாதிரியான அவர் டஜன் கணக்கான மொழிகளில் சரளமாக உரையாடவும் வாதிடவும் செய்தார். அவர் மாமன்னரிடம் தனது தாய்மொழி எதுவென்று கண்டுபிடிக்க முடியுமாவென்று சவால் விடுத்தார். பேரரசர் குழப்பத்தில் ஆழ்ந்திருக்க, அவருடைய அந்த முதல்மந்திரி அந்தப் பாதிரியைச் சுற்றி நிதானமாக வட்டமிட்டார். திடீரென அவரது முதுகில் பலமாக எட்டி உதைத்தார். திடுக்கிட்ட அப்பாதிரி சரம்சரமாக வசைமாரி பொழியத் தொடங்கினார். போர்ச்சுக்கீஸில் அல்ல, இத்தாலியத்தில். “கவனியுங்கள் ஜஹான் பானா, கெட்டவார்த்தைகளைப் பேச வேண்டுமானால் ஒருவன் எப்போதுமே தன் தாய்மொழியைத்தான் தேர்ந்தெடுப்பான்” என்றார் பீர்பால்.

“நீ ஒரு நாத்திகனாக இருந்தாயானால், இவ்வுலகின் மகத்தான மதங்களைச் சேர்ந்த உண்மையான ஆத்திகர்களிடம் என்ன சொல்வாய்?” எனத் தன் முதல்மந்திரியைப் பேரரசர் சோதித்தார். பீர்பால் திரிவிக்ராம்பூரைச் சேர்ந்த ஓர் ஆசாரமான பிராமணர்.ஆனால் அவர் தயங்காமல் பதிலிறுத்தார். “என் அபிப்பிராயத்தில் அவர்கள் எல்லோருமே நாத்திகர்கள்தாம் என்பேன். என்ன, அவர்களெல்லாரையும் விட ஒரு கடவுள் குறைச்சலாக நான் நம்புகிறேன். அவ்வளவுதான்.” “எப்படிக் கூறுகிறாய்?” என்றார் பேரரசர். “உண்மையான ஆத்திகர்கள் அனைவருமே அவர்களுடைய கடவுளைத் தவிர மற்றெல்லாக் கடவுள்களையும் நம்பாமல்தான் இருக்கின்றனர். எனவே அவர்களெல்லோரும் சேர்ந்து, நான் எந்தக் கடவுளையுமே நம்பாதிருப்பதற்கு எல்லாக் காரணங்களையும் எனக்குத் தருகின்றனர்தானே?”

கனவுப்பிரதேசம் என்றழைக்கப்பட்ட குவாப்காஹ்-வில், சக்கரவர்த்தியின் தனிப்பட்ட நீச்சல் குளமான அனூப் தலோவ்வின் முன்பு முதன்மந்திரியும் பேரரசரும் அதன் நிர்ச்சலமான நீர்ப் பரப்பைப் பார்த்தபடி நின்றிருந்தனர். அந்தக் குளம் உலகிலேயே மிகச் சிறந்த குளமென்றும், சாம்ராஜ்ஜியத்திற்கு எந்தவொரு சிக்கல் ஏற்பட்டாலும் அதன் நீரிலிருந்து எச்சரிக்கை எழுப்பும் என்றும் நம்பப்பட்டது. “பீர்பால்” என்றழைத்தார் அக்பர். “எமது நேசிப்பிற்குகந்த மகாராணியின் துரதிருஷ்டம் அவர் கண்ணிற்கு புலப்படாததாக இருப்பது. மற்றெல்லாரையும் விட அதிகமாக அவளை யாம் நேசித்த போதிலும், மற்றெல்லாரையும்விட அவளை யாம் போற்றியபோதிலும், நாம் பறிகொடுத்துவிட்ட கோஹினூரைவிட அதிகமாக அவளை மதித்தபோதிலும், அவளை எம்மால் ஆறுதல்படுத்த முடியாதிருக்கிறது. உங்களுடைய அவலட்சணமான மிகவும் அசிங்கமான குணநலன்களைக் கொண்ட மனைவிகளுக்கெல்லாம் கூட ரத்தமும் சதையும் இருக்கிறது. கடைசியில் இந்த விஷயத்தில் அவர்களோடு என்னால் போட்டியிட முடியவில்லை என்று வருந்துகிறாள்.”

முதல் மந்திரி பேரரசருக்கு அறிவுரைத்தார். “ஜஹான்பானா, எல்லாம் முடிந்தபிறகு பிரத்தியட்சமாக எல்லோருக்கும் தெரியப்போவது அவளும் அவளது வெற்றிகளும் தானென்று அவளிடம் நீங்கள் கூறவேண்டும். இறுதியாக சரித்திரத்தில் அவளைத் தவிர வேறெந்த அரசியும் எஞ்சியிருக்கப் போவதில்லை. தன் வாழ்நாள் முழுக்க தங்களின் காதலில் திளைத்திருந்ததால் அவளது புகழ் இனிவரும் காலமெங்கும் எதிரொலித்திருக்கப் போகிறது. எனவே யதார்த்தத்தில் அப்படி ஒருத்தி வாழ்ந்திருக்க வேயில்லையென்பது உண்மையாக இருந்தாலும் அவள் மட்டும்தான் வாழ்ந்து வருகிறாள் என்பதும் உண்மையாக இருக்கிறது. அவள் இல்லையென்றால், அங்கே அந்த உயர்ந்திருக்கும் சன்னல்களுக்குப் பின்னால் உங்கள் வருகைக்காகக் காத்திருக்கப் போவது யாருமேயில்லை.”

■

ஜோதாவின் சகோதரிகளான அக்பரின் அசல் மனைவிகள் அவள் மீது வன்மம் கொண்டிருந்தனர். பராக்கிரமிக்கதொரு சக்கரவர்த்தி எப்படி இல்லவே இல்லாத ஒரு பெண்ணின் அருகாமைக்காக ஏங்கிக் கொண்டிருப்பார். குறைந்தபட்சமாக அவர் வெளியே சென்றிருக்கும்போதாவது அவளும் மறைந்து போகலாம். நிஜத்தில் வாழ்ந்து கொண்டிருப்பவர்களோடு சரிசமமாக உலவுவதற்கு அவளுக்கு எவ்வித முகாந்திரமும் கிடையாது. எப்படி ஓர் அருவமாக அவள் இருக்கிறாளோ, அதே போல ஒரு கண்ணாடியில் ஏறி உள்ளே மறைந்து போக வேண்டும். அல்லது ஒரு நிழலில் கரைந்து தொலைந்து போக வேண்டும். அப்படியெல்லாம் அவள் ஆகாதிருப்பதால் ஒரு கற்பனை ஜீவனிடமிருந்து இத்தகைய பிறழ்வுகளை

எதிர்பார்க்கத்தான் வேண்டுமென்று வாழ்ந்து வரும் அந்த அரசிகள் முடிவிற்கு வந்தனர். பெற்றோர்களால் வளர்த்தெடுக்கப்படாதவள் என்பதால் அவளால் எப்படித் தனக்குரிய குணாம்சங்களை வளர்த்தெடுத்துக்கொள்ள முடியும்? அவள் ஒரு கற்பிக்கப்படாத கட்டுக்கதை. புறக்கணிக்கத்தான் தகுதியானவள் அவள்.

அவர்கள் எல்லோரிடமிருந்தும் சிற்சில அம்சங்களைத் திருடி அவற்றை ஒன்று கூட்டி அவளை பேரரசர் உருவாக்கியிருப்பதாக அவர்கள் பொருமினர். அவள் ஜோத்பூர் இளவரசரின் மகள் என்று அவர் கூறிவந்தார். உண்மையில் அது வேறோர் இளவரசி. மேலும் அவளும் கூட மகள் அல்லள். தங்கை. மேலும் பல காலம் காத்திருந்து மகான் ஒருவரின் ஆசிர்வாதத்தால் பிறந்த அவருடைய முதல் மகனைப் பெற்றெடுத்தது அவருடைய பிரியத்திற்குரிய கற்பனைக் காதலிதான் என்று பேரரசர் கூறிவந்தார். அந்த மகானின் ஆசிரமக் குடிலை அடுத்துதான் இந்த வெற்றிநகரம் நிர்மாணிக்கப் பட்டிருக்கிறது. ஆனால் இளவரசர் சலீமின் தாய் அவளல்ல. இளவரசர் சலீமின் உண்மையான தாயான மரியம் - உஸ்-ஸமானி என்றழைக்கப்பட்ட கச்ஹவா குலத்தைச் சேர்ந்த அமீரின் ராஜா பிஹார் மாலின் மகள் ராஜ்குமார் ஹீரா கன்வாரி. இந்த உண்மையை யார் செவிசாய்த்துக் கேட்டாலும் சாங் கோபாங்கமாக விவரிப்பாள். அதே போல அந்தக் கற்பனை அரசியின் எல்லையற்ற பேரழகு வேறொரு மனைவியிடமிருந்து, அவளது இந்து மதம் இன்னொருத்தியிடமிருந்து, அவளது கணக்கிட முடியாத செல்வம் மற்றொருத்தியுடையது. ஆனால் அவளது குணாம்சம் மட்டும் அக்பரின் சொந்தக் கற்பனை. எந்தப் பெண்ணும் அந்தளவிற்கு பரிபூரண அக்கறையோடும், எதையும் கோராமலும் எதிர்பார்க்காமலும், எப்போதும் எதற்கும் மறுப்பு தெரிவிக்காமலும் இருக்கமாட்டாள்.

அவள் ஒரு அசாத்தியம். பரிபூரணத்துவத்தின் ஒரு கற்பனை. அசாத்தியமாக இருப்பதாலேயே அவள் அடக்கமுடியாதவளாயிருக்கிறாள் என்று அவர்கள் அவளிடம் பயந்தனர். அதனால்தான் அரசரும் அவளை எல்லோரையும் விட அதிகமாக நேசிக்கிறார். அவர்களது வரலாறுகளைக் களவாடிக் கொண்டதற்காக அவளை வெறுத்தனர். அவளைக் கொல்ல முடிந்திருந்தால் அவர்கள் எப்போதோ கொன்றிருப்பர். ஆனால் பேரரசருக்கு அவள் சலித்துப் போகும்வரை அல்லது அவரே இறந்து போகும்வரை அவள் சாசுவதமாகத்தான் இருப்பாள். பேரரசரின் மரணத்தைப்பற்றி யோசிப்பது சிந்தனைக்கு அப்பாற்பட்டதாக இல்லை, ஆனால் இதுவரை அரசிகள் அதைப்பற்றி சிந்திக்கத் தொடங்கவில்லை, இதுவரையிலும் அவர்களுடைய துக்கத்தை மௌனமாகத்தான் பொறுத்திருந்தனர். “பேரரசருக்குப் பைத்தியம்.” அவர்கள் தங்களுக்குள் முனகிக் கொண்டனர். ஆனால் புத்திசாலித் தனமாக வார்த்தைகளை வெளியில் விடவில்லை. நரசம்ஹாரம் செய்ய அவர் குதிரையிலேறிப் புறப்பட்டதும் அவர்கள் அந்தக் கற்பனைப் பெண்ணை அவளுக்குச் சொந்தமான அடையாளங்களோடு இருக்க அனுமதித்தனர். அவள் பெயரை அவர்கள் உச்சரித்த தேயில்லை. ஜோதா, ஜோதாபாய். அவள் அரண்மனையின் அறைகளில் தனியாக அலைந்து கொண்டிருந்தாள். கற் திரைகளின்

பின்னல்களுக்குப் பின்னால் நகரும் தனியான நிழலாக இருந்தாள். அவள் காற்றில் அலைந்து மிதக்கும் துவாலை. இரவுகளில் பாஞ்ச் மஹாலின் மேல்மாடியில் அமைந்த சில குவிமாடத்தின் அடியில் நின்றுகொண்டு அவளை நிஜமாக்கியிருந்த அரசரின் வருகைக்காகத் தொடுவானத்தைப் பார்வையால் துழாவியபடியிருந்தாள்.

அவளுடைய பிரசித்தி பெற்ற கணவருக்கு பில்லி சூனியம் ரத்தத்தில் கலந்திருக்கிற தென்பது ஜோதாவிற்குத் தெரிந்திருந்தது. செங்கிஸ்கானின் மாந்திரீகம், விலங்குகளை அவர் பலியிடுவது, மாயமந்திர மூலிகைகளைப் பயன்படுத்தி எட்டு இலட்சம் வாரிசுகளை அவர் உருவாக்கியது எல்லாமே எல்லோருக்கும் தெரியும்.

முடவனான தைமூர் உலகத்தை வெற்றி கொண்டதும், எப்படி நட்சத்திரங்களை எட்டி சொர்க்க லோகத்தையும் கைப்பற்ற முயற்சித்தார் என்ற கதையும் எல்லோருக்கும் தெரியும். ஹுமாயுன் மரணப்படுக்கையில் இருந்தபோது எப்படிப் பேரரசர் பாபர் தன் மகனின் படுக்கையைச் சுற்றிச் சுற்றி நடந்து வந்து மரணத்தைத் தான் ஏற்றுக்கொண்டு மகனிடமிருந்து சாவை விரட்டியடித்தார் என்ற கதையையும் எல்லோரும் அறிவர். மரணத்தோடும் துர்தேவதைகளோடும் இருந்த இத்தகைய இருட்டுக் கூட்டணி தான் அவள் கணவரின் பாரம்பரியம். அவள் சிருஷ்டிக்கப் பட்டிருப்பதே கூட அவரிடம் மாய வித்தைகள் எவ்வளவு வலுவாக இருக்கின்றன என்பதற்குச் சாட்சி.

கனவு ஒன்றிலிருந்து நிஜமானதொரு ஜீவனை சிருஷ்டிப்பது கடவுள்களின் தனியுரிமையைப் பறித்துக் கொள்ளும் அமானுஷ்யமான சாதனை. அந்நாட்களில் சிக்ரியில் வெற்றுச் சூன்யங்களிலிருந்து அழகழகான எவ்வெவற்றையோ சிருஷ்டி செய்யக்கூடிய சக்தி படைத்த மொழியையும் ஓவியத்திறமையையும் பெற்றிருப் பதாகப் பறைசாற்றிக்கொண்ட கவிஞர்களும் கலைஞர்களும் ஏராளமாக இருந்தனர். இருந்தும் எந்தவொரு கவிஞனும், ஓவியனும், இசைக்கலைஞனும் அல்லது சிற்பியும் பரிபூரண ஆண்மகனான அப்பேரரசர் செய்த சாதனைக்கு அருகில்கூட வர முடியவில்லை. அசிங்கமான, சகிக்க முடியாத மொழிகளில் தத்தமது நாடுகளின் பெருமைகளையும் தமது கடவுளர்களின் மகத்துவத்தையும் அரசர்களின் மேன்மைகளையும் பீற்றிக்கொண்டிருந்த அந்நிய நாட்டார்களாலும் அவர்கள் கொண்டு வந்த நறுமணத் திராவியங்களாலும், உலகெங்கும் அலைந்து வந்திருக்கும் வணிகர்களாலும், குறுகலான முகங்கொண்ட மேலைநாட்டுப் பாதிரிகளாலும் அரசவை நிறைந்திருந்தது. அவர்கள் கொண்டு வந்திருந்த அந்நாடுகளின் மலைகள், பள்ளத்தாக்குகளின் படங்களை சக்கரவர்த்தி அவளிடம் காட்டியபோது அந்த அறைகுறை இயற்கை அழகுகளை இமயமலைத் தொடரோடும் காஷ்மீரோடும் ஒப்பிட்டுப் பார்த்து சிரித்தாள். வால்ஸ்-ஆல்ப்ஸ் என்று அரை குறை பெயர்களில் அரைகுறை விஷயங்கள். அவர்களுடைய கடவுளை ஒரு மரத்தில் அறைந்திருக் கிறார்களாம். இப்படிப்பட்ட கேலிக்கூத்தான மனிதர்களிடமிருந்து அவளுக்கு என்ன வேண்டியிருக்கிறது?

அவர்கள் எதைத் தேடி வந்திருக்கின்றனர்? உருப்படியாக எதுவுமில்லை. விவேகம் என்று ஏதாவது அவர்களுக்கு இருந்திருந்தால் அவர்களது பயணங்களின் வியர்த்தத்தைப் புரிந்து கொண்டிருப்பர். பயணம் என்பது அர்த்தமற்றது. உங்களுக்கென்று அர்த்தத்தையும், உங்கள் வாழ்க்கையை அர்ப்பணித்து அதற்கோர் அர்த்தத்தையும் தருகிற ஓர் இடத்திலிருந்து பயணங்கள் உங்களை அகற்றி முற்றிலும் அபத்தமாக அசட்டுத்தனமாக உங்களைப் பார்க்கும் விநோத தேசங்களுக்குச் செலுத்திவிடுகிறது.

ஆம். இந்த இடம் சிக்ரி.அவர்களுக்கு இங்கிலாந்தும் போர்ச்சுக்கல்லும் போல, ஹாலந்தும் பிரான்சும் போல புரிந்துகொள்ள முடியாதபடிக்கு ஒரு விநோத தேசம். உலகம் ஒரே பொருளாலானதல்ல. “நாம் அவர்களின் கனவு” அவள் பேரரசரிடம் கூறினாள். “அவர்கள் நமது கனவு.” அவர் அவளது அபிப்பிராயங்களை எப்போதுமே அலட்சியப்படுத்தாததாலும் தன் கம்பீரமான கரங்களை ஆட்டிப் புறக்கணிக்காததாலும் அவரை அவள் நேசித்தாள். “இப்படிக் கற்பனை செய்து பார் ஜோதா. மற்றவர்களின் கனவுகளில் நாம் விழித்தெழுந்து அவர்களை மாற்ற முடிந்தால், அவர்களை நம் கனவுக்குள் அனுமதிக்க நமக்குத் துணிவிருந்தால் ...” அவளுடன் கஞ்சிஃபா சீட்டுக் கட்டுகளைக் கலைத்துக் கீழே வைத்தபடி அவர் கேட்டார். இந்த மொத்த உலகமும் ஒரே கனவிலிருந்து விழித்தெழுதலைப் பற்றிப் பேசும்போது அவரை ஒரு கற்பனாவாதி என்று அவளால் கூறமுடியாது. அப்படியானால் அவள்தான் வேறென்ன?

அவளுடைய சிருஷ்டிகர்த்தாவாக மட்டுமல்ல, காதலனுமாக இருந்த ஒருவருக்கு, பத்து வருடங்களுக்கு முன் ஒரு யுவதியாகவே பிறந்த அவள், தான் பிறந்த அந்த அரண்மனையை விட்டு வெளியில் எங்கும் சென்றதில்லை. அவருக்கு மனைவியும் அவள்தான், குழந்தையும் அவள்தான். எப்போதுமே அவள் சந்தேகப்பட்டு வந்தது போல அரண்மனைகள விட்டு அவள் வெளியேறியிருந்தால் அந்த வசியம் கலைந்து அவள் மறைந்து போயிருப்பாள். பேரரசர் அங்கே இருக்கும்போது அவரது நம்பிக்கையின் பலத்தால் அவள் நீடித்திருக்கக் கூடும். ஆனால் அவள் தனியாக இருக்கையில் அவளுக்கு எந்தவொரு வழியுமில்லை. அதிருஷ்டவசமாக அவளுக்கு வெளியேறவும் ஆசையில்லை. அரண்மனை வளாகத்தின் பல்வேறு பகுதிகளை இணைக்கும் திரையிட்ட சிக்கலான நடைவழிகள் அவளுக்குத் தேவையான பிரயாண சாத்தியங்களை வழங்கின. இது அவளுக்கென்றதொரு தனியுலகம். ஒரு வெற்றிவீரருக்குரிய ஆர்வம் எதுவும் அவளுக்குக் கிடையாது. இவ்வுலகம் மற்றவர்களுக்காக இருக்கட்டும். இந்த அரண்களுக்குட்பட்ட இச்சதுரக் கற்பரப்பு அவளுக்குப் போதும்.

கடந்த காலம் இல்லாத ஒரு பெண் அவள். சரித்திரத்திலிருந்து விலக்கப்பட்டு, அல்லது அவள் மீது அவர் திணித்திருந்த, மற்ற அரசிகள் கசப்புணர்வோடு எதிர்த்து வந்த சரித்திரத்தை மட்டும் கொண்டிருந்தவள். அவளுக்கு உண்மையிலேயே சுதந்திரம்

இருக்கிறதா என்று அவளது சுதந்திரமான இருப்பைத் திரும்பத் திரும்பக் கேட்டு வந்த கேள்வி அவளுக்கு இதில் விருப்பமிருக்கிறதா இல்லையா என்பதையும் வற்புறுத்திக் கேட்டு வந்தது. அவர் படைத்த சிருஷ்டியான மனிதனிடமிருந்து கடவுள் முகத்தைத் திருப்பிக் கொண்டால், மனிதன் அப்படியே இல்லாது போய்விடுவானா?

இதுதான் கேள்வியின் பெரும்பரிமாண வடிவம். ஆனால் அதன் சீறும் பரிமாண வடிவங்கள்தான் அவளை அலைக்கழித்து வந்தன. அவளைச் சுயமாக உருவாக்கிய அம்மனிதரிடமிருந்து அவளது சுயம் சுதந்திரமாக உள்ளதா? அவளது இருப்பு குறித்த சந்தேகங்களுக்கு அவர் விதித்திருக்கும் தடையால்தான் அவள் இன்னமும் இருந்து வருகிறாளா? அவர் இறந்துவிட்டால் அவளால் தொடர்ந்து வாழமுடியுமா?

அவளது நாடித்துடிப்பில் ஒரு வேகம் ஏற்படுவதை உணர்ந்தாள். ஏதோ நிகழப்போகிறது. அவளுக்கு வலுவேறுவதை, திடம் கூடுவதை உணர முடிந்தது. அவளிடமிருந்து சம்சயங்கள் விலகின. அவர் வருகிறார்.

மாமன்னர் அரண்மனை வளாகத்தில் நுழைந்துவிட்டார். அவரது அணுகிவரும் தேவையின் சக்தியை அவளால் உணரமுடிந்தது. ஆம். ஏதோ நிகழப்போகிறது. அவரது காலடி ஓசையை அவள் ரத்தத்தில் உணர்ந்தாள். அவர் அவளை நோக்கி நடந்துவர, பெரிதாக வளர்ந்து அவரை அவளுக்குள் பார்க்க முடிந்தது. அவளை அவர் சிருஷ்டித்ததே அந்தவிதத்தில்தான் என்பதால் அவருடைய கண்ணாடி அவளே. ஆனால் அவள் அவளாகவும் இருந்தாள். ஆம். சிருஷ்டியாக்கம் இப்போது நிறைவடைந்துவிட்டது. அவர் சிருஷ்டித்த ஜீவனாக இயல்புகளுக்குட்பட்டு செயல்படும் எல்லோரையும் போல அவளும் சுதந்திரமாக இருக்கலாம். திடீரென்று ரத்தம் கொப்பளிக்க முழுவேகத்தோடு எவ்வளவு பலமிக்கவளாக அவள் ஆகிவிட்டாள். அவள் மீதிருக்கும் அவரது அதிகாரம் முழுமையை எட்டாதிருப்பது. அவள் ஒத்திசைவாக இருக்க வேண்டும், அவ்வளவே. இந்தளவுக்கு ஒத்திசைவோடு அவள் எப்போதும் உணர்ந்ததில்லை. அவள் இயல்புகள் வெள்ளம் போல அவளுக்குள் பெருகின. அடிவருடியாக அவள் இருந்ததில்லை. அடிவருடிப் பெண்கள் அவருக்குப் பிடிப்பதில்லை.

முதலில் அவரை அவள் வைவாள். இவ்வளவு காலமாக அவளைப் பிரிந்து எப்படி அவர் இருந்திருக்கலாம்? அவர் இல்லாதபோது பல்வேறு சதிவேலைகளை அவள் சமாளிக்க வேண்டியிருக்கிறது. இங்கே எதுவுமே நம்பத்தகுந்ததாக இல்லை. எல்லாச் சுவர்களிலும், கிசுகிசுப்புகள் நிரம்பியிருக்கின்றன. அவள் எல்லாவற்றோடும் போராடி, வேலைக்காரர்களின் சின்னச்சின்ன துரோகங்களை முறியடித்து, சுவர்களில் ஊர்ந்து கொண்டு உளவுபார்க்கும் பல்லிகளை விரட்டியடித்து, சதிகாரச் சுண்டெலிகளின் ஓட்டத்தைத் தடுத்து அவர் திரும்பி வரும்வரை அரண்மனையை பாதுகாக்க வேண்டியிருக்கிறது அவளுக்கு. இவ்வளவு நாள் வரை தான் மங்கலாகிக் கொண்டே வருவதாகத்தான உணர்ந்து வந்தாள். வெறும் வாழ்க்கைப் போராட்டம்

அவள்உரத்தின் மொத்த சக்தியையும் உறிஞ்சியெடுத்துவிட்டது. மற்ற அரசிகள் யாருமில்லை. அவள் மட்டும்தான் இருந்தாள். அவளும்கூட ஒரு சூனியக்காரி. அவளுக்கே அவள் சூனியக்காரி.

அவள்வசியம் செய்வதற்கு ஒரேயொரு மனிதர்தான் இருந்தார். அவர் இங்கேதான் இருந்தார், அவர் மற்ற அரசிகளிடம் சென்று கொண்டிருக்கவில்லை. அவரை மகிழ்ச்சிக்குள்ளாக்கு பவளிடம்தான் வந்து கொண்டிருந்தார். அவரால், அவள் மேல் அவர் கொண்டிருந்த வேட்கையால் நடக்கப் போகும் ஏதோவொன்றினால் அவள் நிரம்பியிருந்தாள். அவர் தேவையை அறிந்த ஞானி அவள். அவளுக்கு அனைத்தும் தெரிந்திருந்தது.

அவள் காதலால் சிருஷ்டிக்கப்பட்டவள் என்பதால் அவள் அழியாதவள்.

கதவு திறந்தது. தங்கத்தினாலான தலைப்பாகையையும் தங்கச் சரிகை வேய்ந்த மேலுடையும் அவர் அணிந்திருந்தார். அவரால் வெற்றி கொள்ளப்பட்ட தேசத்தின் புழுதி அவர்மீது படை வீரனின் வீரப்பதக்கம் போல அவர் மீது படிந்திருந்தது. அவர் அசட்டுத்தனமாகப் புன்னகைத்துக் கொண்டிருந்தார். “சீக்கிரம் வீட்டிற்கு வரவேண்டு மென்று நான் விரும்பினேன்” என்றார். “எனக்குத் தாமதமாகிவிட்டது” அவர் பேச்சில் ஏதோ அசௌகரியமும் ஒருவித பரிசோதனைத் தன்மையம் இருந்தன. அவருக்கு என்ன ஆயிற்று?

அவருக்குப் பழக்கமில்லாத தயக்கத்தை அலட்சியப்படுத்த முடிவு செய்து ஏற்கனவே திட்டமிட்டிருந்தபடி நடக்க முற்பட்டாள். “ஓ நீங்கள் விரும்பினீர்களா?” தினசரி உடுத்தும் சாதாரண உடுப்பில் நிமிர்ந்து நின்று முகத்தின் கீழ்ப்பகுதியை மறைத்திருந்த பட்டுத்துண்டை வெளியே உருவியபடி கேட்டாள், “ஒரு மனிதனுக்கு என்ன வேண்டுமென்பது அவனுக்குத் தெரியாது. அவனுக்கு வேண்டுமென்று அவன் சொல்வதை மனிதன் விரும்புவதில்லை. அவனுக்கு என்ன தேவைப்படுகிறதோ அதைத்தான் ஒரு மனிதன் விரும்புகிறான்.”

தன்னை ஒருமையில் குறிப்பிட்டுக்கொள்ளும் வீழ்ச்சியை அவள் பொருட்படுத்த வில்லை யென்பதிலும் அது அவளை கௌரவப்படுத்தியிருக்கக்கூடும், இதனால் சந்தோஷத்தில் மூர்ச்சையாவாள் என்றெல்லாம் தனது புதிய கண்டுபிடிப்பையும், காதலின் பிரகடனத்தையும் நம்பியிருந்த அவர் திகைத்துப் போனார். திகைப்போடு சிறிது ஒடுக்கமும் இருந்தது.

“அந்தளவுக்கு உனக்கு அறிவிருக்கிறதா? எத்தனை மனிதர்களை நீ அறிந்திருக் கிறாய்?” கோபத்தில் புருவத்தை நெரித்தபடி அவளை நெருங்கினார். “நான் வெளியே சென்றிருக்கும் போது ஆண்களைக் கனவுகண்டபடி இருந்தாயா அல்லது உனக்கு சுகமளிக்கும்படியான கனவுகளாய் இருக்காத ஆண்களைத் தேடிக் கொண்டாயா? ‘நான்’ யாரையாவது அங்கே கொல்ல வேண்டியிருக்கிறதா?” நிச்சயமாக இம்முறை இப்புரட்சிகரமான புத்தம் புதிய சுட்டுப் பெயரை அவள்

கவனித்திருப்பாள்? நிச்சயமாக அவர் என்ன கூறவருகிறார் என்பது அவளுக்குப் புரிந்திருக்கும்?

இல்லை. அவரைத் தூண்டியெழுப்பியது என்னவென்பது அவளுக்குத் தெரியுமென்று நம்பினாள். அவரை அவளுக்குரியவராக உருவாக்க அவள் பேச வேண்டிய வார்த்தைகளை மட்டும் அவள் சிந்தித்துக் கொண்டிருந்தாள்.

“பொதுவாக ஆண்களால் கற்பனை செய்ய முடிந்த பொதுத்தன்மையைவிட பெண்கள் ஆண்களைப் பற்றிக் குறைவாகவே நினைத்துப் பார்க்கின்றனர். கணவர்கள் நினைத்துக் கொண்டிருப்பதைவிட குறைவாகவே பெண்கள் அவர்களைப் பற்றி நினைக்கின்றனர். ஆண்களுக்குப் பெண்கள் தேவைப்படுவதை விடக் குறைவாகவே பெண்களுக்கு ஆண்கள் தேவைப் படுகின்றனர். எனவேதான் ஒரு நல்ல பெண்ணை அடக்கி வைத்திருப்பது மிக முக்கியமானதாக இருக்கிறது. அவளை அடக்கி வைத்திருக்காவிட்டால் அவள் நிச்சயம் ஓடிப்போய்விடுவாள்.”

அவரை வரவேற்பதற்குகந்த உடையை அவள் அணிந்திருக்கவில்லை. “உங்களுக்குப் பதுமைகள் தான் வேண்டுமென்றால் பதுமைகள் இல்லத்திற்குச் செல்லுங்கள். அங்கே மினுக்கிக்கொண்டு ஒருவர் முடியை மற்றவர் இழுத்துக் கொண்டு உங்களுக்காகக் காத்துக் கொண்டிருப்பர்.” அப்படிப் பேசியது தவறு. மற்ற அரசிகளைப்பற்றி அவள் குறிப்பிட்டு விட்டாள். அவர் புருவங்கள் முடிச்சிட்டு கண்களில் மேகம் கவிந்தது. அவள் தவறாகக் காயை நகர்த்திவிட்டாள். வசியம் ஏறக்குறைய கலைந்துவிட்டது. அவள் கண்களின் பலம் முழுவதையும் அவனுக்குள் செலுத்தினாள். அவர் அவளிடம் திரும்பி வந்தார். மாயை நீடித்தது. அவள் குரலை உயர்த்திப் பேச்சைத் தொடர்ந்தாள். அவரைப் புகழ்ந்துரைக்கவில்லை. “ஏற்கனவே உங்களைப் பார்ப்பதற்கு ஒரு கிழவனைப் போலிருக்கிறது” என்றாள். “உங்கள் பிள்ளைகள் அவர்களுடைய தாத்தாவென்று உங்களை நினைத்துக்கொள்வார்கள்.” அவரது வெற்றிகளுக்காக அவள் பாராட்டவில்லை. “சரித்திரம் வேறொரு பாதையில் சென்றிருந்தால் பழைய கடவுள்கள் இன்னமும் அரசாண்டு கொண்டிருந் திருப்பார்கள். நீங்கள் தோற்கடித்த, பற்பல கரங்களும் பற்பல தலைகளும் கொண்டிருந்த கடவுள்கள். அந்தக் கடவுள்களிடம் கதைகளும் சாகசங்களும்தான் உண்டு. தண்டனைகளும் சட்டங்களும் கிடையாது. பெண் கடவுளர்கள் பக்கத்தில் நின்றிருக்கும் ஆண் கடவுளர்கள். நாட்டியமாடும் கடவுளர்கள், சிரிக்கும் கடவுளர்கள், இடி மின்னல்களின் புல்லாங்குழல் கடவுளர்கள், எத்தனையெத்தனை கடவுளர்கள்! அதுகூட ஒரு முன்னேற்றமாகத்தான் இருந்திருக்கும்.” அவள் அழகானவள் என்று அவளுக்கும் தெரியும். இப்போது அவளது மெல்லிய பட்டுத் துவாலையை விலக்கி அந்தப் பேரழகைக் கட்டவிழ்த்து விட்டாள். அவர் ஸ்தம்பித்துத் தொலைந்து போனார். “ஒரு சிறுவன் ஒரு பெண்ணைக் கற்பனை செய்யும் போது அவளுக்குப் பெரிய மார்புகளையும் சிறிய மூளையையும் தருகிறான்” அவள் கிசுகிசுத்தாள். “அரசன் ஒருவன் ஒரு மனைவியைக் கற்பனை செய்யும்போது என்னைக் கனவு காண்கிறான்.”

சம்போகத்தை உக்கிரமாக்க நகக்குறி பதித்தலின் ஏழு விதங்களில் அவள் தேர்ந்தவள். தன் நெடிய பயணத்திற்கு அவர் கிளம்புமுன் அவருடைய மார்பின் மீதும், முதுகின் மீதும், விரைகளின் மீதும் அவளது வலக்கரத்தின் முதல் மூன்று விரல்களைப் பதித்து ஆழமாக மூன்று நகக்குறிகள் உண்டாக்கியிருந்தாள். அவளை ஞாபகம் வைத்திருக்க. இப்போது அவர் வந்துவிட்டார். அவளது நகங்களை அவர் கன்னங்களிலும் கீழுதட்டிலும் , மார்பிலும் நகக்குறி பதிக்காமல் இலேசாக வருடினாலே அவரது ரோமங்களை சிலித்தெழச் செய்துவிடமுடியும் அவளால். அல்லது அவர் முகத்தில் நகங்களை மெதுவாக அழுத்த முடியும். அவர் உடம்பில் வேறெங்கும் தீண்டாமல் அவரது மார்புக் காம்புகளைச் சுற்றியுள்ள கருமுகடுகளின் மேல் "துள்ளியோடும் மான்கள்" விளையாட்டை அவளால் நடத்த முடியும். அவளைப் போல "மயில்பாத" வித்தையை அவ்வளவு நளினமாக செய்யக்கூடிய பெண் ஒருத்தருமில்லை. அவரது இடது மார்புக் காம்பின் மீது அவளது கட்டைவிரலை ஊன்றி மற்ற நான்கு விரல்களால் அவர் மார்புக்கூட்டின் மேல் நடப்பாள். இத்தகைய தருணத்திற்காகவே வளர்த்து கூராக்கி, செப்பனிட்டிருந்த அவளது நீண்டு வளைந்த நகங்களை பேரரசரின் சருமத்தில் பதித்து, சேற்றில் நடக்கும் மயிலின் பாதச்சுவடுகளைப் போல நகக்குறிகளையிடுவாள். இந்த விஷயங்களை அவள் புரிகையில் அவர் என்ன சொல்வார் என்று அவள் அறிந்திருந்தாள். அவரது ராணுவ கூடாரத்தின் தனிமையில் கண்களை மூடிக்கொண்டு அவர் விரல்களை அவளுடையது போல பாவித்து அவளைப் போலவே மேனியெங்கும் விரல் நகர்த்தி எப்படி எழுச்சியுறுவாரென்று சொல்லியிருக்கிறார்.

அதை அவர் சொல்வதற்காகக் காத்திருந்தாள். ஆனால் அவர் பேசவில்லை. ஏதோ வித்தியாசமாக இருந்தது. அவரிடம் இப்போது ஒருவித அவசரம், ஏறக்குறைய எரிச்சல், அவள் புரிந்துகொள்ளவில்லையென்பதால் உண்டான கடுப்பு இருந்தது. அவரது காதலியின் காதற்கலை, நளினங்களை இழந்துவிட்டதைப் போலவும், அவளை வெறுமனே ஆக்கிரமித்து அடைய யத்தனிக்கிறாற் போலவும் இருந்தது. அவர் மாறிவிட்டார் என்பதை அவள் உணர்ந்து கொண்டாள். இனி மற்ற எல்லாமும் அதே போல் மாறும்.

பேரரசரைப் பொறுத்தவரை அதன் பிறகு வேறொருவர் முன்னிலையில் தன்னை ஒருமையில் அவர் குறிப்பிட்டுக்கொள்ளவில்லை. உலகத்தின் கண்களில் அவர் பன்மையாகத்தான் இருந்தார். அவரை நேசித்த பெண்ணின் தீர்ப்பில் கூட அவர் பன்மைதான். பன்மையாகத்தான் அவர் இருப்பார். அவரது பாடத்தை அவர் கற்றுக்கொண்டார்.

◆

டோபியாஸ் உல்ஃப்

அமெரிக்காவின் இன்றைய எழுத்தாளர்களில் பெரிதும் மதிக்கப்படுபவர். பிரதானமாக சிறு கதைகளே எழுதும் டோபியாஸ் உல்ஃப் படைப்பிலக்கியத் துறையின் பேராசிரியராக ஸிராக்யூல் பல்கலைக்கழகத்தில் பணிபுரிகிறார். This Boy's Life என்ற நூல்ஏறக்குறைய அவரது சுயசரிதம். In Pharaoh's Army யில் வியட்நாம் போரில் இவரைக் கட்டாய ராணுவப் பங்களிப்புக்கு அனுப்பிய அனுபவங்கள் விவரிக்கப்படுகின்றன. யதார்த்தவாதக் கதைகளுக்கு இவரும் ரேமண்ட் கார்வரும், ரிச்சர்ட் ஃபோர்டும் எண்பதுகளில் மீண்டும் புத்துயிர்ப்பு ஏற்படுத்தினர். மினிமலிஸ்ட் என்று அழைக்கப்படும் இவர்களது நேரான, வர்ணனை அலங்காரமற்ற கதை சொல்லும் பாணி பல புதிய எழுத்தாளர்களையும் ஈர்த்து பின் தொடரச் செய்திருக்கிறது. இம்மகத்தான எழுத்தாளரின் சிறுகதைத் தொகுப்புகள் : In the Garden of the North American Martyrs, Back in the World, The Barrack's Thief, The Night in Question, Our Story Begins. இவரது சமீபத்திய நாவல் Old School.

கதையெழுதுலைக் கற்றுத்தர முடியுமென்று கருதுகிறீர்களா?

இல்லை,

அப்படியென்றால் ஸிராக்யூஸில் உங்களது எழுத்துப் பயிற்சியரங்கில் என்ன கற்றுத் தருகிறீர்கள்?

அவர்களுடைய சொந்த படைப்பிற்கு அவர்களே மிகச்சிறந்த தொகுப்பாசிரியர்

களாக இருக்கவும், அவர்களால் நன்றாகச் செய்யமுடிகிற விஷயங்களை அவர்களே அறிந்து கொள்ளவும், அவர்கள் மேலும் கவனம் செலுத்தத்தேவையான விஷயங்களை அடையாளம் காட்டவும், அவர்கள் இன்னமும் அமிழ்ந்து தேடத்தொடங்காத விஷயக்கிணறுகளைச் சுட்டிக் காட்டவும் நான் உதவி செய்ய முயல்கிறேன். தம்மிடமிருந்து மேலும் அதிகமாக ஈடுபாட்டைக் கொண்டு வரவும், ஒவ்வொரு வாக்கியத்திலிருந்தும் அதிகபட்ச சாத்தியங்களை எடுக்கவும் அவர்களைக் கேட்டுக் கொள்கிறேன். தொடர்பற்ற தகவல் துணுக்குகளை விட சிந்தனைச் சட்டங்கள் தாம் உண்மையில் இன்றியமையாதவை என்று கருதுகிறேன். எழுத்துப் பட்டறையில் தகவல்களைக் கற்றுத்தர முடியாது.

உங்கள் மாணவர்கள் யார்?

நான் ஒரு வருடத்தில் ஒரு செமஸ்டருக்குத்தான் கற்றுத்தருகிறேன். இந்த வருடம் அந்த செமஸ்டரில் ஒரே ஒரு பாடம்தான் எடுக்கிறேன். ஏற்கனவே கைப்பிரதி ஒன்றைத் தயாரித்து அதை முழுமையாக்க முயன்று கொண்டிருக்கும் பின் இருபதிலிருந்து முன் முப்பது வயது வரையுள்ள பெரிய மாணவர்களுக்கு அதில் ஒரு எழுத்துப்பட்டறை நடத்துகிறேன். நாங்கள் சாதாரணமாக பள்ளியிலிருந்து நேராக மாணவர்களைச் சேர்த்துக் கொள்வதில்லை. வெளியுலகிற்கு வந்து வேலைபார்த்துக்கொண்டே எழுதவும் செய்கிறவர்களைத்தான் தேர்ந்தெடுக்கிறோம். ஏனெனில் இந்தப் பயிற்சியை முடித்த பிறகு அவர்கள் தமது வேலையில்தான் தொடரப் போகின்றனர் என்பதால் ஓர் இளம் எழுத்தாளனின் ஈடுபாட்டிற்கு இது மிக முக்கியமானதொரு பரீட்சையென்று எனக்குப்படுகிறது. ஒவ்வொரு வருடமும் புனைகதை பிரிவில் ஆறு மாணவர்களைத் தேர்ந்தெடுக்கிறோம். அவர்களோடு மிக நெருக்கமாக நான் பணிபுரிகிறேன். சில வேளைகளில் இலக்கிய வகுப்புகள் எடுக்கிறேன். கடைசியாக நான் எடுத்த வகுப்புகளில் ஒன்று ரஷிய சிறுகதைகள். எனக்குப் பிடித்தமான பாடம்.

செகாவ்வை உங்களுக்கு மிகவும் பிடிக்கும், இல்லையா?

அவருடைய படைப்புகளை நான் தொகுத்து, சில வருடங்களுக்கு முன் பாண்டம் வெளியிட்டிருக்கிறது. ஆங்கிலத்தில் வெளிவந்திருக்கும் அவருடைய கதைகள் அனைத்தையும் சேகரித்து, நான் தேர்ந்தெடுத்த கதைகளின் மிகச்சிறந்த மொழி பெயர்ப்புகளை எடுத்து வெளியிட்டிருக்கிறேன். இதற்காக ஏராளமாக படிக்க வேண்டியிருந்தது. ஆனால் சந்தோஷமாக இருந்தது. நான் விரும்பிச் செய்த விஷயம் அது.

அவரிடம் உங்களுக்குப் பிடித்ததென்ன?

அவரது மனித நேயம், அதே நேரத்தில் அவரது இரக்கமின்மை. அவர் ஒரு மிக நல்ல டாக்டரைப் போல - அவர் நிபுணத்துவம் வாய்ந்ததொரு நோய் நாட்ட வல்லுனர்,

அதே சமயத்தில் மிகவும் கருணை மிக்கவர். ஆனால் மென்மையானவரல்ல. விஷயங்களின் அளவீடுகளில் மனிதர்கள் எங்கே பொருந்திப் போகின்றனர் என்பது அவருக்குத் தெரிந்திருக்கிறது. மஞ்சூரியாவிலிருந்து ஒரு போர்க்கப்பலில் திரும்பி வருகிற ஒரு போர் வீரனைப் பற்றிய அவரது அற்புதமான கதை ஒன்று இருக்கிறது. அவன் படுகாயமுற்று மரணப்படுக்கையில் இருக்கிறான். ஆனால் அதை அவன் உணருவதேயில்லை. அந்தளவிற்கு அறிவீனன். மிருகத்தனமான மனிதன். அது நன்றாகவே வெளிப்படுகிறது. ஆனால் அவனுக்கு மிக மென்மையான பக்கமும் இருக்கிறது. எனவே ஏக்கத்திலும். மீட்டெடுத்துக்கொள்ளா அறியாமையிலும் அவன் இறந்து போகிறான். பெரும்பான்மையான கதைகள் இங்கே முடிந்துவிடும். ஆனால் செகாவ் கடலில் சவ அடக்கம் செய்கிறார், பின் அந்த உடலைத் தொடர்ந்து செல்கிறார். பாரத்தோடு பிணைக்கப்பட்ட உடல் நீரில் மூழ்கி ஆழத்திற்குச் செல்கிறது. ஒரு சுறாமீன் உடலுக்கருகே நீந்தி வருகிறது. நிரடிப் பார்க்கிறது. பின் விலகிச் சென்றுவிடுகிறது. செகாவ் பார்வையை கடலுக்கு மேலே கொண்டுவருகிறார். மேகங்களுக்கிடையே சூரியன் உதித்தெழுந்து கொண்டிருக்கிறது. நீர்ப்பரப்பில் சூரியக் கதிர்கள் நாட்டியமாடுவதைப்பற்றி - நான் இதைச்சரியாகக் கூறு முயல்கிறேன் - மனித மொழிகள் எவற்றின் வார்த்தைகளிலும் இல்லாத பரவசத்தோடு பேசுகிறார். எனவே பரிபூர்ண அறியாமையில் ஒருவன் இறந்து போகும் சோகத்தை, எப்போதுமே வெளிப்பட்டிராத அவன் இதயத்தின் நற்குணங்களை, அவன் மீது ஏற்படும் அம்மகத்தான குவியத்தைக் காட்டிவிட்டு பின் திடீரென்று அனைத்தையும் திறந்துவிடுகிறார். இவையனைத்திலும் நாம் எங்கே பொருந்தியிருக்கிறோம், எவ்வளவு சிறியவை இவையனைத்துமென்று நமக்கு உறைக்கிறது. அந்தப் பாத்திரத்தைப் பற்றிய உங்கள் உணர்வுகளை இது குறைத்து விடுவதில்லை, ஆனால் இங்கேயமைந்த நமது இருப்பின் கால அளவுக்கும் நமது பிரச்சனைகளுக்குமான ஒரு வரைநிலையுணர்வை இது தருகிறது. அவர் ஓர் அபாரமான எழுத்தாளர். செகாவ்வை நான் நேசிக்கிறேன். நாள் முழுக்க அவரைப்பற்றி நான் பேசிக்கொண்டேயிருக்க முடியும்.

எதைக் கற்றுத்தர முன்னுரிமை தருவீர்கள் - இலக்கியமா, எழுதுதலா?

இலக்கியம். ஏனென்றால் நான் இலக்கியம் பயில்விக்கும்போது மனிதர்களின் உணர்வுகளைப் பற்றி ஜாக்கிரதையாக இருக்க வேண்டியதில்லை. ஆனால் எழுதுதலைக் கற்றுத்தருகையில் ஜாக்கிரதையாகவும், நேர்மையோடும் இருக்க வேண்டியிருக்கிறது. ஆனால் எனது நேர்மை பெரும் அழிவையேற்படுத்திவிடாத ஒரு வடிவத்தில் வருகிறதாவென்பதில் - மிகச்சுலபமாக அப்படியாகிவிடுமென்பதால் - நான் கவனமாக இருக்க வேண்டியிருக்கிறது. அந்த நிலையில் இருக்கும் எவரும், அந்த உத்தேசம் எதுவுமின்றியே பெரும் நிலைக்குலைவை உண்டாக்கி விடமுடியும். கடந்த காலங்களில் நான் கூட சிலரிடம் சிலநேரங்களில் தவறுதலாக பேரழிவை

ஏற்படுத்தியிருக்கிறேன் என்பதை உணர்கிறேன்.

ஒரு நாவலாசிரியராகத் தொடங்கினீர்கள். பின்னர் சிறுகதைகளுக்கு உங்களை மாற்றியது எது?

பல எழுத்தாளர்களைப் போல வேறு எதைச் செய்யவும் எனக்கு அதிகம் நேரமில்லாததால் கதைகள் எழுதத் தொடங்கினேன்.

கவிதைகள் எழுதுவதைப் பற்றி பிலிப் லெவின் குறிப்பிடும்போது அவர் நாவலாசிரியராக இருப்பதையே எப்போதும் விரும்பி வந்தாலும் அவருடைய கவனத்திட்டத்திற்கு கவிதைகளே பெரிதும் பொருந்திப் போயிருப்பதாகக் கூறுகிறார்.

அவருடைய கவிதைகள் உண்மையில் அழுத்திச் சுருக்கப்பட்ட நாவல்களைப் போலத்தான், அந்தளவிற்குத் தெளிவான வர்ணனைகள் தெளிவான மனிதர்கள். அவர் ஓர் அற்புதமான கவிஞர்.

உண்மைதான். வாஸ்தவத்தில் உங்கள் கதைகளும் எனக்கு கவிதைகளைத் தான் நினைவுபடுத்துகின்றன.

நல்லது. சிறுகதை என்பது கவிதையைப்போல நாவலிலிருந்து ஒரு வேறுபட்ட வடிவமென்று நான் நம்புகிறேன். சிறந்த கதைகள் என்பவை ஆன்மரீதியில் நாவல்களை விடவும் சிறுகதைகளுக்கு நெருக்கமாக இருப்பதாக எனக்குத் தோன்றுகிறது. அப்படித்தான் இருக்கவும் வேண்டும். வர்ணனையில் எந்தவிதமான தளர்த்துதலும் இருக்க முடியாது. சிறுகதை முதல் தரமானதாக இருக்க வேண்டுமானால், அனைத்தும் இறுக்கமாக எடையேற்றப்பட்டு விண்ணென்றிருக்க வேண்டும். நாவலில் அதை உங்களால் செய்ய முடியாது. வாசகன் அவ்வளவு நீண்ட நேரத்திற்கு இறுக்கமாகப் பிடித்து வைக்கப்பட்டிருப்பதைத் தாங்க முடியாதென்பதால், விலகலையும், பிடியில் கொஞ்சம் தளர்வையும் நாவல் கோருகிறது.

நாவல்கள் வாசிக்க எளிமையானவை.

வாசகர்கள் அவற்றிற்குள் படிந்து கொள்கின்றனர். நீங்கள் அந்தளவிற்கு கவனிப்புடன் இருக்க வேண்டியதில்லை. நம்மெல்லோருக்கும் இருக்கும் நேர நெருக்கடியில் வாசகர்கள் ஏன் சிறுகதைகளை வாசிப்பதில்லையென்று பலரும் என்னைக் கேட்கின்றனர். தர்க்க ரீதியாக நமது கலாச்சாரத்திற்கேற்ற வடிவமாக அது தோன்றுவதால் இருக்கலாம். ஆனால் வாசகர்கள் கவிதைகளை வாசிக்காத காரணமேதான் இதற்கும் காரணமென்று நான் கருதுகிறேன். ஏனென்றால் சிறுகதைகள் அவற்றிற்கான மார்க்கத்தில் நம்மைப் பெரிதும் வற்புறுத்துபவை. அவற்றின் மறைசெய்திகளோடு ஒருவித பிணைப்பை நீங்கள் ஏற்படுத்திக் கொள்ள வேண்டியிருக்கிறது. அவை தமக்கானதொரு தனியுலகத்தில் இருக்கின்றன.

மிகச்சிறந்த சிறுகதைகள் நாவல்களைப்போல கட்டமைக்கப்படுவதில்லை என்பதால் பெரும்பான்மை யானோர் அவற்றில் ஏமாற்றமடைந்துவிடுகின்றனர். அவற்றில் தெளிவான முடிவுகள் இருப்பதில்லை. அவை உங்களுக்கு எல்லாவற்றையும் கூறிவிடுவதில்லை. உட்குறிப்பாக இருப்பற்றிற்குள்தான் பெரும்பாலும் அவை நகர்கின்றன. எனவே செகாவ் அல்லது மாப்பஸான் அல்லது ரேமண்ட் கார்வெர் அல்லது ஆலிஸ் மன்றோ அல்லது மாவிஸ் காலண்ட் போன்றோரின் கதைகளைப் படித்துவிட்டு நிறையப்பேர் “சரி அப்புறம் என்ன நடந்தது?” என்று வியக்கின்றனர். ஒரு நாவலில் போல தெளிவாக வழியைக் காட்டி முடிக்க விரும்புகின்றனர். மிகச்சிறந்த சிறுகதையாசிரியர்கள் அந்த வழியில் பணியாற்றுவதில்லை.

ஒரு நாவலுக்குள் நீங்கள் தடம் பதிக்க முயல்கிற இடத்திலேயே சிறுகதைகள் பெரும்பாலும் முடிவடைந்துவிடுவதாகத் தோன்றுகிறது.

அதுசரிதான். ஒரு தினத்தின் முடிவில் அதே மனிதர்களிடம் திரும்பிவந்து வாழ்க்கைக்குள் அவர்கள் மேலும் ஆழமாக நுழைவதை கவனிப்பதில் ஒருவித சுகம் இருக்கிறது. இப்போது ஐரிஷ் எழுத்தாளர் கோலம் தோய்பின் என்பவரின் *The Heather Blazing* என்ற அற்புதமானதொரு நாவலை வாசித்துக் கொண்டிருக்கிறேன். *The Death of Ivan Ilyich* ல் வருகிற அந்த மகத்தான வரி என்ன? - இவான் இலியிச்சின் வாழ்க்கை மிகவும் எளிமையானது. மிகவும் சர்வசாதாரண மானது. அதனால் மிகவும் பயங்கரமானது - இந்த உணர்வைத்தான் இந்தப் புத்தகத்திலிருந்து நீங்கள் அடைகிறீர்கள். இந்த பயங்கரமான, துர்சகுனமான பாரத்தை மெதுவாக ஏற்றுக்கொள்வது தினசரி வழமைகள்தாம். அத்தகையதொரு, அழகான நாவல். அதை வாசிக்க உங்களுக்குப் பொறுமை வேண்டும்.

ஒரு கதையை எழுத எவ்வளவு நேரம் எடுத்துக் கொள்வீர்கள்?

ஆறு வாரங்களுக்கு குறைவாக எப்போதுமில்லை. வெகுகாலத்திற்கு அதனுடன் நான் வாழ்கிறேன். அந்தக் கதை எப்படிப்பட்டதென்று முடிவெடுத்துக் கொள்ளவே சாதாரணமாக இரண்டு அல்லது மூன்று வாரங்கள் பிடிக்கிறது.

ரொம்ப நேரத்திற்கு எதிரே சுவரை முறைத்துக்கொண்டிருப்பீர்களா அல்லது கடமையாக தட்டச்சு இயந்திரத்தின் முன் உட்கார்ந்துவிடுவீர்களா?

பல்வேறு வகைகளில் முயன்று பார்க்கிறேன். துருவித்துருவி ஆராய்கிறேன். தொப்பியில் விளக்கைப் பொறுத்திக் கொண்டு குகை ஆராய்ச்சி செய்வதைப் போல, வெவ்வேறு அறைகளுக்குள் போய் வந்து கொண்டேயிருக்கிறீர்கள். கடைசியில் சரியானவொன்றிற்கு வந்தடைந்துவிட்டதைப் போலப்படுகிறது. இருட்டிற்குள், முன்பின் அறிந்திராத பிரதேசத்திற்குள் இறங்குகிறீர்கள். உங்களுக்கு முன்பு கொஞ்ச தூரத்திற்கப்பால் எதுவும் கண்ணிற்குத் தெரிவதில்லை.

இது போகப் போக சுலபமாகிவிடுகிற வேலை கிடையாது, இல்லையா?

இல்லை. ஒருவிதத்தில் கடினமாகிவிடுகிறது. கடினமாகிவிடுவதோடு மேலும் திருப்தி அளிக்கக் கூடியதாகிவிடுகிறது. ஏனெனில் அதிகமாக நீங்கள் எழுத எழுத, உங்கள் மரபின் பாரத்தையும், வடிவத்தில் உள்ள சிரமங்களையும், ஏற்கனவே அதிகமும் நீங்கள் செய்தவற்றை மீண்டும் செய்ய விரும்பாததையும் அறிந்து கொள்கிறீர்கள். எனவே நீங்கள் கூறும் கதையை மிகப்பரிபூரணமாக அடக்கி வெளிப்படுத்தும் புதுப்புது கதை வடிவங்களுக்காக தொடர்ந்து தேடிக்கொண்டேயிருக்கிறீர்கள். ஆர்வத்தைத் தக்கவைத்துக் கொள்ள இலக்கின் உயரத்தை ஒவ்வொரு முறையும் கொஞ்சம் உயர்த்தி வைத்துக் கொள்கிறீர்கள். சில எழுத்தாளர்கள் ஒரே விஷயதைத் திரும்பத் திரும்ப எழுதத் தொடங்கி, தவிர்க்கவியலாமல் ஏறக்குறைய சுய எள்ளலுக்கு ஆளாகிவிடுகின்றனர்.

அவர்கள் தம்மைத்தாமே எளிதில் வெறுத்துக்கொள்வதில்லை போலிருக்கிறது?

அந்த விதத்தில் அவர்களைப் பார்த்து நான் பொறாமைப்படுகிறேன். தம்மின் மீதும் தமது படைப்புகளின் மீதும் அதிருப்தியுறுகிற வழக்கம் அவர்களுக்கிருப்பதில்லை. ஆனால் பல எழுத்தாளர்கள் - நானும் அவர்களில் ஒருவன் - சுலபமாக அதிருப்தியுற்றுவிடுகிறோம். இப்படிப்பட்ட குணத்தை வைத்துக்கொண்டு வாழ்க்கை நடத்துவது கொஞ்சம் கடினம்தான். ஆனால் அது ஒரு தாற்றுக்கோல் போல. உங்களை அது விழிப்போடும் அமைதியற்றும் வைத்திருக்கிறது. இன்னும் கொஞ்சம் கூடுதலாக உங்களை முன்தள்ளிக் கொள்கிறீர்கள். மேலும் அதிகமாக விழைகிறீர்கள். அவ்வாறிருக்கும் எழுத்தாளர்களை உங்களால் கூறிவிட முடியும். உதாரணத்திற்கு ராபர்ட் ஸ்டோன். ஒவ்வொரு புதிய நாவலிலும் புதியதாக எதையோ செய்கிறார். வேறு சில எழுத்தாளர்களிடமும் இதை நான் காண்கிறேன்.

மிகவும் பிரயத்தனம் தேவைப்படுகிற வேலையாகத்தான் தெரிகிறது.

எழுதுவதே பிரயத்தனமிக்கதுதானே? மற்றவர்கள் வேலை என்று கூறப்படும் ஒன்றிற்குச் சென்று, மேசையில் கொஞ்ச நேரம் உட்கார்ந்துவிட்டு, புள்ளி விபரங்களைப் பார்த்துவிட்டு, மின்னஞ்சலை சரிபார்த்து பதிலளித்துவிட்டு, சில அறிக்கைகளைப் படித்துவிட்டு, அடுத்தக் கட்டிடத்திலுள்ள அலுவலகத்திற்குச் சென்று, வியாபாரம் பேசிவிட்டு, கொஞ்சம் அரட்டையடித்துவிட்டு, திரும்பச் சென்று, உட்கார்ந்து, கொஞ்சம் படித்துவிட்டு, சில மெமோக்கள் டைப் அடித்துவிட்டு, மீட்டிங்கில் கலந்து கொண்டு, சாப்பிட்டுவிட்டு திரும்ப வந்து காலையில் செய்தவற்றையே மீண்டும் செய்யத் தொடங்கி ... பலருக்கும் வேலை என்பது உண்மையில் மிகவும் குழுமமாகவும், கூட்டாக செயல்படுவதுமாகவே உள்ளது. ஒருவர் மட்டும் தனியாக அமர்ந்து ஒரு நாளைக்கு ஐந்து அல்லது ஆறு மணி நேரங்கள் கடுமையாக சிந்தித்து ஆற்றுகிற வேலைகள் மிகச்சிலவே இருக்கின்றன. ஆனால் அதற்காகத்தானே நீங்கள் எழுத்தாளனாக விரும்பியதே, இல்லையா?

அதைச் செய்கிற சுதந்திரம் உங்களுக்கிருக்கிறது. அந்த சுதந்திரம் வந்தவுடன், அதைச் செய்து முடிக்க வேண்டிய கட்டாயமும் கூடவே வந்துவிடுகிறது.

ஒரு கதையை நீங்கள் கூறமுற்படுவதற்கு குறிப்பிட்ட நடை ஒன்று இருப்பதாகக் கருதுகிறீர்களா? உங்களது நினைவுக் குறிப்புகள் புனைவுகள் அல்லவென்றாலும், அவை தன்மைக் கூற்றிலேயே சொல்லப்பட்டிருந்தாலும் உங்கள் கதைத் தொகுப்புகளில் காணப்படும் உருவமும், லயமும் அவற்றில் இருக்கின்றன.

அது, நான் ஒரு சிறுகதையாசிரியராக இருப்பதனால் இருக்கலாம். கடந்த கால ஞாபகங்களை நான் கதை கூறல் வடிவத்தில் நினைவு கூற முனைகிறேன். நாளெல்லாம் கதைகள் சொல்லிக் கொண்டிருந்தவர்களுக்கு மத்தியில் நான் வளர்ந்தேன். அவர்களுக்கு நிகழ்ந்தவற்றை அப்படித்தான் அவர்கள் வெளிப்படுத்தினர். நாமெல்லோருமே வேலையிலிருந்து வீட்டிற்கு வந்து நமக்கு என்ன நடந்ததென்று கதையாகத்தான் கூறுகிறோம்.

நமது வாழ்க்கைகளை நாவல்தனமாக இல்லாமல் அத்தியாயத்தனமாக நினைத்துப் பார்க்க முனைகிறோம், இல்லையா?

சரியாகக் கூறுகிறீர்கள். நாவல்தனமான வெளிப்பாடுகளைக் கொண்டிருக்கிற வாழ்க்கையை நம்மில் பலரும் வாழ நேர்வதில்லை. ஏனெனில் நம் வாழ்வு துண்டு துண்டாக்கப்பட்டுள்ளவொன்று. ஒரு நாவலில் குறிப்பிட்ட ஒரு சமுதாயத்தின் நீண்ட அனுபவச் சங்கிலிக்குப் பதிலாக இத்தகைய தருணங்கள்தான் அமைந்திருக்கின்றன. ஒருவேளை இதனால்தான் இங்கிலாந்தில் நாவல் செழிப்பாக வளர்ந்திருக்கலாம். ஒரேயிடத்தில் ஸ்திரமாகத் தங்கியிருக்கும் சமூகங்கள், காலகாலமாக ஒருவரை யொருவரே பார்த்துக் கொண்டிருக்கும் மனிதர்கள், ஒருவருக்கு நேர்கிற மாற்றம் காலப்போக்கில் தலையெடுக்கிற விதத்தை கவனித்தறியும் வாய்ப்பு - இவையெல்லாம் ஆங்கிலேய அம்சங்கள். ஆனால் சிறுகதை என்பது பரிபூரணமாக அமெரிக்க வடிவம்.

எப்படி?

ஏனென்றால் பெரிதும் குடி நிலவரமற்ற நாடோடிகளாக நாம் இருப்பதுதான். அமெரிக்கர்களில் 80 சதவீதமானோர் ஒவ்வொரு ஐந்து வருடங்களுக்கும் ஒருமுறை குடிபெயருகின்றனர். இந்தக் கலாச்சாரத்தில் ஓர் அசாதாரணமான சமுதாயப் பெயர்வும், அதனால் ஏராளமான சமுதாய கவலைகளும் கலந்திருக்கின்றன. அவர்களுடைய வாழ்நாளில் தமது சமுதாய நிலையங்களைப் பெரும்பாலும் அவர்கள் மாற்றிக்கொள்கின்றனர். அல்லது அவர்களுடைய புதல்வர்கள் மாற்றுகின்றனர். இது மற்ற இடங்களில் இந்தளவிற்கு நடைபெறுவதில்லை.

இவற்றில் பெரும்பாலானவை உங்களது நினைவுக் குறிப்புகளில் காணப்படுகின்றன. உங்கள் அப்பா அவரது பின்னணியைப்பற்றி ஏன் உங்களிடம் பொய் சொன்னதாக நினைக்கிறீர்கள்? உதாரணத்திற்கு யூதக் கலப்பினராக இருந்ததை மறைத்தது.

அவராக இருந்ததைத் தவிர வேறொருவராகவும் இருப்பதன் ஆழ்ந்த சுய சோகத்தில் அவர் ஏமாற்றிக் கொண்டிருந்ததாக நான் நினைக்கிறேன் அவருக்கு இந்தப் பரிதாபமான *WASP (White Anglo-Saxon Protestant* என்பதன் சுருக்கம். அமெரிக்க சமுதாயத்தில் பெரிதும் கௌரவப்பட்ட மேட்டுக் குடியினரைக் குறிப்பிடும் இகழ்ச்சிச்சொல்) கற்பனை இருந்தது. யூத எதிர்ப்பு அதிகமாக இருந்த தொடக்கப் பள்ளிகளில் அவர் ஆரம்பத்தில் பயின்றது இதற்கு காரணமாக இருந்திருக்கலாம். ஆனால் என் சகோதரர் எங்கள் அப்பாவைப் பற்றிய ஆராய்ச்சிப் புத்தகத்தை எழுதிக்கொண்டிருக்கும்போது, என் அப்பா சந்தித்த மிக மோசமான யூத எதிர்ப்பு அவர் யூதர்களுக்கு மத்தியில் வளர்ந்து வந்தபோதுதான் இருந்ததாகக் குறிப்பிடுகிறார். ஏனெனில் அவருடைய உறவினர்கள் ஜெர்மானிய யூதர்களும் மருத்துவர்களும். எங்கள் பாட்டனார் ஒரு மருத்துவர், எங்கள் முப்பாட்டனார் ஒரு மருத்துவர், அவரது முப்பாட்டனார் நெப்போலியனுக்கு மருத்துவர். அவர்கள் அனைவருமே மற்றவர்களுடன் கலக்காமல் மிகவும் கர்வமும் குறுகிய மனப்பாங்கும் கொண்டிருந்தவர்கள். நூற்றாண்டின் தொடக்கத்தில் போலந்திலிருந்தும் ரஷியாவிலிருந்தும் பெருமளவில் அலையலையாக யூதர்கள் அகதியாக இங்கே வரத்தொடங்கியதும் ஜெர்மானிய யூதர்கள் அவர்களை யித்துகள் என்றும் ஹீபீக்களென்றும் இகழ்ச்சியாக அழைக்கத் தொடங்கினர். ஜெர்மானிய யூதர்கள் மிகவும் மதச்சார்பு கொண்ட, மிகவும் சனாதானமான, மிகவும் குழுமனப்பான்மை கொண்ட இனத்தினர். இந்த சமாச்சாரங்கள் பலவற்றை என் அப்பாவும் ஸ்வீகரித்துக் கொண்டார். இது மிக விநோதமானதொரு விஷயம்.

நீங்கள் யூதக் கலப்புடையவர் என்பதை அறிந்ததும் எவ்வாறு உணர்ந்தீர்கள்?

ஒருவிதத்தில் அது எனக்குப்பிடித்திருந்தது. ஐரிஷ்ஷூம், யூதமும் நல்லதொரு கலப்பாக எப்படியோ எனக்குப்பட்டது. நாய்களில் கோலியும் லாப்ராடரும் எப்படி ஒரு நல்ல கலப்போ அதைப்போல. அதில் ஏதோவொன்று நிச்சயமாக இருக்கிறது.

விவரணைகளில் உங்களுக்கு அபாரமான ஞாபகசக்தி இருப்பதாகத் தெரிகிறது. சிறுவயதில் மற்றவர்களைவிட நீங்கள் அதிகமாக கவனிப்பவராக இருந்திருக்கிறீர்கள் என்று சொல்லலாமா?

மற்றவர்களை உன்னிப்பாகப் பயின்று வந்திருக்கிறேன். ஏனென்று தெரியாவிட்டாலும் நான் கூர்ந்த அவதானிப்புடன் இருந்திருக்கிறேன். ஞாபகம் என்பது வேடிக்கையானது. ஒரு நரம்பைத் தட்டிவிட்டால் எப்படி நினைவிற்கு கொண்டுவருவது என்பதில் இல்லை பிரச்சனை. எப்படி அந்தப் பிரவாகத்தைக்

கட்டுப்படுத்துவது என்பதில்தான். அனைத்தும் வெடித்துக் கொண்டு வெளிவர அனுமதிக்க வேண்டும். ஞாபக வெள்ளத்தில் வரும் அனைத்துமே முக்கியத்துவம் வாய்ந்ததோ, சுவாரசியமானதோ அல்லவென்பதால் இந்த ஞாபக வெடிப்பை எவ்வாறு உருவப்படுத்தி, உங்களது கடந்த அர்த்தத்தைத் தருகிற கதைக்கூற்றாக்குவது என்பதுதான் பிரச்சனை. ஞாபகத்திலிருந்து எடுத்தாள்வதில் நான் மிகவும் கவனத்துடன் இருக்கிறேன். ஆனால் அதே தருணத்தில் இருந்த வேறொருவர் என்னுடையதிலிருந்து வேறுபட்டதாக ஒன்றை எழுதுவார் என்பதையும் அறிந்திருக்கிறேன்.

நீங்கள் எழுதப்போகிறீர்கள் என்பதை எப்போதுமே அறிந்திருந்தீர்களா?

எனக்கு 14 அல்லது 15 வயதாக இருக்கும்போது ஓர் எழுத்தாளராக வேண்டுமென்று நான் முடிவெடுத்தேன். அதிலிருந்து வேறு எதைச் செய்யவும் நான் விரும்பியதில்லை.

அந்த எண்ணத்தை உங்களுக்குத் தந்தது எது?

உண்மையில் என் நண்பனால்தான். என்னுடைய ஆறு வயதிலிருந்தே நான் தொடர்ந்து எழுதிக்கொண்டிருக்கிறேன். என் நண்பர்கள் அவர்களது ஆங்கில வகுப்புகளில் அதிகப் பாராட்டு பெறவேண்டுமென்பதற்காக அவர்களுக்கு நான் கதைகள் எழுதித்தருவதுண்டு. அவர்களில் ஒருவன் ஒருநாள் என்னிடம், "உனக்குத் தெரியுமா, நீ ஒரு எழுத்தாளனாக இருக்க வேண்டியவன்," என்றான். நான் கதைகள் எழுதினாலும், வாசிப்பதில் விருப்பம் இருந்தாலும், நான் எழுதுவதும் எழுத்தாளர்கள் எழுதுவதும் இருவேறு விஷயங்கள் என்று நான் உறுதியாக நம்பியிருந்தேன். அதற்கு முன்பு என் ஆசிரியர்கள் உட்பட யாருமே என்னிடம் அதைப்போல ஒன்றைக் கூறியதில்லை. அதுதான் முதல்முறை. ஏனென்றால் கான்கிரீட் உயர்நிலைப் பள்ளியிலிருந்த எந்தவொரு ஆசிரியருக்குமே தமது மாணவர்களில் ஒருவன் எழுத்தாளனாக வரப்போகிறானென்று தோன்றியிருக்கப் போவதில்லை. ஆனால் அந்தச் சிறுவனுக்குத் தோன்றியிருக்கிறது. அவனும் சொல்லிவிட்டான். வேடிக்கை என்னவென்றால் இந்த விஷயம் எனக்குள்ளே வியாபித்து பூராவும் பற்றிக்கொண்டதுதான். அவன் என்ன சொல்கிறானென்பதை அவனே அறிந்திருக்கவில்லை. ஓர் எழுத்தாளனாக முயற்சிப்பது எத்தகையது என்பதை அவன் அறிந்திருக்கவில்லை. ஆனால் ஒரு சிறுவன் இன்னொருவனிடம் வெகுளித்தனமாக, பிரியத்தோடு சொன்ன ஒரு விஷயம் முக்கியத்துவம் பெற்று நிறைவேறியிருப்பது மிகவும் இனிமையானவொன்றுதான்.

உங்கள் கதைகளைத் தேர்ந்தெடுக்கும்போது அவற்றை ஒரு தொகுப்பாக திட்டமிட்டுத் தேர்ந்தெடுப்பீர்களா அல்லது சமீபத்தில் நீங்கள் எழுதிய கதைகளின் மாதிரிகளாகவா?

The Night in Question ல் நான் தொகுத்திருந்த கதைகளைவிட அதிகமான கதைகளை உண்மையில் நான் எழுதியிருந்தேன். அவற்றைத் தேர்ந்தெடுக்கும்போது கதைகளின் குரல் அல்லது சித்தரிக்கப்பட்ட பிரச்சனை போன்றவற்றிலுள்ள ஏதோவொன்று இந்தத் தொகுப்பில் ஒரு கதையை சேர்க்க வைக்கிறது. பாத்திரங்கள் ஒருவித சமுதாயத்தைச் சார்ந்தவர்களைப் போலவும் , ஒருவரையொருவர் அறிந்திராத ஒரு நாவலின் பாத்திரங்களைப் போலவும் நினைத்துக் கொண்டேன். பொதுவான ஓர் இடத்தைச் சேர்ந்த சமுதாயமல்ல, அவர்களைப் பீடித்திருக்கும் கேள்விகளின் அடிப்படையில். கதையின் வேகத்திலும் ஏதோ இருக்கிறது. மொட்டவிழ்கிற ஓர் உணர்வு இருக்க வேண்டும். ஒரு தொகுப்பை உண்டாக்கும்போது எல்லாவித விஷயங்களும் நடைபெறுகின்றன. அந்தப் பிரச்சனையில் எழுத்தாளர்கள் பெரும் சிரமத்தை எடுத்துக் கொள்கின்றனர்.

***The Night in Question* என்பது எவ்வாறு தலைப்புச் சிறுகதையாக ஆனது?**

ஒரு படைப்பைத் தொடங்கும்போது அதன் தலைப்பு எதுவாக இருக்கப் போகிறதென்று பெரும்பாலும் எனக்குத் தெரிவதில்லை. ஆனால் அக்கதையை நான் எழுதிக் கொண்டிருக்கையில் அந்தப் பாத்திரம் *The Night in Question* என்ற அச்சொற்றொடரை பயன்படுத்துகிறது. வழக்கறிஞர்களும் அல்லது காவல்துறை அதிகாரிகளும் நடந்த ஏதோ அசம்பாவிதத்தோடு இணைத்து உபயோகிக்கிற சொற்றொடர். அந்த வரியை நான் எழுதியபோது அந்தப் பிரயோகம் மட்டும் பிற வார்த்தைகளிலிருந்து மாறுபட்ட வண்ணத்தில் இருப்பதைப் போல அந்தப் பக்கத்திலிருந்து மேலெழும்பி வந்தது. அதை என் தலைப்பிலிருந்து அகற்ற முடியாமற் போய்விட்டது. ஒரு கதையைத் தொடங்க அது ஓர் அற்புதமான சொற்றொடராக்கப்பட்டது. ஏதோ ஒரு துர்சகுனத்தைக் குறிப்பது போல, ஒருவித கட்டவிழ்க்கும் வாசகமாகத் தோன்றியது. நமது கதை தொடங்கும்போது அல்லது முன்னொரு காலத்தில் அல்லது ஒரு ஊரில் இரண்டு சகோதரர்கள் வாழ்ந்து வந்தனர் என்பவற்றைப் போலவே பிரச்சனைக்குரிய அந்த இரவு என்ற அந்தத் துவக்கம் ஒரு முழுத் தொகுப்பிற்கு முதல் படியைப் போல, ஒரு முழுமையான ஷெஹரஸாத் அம்சம் பொருந்தி எனது கதைப் பிரதேசத்திற்கு உங்களை வரவேற்கிறார்போல எனக்குத் தோன்றுகிறது.

பிரமாணம்

டோபியாஸ் உல்ஃப்

அந்தச் சாட்சி கல்லுளிமங்கனாக இருந்தான். அவனுடைய சிநேகிதியான வேறொரு நர்ஸிடம் இதற்கு முன்பு கூறியிருந்தவற்றை, இப்போது பர்க்கின் வழக்கிற்குப் பெரிதும் முக்கியமாக உதவக்கூடிய அந்த வாக்குமூலத்தை, தற்போது சத்தியப்பிரமாணத்தின் கீழ் திருப்பிச் சொல்வதற்கு மறுக்கிறான். அவன் என்ன சொல்லியிருந்தான் என்பது அவனுக்கு ஞாபகத்தில் இல்லையாம். இப்போது வழக்கில் இருக்கும் அந்த அவசரகோல அறுவைசிகிச்சை சம்பவத்தையும், சிக்கலில் முடியவைத்த அந்த அரைகுறை செயல்பாட்டையும் அவனால் நினைவுகூர முடியவில்லையாம். சர்வசாதாரணமாக செய்து முடிக்க வேண்டிய ஓர் அறுவை சிகிச்சை (நரம்பு முடிச்சிலிருந்த கட்டியை நீக்குவது) அநியாயமாக, சமாதானம் சொல்ல முடியாதபடிக்கு சொதப்பலாக்கப்பட்டு பர்க்கின் கட்சிக்காரரான அப்பெண்மணியின் இடதுகை செயல்பாடு அத்தனையும் இழந்து முடங்கிப் போயிருந்தது. அவள் கார்களை வாடகைக்கு விடும் ஓர் அலுவலகத்தின் வரவேற்பு மேஜையில் பணிபுரிந்து வந்தவள். கணினியின் விசைப்பலகையை உபயோகப் படுத்த முடியாதிருக்கும் ஒரு ஐம்பத்தியெட்டு வயது புக்கிங் ஏஜெண்ட்டிற்கு என்ன நடக்கும்?

கொஞ்சம் இடைவேளை கோருவதற்கு பர்க் முடிவெடுத்தான். இந்த முக்கியமான பிரமாணத்தை நேரடியாகப் பெறுவதற்காக ஒருநாள் முன்புதான் சான்பிரான்ஸிஸ்கோவிலிருந்து பறந்து வந்திருக்கிறான். அந்த நீண்ட, உவப்பில்லாத பிரயாணத்தின் களைப்பு இன்னமும் அவனிடம் இருந்தது. சான்பிரான்ஸிஸ்கோ விலிருந்து கிளம்பியதே தாமத மாகத்தான். அதன்பின் டியூல்ஸ் வழியாக அல்பேனிக்கு நெக்கு முறிகிறார் போல ஒரு சவாரி. அங்கிருந்து நியூடெல்ஃபிட்டுக்கு கைதி வாகனம் போல ஒரு மட்டமான ஊர்தியில் வந்து சேர்ந்திருக்கிறான். நீண்ட பயணம், தூக்கமற்ற இரவு. சாட்சியின் மறதிக்காகக் கொஞ்சம் கோபத்தைக்கூடக் காட்டிவிட்டிருந்தான். அதனாலேயே பர்க் எது நடக்கக்கூடாது என்று நினைத்திருந்தானோ அதைப் போலவே சாட்சி முரண்டுபிடித்து ஒடுங்கிக் கொண்டான். கொஞ்சநேர ஓய்வு, விஷயங்களைக் குளிர வைத்து அம்மனிதனின் மனசாட்சி அவன் ஞாபகத்தில் இருப்பதை வெளிக்கொணரத் தூண்டுமென்று பர்க் நம்பினான். அதாவது மனசாட்சி போன்ற தாக்கங்கள் அவனுக்கு இன்னமும் இருக்கும்பட்சத்தில் அவனுக்கு இருக்குமென்றுதான் பர்க்கிற்குத் தோன்றியது.

சாட்சியின் தரப்பு இடைவேளைக்கு ஒப்புக்கொண்டது. நாற்பத்தி ஐந்து நிமிடங்கள். வழங்கப்பட்ட காபியையும் குக்கீஸ்களையும் நிராகரித்துவிட்டு துரிதமாக ஒரு நடை சென்று வரலாமென்று கட்டிடத்தைவிட்டு வெளிவந்தான். அந்த பெடரல் விடுதி சட்ட அலுவலகங்களாக மாற்றப்பட்டிருந்தது. மேட்டிலிருந்து சாலை கீழிறங்கி நதியை நோக்கிச் சென்றது. அது ஓர் அழகிய கதகதப்பான பொன்னிறத்து அக்டோபர் பிற்பகல். மரங்களில் தீப்பற்றி எரிவது போல் பூக்கள். காற்ற அடர்த்தியாக உதிரும் இலைகளோடு இருந்தது. அந்த வாசனை, தேன் தடவிய வெளிச்சம் ... பார்க்கின் நடை தடுமாறியது. ஓஹியோவில் அவன் சிறுவயது வீட்டின் இத்தகைய தினங்களின் ஞாபகம் அவனை அழுத்தியது. அந்த உக்கிரமான கோடைப் பருவம் ஒன்றில் அவனது உயர்நிலைப் பள்ளியின் இடைநிலை வருடத்தில் ஒவ்வொரு நாளும் வேட்கை பிரவகிக்க, அந்த இச்சையின் உதறலோடு அவனைவிட வயதான தோழி ஒருத்தியின் வீட்டிற்கு வேகமாய்ச் செல்வதும், அவள் அம்மா வேலையிலிருந்து திரும்புவதற்குள் அந்தப் பெண்ணின் துணிச்சலில் ஒரு மணி நேர அவகாச உன்மந்தத்தில் ஜெயங்கொண்ட தருணங்கள். ஜுலி ஆன் ரோஸ். அவள் தொண்டையில் இருக்கும் மணற்கடிகை வடிவ மச்சம் ... அவளது படுக்கையறை சன்னலில் படபடக்கும் மென் சருகுத் திரைச்சீலைகளும், வெதுவெதுப்பாக வீசும் காற்றில் சிலிர்க்கும் இலைகளின் குதூகலமும் இன்னமும் அவன் கண்ணில் தெரிந்துகொண்டிருந்தன.

அடச்சே! அவன் வெறுக்கத் தொடங்கிவிட்ட ஓர் இடத்தைப் பற்றி, கனவுக்குள் தப்பித்துக் கொள்கிறார்போல என்னவொரு கடந்தகாலப் பிரவேசம்.

ஆற்றை அடையவேண்டிய தூரம் பார்க் நினைத்திருந்ததைவிட அதிகமாக இருந்தது. கொழுத்த எருதினைப் போல இருந்தவன் அவன். உடற்பயிற்சியாலும் உணவுக் கட்டுப்பாட்டாலும் சிரமப்பட்டு உடம்பைக் குறைத்தான். இருந்தும் சமீபகாலமாக நேரம் தாழ்ந்து வேலை பார்ப்பதும், உடற்பயிற்சிகளைத் தவறவிட்டதும் இப்போது இந்த இலேசான நடைக்கே வியர்க்க வைத்தது. டையைத் தளர்த்திக் கொண்டான். மேட்டிலிருந்து இறங்கியதும் அவனது மேல்கோட்டைக் கழற்றி தோள்மீது போட்டுக்கொண்டான்.

ஆற்றையொட்டியே ஏதாவது பாதை இருக்குமென்று பார்க் நினைத்திருந்தான். ஆனால் அந்தப் பாதை நதிக்கரையையொட்டி பூட்டப்பட்ட சங்கிலி வேலிக்குப் பின்னால் கட்டப்பட்டிருந்த ஒரு ஜோடி தொழிற்சாலை கட்டிடங்களால் மறிக்கப் பட்டிருந்தது. தொழிற்சாலைகள் சிதிலமுற்று சுவர்களிலிருந்து செங்கற்கள் விழுந்து கொண்டிருந்தன. மாலை வெயிலில் சந்தோஷமாக ஜொலித்துக் கொண்டிருந்த உச்சாணி சன்னல்களைத் தவிர மற்றவையெல்லாமே உடைந்திருந்தன. தொழிற் சாலையின் புற்கள் மண்டிய கருங்காரை முற்றத்தில் உடைந்த கண்ணாடிச்சில்லுகள் இங்குமங்குமாகச் சிதறியிருந்தன. இந்தக் காட்சி பார்க்கிற்கு ஏற்கனவே பரிச்சயமாகியிருந்த ஒரு கதையைச் சொல்லியது. அவன் அதைக் கசப்புடன் பார்த்துவிட்டு தலையைத் திருப்பினான்.

வேலியோரமாகவே சில தப்படிகள் நடந்து, திரும்பி வர்த்தகத் தெருவைப்போலத் தோற்றமளித்த சாலைக்கு மேடேறினான். சீன உணவகம் ஒன்றின் திறந்திருந்த கதவின் வழியாகத் தெவிட்டுகிற உவர்ப்பு வாசனை வீசியது. உள்ளே தெரிந்த ஓர் ஒற்றை மேஜையின் மேல் பாதி சாப்பிட்டு மிச்சம் வைக்கப்பட்ட நூடுல்ஸ் தட்டைச் சுற்றி சோயாசாஸ் பாக்கெட்டுகள் குவிந்திருந்தன. கவுன்ட்டரில் இருந்த கண்ணாடியணிந்த பெண் செய்தித் தாளிலிருந்து கண்களை உயர்த்தி அவன் பார்வையைச் சந்தித்தாள். அவன் பார்வையை நகர்த்திக்கொண்டு மேலே நடந்தான். காலியான சுவரொட்டி சட்டகமும் வெற்றான கூடாரமும் இருந்த ஒரு பழைய திரையரங்கைக் கடந்து பல்வேறு ஒப்பனைகள் இடப்பட்டிருந்த நாய்க்குட்டிகளோடு ஆரஞ்சுநிறத் தலைமுடி அணிந்து இளித்துக் கொண்டிருந்த கடை உரிமையாளரின் தேய்ந்துபோன புகைப்படங்கள் ஒட்டப்பட்டிருந்த ஒரு நாய்களுக்கான சலூனைக் கடந்து மூடப்பட்டது என சன்னலில் எழுதப்பட்ட டெய்லர் கடை ஒன்றைக் கடந்து சென்றான். மூலையில் கைவிடப்பட்ட மொபில் பெட்ரோல் நிலையம் ஒன்று சன்னல்கள் சார்த்தப்பட்டு பம்ப்புகள் காணாமற் போயிருந்தன.

பர்க் நின்று மேலே இன்னமும் தொங்கிக் கொண்டிருந்த பறக்கும் சிவப்புக்குதிரைப் படத்தைப் பார்த்தான். திரும்பி இதுவரை கடந்து வந்த வட்டாரத்தைக் கவனித்தான். எதிர்ச்சாரியில் நடைபாதையில் கூன்முதுகோடு ஓவர்கோட் அணிந்து முனைப்பாகச் சென்றுகொண்டிருந்த ஒரு பெண்மணியைத் தவிர வேறுயாரும் கண்ணில் படவில்லை. திவாலாகிப்போன தொழில்களும் தேங்கிப்போன சூழலுமாக அது அவனது சொந்த ஊரின் ஒரு தெருவாகவே இருக்கக்கூடும். பர்க்கின் விதவைத்தாய் இப்போதும் அந்தப் பழைய வீட்டிலேயேதான் இருக்கிறாள். அவன் மனைவியோடு கடமையாக அங்கே போய் அவளைப் பார்த்துவிட்டு வருகிறான். அவன் மனைவிக்கு அந்த நகரம் அழகானதாக, மனதை சாந்தமுறச் செய்யும்படி நிச்சலமாக இருப்பதாகத் தெரிகிறது. ஆனால் பர்க்கிற்கு அங்கே வசிப்பதைப்பற்றிக் கற்பனை செய்யக்கூட முடியாது. வெறுமையையும், வீழ்ச்சியையும் சகஜமாக ஏற்றுகொண்டு மற்றவர்கள் அங்கே இருந்து வருகின்றனர் என்றால் ...

குடும்பம் என்றும் நம்பிக்கைகள் என்றும் சகோதரத்துவமென்றும் என்ன கூறினாலும் - நாட்டார் அறப்பண்புகளின் அடிப்படையில் சான்பிரான்ஸிஸ்கோ போன்ற பொருள்முதல்வாத, ராட்சசப் போட்டியாளர்களைக் கண்டித்துவந்தாலும் - இந்த மயானப் பிரதேசத்தில் ஒருவித முழுமைத்தன்மை இல்லாமல் ஏதோ சோம்பலும் புலனுகர்வும் மட்டுமே இருப்பதாக அவனுக்குத் தோன்றியது. அவன் சொந்த ஊரின் தெருக்களில் அலையும்போது பர்க் உணர்வதைப் போலவே இப்போதும் உணர்ந்தான்.

வெயிலுக்கெதிரே சாலையைக் கடந்து நடைவேகத்தை அதிகப்படுத்தினான். சரியான நேரத்திற்குள் அவன் திரும்பிவிட வேண்டும். அந்த பெட்ரோல் நிலையத்தோடு எல்லா வணிக அறிகுறிகளும் முடிந்து போயிருந்தன. சொற்பமான

இடத்தின் குட்டிக்குட்டியான வீடுகள் ஒன்றோடொன்று நெருங்கிக் கசக்கிய படியிருந்த பல்வேறு பிளாக்குகளைக் கடந்து சென்றாள். தொழிற்சாலைகளிலேயே தத்தம் வாழ்க்கைகளைக் கழித்துவிட்டவர்களின் வீடுகளாகத்தான் நிச்சயமாக இவை இருக்க வேண்டும். பெரும்பாலான வீடுகள் மோசமாகப் பழுதடைந்திருந்தன. கூரை சரிந்து, வாசல்கள் சிதைந்து, நிரந்தர வருவாய் ஏதும் இருப்பதற்கான அறிகுறியேயின்றி.

பர்க்கிற்கு இந்தக் கதை மொத்தம் தெரியும் - அவன் சொத்தையே ‘பெட்’ கட்டிச் சொல்வான். தொழிலாளர் சங்கங்கள் உடைந்துவிட்டிருக்கும் அல்லது வாங்கப்பட்டு விட்டிருக்கும். கதவடைப்புச் செய்ய வேண்டியிருக்குமென்ற அச்சுறுத்தல்களிலேயே ஊதியங்களும் சலுகைகளும் தொடர்ந்து வெட்டப்பட்டு வந்திருக்கும். கதவடைப்பு என்பது எப்படியும் நிகழ்ந்தேவிட்டிருக்கும் - வேலைகள் வெளிநாட்டுக் கூலி அடிமைகளுக்குச் சென்றுவிட்டதால். இதற்கு நடுவே முதலாளிகளின் சர்க்கரை தடவிய வார்த்தைகளில் கார்ப்பரேட் ‘குடும்ப’த்தைப் பற்றியும், பிரகாசமான நாட்கள் வரப்போகும் எதிர்காலம் பற்றியும் கனவுலக பிம்பங்களை சந்தோஷமாக செப்பிடு வித்தைகள் செய்து காட்டிவிட்டு, ஒரு நூற்றாண்டாக ஏமாற்றி வந்ததற்கு அபராதம் செலுத்த வேண்டி வருவதற்குள் வேறு யாருக்கோ விற்றுவிடுவார்கள். புதிய முதலாளிகள் என்ற எம்.பி.ஏ. வல்லூறுகள் ஓய்வூதிய நிதியிலிருந்து சுரண்டிக் கொண்டு, பின் திவாலாகிவிட்டதாக காட்டிவிடுவார்கள். இந்தக் கதை எல்லாமும் பர்க்கிற்குத் தெரியும். ஆனால் அவனை அருவருக்க வைத்த விஷயம் எதுவென்றால் அவர்களின் தலையைத் தட்டிக் கொடுத்துக்கொண்டே அவர்கள்தான் நாட்டின் முதுகெலும்புகள் என்றும், இம்மண்ணின் ஜீவனென்றும், உண்மையான அமெரிக்கர் களென்றும் பசப்பிக் கொண்டே தம்மை அந்த முதலாளிகள் சுரண்டி உறிஞ்சிக் கொள்ள அந்தத் தொழிலாளர்கள் அனுமதித்து மகிழ்வது. இயேசுவே! இப்போதும் அவர்கள் கபளீகரம் செய்யப்பட்டுத்தான் வருகின்றனர், ஆனாலும் இன்னமும் திருடு கொடுத்தவன் போலன்றி திருடர்கள் போலத்தான் வாக்களித்துக் கொண்டு வருகின்றனர். இதுதான் அவர்களுக்கு நியாயமாகத் தெரிகிறது போலிருக்கிறது!

பர்க்கின் இதயம் உத்வேகம் பெற்றுக் கூடுதலாகத் துடித்து முகத்திற்கு உஷ்ண அலையை அனுப்பியது. விநோதமாக அவன் நடை இலேசானதாக மாறி நடைபாதையில் மிதப்பது போலானான். அவன் வேகத்தைக்கூட்டி மேடாக உயரும் சாலையை நீண்ட கால்களில் எட்டிப்போட்டு விரைந்தான். செம்பட்டை முடிக்கற்றைகள் சுருள் சுருளாகத் தொங்க ஒரு சிறுவன் கோணிப்பையில் உதிர்ந்த இலைச் சருகுகளைச் சேகரித்துக் கொண்டிருந்தான். பர்க் அவனைத் தாண்டும் போது அவன் அம்மூட்டையை நிமிர்த்தி சாய்ந்துகொண்டு அவனை வெறித்தான். அவன் அணிந்திருந்த இயர்ஃபோன்களிலிருந்து கிறீச்சிடும் சங்கீதம் கசிந்தது.

மொத்த தேசமுமே இதுபோலத்தான் பொள்ளலாகிப் போய்க்கொண்டிருக்கிறது. உள்ளிருந்து தின்னப்பட்டு வருகிறது. ஆனால் யாருமே எதிர்த்துப் போரிடுவதில்லை.

எதிர்த்து நிற்காத மனிதர்களைத் தள்ளிவிட்டு அவர்கள் மேல் ஏறி மிதித்துக்கொண்டு செல்வதைப் பார்த்துக் கொண்டிருப்பது சங்கடமானது. ஏகதேசம் அவமான கரமானது. அதனால்தான் இப்படிப்பட்ட கவைக்குதவாத கையோடு உள்ள ஒரு ஏமாந்த சோணகிரி கட்சிக்காரரை எடுத்துக் கொண்டிருந்தான். அவள் ஒரு சளைக்காத போராளி. ஒவ்வொரு நிலையிலும் அடிபட்டு, ஆவணங்களை சமர்ப்பிக்கச் சொல்லப்பட்டு, ரகசியமாக வீடியோ டேப்பில் பதியப்பட்டு, அசிங்கமான சமாதானத் தீர்வுகளுக்குக் கட்டாயப்படுத்தப்பட்டு, அவமானப் படுத்தப்பட்டு எதிர் வழக்குப் போடப்படும் என்று மிரட்டப்பட்டும்கூட அவள் பல்லைக் கடித்துக் கொண்டு தொடர்ந்து போராடிக் கொண்டிருக்கிறாள். அவள் சேமிப்பு எல்லாவற்றையும் செலவழித்து தன்னை முடமாக்கிய அந்த டாக்டரை தண்டிப்பதற்காக பர்க்கின் நிறுவனத்தில் உதவியாளனாகப் பணிபுரியும் அவன் மகனோடு வாழ்வதற்காக சான்பிரான்ஸிஸ்கோவிற்குக் குடிபெயர்ந்துவிட்டாள். இங்கே நியூடெல்ஃபிட்டில் இருந்த அவளுடைய வழக்கறிஞருக்குப் பக்கவாதம் தாக்கி அவர் விலகிக்கொள்ள, பர்க்கிற்கு இது அவ்வளவு நம்பிக்கை தரக்கூடிய கேஸாக இல்லாவிட்டாலும் அந்தப் பெண்ணின் விடாமுயற்சிக்காகவும், கடைசிவரை போராடும் குணத்திற்காகவும் எடுத்துக்கொண்டான்.

இப்போது பார்க்கும்போது அவளுக்கு ஒரு வாய்ப்பு இருக்குமென்றுபடுகிறது. கடந்த மாதத்தில்தான் அந்தத் திருப்புமுனை நிகழ்ந்தது. இந்த ஆண் செவிலி அவனுடைய (தற்போது மனக்கசப்பில் பிரிந்துவிட்ட) பெண் சிநேகிதியிடம் வெளிப்படுத்திய குற்றச்சாட்டுகளைப் போன மாதம்தான்அறிய முடிந்தது. பர்க்கிடம் கிடைத்த இந்தக் குற்றச்சாட்டே வாய்வழி ஆவணம்தானென்றாலும் நீதி மன்றத்திற்குக் கொண்டு செல்லவும், ஒரு நியாயமான உடன்பாட்டுக்கு வலியுறுத்தவும் வல்லதுதான். அதை விடவும் இந்த விஷயம் அவனுக்கு அறிவித்தது இந்தச் சாட்சிக்கு ஒரு குற்றவுணர்வும், கோபமும் இருக்கிறது என்பதைத்தான். ஒரு ஜீவனை முடமாக்கிவிட்டதில் அவனுக்கும் ஒரு பங்கு இருக்கிறது என்ற உறுத்தல் இருக்கிறது. அவனுடைய உயர் அலுவலரான அந்த அறுவை சிகிச்சையாளருக்கு சாதகமாக அவன் பேசக் கட்டாயப்படுத்தப்பட்டிருக்கிறான். அவன் உண்மையில் பார்த்தது என்னவோ, அல்லது அவன் சொன்னது எதுவோ, அவற்றை அவன் மறக்கவில்லை. அவன் கூறுவதெல்லாம் அவை எதனையும் அவனால் தெளிவாக நினைவுகூர முடியவில்லையென்று தான்.

ஒரு மனிதன் மறப்பவற்றை அவனால் ஞாபகப்படுத்திக்கொள்ள முடியும். நம்பிக்கையைப் பொறுத்த விஷயம் அது. இந்தச் சாட்சியின் நழுவலில்கூட. பர்க்கால் அவனுக்குப் பொய் சொல்வதில் உள்ள தயக்கத்தை, அதையும் தாண்டி உண்மையைக் கூறுவதில் அவனுக்கிருந்த ஆர்வத்தை, அது இன்னமும் தீர்மானமாக இல்லாவிட்டாலும் பிடிவாதமாக அவனைத் தொல்லைப்படுத்திவருவதாக கண்டறிய முடிந்தது.

கேட்கப்பட்ட கேள்வி ஒன்றிற்கு ஒருவன் பதில் கூறுவதில் அவனுடைய நேர்மையை மட்டுமல்ல, உண்மையை நோக்கிய அவனது இயல்பான மனச்சாய்வைக் கூடக் கண்டுபிடித்துவிடக் கூடிய திறமை தனக்கிருப்பதாக பர்க் நம்பினான். பறவை களுக்கிருக்கும் மனைநாட்டவுணர்வை போல எப்படிப்பட்ட ரிஸ்க்காக இருந்தாலும், எந்தளவுக்கு மழுப்பலாகவும், சௌகரியமான கட்டத்தில் ஞாபக மறதியால் தம்மைப் பாதுகாத்துக் கொண்டாலும், அங்கீகரிப்புக்கான பரபரப்பு நிச்சயம் அங்கே தென்பட்டுவிடும். இத்தனை வருடங்களில் பர்க்கிற்கு சாட்சிகளின் ஆரம்பத் தடுமாற்றங்கள், மறைப்புகள், அவர்களின் சுய அக்கறைகள் இவற்றைத் தாண்டி அவர்கள் சொல்லவிழைவதைச் சொல்லிவிடுவதற்காகப் பற்பல உபாயங்களைச் சேகரித்து வைத்திருந்தான். அந்த ஆண்செவிலி அவனது கதையைச் சொல்லியே தீரவேண்டும். பர்க்கிற்கு நிச்சயமாகத் தெரியும். அந்தக் கதையை எப்படி வெளியே வரவழைத்து தனக்கு சாதகமாகச் செலுத்திக் கொள்ள வேண்டுமென்பது தெரியும். கூச்சமிக்க இந்தச் சாட்சியை அவன் சுலபமாகத் தன்வயப்படுத்திவிடுவான்.

இதை எப்படி அவன் செய்து முடிக்கப்போகிறான் என்பதை பர்க் யோசித்துக் கொண்டிருந்த போது அன்றைய தினத்தில் முதன்முறையாக அவன் சுலபமான வேகத்தில் விரைந்து கொண்டிருப்பதை உணர்ந்தான். நடையின் லயமும் தோதாக வீசும் காற்றும் ஓர் இனிமையான வலிமையுணர்வை உண்டாக்கின. அவனது அபத்தமான விலையுயர்ந்த இத்தாலிய லோஃபர்ஸ் காலணிகள் மட்டும் இல்லாதிருந்தால் அவன் ஓட்டமாக ஓடியேயிருப்பான்.

மேடேற ஏற வீடுகள் பெரியனவாகவும் புல்தரைகள் ஆழமாகவும் கரும்பச்சை யிலுமாகவும் மாறின. மாபெரும் மேப்பிள் மரங்கள் சாலைக்கு மேல் உயரத்தில் நிழல் வளைவுகள் பின்னியிருந்தன. திடீரென்று உதிரத் தொடங்கிய இலைகளை, அவை சிலிர்த்து உதறி கழன்று சரிவதை, சரியும்போது காற்றில் தடைபட்டு அந்தரத்தில் ஊசலாடி கீழிறங்குவதை, பின்னங்கழுத்தில் குறும்பாக ஊதப்படும் மூச்சுக் காற்றுப்போல வெதுவெதுப்பான லேசான சுழற்காற்று உணர முடியாதபடிக்கு வீசுவதைக் கவனிக்க நடையை மெதுவாக்கினான். பேருந்து ஒன்று உறுமிக்கொண்டு அவனைத்தாண்டி சற்று முன்னால் நிறுத்தத்தில் நின்றது. கதவுகள் ‘ஹிஸ்’ ஸென்று வழுக்கித் திறந்து அந்தப் பெண் கீழிறங்கினாள்.

பர்க் தனது நடை திடீரெனப் பின்னுக்கிழுக்கப்படுவதையோ, தொண்டையில் அடைப்பதையோ உணரமுடியாமல் தயங்கினான். அவள் உயரமாக, அவன் கண்களுக்கு மகத்தான உயரமாகத் தோன்றினாள். நடைபாதையில் பாதத்தை சரியாக ஊன்றுவதற்காக அவள் குனிந்தபோது அவளது நீண்ட கரிய கேசம் முன்னால் சரிந்து அவள் முகத்தைத் திரையிடுவதற்கு முன்பு ஒரு கண நேரத் தீற்றலில் அவள் உதடுகளுக்குக் கறுப்புச் சாயம் தீட்டப்பட்டிருப்பது அவனுக்குத் தெரிந்தது. அவள் நடைபாதையில் நின்று அந்தப் பேருந்து கரும்புகையைக் கக்கிவிட்டுச் செல்வதைக் கவனித்தாள். அவளது பையைத் தோளிலிருந்து கீழே இறக்கிவைத்துவிட்டு

பாதத்தை உயர்த்தி கால் கட்டை விரல்களில் எழும்பி கைகளைத் தலைக்குமேல் உயர்த்தி விஸ்தாரமாக சோம்பல் முறித்தாள். கட்டை விரலை ஊன்றி நின்ற வாக்கிலேயே இரண்டு கைகளின் விரல்களையும் கோத்துக் கொண்டு இடுப்பை இரண்டு பக்கங்களிலும் திருப்பி நெட்டி முறித்தாள். அவள் அங்கிருந்து இருபதடி தூரத்தில்கூட இல்லை. ஆனால் அவனை அவள் கவனித்திருக்கவில்லை யென்பதும்,தான் மட்டும் அங்கே தனியாகத்தான் இருக்கிறோமென்று அவள் நினைத்திருந்ததும் தெளிவாகத் தெரிந்தது. தான் புன்னகை புரிவதை அவன் உணர்ந்தான். அவன் காத்திருந்தான். அவள் கைகளைக் கீழே இறக்கினாள். கழுத்தைச் சிலமுறை சுழற்றினாள். பின் பையை எடுத்துத் தோளில் ஏற்றிக் கொண்டு தெருவில் நடக்கத் தொடங்கினாள். அவள் வேகத்திற்குத் தகவமைத்துக் கொண்டு அவன் பின் தொடர்ந்தான்.

அவள் மெதுவாக நடந்தாள். வேண்டுமென்றே தீர்மானித்த ஏறக்குறைய ஒரு நாட்டியக்காரியின் தட்டைப் பாதப் பதிவைப் போன்ற, கால்விரல்கள் சற்றே திருப்பிய நடை. அவள் ஏதோவொரு பாடலை 'ஹம்' செய்து கொண்டிருந்தாள். நடக்கும்போது அவளது முட்டியுயர வண்ணப்பட்டையிட்ட பாவாடை கொஞ்சம் அலைக்கழிய, அதனை முன்னால் பிடித்து சரியமைத்துக் கொண்டாள். அவள் அணிந்திருந்த வெண்ணிறச் சட்டையில் அவள் தோள்பட்டைகளுக்குக் கீழே இரண்டு வியர்வை ஈரக்கறைகள் இருந்தன. அவள் அந்தப் பேருந்தின் பிளாஸ்டிக் இருக்கையில் சாய்ந்து ஈரக்காற்றில் கண்ணயர்வதையும், சுற்றியுள்ள ஆண்கள் தத்தமது மடித்துப் பிடித்த செய்தித் தாள்களின் மேலிருந்து அவளைத் திருட்டுப் பார்வை பார்ப்பதையும் பர்க்கினால் கற்பனை செய்து பார்க்க முடிந்தது.

அவளது ஹம்மிங்கின் தொனி மாறியது. தாளகதி அதிகமாவும், ராகம் குறைவாகவும், அவள் பாவாடைக்கடியில் இடை சுருண்டிருக்க, அவள் தோள்கள் மெலிதான பண்ணிசையில் இடம் பெயர்ந்து கொண்டிருந்தன. அவளுடைய கால்கள் மகா வெண்மையாகத் தெரிய, வலது கெண்டைத் தசையில் நாணயம் அளவுக்குத் தெரிந்த கரும்புள்ளி மச்சமா அல்லது ஏதாவது சேற்றுத்துகளா?

அவள் பாடுவதை நிறுத்தி பையைத் திறந்து பார்த்தாள். அது ஒரு பெரிய கான்வாஸ் பை. முழுசும் நிரம்பி உப்பியிருந்தது. அதிகம் குனிந்து தேடாமலேயே அவளுக்கு வேண்டியது கிடைத்தது. அதை வெளியிலெடுத்து மணிக்கட்டில் மாட்டிக் கொண்டாள். மென்மயிரடர்ந்த ஒரு சிவப்பு ரப்பர் வளையம். இரண்டு கைகளையும் கழுத்துக்குப் பின் கொண்டுவந்து, முடியைச் சேகரித்து உயர்த்தி, தலையை ஒரு சிலுப்பு சிலுப்பி கூந்தலைக் கீழேவிட்டாள். முன்பைவிட இப்போது அவள் வேகம் குறைந்து தளர்வாக, கனவில்போல் நடந்து சென்றாள். மீண்டும் தலைக்குப் பின்னால் கையைக் கொண்டுவந்து கூந்தலை உயர்த்தி ஒரே பின்னலாகப் பின்னத் தொடங்கினாள். ஒரே வீச்சில் கடைசிப் பின்னலுக்கு வந்து மணிக்கட்டியிருந்த சிவப்பு வளையத்தை வழுக்கிக் கீழிறக்கி, அந்த அடர்ந்த கருவடம் போன்ற

பின்னலை அதற்குள் நுழைத்து முன்னால் தோள்மீது எடுத்துவிட்டுக்கொண்டாள். அதன் முனையைத் திருகிக் கொண்டே நடந்தாள்.

பர்க் அவள் கழுத்தின் வளைவைப் பார்த்தான். மிக வெண்மையாக, மிக வெற்றாக. அவளது நிதான வேகத்தில் அவனும் பின் தொடர்ந்தான். அவளது தப்படிகளோடு ஒத்திசைவாகவே சென்று கொண்டிருந்தவனுக்கு அவனது ஈர்ப்பில் தடவேகத்தை தவறவிட்டுவிட, அவன் காலடிச் சத்தத்தைக் கேட்டு சடுதியில் திரும்பி அவன் முகத்தை நேராகப் பார்த்தாள். பர்க் அவளுக்கு நேர் பின்னால் இருந்தான். அவனுக்கே அறியாமல் இடைவெளியை எப்படியோ குறைத்துவிட்டிருக்கிறான். அவள் கண்கள் விரிந்தன. அந்தக் கண்களால் அவன் ஸ்தம்பித்துப் போனான். அவை ஆழமான கன்றிப் போன நீலத்தில் (ஏறக்குறைய ஊதா) மிகக்கரிய மையினால் விளிம்பு வரையப்பட்டிருந்தன. ஒரு நீளமான தடுமாறலோடு அவள் ஆழமாக மூச்சிழுத்துக்கொள்வது அவனுக்குக் கேட்டது.

பர்க் பேசுவதற்கு முயற்சித்தான். அவளை தைரியமூட்ட. ஆனால் அவன் தொண்டை இறுகி, வறண்டு, எந்தச் சத்தமும் வெளிவரவில்லை. அவன் விழுங்கினான். என்ன சொல்வதென்று அவனால் யோசிக்க முடியவில்லை.

அவள் முகத்திற்குள் பார்த்தபடியே நின்றான். சின்னச்சின்னப் பருக்கள் கொண்ட வெண்சருமம். கருப்பு இதழ்களின் பரிதாபமான சோர்வு. ஆனால் அந்த விழிகள். அழகாக உயர்ந்த புருவங்கள். அழகு ! அவன் கற்பனை செய்திருந்ததை விட அழகு. அவன் மீது பதித்த கண்களை அகற்றாமல் அந்தப் பெண் ஒரு அடி பின்னகர்ந்தாள். திரும்பினாள். சாலையிலிருந்து உள்ளடக்கியிருந்த ஒரு பிரமாண்டமான வெள்ளை நிற வீட்டை நோக்கித் திரும்பி, அவ்வீட்டின் வாசலைத் தாண்டி புல்தரையின் குறுக்கே புகுந்தாள். பாதிதூரம் நடந்து ஒரே ஓட்டமாக பிய்த்துக் கொண்டு ஓடினாள்.

இது பர்க்கை ஒருவிதத்தில் விடுவித்தது. ஒரு கௌரவமான வேகத்தை வேண்டுமென்றே வரவழைத்து தொடர்ந்து நடந்தான். நடுவில் நின்று அவனது மேல் கோட்டை அணிந்துகொண்டு மணிக்கட்டுப் பொத்தான்களை மாட்டி, தோள் பகுதியை நீவிவிட்டு, லேப்பெல்களை இழுத்துவிட்டுக் கொண்டான். திரும்பிப் பார்க்க அவன் தன்னை அனுமதித்துக் கொள்ளவில்லை. அவன் தொண்டையின் இறுக்கம் தளர்ந்ததும் காற்றுக்காக மூச்சு தவிப்பதை உணரமுடிந்தது. ஏறக்குறைய மூச்சு வாங்கும்போதுதான் அந்தப் பெண்ணின் பின்னால் நடக்க ஆரம்பித்ததற்குப் பிறகு மூச்சு விடாமல் சென்றிருக்கிறோம் என்று உணர்ந்தான். எவ்வளவு பயந்துவிட்டாள் அவள்! இப்போது என்ன ஆகிவிட்டது? இந்தக் கேள்வியைத் தனக்குத்தானே அவன் உணர்ந்திராத தைரியத்துடன் கேட்டுக் கொண்டான். அவனுக்குத் தெரியும். அவன் முகத்தில் இருந்ததென்னவென்று அவனுக்குத் தெரியும். அவன் அதை அப்படியே போகவிட்டான்.

பர்க் தொடர்ந்து நடந்தான். அந்தப் பெண்ணை விட்டு விலகி வந்ததற்கு ஒன்பது அல்லது பத்து பிளாக்குகள் தாண்டி அந்த மேட்டுச்சாலையின் உச்சியை அடைந்ததும், அந்த குறுக்குத் தெருவின் கடைசியில் தெரிந்த அந்தச் சட்ட அலுவலகத்தை நோக்கி வலதுபுறம் திரும்ப, அவனுக்குப் பின்னால் ஒரு சைரன் ஒலி கேட்டது. ஒரு கூர்மையான, கட்டளையிடும் அதட்டல்போல. ஆனால் அந்தச் சத்தத்தை அவன் இனம் கண்டுகொண்டு, நடையை நிறுத்தி, ஒரு கணம் கண்களை மூடி நிதானித்துக்கொண்டு திரும்பி அந்தக் காவலர் வாகனம் சாலையோர நடைபாதைக்கருகே ஒதுங்கி அவனருகே ஊர்ந்து வந்து நிற்பதைக் கவனித்தான்.

காத்திருந்தான். அவனருகிலிருந்த பின்னிருக்கையிலிருந்த ஒரு நரைத்த பெண்மணி அவளை முறைத்துப் பார்த்தபடியிருந்தான். அந்தப் பெண் அவளுக்குப் பக்கத்தில் இருந்தாள். முன்னால் குனிந்து அந்தக் காவலரிடம் அவனை நோக்கித் தலையை ஆட்டிக் காட்டினாள். ஓட்டுநர் இருக்கையில் இருந்த காவலர் ஒரு நோட்டுப் புத்தகத்தை எடுத்துப் பிரித்து எதையோ எழுதி விட்டு, மூடி பக்கத்து சீட்டில் வைத்துவிட்டு அவருடைய வெண்மையான வழுக்கைத் தலையில் ரோந்துக் காவலரின் தொப்பியைப் பொறுத்தி சில கடைசி அட்ஜஸ்ட் மெண்ட்டுகளைச் செய்து கொண்டு வாகனத்திலிருந்து இறங்கினார். வண்டியைச் சுற்றிக் கொண்டு பின் கதவைத் திறந்து அந்தப் பெண்மணியும் அந்தப் பெண்ணும் இறங்கும்வரை கதவைத் திறந்து பிடித்துக் கொண்டிருந்தார். இந்த எல்லா செய்கைகளுமே ஏற்கனவே இடைவிடாமல் முயன்று தீர்மானித்து நிகழ்த்தப்பட்டவை போல, பார்ப்பவருக்கு ஒழுங்கையும் உறுதியையும் பறைசாற்றி உங்கள் தைரியத்தைக் குலைக்க முயல்வதைப்போல இருந்தன.

காவலர் அவனை நோக்கி வர பர்க் தலையசைத்து "நான் உங்களுக்கு என்ன செய்ய வேண்டும், ஆபிஸர்?" என்றான்.

"உங்கள் அடையாள அட்டை ப்ளீஸ்."

இதற்கு பர்க் எதிர்ப்பு தெரிவித்திருப்பான். ஆனால் தோளைக் குலுக்கிக் கொண்டு அவனது மேற்சட்டை பாக்கெட்டிலிருந்து பர்ஸை எடுத்து அவனது ஓட்டுநர் உரிமத்தை எடுத்து அவரிடம் கொடுத்தான்.

அந்தக் காவலர் அதைப் பரிசோதித்துவிட்டு, பர்க்கை ஏறிட்டுப் பார்த்து மீண்டும் குனிந்து உரிமத்தை ஆராய்ந்தார். அவர் இளைஞர்தான். அவர் முகம் குழந்தை யினுடையதைப்போல நிச்சலமாக இருந்தது. அவரது வழுக்கை, சுயமாக உண்டாக்கிக் கொண்ட மொட்டை. "நீங்கள் இந்தப் பகுதியைச் சேர்ந்தவரில்லை" என்றார் இறுதியாக.

பர்க் அவனது வர்த்தக அடையாள அட்டையைத் தயாராக வைத்திருந்தான். அதை நீட்டியதும் அவர் அசுவாரஸியமாக வாங்கிப் பார்க்க, "நான் ஒரு வழக்கறிஞர்"

என்றான். “இங்கே ஒரு சத்தியப்பிரமாணம் வாங்க வந்திருக்கிறேன், இன்னும் கொஞ்ச நேரத்தில் ... இருங்கள் பார்க்கிறேன் ... இருங்கள் பார்க்கிறேன் ...” அவன் கைக்கடிகாரத்தை உயர்த்தினான். “மூன்று நிமிடங்களுக்கு முன்பு. நான்கு முப்பதுக்கு நேரம் குறிக்கப்பட்டிருந்தது. அங்கே கிளிண்ட்டன் தெருவில்,” அவன் உத்தேசமாகக் கைகாட்டினான்.

“என்ன பிரச்சனை?”

தலை நரைத்த பெண்மணி பர்க்கிற்குஅருகில் வந்து அவன் முகத்தை வெறுப்போடு முறைத்துப் பார்த்தாள். காவலர் வாகனத்தை ஒட்டியபடி அந்தப் பெண் முகம் வெளிறி, கைகளைப் பக்கவாட்டில் அபத்தமாகத் தொங்கவிட்டுக் கொண்டு நின்றிருந்தாள்.

“எங்களுக்கு ஒரு புகார் வந்திருக்கிறது” என்றார் அந்த அதிகாரி. பின் குறிப்பாக, “பின் தொடர்ந்து வந்து தொல்லை கொடுத்ததாக. ஸ்டாக்கிங்” என்று சேர்த்துக் கொண்டார்.

“ஸ்டாக்கிங்? யார் பின் தொடர்ந்து தொல்லை கொடுத்தது?”

“யாருக்கு யார் தொல்லை கொடுத்தது என்று உனக்குத் தெரியும்” அந்தப் பெண்மணி ஒரு கடுமையான குரலில் அவன் மீது வைத்த கண்ணை எடுக்காமல் பேசினாள். சதுரமான தாடையில் ஆழமான வெயில் பழுப்பில் அழகாகவே இருந்தாள். அவளது போலோ சட்டையிலிருந்து பழுப்பு நிறத்தில் இழைஇழையாகத் தொங்கும் கைகளும், அவள் காக்கி சராயின் முட்டிகளில் காணப்பட்ட புல் வெட்டிய கறையும், பர்க்கிற்கு அவளை ஒரு படகின் மேற்தளத்தில் கப்பற்பாய்களின் விசிறலில் சில்லென்று அனுபவித்துக் கொண்டிருப்பவைப் போலத் தோன்றியது.

“அந்த இளம்பெண்ணையா?” பர்க் கேட்டான்.

“ரொம்ப சாமர்த்தியமாக என்கிட்டே விளையாடாதே” என்றாள் அப்பெண்மணி. “அந்தளவுக்கு பயந்து மிரண்டு போன யாரையும் நான் பார்த்ததேயில்லை. என் வீட்டு வாசலுக்கு ஓடிவந்தபோது பாவம் அந்தப் பெண்ணால் எதுவும் சொல்லக்கூட முடியவில்லை.”

“அவளை எதுவோ நிச்சயம் பயமுறுத்தியிருக்கிறது” என்றார் காவலர்.

“சரி இதிலே என்னுடைய பங்கு என்ன இருக்கிறது?” பர்க் கேட்டான். அவள் தன்னைக் கையைக் கட்டி அணைத்துக் கொண்டு கீழுதட்டைக் கடித்தபடி நின்றிருந்தாள். அவன் நினைத்திருந்ததை விட இளையவளாக இருந்தாள். சின்னப் பெண். அவன் மென்மையாக, “நான் ஏதாவது உன்னிடம் செய்தேனா” என்றான்.

அவனை ஒரு தீற்றல் பார்த்துவிட்டு தலையைத் திருப்பிக் கொண்டாள்.

அதே குரலில், "நான் ஏதாவது உன்னிடம் சொன்னேனா?" என்றான்.

அவள் காலடியில் தரையை வெறித்தாள்.

"சரி" காவலர் கூர்மையாகக் கேட்டார், "இவர் என்ன செய்தார்?"

அந்தப் பெண் பதிலளிக்கவில்லை.

"ஷோக்குப் பேர்வழியா நீ?" என்றாள் அந்தப் பெண்மணி.

"கொஞ்ச நேரத்திற்கு முன்னால் இந்தப் பெண்ணைத் தாண்டிப் போனது எனக்கு ஞாபகமிருக்கிறது." பர்க் அந்தக் காவலரிடம் தன்னிலை விளக்கம் அளித்தான். "ஒருவேளை நான் அவளை அதிர்ச்சியடைய வைத்துவிட்டிருக்கலாம்-அப்படித்தான் நினைக்கிறேன். நான் அவசரத்தில் இருந்தேன்." அதன்பின் பரிபூரணமான நிதானத்தோடு பர்க் அவனுக்கு நியூடெஃபிட்டில் இருக்கும் வேலை, அந்த நாற்பத்தைந்து நிமிட இடைவேளை, காலார நடக்க அவன் தேர்ந்தெடுத்திருந்த வழி, சரியான நேரத்திற்குள் திரும்ப வேண்டிய அவசரத்தில் அதே வழியில் திரும்பி நடந்தது, அதனால் நடைபாதையில் மற்றவர்களை முந்திச் செல்ல வேண்டியிருந்தது. இவையெல்லாவற்றையுமே சட்ட அலுவலகத்தில் உறுதி செய்து கொள்ளலாம். அங்கே அவர்கள் அவனுக்காக நிச்சயம் காத்துக் கொண்டிருப்பார்கள். பர்க் அந்தக் காவலரை தன்னுடனேயே வந்து இந்த விஷயத்தை ஒரேயடியாகத் தீர்த்துக் கொள்ளும்படி அழைத்தான். "உன்னை நான் பயமுறுத்திவிட்டிருந்தால் அதற்காக என்னை மன்னித்துவிடு" அந்தப் பெண்ணின் திசையை நோக்கிச் சொன்னான், "நிச்சயமாக அது என் நோக்கமல்ல."

காவலர் அவனை நோக்கினார், பின் அவளைப் பார்த்து, "என்ன சரியா?" என்று கேட்டார். திரும்பவும் கேட்டார்.

அவர்களிடமிருந்து திரும்பி அந்த வாகனத்தின் கூரையின் மேல் முழங்கைகளை ஊன்றி முகத்தைக் கைகளுக்குள் புதைத்துக் கொண்டாள்.

காவலர் அவளை ஒரு கணம் கவனித்தார். "ஆ, ஜீஸஸ் ..." என்றார். ஓட்டுநர் உரிமத்தை இன்னொரு முறை ஆராய்ந்துவிட்டு வர்த்தக அட்டையோடு அவனிடம் தந்துவிட்டு அப்பெண்ணிற்கருகில் சென்றார். ஏதோ கிசுகிசுத்துவிட்டு அவள் முழங்கையைப் பற்றி பின் கதவைத் திறந்து அவளை உள்ளே செலுத்த முயன்றார்.

அவள் அசையவில்லை. உரிமத்தையும் அட்டையையும் அவன் பர்ஸிற்குள் திருப்பி வைக்கும்போது அவள் கண்களை அவன்மீது உணர்ந்தான். இறுதியில் நிமிர்ந்து அவள் பார்வையைச் சந்தித்தான். அடிபட்ட இரக்கமற்ற பார்வை. அதைக் கண்கொட்டாமல் விலக்காமல் பார்த்தான். திடீரென்று மின்னல்போல ஒரு வலி வெடித்தது. அவன் தலை பக்கவாட்டில் சுடக்கியது. அடிக்கழுத்தில் ஒரு முறிகிற சத்தத்தை உணர்ந்தான். அந்த அதிர்ச்சி அவன் கண்களை சூடான கண்ணீரில் எரித்துக்

குருடாக்கியது. அவன் முகம் எரிந்தது. அடித் தொண்டையில் அவன் நாக்கு சுருட்டிக் கொண்டது.

"பொய்யனே" என்றாள்.

அவள் குரலைக் கேட்கும்வரை அவள் அவனை அறைந்திருக்கிறாள் என்பதை அவன் உணர்ந்திருக்கவில்லை-அவன் அந்தளவுக்கு ஸ்தம்பித்திருந்தான். அவனுக்குப் புரிந்திராத வகையில் மோசமாக வேறு எதையோ எதிர்பார்த்து பயத்தில் பீடித்திருந்தவனுக்கு இது ஒருவித ஆறுதலாகவே இருந்தது.

காவல் வாகனத்தின் கதவுகள் சார்த்தப்படுவது கேட்டது. ஒன்று-இரண்டு! அவன் குனிந்து முட்டியில் கைகளை ஊன்றிக்கொண்டு தன்னை நிதானப்படுத்திக் கொண்டு, பின் நிமிர்ந்து கண்களைக் கசக்கிக் கொண்டான். வாகனம் போய்விட்டிருந்தது. முகத்தின் இடது பக்கம் இன்னும் எரிந்தது. தொட்டாலே சூடாக இருந்தது. கருப்பு சூட்டில் இருந்த ஒரு தாடி ஆள் அவனைக் கடந்து போகும்போது ஓரப்பார்வை பார்த்துவிட்டு பின் நேராக மேட்டிலிருந்து கீழிறங்கிச் சென்றார். பர்க் தன் கைக்கடிகாரத்தை சரி பார்த்துக் கொண்டான். அவன் ஏழு நிமிடங்கள் தாமதம்.

அவன் ஒரு அடியெடுத்து வைத்தான், பின் மற்றது, தொடர்ந்து நடந்தான். எவ்வளவு தீர்க்கமாக, எவ்வளவு இலேசாக நடந்து செல்கிறோமென்பது ஆச்சரியமாக இருந்தது. போய்க் கொண்டிருக்கும்போது அவன் வலது செவிக்குள் ஒரு அணில் தொணதொணத்தது. அல்லது அப்படித்தான் தோன்றியது. நிமிர்ந்து பார்த்தபோது அவனுக்கு உயரத்தில் கிளை ஒன்றில் அது கத்திக் கொண்டிருப்பது கண்ணில்பட்டது. இருந்தும் அதன் குரல் திகைப்பூட்டும்படி, முரட்டுத்தனமாக மிகவும் நெருக்கத்தில் கேட்பதாக இருந்தது. மரங்களின் உச்சியிலிருந்த வெளிச்சம் மூடுபனியை ஒத்திருந்தது.

சட்ட அலுவலகத்தின் முன் பர்க் நின்று அவன் காலணிகளை பேன்ட்டின் பின்பக்கத்தில் வேகமாக துடைத்துக் கொண்டான். படியேறிச் சென்று கதவருகில் தயங்கினான். அந்த அறை இன்னமும் கன்னத்தில் சூடாக இருந்தது. வெளியில் தெரியுமா? அவர்கள் இதைப்பற்றி கேட்பார்களோ? அதனாலென்ன, அவன் வேறு ஏதாவது சொல்லிக் கொள்ளலாம். ஆனால் அவனுடைய சாட்சியின் வாயிலிருந்து அவனுக்கு வேண்டியதைப் பிடுங்கி அவனை வீழ்த்துவதற்காக உள்ளே நுழையும்போது கன்னத்தை மீண்டும் மிருதுவாக, அதை ரசிப்பதைப் போல வருடிப் பார்த்துக் கொள்ளாமலிருக்க அவனால் முடியாதிருந்தது.

◆

ஜி. குப்புசாமி 101

சினுவா ஆச்சிபி

2007 ஜூன் மாதத்தின் மூன்றாம் வாரம் நைஜீரியாவுக்குப் பொற்காலமாக அமைந்திருந்தது. பெருமைப்பட்டுக் கொள்வதற்கும், கொண்டாடி மகிழ்வதற்கும் நைஜீரியர்களுக்கு அதிகம் சந்தர்ப்பங்கள் கிடைப்பதில்லை. ஆனால் நைஜீரிய இலக்கியத்தின் புதிய வரவான நம்பிகை நட்சத்திரம் சீமமாண்டா அடிச்சிக்கு 30,000 டாலர் மதிப்புமிக்க ஆரஞ்சு விருது கிடைத்த நான்கு நாட்களுக்குள் சினுவா ஆச்சிபிக்கு மேன் புக்கர் சர்வதேச விருது வழங்கப்பட்டுள்ளது. ஆச்சிபி, அடிச்சிக்கு மட்டுமின்றி பென்ஒக்ரி, டோனி மாரிஸன், நாடின் கார்டிமர், வோலே சோயிங்கா போன்ற கறுப்பின மற்றும் ஆப்பிரிக்க எழுத்தாளர்களுக்கு முன்னோடி. Things Fall Apart என்ற அவரது முதல் நாவலின் மூலம் ஒரு நிஜமான ஆப்பிரிக்க மண்வாசனையை உலகிற்கு அறிமுகப்படுத்திய ஆச்சிபி, 20ஆம் நூற்றாண்டின் தலைசிறந்த பத்து நாவல்களில் ஒன்றாக தேர்ந்தெடுக்கப்பட்ட இந்நாவலுக்காக மட்டுமன்றி எண்ணற்ற கட்டுரைகள், கவிதைகள், சிறுகதைகள், நாவல்களுக்காகவும் ஆப்பிரிக்க இலக்கியத்தின் முன்னத்தி ஏராக மதிக்கப்படுகிறார்.

1960-ல் ஆங்கிலேயர்களிடமிருந்து சுதந்திரம் அடைந்த நைஜீரியாவுக்கு சமீப காலம் வரை ஜனநாயக ஆட்சி வாய்த்திருக்கவில்லை. 1967-ல் நைஜீரியாவின் வளமிக்க பயாஃப்ரா பகுதியைச் சேர்ந்த இக்போ இனத்தவர் தனிநாடு கோரி உள்நாட்டுப் போரில் ஈடுபட்டனர். பயாஃப்ரா என்ற தனிநாடு உருவாக்கப்பட்டு

மூன்றாண்டுகளுக்குப் பிறகு, இலட்சக்கணக் காணவர்களை பலிகொண்ட பிறகு தோல்வியுற்று நைஜீரியாவோடு பழையபடி இணைக்கப் பட்டது. இந்தக் காலகட்டம் ஆச்சிபி, சொயிங்கா தொடங்கி இன்றைய அடிச்சி வரை அவர்களது படைப்புகளில் தாக்கம் செலுத்தியே வருகிறது.

இருண்ட கண்டம் என்று ஆப்ரிக்காவை இளக்காரமாக அழைக்கும் மேலை நாட்டினரின் இலக்கியங்களில் உண்மையான ஆப்பிரிக்காவும், அதன் விசேஷ குணாம்சங்களும், கலாச்சாரமும் சித்தரிக்கப்பட்டதேயில்லை. ஜாய்ஸ் கேரியின் புகழ்பெற்ற நாவலான மிஸ்டர் ஜான்ஸனில் நைஜீரியாவைப் பற்றிய வர்ணனைகளில் காணப்பட்ட பொய்களும், நாவல் முழுக்க விரவியிருந்த அந்த ஐரிஷ் எழுத்தாளரின் வன்மமும், அவருக்கு நைஜீரியர்கள் மீதிருந்த அருவருப்பும் ஆச்சிபியை தன் சொந்த மண்ணை, அதற்குச் சொந்தமான, ஒரு சுயமான குரலில் சொல்வதற்குத் தூண்டியது எனலாம்.

Things Fall Apart நாவலின் காலகட்டம், கிறிஸ்துவ மிஷனரிகளும், காலனிய அரசாங்கமும் பல்லாயிரக்கணக்கான ஆண்டுகள் பழமையான இக்போ கலாச்சாரத்திற்குள் ஊடுருவத் தொடங்கிய 1890கள். பாரம்பரியமிக்க இக்போ மரபுகளும், வழிபாட்டு முறைகளும், அவற்றின் கடவுளர்களும் இந்தப் புதிய ஆதிக்க சக்தியின் முன் சிதைந்துபோகும் வீழ்ச்சியை அற்புதமாக சித்தரித்த இந்நாவல் ஆப்பிரிக்காவில் மட்டுமின்றி காலனியாக்கத்தால் பாதிக்கப்பட்ட உலக நாடுகள் அனைத்திலும் ஒரு எடுத்துக்காட்டான நாவலாக மதிக்கப்படுகிறது. இதுவரை 50 பதிப்புகள் கண்டிருக்கும் இந்நாவல் ஐம்பதிற்கும் மேற்பட்ட மொழிகளில் மொழிபெயர்க்கப்பட்டுள்ளது. தமிழில் ‘சிதைவுகள்’ என்ற தலைப்பில் வெளிவந்துள்ளது. (மொபெ : மகாலிங்கம்)

A Man of the People அறுபதுகளில் ஆப்பிரிக்க நாடுகளில் நிலவி வந்த ஊழல், அதிகாரப் போராட்டங்களை பகடி செய்து எழுதப்பட்ட படைப்பு.

Arrow of God 1920களில் நைஜீரியாவில் ஏற்பட்டிருந்த கலாச்சார மோதல்கள், அடையாளச் சிக்கல்களை சித்தரிக்கும் நாவல் 1987-ல் வெளிவந்த *Ant hills of Savannah* விற்குப் பிறகு இவரது நாவல் எதுவும் வெளிவரவில்லை. இவரது சிறுகதைகளில் முக்கியமானது *Mad Man*.

இனி சினுவா *UNESCO Courier, Atlantic Monthly* மற்றும் *Failure* இதழ்களுக்கு அளித்த பேட்டிகளின் தொகுப்பு.

உங்களது 25வது வயதில் முதல் நாவல் *Things Fall Apart*-ஐ எழுதத் தொடங்கினீர்கள். ஆங்கிலத்தில் வெளிவந்த ஆப்பிரிக்க கிளாஸிக்குகளில் ஒன்றாக அது கருதப்படுகிறது. நீங்கள் மாணவராக இருந்தபோது உங்களது பாடத்திட்டத்தில் இருந்த மிஸ்டர் ஜான்சன் நாவலில் இருந்த அப்பட்டமான நிற துவேஷத்தையும், அந்த நாவலைஅற்புதமென்று பாராட்டிக் கொண்டிருந்த காலனிய ஆசிரியர்களையும் நீங்களும், சக மாணவர்களும் வெளிப்படையாக எதிர்த்துப் போராட்டத்தில் இறங்கியதாக கேள்விப் பட்டிருக்கிறோம். அந்த நேரத்தில், இந்த எதிர்ப்பு எங்கே கொண்டு செல்லப்போகிறது என்ற அனுமானம் ஏதாவது இருந்ததா?

என்னை எழுத்தாளனாக மாற்றியது மிஸ்டர் ஜான்சன் அல்ல - நான் பிறந்ததே எழுத்தாளனாகத்தான். ஆனால் எனது வீடு தாக்கப்பட்டிருக்கிறது என்ற நிஜத்தையும், எனது வீடு என்பது வெறுமனே ஒரு வீடோ அல்லது ஒரு நகரமோ அல்ல என்பதையும் அது என் கண்களைத் திறந்து புரிய வைத்தது. என் இருப்பின் முதல் துகள்களுக்கு இசைவினையும் அர்த்தத்தையும் அளித்து விழிப்புணர்வு ஏற்படுத்திய கதை அது.

முதலில் எனக்குத் தோன்றியது என்னவென்றால் ஒவ்வொருவருக்கும் அவனது அல்லது அவளது கதையைச் சொல்ல உரிமையிருக்கிறது என்பதுதான். இக்கருத்தை அரவணைத்து ஏற்றுக்கொண்டவர்களில் முதலானவர்கள் என் நண்பர்களும் வகுப்புத் தோழர்களுமே. "சரி, சினுவாவே இதைச் செய்ய முடியுமென்றால், என்னாலும் முடியும்" என்பதாக அவர்களுக்கு இருந்தது. பின்னர் பெண்கள் வந்தனர். எங்களை பிரதிநிதித்துவப்படுத்திக் கொண்டிருந்த பிரிட்டிஷ் எழுத்தாளர்கள் கூட பின்னகர்ந்து, கதையின் சொந்தக்காரர்களே கதையைச் சொல்லட்டும் என்று விலகிவிட்டனர்.

இந்த அங்கீகாரம் வளர்வது நிற்கவில்லை. *Norton Anthlology of English Literature* இருபதாம் நூற்றாண்டின் மகத்தான பங்களிப்பாக *Things Fell Apart*-ஐ அதன் ஏழாவது பதிப்பில் குறிப்பிடுகிறது.

***Things Fall Apart*-ஐ உங்கள் தாய்மொழியிலேயே எழுதியிருந்தால் இதைவிட சிறப்பாக எழுதியிருக்க முடியும் என்று தோன்றுவதுண்டா? இந்த நாவலை இக்போலில் எழுதியிருந்தால் உங்கள் நாட்டவர்களிடம் இதைவிட அதிகமான தாக்கத்தை ஏற்படுத்தியிருக்கும் என்று சொல்லமுடியுமா?**

இருக்காது என்பதுதான் பதில். அதில் எனக்கு சந்தேகமே கிடையாது. எனது நாட்டவர்கள் நைஜீரியர்கள். நைஜீரியர்கள் அனைவருமே ஒட்டுமொத்தமாக இக்போ மொழி பேசுபவர்களல்லர். பிரதானமான இனக்குழுக்களில் ஒன்றுதான்

இக்போக்கள். *Things Fall Apart*-ஐ இக்போவில் நான் எழுதியிருந்தால் இக்போக்கள் மட்டுமே அதை வாசித்திருப்பார்கள். யோருபாக்களோ, ஹாவுஸாக்களோ, இபிபியோக்களோ அல்லது மற்ற ஆப்பிரிக்கர்களான கிகியூக்களோ, லூவோக்களோ இந்தக் கண்டத்தில் பரவியிருக்கும் மற்ற இனத்தவரோ அதை வாசித்திருக்க மாட்டார்கள். கடந்து முப்பது வருடங்களில் *Things Falll Apart* பரவலான தாக்கத்தை ஏற்படுத்தியிருக்கிறது. இந்தக் கண்டம் முழுக்க நான் பயணம் செய்திருப்பதால் இது உறுதியாகவே எனக்குத் தெரியும். எனவே இதனை இக்போவில் நான் எழுதியிருந்தால் இதுபோன்று இருந்திருக்காது. ஒரு புத்தகத்தை ஒரு குறிப்பிட்ட மொழியிலோ அல்லது வேறு மொழியிலோ எழுதுவது எழுப்புகின்ற ஒரே விவாதம் இது மட்டுமே அல்ல. வெகு சிலர் மட்டுமே வாசிக்க இயலும் என்றாலும்கூட, இக்போவிலேயே எழுதியிருந்தால் உங்கள் திறமையின் சக்தியை ஒரு ஆப்பிரிக்க மொழிக்கு அளித்திருக்க முடியுமே, ஒரு புதிய இலக்கியம் உருவாக அது உதவியிருக்குமே என்று சிலர் கூறலாம். இதற்கான பதில், நீங்கள் எப்படிப்பட்ட குணாம்சங்களைக் கொண்டவர் என்பதையும், இலக்கியம் செய்ய வேண்டியது என்னவென்று நீங்கள் நினைக்கிறீர்கள் என்பதையம் பொறுத்தது. நான் இக்போவிலும் எழுதுவதால் எனக்கொன்றும் வருத்தமில்லை, இக்போவில் பல விஷயங்களை எழுதியிருக்கிறேன். இக்போ மொழியில் ஒரு நாவலை எழுதியிருந்தால் ஒரு குறிப்பிட்ட பலன் கிடைக்குமென்றால் நான் எழுதுவேன்.

உங்கள் நாவல்கள் இக்போவில் மொழி பெயர்க்கப்பட்டுள்ளனவா?

இல்லை. இதுவரை இல்லை. இக்போ மொழியில் அந்த நாவல் வருவதற்கு நாங்கள் இன்னும் தயாராக இல்லை என்பதைத்தான் இது காட்டுகிறது. இக்போவில் நான் சில கவிதைகள் எழுதியுள்ளேன். மேலும் சில விஷயங்கள் செய்ய இருக்கிறேன். ஆனால் ஒன்றை மட்டும் நிச்சயமாகக் கூறுவேன். கடந்த நூற்றாண்டுகளில் நாங்கள் படைத்திருக்கும் இலக்கியத்தால் ஆப்பிரிக்கா முழுவதிலும் மகத்தான தாக்கத்தை ஏற்படுத்தியிருக்கிறோம். நாங்கள் அனைவருமே எங்களுக்கு சொந்தமான குட்டி, குட்டி மொழிகளில் எழுதியிருந்தால் இந்த அளவிற்கு தாக்கம் நிச்சயம் ஏற்பட்டிருக்காது.

உங்களுடைய *Home and Exile*-ல் ஜோசப் கான்ராட், ஜாய்ஸ் கேரி போன்ற பிரிட்டிஷ் நாவலாசிரியர்கள் நூறாண்டுகளுக்கும் மேலாக ஆப்பிரிக்கர்களை எதிர்மறையாகவே சித்தரித்து வந்திருப்பதைப் பற்றி எழுதுகிறீர்கள். அப்படிப்பட்ட சித்தரிப்புகளுக்கு காரணம் என்னவென்று நீங்கள் கருதுகிறீர்கள்?

இருப்பதை அப்படியே நிலை நிறுத்தச் செய்யும் நேரடி முயற்சிக்கு உதாரணம் இது. கடந்த நான்கு அல்லது ஐந்து நூற்றாண்டுகளாக ஆப்பிரிக்காவுடனிருந்த

ஐரோப்பியத் தொடர்பு ஆப்பிரிக்கர்களை மிகக் கேவலமாக சித்தரிக்கும் இலக்கியங்களை ஏராளமாக உற்பத்தி செய்திருக்கிறது. இதற்குக் காரணம் அடிமை வாணிபத்தையும், அடிமை முறையையும் நியாயப்படுத்துவதுதான். இந்த அடிமை வாணிபத்தின் கொடுமைகள் ஐரோப்பாவில் கணிசமானவர்களை சங்கடப்படுத்தத் தொடங்கிவிட்டது. சிலர் அதை எதிர்த்துக் கண்டிக்கவும் தொடங்கிவிட்டனர். ஆனால் அது ஒரு லாபகரமான தொழில். எனவே அதை நடத்துபவர்கள் அதனை நியாயப்படுத்த ஆரம்பித்தனர்-அதை ஆதரித்தும், நியாயப்படுத்தியும், சமாதானப் படுத்தியும் பேசுவதற்கு ஒரு லாபி. சமாதானப்படுத்திக் கொள்ளவும், நியாயப்படுத்திக் கொள்ளவும் கடினமாக இருந்ததால் அதை நியாயப்படுத்த மேற்கொண்ட வழிகளும் தீவிரமாகவே அமைந்துவிட்டன. உதாரணத்திற்கு, இந்த மனிதர்கள் எல்லாம் உண்மையில் மனித இனத்தவரே அல்ல; நம்மைப் போன்றவர்கள் அல்ல என்று கூறுபவர்களும் இருந்தனர். ‘வாஸ்தவத்தில் அவர்களை அடிமைகளாக விற்பது அவர்களுக்கு நன்மையையே புரிந்திருக்கிறது; ஏனென்றால் அது இல்லாதிருந்தால் மிருகங்களாகவே இருந்திருப்பர்’ என்பது போல. எனவே ஆப்பிரிக்காவைப் பற்றிய இலக்கியத்தின் நோக்கமே இதுதானென்று ஆகிவிட்டது. பத்தொன்பதாம் நூற்றாண்டில் அடிமை வாணிபம் தடைசெய்யப்பட்ட பிறகும் கூட ஆப்பிரிக்காவின் மீதான புதிய ஐரோப்பிய ஏகாதிபத்தியத் தேவைகளுக்காக இத்தகைய இலக்கியம் தொடர்ந்தது. இருபதாம் நூற்றாண்டின் மத்தியில் ஆப்பிரிக்கர்கள் நமது கதையை நமது கைகளினாலேயே எழுதத் தொடங்கும் வரை இது தொடர்ந்தது.

ஆப்பிரிக்காவைப் பற்றிய ஊடகங்களின் சித்தரிப்பு ஒருதலைபட்சமாகவே இருப்பதாகவும், எப்போதுமே பஞ்சம், கிளர்ச்சிகள், அரசியல் வன்முறைகள் போன்றவற்றை மட்டுமே காட்டுவதாகவும், ஆக்கப்பூர்வமாக செயல்பட்டுக் கொண்டிருக்கும் அமைப்புகள், தேசங்கள் போன்றவற்றை தவிர்ப்பதாகவும் பலர் கூறுகின்றனர். நீங்கள் இக்கருத்தோடு உடன்படுகிறீர்களா? அப்படியானால் இத்தகைய திரிபு வாதங்கள் ஏற்படுத்தும் விளைவு என்ன? *Home and Exile*-ல் நீங்கள் கூறும் ஆப்பிரிக்காவிற்கு எதிரான பிரிட்டிஷ் இலக்கியம் என்பதன் தொடர்ச்சிதானா இது?

ஆம், ஒப்புக் கொள்கிறேன். ஒருவித அயர்ச்சியை-அது அறச்சிந்தனைகளின் மீதான அயர்ச்சியோ அல்லது அதிர்ஷ்டமற்ற வறியவர்களிடம் கருணையாக நடப்பதில் அயர்ச்சியையோ - உருவாக்குவதற்காகச் செய்யப்படுவதாக நான் நினைக்கிறேன். இது மிகவும் வருந்தத்தக்கது. ஆப்பிரிக்கர்களின் தோல்விகளில் மட்டும் கவனம் செலுத்துவதின் காரணமும் நாம் பேசிக்கொண்டிருந்த இந்த வெறுப்புப் பிரச்சார மரபு அல்லது ஆப்பிரிக்காவை உலகின் மற்ற பகுதியிலிருந்து வேறுபட்டது என்றும், மனிதத் தன்மையே காணக்கிடைக்காது என்றும் சித்தரிப்பதின் காரணமும் ஒன்றுதான். ஆப்பிரிக்கா என்ற வார்த்தையைக் கேட்டவுடனேயே குறிப்பிட்ட சில பிம்பங்களை

மக்கள் எதிர்பார்க்கத் தொடங்கிவிடுகின்றனர். லாகோஸிலோ, நைஜீரியாவிலோ இருக்கும் ஒரு நல்ல வீட்டை நீங்கள் பார்த்தால் இது உங்கள் மூளைக்குள் பதிந்திருக்கும் சித்திரத்தோடு பொருந்த மறுக்கிறது. ஏனென்றால் சேரியைத்தான் நீங்கள் எதிர்பார்த்திருப்பீர்கள்-அதைத்தான் ஆப்பிரிக்காவில் உள்ள ஒரு நகரத்திற்கு சென்றிருந்த பத்திரிகையாளர்கள் காட்டுவார்கள் என உலகம் எதிர்பார்க்கிறது.

இப்போது அமெரிக்காவிற்குச் செய்தி சேகரிக்க நீங்கள் சென்றால் ஒவ்வொரு நாளும் சேரிகளின் மேல் கவனத்தை செலுத்திக் கொண்டிருக்க மாட்டீர்கள். எப்போதாவது சேரி ஒன்று உங்கள் கண்ணில்படும். அதைப்பற்றி பேசக்கூடச் செய்வீர்கள். ஆனால் மற்ற நேரங்களில் வேறு விஷயங்களைத்தான் பேசி கொண்டிருப்பீர்கள். ஓர் இடத்தின் உட்சிக்கல்களைப் பார்க்கும் இந்த ஆற்றல் ஆப்பிரிக்காவைப் பற்றி இவ்வளவு நூற்றாண்டுகளாக ஊடகங்கள் காட்டி வந்த சித்தரிப்பின் காரணமாக ஆப்பிரிக்காவிற்கு மட்டும் வர மறுக்கிறது. நீங்கள் ஒரு ஆப்பிரிக்கராக, ஆப்பிரிக்காவில் வசிப்பவராக இருந்தால் இது உங்களுக்குத் தெளிவாகத் தெரியும். மோசமான செய்திகளாகவே தொடர்ந்து உங்களைத் தாக்கிக் கொண்டிருக்கும். பல இடங்களில் நல்ல செய்திகளும் இருப்பதை நீங்கள் அறிவீர்கள். கெட்ட விஷயங்களே இங்கு இல்லை என்று நான் சொல்ல வரவில்லை. ஆனால் மற்ற விஷயங்களோடு சேர்ந்து அதுவும் நிலவுகிறது என்பதுதான் உண்மை. ஆப்பிரிக்கா எளிமையானதல்ல-அதை எளிமையாக்கத் தான் பலரும் விரும்புகின்றனர். ஆப்பிரிக்கா மிகவும் சிக்கலானது. மிக மோசமான விஷயங்கள் நடந்து கொண்டிருக்கின்றன. அவை காட்டப்படத்தான் வேண்டும். ஆனால் நல்ல விஷயங்களும் இருக்கின்றன.

நாம் விவாதித்துக் கொண்டிருக்கும் இந்த சமச்சீரற்ற அதிகாரத்தோடு வேறு ஒன்றும் சேர்ந்து வருகிறது. உலகின் பிற பகுதிகளிலிருந்து வரும் செய்திகளை நுகர்பவர்கள் ஒழுங்காகச் செயல்பட்டுவருகிற நல்ல விஷயங்களைக் கேட்க உண்மையில் ஆர்வமாக இருப்பதில்லை. செய்தியாளர்களை பல்வேறு இடங்களுக்கு செய்தி சேகரிக்க அனுப்பும் முதலாளிகளுக்கு அந்த இடங்களின் பிம்பங்கள் என்னவாக இருக்க வேண்டும் என்று நிர்ணயிக்கும் வல்லமை இருக்கிறது. ஏனென்றால் அதற்கான வள ஆதாரங்கள் அவர்களுக்கு இருக்கின்றன. உதாரணத்திற்கு அமெரிக்காவிற்கு இப்போது சென்று மோசமான செய்திகளை மட்டும் சேகரித்து வருவதற்கு ஒரு ஆப்பிரிக்க நாட்டிடமும் தொலைக்காட்சி குழுவினர் இல்லை. அதனால் அமெரிக்கா அதன் வெற்றி, வலிமை, சக்தி, அதிகாரம் ஆகியவற்றின் அற்புதமான பிம்பங்களை வெளி உலகிற்கு அனுப்பி வருகிறது. வலிமை மிக்கவர்களைப் பற்றி நல்ல செய்திகளும், வலிமை குறைந்தவர்களைப்பற்றி மோசமான செய்திகளும் ஒரு சார்புடைய விதத்திலேயே உலகத்தைத் தாக்கி வருகின்றன.

உங்களது *Named for Victoria, Queen of England* கட்டுரையில், கிறிஸ்தவராக வளர்க்கப்பட்டு வரும்போதும், உருவ வழிபாடு கொண்ட ஆப்பிரிக்காவின் புராதன மதத்தை அனுசரித்து வரும் உங்கள் மாமாவின் குடும்பத்தின் புறச்சமய உணவு விருந்தில் கலந்து கொண்டதைப் பற்றி விவாதித்துள் ளீர்கள். ஆன்மீகக் குழப்பத்திற்கு ஆட்படாமல் உள்ளது ஆர்வம் இதனால் அமைதியுற்றதாக நீங்கள் குறிப்பிடுவது சுவையான ஒன்று. எனவே உங்கள் சிறுவயதில் இரண்டு மதங்கள் உங்களை வழிநடத்தியுள்ளன. நீங்கள் வளர்ந்து ஒரு நாவலாசிரியராக உருவானதில் மதம் எத்தகைய பங்காற்றியிருக்கிறது என்று தெரிந்து கொள்ள விரும்புகிறேன்.

இது ஒரு மிகப்பெரிய, முக்கியமான கேள்வி. என் வாழ்வின் ஆரம்ப கட்டங்களில் மதம்தான் தாக்கம் பெற்றிருந்ததென்று நிச்சயமாகக் கூறலாம். என் வீட்டில் நாங்கள் அனுசரித்து வந்த என் பெற்றோர்களின் கிறிஸ்துவ மதத்திற்கும், அதிருஷ்டவசமாக என் வீட்டிற்கு வெளியே இன்னமும் புழக்கத்திலிருந்த, ஆனால் பின் வாங்கிக் கொண்டிருந்த என் மூதாதையர்களின் புராதன மதத்திற்கும் இடையே உண்டாகியிருந்த உராய்வுதான் என் படைப்புலக வாழ்க்கையையே தூண்டிவிட்டது எனக்கூறலாம். இந்த இறுக்கம் என் கற்பனையில் பொறி கிளப்பியது. மிகவும் சிறியவனாக இருந்ததால் பெரும் அறிவார்ந்த முறையில் நான் கேள்வி கேட்டுக் கொண்டிருக்கவில்லை. ஆனால் கேள்வி கேட்காமலேயே பல விஷயங்கள் உங்களுக்கு நிகழலாம். என் மாமா அங்கிருந்ததும், எனக்கு நெருக்கமாக இருந்ததும் செறிவான அனுபவம். அதற்காக எதையும், என் குறுகலான கிறிஸ்தவப் பின்னணியை சேர்த்தே, என்னால் விடமுடியவில்லை. இரவும் பகலும் பைபிளை வாசித்து, கீதங்களை இசைத்து வழிபட்டுக் கொண்டிருந்தது பெரிதும் பலனளிப்பதாக இருந்தது. அவை எதிலும் எனக்கு அசௌகரியம் இருந்ததில்லை. என் மாமாவின் மதத்தில் ஆர்வம் கொண்டிருந்தது எதிர்ப்பைக் காட்டுவதற்கல்ல. ஒரு மிகச்செறிவான இளம் பருவத்தின் ஒரு பகுதிதான் அது. இரண்டு கலாச்சாரங்கள் ஒன்றையொன்று சந்தித்து முக்கியமான திருப்பங்களை உண்டாக்கி வந்த ஒருகாலகட்டத்தில் என் தலைமுறை அமைந்திருந்தது அதிர்ஷ்டம். நான் சிறுவனாக இருந்த போது மதத்தின் மீது எனக்கிருந்த அதே நம்பிக்கை, பிடிப்பு, அணுகுமுறை போன்றவை இப்போது வளர்பவர்களுக்கு இருப்பதில்லை. எனக்கும் சந்தேகங்களும் நிச்சயமின்மையும் வெகுகாலத்திற்கு இருந்திருக்கிறது. நானே சத்தியமும் ஜீவனுமாக இருக்கிறேன் என்ற கிறிஸ்துவ உறுதியைக் கடுமையாக எதிர்த்திருக்கிறேன். என் சிறுவயதில் இது பெரிய விஷயமாகத் தெரியவில்லை. ஆனால் பிற்காலத்தில் என் நாட்டார் மதத்தில் பணிவும் இசைவுமான கண்ணோட்டத்தோடு இதை கவனமாக ஒப்பிட்டுப் பார்க்க முடிந்தது. எமது புராதன மதத்தில் பல்வேறு கடவுளர்கள் உண்டு. ஒருவரிடம் நீங்கள் நெருக்கமாக நட்பாக இருந்தாலும், மற்றொரு கடவுளோடு உங்களுக்கு சண்டை வந்துவிடலாம். நீங்கள்

யூடோவை தீவிரமாக வழிபடுபவராக இருந்தாலும் வொக்லூக்லூவால் கொல்லப்படலாம். குறுகிய, வளைவு நெகிழ்வற்ற, தன்னேர்மையுணர்வு கொண்ட கிருஸ்தவ நம்பிக்கையைவிட இத்தகைய சொல்லாடல்களும் பழமொழிகளும் மனித வாழ்வின் சிக்கல்களைப் புரிந்து கொள்வதற்கு எனக்குப் பெரிதும் பயனுள்ளதாக இருக்கின்றன. இந்த இருமுகப் போக்குடைய எங்கள் புராதன மதம் கலாபூர்வமாக எனக்கு அதிகம் திருப்தியளிப்பதாக உள்ளது.

மூன்றாம் உலக எழுத்தாளர்களை அவர்களது தாய்நாடுகளிலேயே தங்கி, அவற்றைப்பற்றி எழுத வேண்டுமென்று கூறுகிறீர்கள். ஆனால் அமெரிக்காவில் தங்கிப் பணியாற்ற வேண்டிய நிலையில் நீங்கள் இருப்பது உங்களுக்கு கடினமாக உள்ளதா?

'நான் சொல்வதைப் போல செய். நான் செய்பதைப் போல செய்யாதே' என்பது போன்ற வருத்தமளிக்கும் விஷயம் இது. (சிரிக்கிறார்). இதில் என்ன முக்கியமென்றால், மூன்றாம் உலகம் என்பதே காலவிரயத்திற்கான ஒன்றென்றும், அதனை கைவிட்டுவிட வேண்டுமென்றும் ஒரு தப்பான சிந்தனையை நாம் அங்கீகரிக்கிறோம். எங்கே சௌகரியமாக, வளமாக இருக்கிறதோ அங்கே சென்று குடியேறிவிட வேண்டுமென்ற சிந்தனை. இத்தனை குரூரமாக யாரும் சொல்லா விட்டாலும் ஐரோப்பாவும், அமெரிக்காவும் ஒரு சர்வதேச கலாச்சாரத்தைக் கண்டுபிடித்திருப்பதாகவும் வெளியிலிருக்கும் நாம் அனைவரும் இதில் சேர்ந்துவிட வேண்டுமென்றும் ஒரு நம்பிக்கை இருக்கிறது. அதை நான் ஒப்புக்கொள்ள வில்லை. நம் அனைவருக்குமே இந்த உலகம் சொந்தமானது. மக்கள் எங்கே செல்லலாம், எங்கே செல்ல வேண்டும் என்றெல்லாம் யாரும் கட்டுப்படுத்த முடியாது என்றும் நான் கருதுகிறேன். கடைசியில் பெரும்பாலானோர் அவர்கள் பிறந்த இடத்திலேயேதான் தங்கியிருக்கின்றனர். எல்லோரும் மூட்டைக் கட்டிக்கொண்டு அமெரிக்காவிற்கு வந்துவிட வேண்டுமென்று அர்த்தமில்லை. (சிரிக்கிறார்). மற்றவர்களை விடுங்கள், அமெரிக்காவிற்கே அது நல்லதல்ல.

நைஜீரியா ஜனநாயகத்திற்கு மாறுவதைப் பற்றி மேற்குலக ஊடகங்கள் வெளியிடும் செய்திகள் ஒரு இன ரீதியான எழுச்சியைப் போல் வர்ணிக்கின்றன. இந்த அச்சுறுத்தல் எவ்வளவு உண்மையானது?

இனப்பிரச்சினை இருப்பது உண்மைதான். ஆனால், எழுச்சி என்பதெல்லாம் தவிர்க்க முடியாத ஒன்றல்ல. மொழி, கலாச்சாரம், வரலாறு எல்லாவற்றிலும் வேறுபாடுகள் இருக்கின்றன. ஆனால் இந்த இனக்குழுக்களில் எதுவும் நைஜீரியாவுக்குள் சமீபத்தில் இறக்குமதி செய்யப்பட்டவையல்ல. அவை ஆயிரக்கணக்கான வருடங்களாகவே அங்கே வாழ்ந்து வருபவைதான். குழுக்களிடையே தொடர்புகள் அதிகரித்துள்ளன. ஆனால் யாரும் வந்தேறிகள் அல்ல. கடந்த காலத்தில் இவர்களுக்கு நெருங்கிய

அல்லது தூரத்து அயல் வீட்டார்களைப் போல வாழ்வது சாத்தியப்பட்டதென்றால், இப்போது இன ரீதியான போராட்டம் வந்துவிடும் என்று நம்ப எந்தக் காரணமும் இல்லை.

எங்காவது ஒரு பிரச்னை இருந்தால், அங்கே நீங்கள் உன்னிப்பாகப் பார்த்தால் யாராவது ஒருவர் தமது சொந்த ஆதாயத்திற்காக மக்களிடையே வேறுபாடுகளைத் தூண்டிவிட்டுக் கொண்டிருப்பதைக் காணலாம். எமது தேசிய இயக்கத்தை நைஜீரியாவிலிருந்து பிரிட்டிஷார் விரட்ட முயற்சித்தபோது இதை நாங்கள் தெளிவாகக் கண்ணுற்றோம். ஒரு பிரிவினரை மற்றொரு பிரிவினரோடு மோதுவதற்குத் தூண்டிவிட்டுக் கொண்டிருந்தனர். அவர்களுக்கெதிராக நாங்கள் போராடுவதற்குப் பதிலாக எங்களுக்குள்ளேயே சச்சரவிட்டுக் கொண்டிருக்க வேண்டும் என்பது திட்டம். இதே குணத்தை எமது தலைவர்களும் சுவீகரித்துக் கொண்டு, கசப்புணர்வை உண்டாக்கி வருகின்றனர். எமது உள்நாட்டுப் போரான பயாஃப்ரா யுத்தத்தின் போது இது உச்சத்தில் இருந்தது. இன்று நாட்டின் பல பகுதிகளில் ஷரியத் சட்டத்தை அமல்படுத்துவதில் அது தொடர்கிறது. எங்களது உண்மையான பிரச்னை எல்லா மட்டத்திலும் உள்ள தலைமைப் பிரச்னைதான்.

உங்களைக் கவர்ந்த எழுத்தாளர்கள் யார் யார்?

வட அரேபியாவில் நாகியூப் மாஃபௌஸை தேர்ந்தெடுப்பேன். படித்துப் பயிற்சி பெற்ற பழங்கால ஐரோப்பியத் தலைமுறையைச் சேர்ந்தவரென்றாலும் குறுநாவல்கள் படைப்பதில் அவர் தேர்ச்சி பெற்றவர். இந்தப் பகுதியிலிருந்து வரும் இளம் புரட்சிகர எழுத்தாளர்களாக அலிஃபா, ரிஃபாத், எல் சாடவி போன்ற பெண்கள் இஸ்லாமிய சமூகத்தில் ஆண்களுக்கும் பெண்களுக்கும்மிடையே தோன்றும் சிக்கல்களை அற்புதமாக எழுதி வருகின்றனர். மேற்கு ஆப்பிரிக்காவிலிருந்து வாய்மொழி கதை சொல்லலுக்கும், எழுத்து வகைக்கும் பாலமாக உள்ள அமோஸ் டூடுவோலா என்ற எழுத்தாளரைக் கூறுவேன். ஸெனெகல்லிலிருந்து மிகச் சிறந்த காலனிய நாவல்களில் ஒன்றை எழுதிய ஷேக் ஹமீது கானின் *Ambiguous Adventure* இருக்கிறது. பிறகு காலனிய கேமருனை களமாகக் கொண்ட பெர்டினான்ட் ஒயோனோவின் *House boy.* அப்புறம் தெற்கு நோக்கிச் சென்றால் நாடின் கார்டிமர். அவரை ஒரு ஆப்பிரிக்கராக பெரும்பாலும் நினைக்கத் தோன்றாவிட்டாலும் அவர் ஓர் ஆப்பிரிக்கரே. தீவிரமும், உக்கிரமும் நிறைந்த ஆப்பிரிக்க அனுபவத்திலிருந்து அவர் எழுதுகிறார். எவ்வளவு பரந்து விரிந்த குழுவாக இது இருக்கிறது பாருங்கள். கிழக்கு ஆப்பிரிக்காவுக்குச் சென்று அங்கே சோமாலியாவின் நூருதின் ஃபாராவை வாசிப்பேன்.

ஆப்பிரிக்கர்கள் வேடிக்கையான மனிதர்கள் அல்ல என்பதை மாணவர்கள் உணர வேண்டும். ஆப்பிரிக்காவில் நிகழ்பவை உண்மையான மனிதர்களுக்கு நிகழ்பவை. ஒரு வேறுபட்ட கலாச்சாரத்தில் வாழ்பவர்களைப் பற்றி நல்ல கதைகள் அவர்களுக்குக் காட்ட வேண்டும்.

இதற்கு முன் ஆப்பிரிக்காவிற்கே சென்றிராதவருக்கு அக்கண்டத்தை எப்படி விவரிப்பீர்கள்?

மனிதர்கள் நிறைந்த ஒரு கண்டம் என்ற சொலவடையைத்தான் கூறுவேன். அயல் நாட்டிற்குச் சுற்றுலா செல்வதைப்போல அங்கே செல்லாதீர்கள். மிகவும் அனுபவம் வாய்ந்த ஒரு கண்டம் அது. மானிட வளர்ச்சியைப் பொறுத்தவரையில் இருப்பதிலேயே பழமையான கண்டமாகக் கூட இருக்கலாம். நீங்கள் ஆப்பிரிக்காவிற்கு முதல்முறையாகச் செல்பவராக இருக்கலாம். ஆனால் ஆப்பிரிக்கா நெடுங்காலமாக இருந்து வருகிறது. எல்லாவிதமான நிகழ்வுகளையும், பிரச்சனைகளையும் சந்தித்து, இன்னமும் துடிப்போடு வாழ்ந்து வருகிறது. எய்ட்ஸ் போன்ற பிரச்னைகளைக் காணும்போது, "இந்தக் கண்டம் இதோடு ஒழிந்தது" என்று நீங்கள் கூறுவீர்கள். இல்லை, ஆப்பிரிக்கா அழிந்துப் போகப்போவதில்லை. பாதிப்பு இருந்தாலும், எய்ட்ஸையும் இன்னபிற விஷயங்களை வைத்திருக்கும் இடத்தில் அது வைத்துவிடும்.

எனவே மிகவும் அனுபவம் வாய்ந்ததொரு கண்டம் அது. இந்த அனுபவத்தை கலைகளிலும், இசையிலும், கதைகளிலும் கூட காணமுடியும். அது உருவாக்கும் கதைகள் அசாதாரணமான அளவில் நிறைந்திருக்கின்றன. அதை விடுத்து ஆப்பிரிக்காவை ஏதோ நியூயார்க்கைப் பார்ப்பது போலப் பார்ப்பதுதான் இடறுகுழியாக அமைந்துவிடுகிறது. ஞாபகம் வைத்துக் கொள்ளுங்கள், ஐரோப்பா முழுவதையும் வைத்துவிட்டு, கூடவே யு.எஸ்.ஏ., சீனா, இந்தியா, அர்ஜென்டினா எல்லாவற்றையும் ஆப்பிரிக்காவிற்குள் அடக்கிவிட்டு, நியூசிலாந்திற்குக் கூட இடம் மிச்சமிருக்கும். (சிரிக்கிறார்). எனவே மிஸ்டர் ஜான்ஸனில், ஜாய்ஸ் கேரி, "ஆப்பிரிக்காவில் உள்ளவர்களுக்கு இல்லாதது" என்று எதையாவது கூறுவது அபத்தம் என்கிறேன்.

எல்லாவற்றையும் ஸ்டீரியோ டைப்பாக்கி ஒன்றுபோலப் பார்ப்பது எளிமைப் படுத்துகிற முயற்சியாகும். இந்த மகத்தான வேற்றுமைக்கிடையேயுள்ள பிரச்னைகளுக்குள் சென்று, இதுவாகவும் இருக்கலாம் அல்லது அதுவாகவும் இருக்கலாம் என்பதை விடுத்து இதுதான் இது என்று அறுதியிடுவது குறிப்பாக ஒரு படைப்பாளிக்கு அபாயகரமானது. ஸ்டீரியோ டைப்புகளை நீங்கள் உபயோகிக்கக் கூடாது-அனைத்து விஷயங்களையும், தனிப்பட்ட விசேஷ குணங்கள், தோல்விகள், எல்லாவற்றையும் கவனிக்கவேண்டும்.

நைஜீரியா என்னும்போது உங்களுக்குத் தோன்றுவதென்ன? நீங்கள் இழந்திருப்பது என்ன?

அதுதான் என் தாய்நாடு என்ற நிஜம்-அந்தத் தாய்நாடற்ற உணர்வு. (சிரிக்கிறார்) தாய்நாடு என்பது நினைக்கவே சுகமாக இருப்பது. அங்கே எதுவுமே

சரியில்லையென்று தெரியும். ஆனால் அதற்காக நேசிக்காமல் இருக்க முடியாது. வளர்ச்சியின் இயந்திரம் அதன் பல்வகைப்பட்ட வேற்றுமைகள்தானென்று நினைக்கிறேன். அவர்களது வாழ்விடங்களை வைத்து மனிதர்கள் ஓர் உறவை வளர்த்துக் கொள்கின்றனர். எனவே பாலைவனத்தில் வசிப்பவர்கள் அங்கிருந்து கிளம்பி வேறெங்காவது குடியேற வேண்டுமென்று ஆலோசனை கூறுவது முட்டாள்தனமானது. பல்வேறுபட்ட இந்த எல்லா இடங்களும் உலகத்திற்குத் தேவையாக இருக்கிறது.

பித்தன்
சினுவா ஆச்சிபி

அங்காடிகளும் நேரான சாலைகளும் அவனை ஈர்த்திருந்தன. ராத்திரி சூப்பிற்காக ஒகிலி வாங்க வாயாடிப் பெண்கள் மாலையில் ஒன்றுகூடுகிற ஏதோவொரு சிறிய அங்காடியல்ல அது. அருகிலிருந்தும் தொலைவிலிருந்தும் தெரிந்தவர்களும் தெரியாத விசித்திரமானவர்களும் குவிந்து விழுங்கும் ஒரு மிகப் பெரிய கடைத்தெரு. ஏதோ இந்த கிராமத்தில் தொடங்கி அந்த ஆற்றங்கரையில் முடிந்து போகிற புழுதி கிளப்பும் பழைய நடைபாதையல்ல. அகன்ற, கருத்த ஆரம்பமோ முடிவோ அற்ற ஒரு மர்மமான நெடுஞ்சாலை. எவ்வளவோ அலைந்த பிறகு அத்தகைய அங்காடிகள் இரண்டை, அத்தகைய நெடுஞ்சாலை ஒன்று இணைத்திருப்பதை அவன் கண்டுபிடித்துவிட்டான். எனவே அவன் அலைச்சலும் முடிவுக்கு வந்தது. ஓர் அங்காடியின் பெயர் ஆஃபோ மற்றது எக்கி. அவற்றிற்கிடையேயிருந்த இரண்டு தினங்கள் அவனுக்கு மிகவும் தக்கபடியாக இருந்தது. எக்கிக்கு கிளம்புவதற்கு முன் ஆஃபோவில் அவனுடைய பணிகளை ஒழுங்காக முடிக்கப் போதுமான அவகாசம் இருந்தது. அவனது குடிசையை மீண்டும் அமைத்து அங்கேயே இரவைக் கழித்தான். அது தங்களுடைய கடையென்று அவனிடம் சண்டை போட்ட அந்தக் கனத்த பிருஷ்டங்களைக் கொண்ட பெண்கள் இருவரும் அசிங்கப்படுத்தி வைத்திருந்ததைச் சுத்தம் செய்தான். முதலில் அவனும் அவர்களை எதிர்த்துச் சண்டையிட்டான். ஆனால் அந்தப் பெண்கள் போய் நான்கு காட்டுவாசி தடியர்களைக் கூட்டிக்கொண்டுவந்து, அவர்கள் அவனைச் சாட்டையால் அடித்துக் குடிசையை விட்டு விரட்டினர். அதன் பிறகு அவனுக்குக் காலையிலேயே கிளம்பி இருட்டின பிறகு திரும்பி வருவதுதான் அவர்களைத் தவிர்ப்பதற்கு வழியாக இருந்தது. காலையில் அவன் வேலைகளை வேகமாக முடித்துக்கொண்டு எக்கிக்குச் செல்லும் அந்த நீண்ட, அழகான போவா மலைப் பாம்பைப் போன்ற சாலையில் பிரம்பை குறுந்தடியையும் வலது கையில் தயாராகப் பிடித்துக் கொண்டு நடந்தான். அவன் உடைமைகள் இருந்த கூடையைத் தலைமேல் வைத்து இடது கையால் பற்றிக்கொண்டான். இந்தக்குறுந்தடியை இப்போதுதான் கொஞ்ச நாள்களாக வழியில் அவன் மீது கல்லெறிந்து கொண்டிருக்கும் குட்டிப் பிசாசுகளைச் சமாளிப்பதற்காக வைத்துக் கொண்டிருக்கிறான். அந்தச் சிறுவர்கள் அவர்களுடைய அம்மாக்களின் நிர்வாணத்தைத்தான் கேலி செய்து கொண்டிருந்தனர், அவனுடையதையல்ல.

சாலையின் நட்ட நடுவில் சாலையோடு உரையாடிக் கொண்டே நடந்து செல்வதுதான் அவன் வழக்கம். ஆனால், ஒருநாள் கூரையில்லாத மம்மிவேகன் ஒன்றின் டிரைவரும் அவன் கூட்டாளியும் கத்திக்கொண்டே அவன் முன்னால் குதித்து முகத்தில் அறைந்தனர். அவர்களது லாரி ஏறக்குறைய அவர்களுடைய அம்மாவின் மீது ஏறிவிட்டிருக்குமென்று திட்டினர், அவன் மீது அல்ல. அதற்குப் பிறகு நாடோடிப்பயல்கள் செல்கிற இந்த இரைச்சலான லாரிகளையும் அவன் தவிர்த்துவந்தான்.

ஒரு பகலும் ஒரு இரவும் நடந்த பிறகு எக்கி அங்காடிப் பகுதிக்கு அருகில் வந்திருந்தான். ஒவ்வொரு குறுக்குச் சந்திலிருந்தும் அங்காடி மனிதர்களின் கூட்டம் அந்தப் பெரிய நெடுஞ்சாலைக்குள் புகுந்து எக்கிக்குச் செல்லும் மாபெரும் ஓட்டத்தில் கலந்திருந்தது. இளம் பெண்களில் சிலர் தலையில் தண்ணீர்க்குடத்துடன் மற்றவர்களைப் போலன்றி அங்காடிக்கு எதிர் திசையிலிருந்து தன்னை நோக்கி வருவதைக் கண்டான். இது அவனை ஆச்சரியப்படுத்தியது. நெடுஞ்சாலையில் அவன் இருக்குமிடத்திலிருந்து பக்கவாட்டில் சரிவாக இறங்கும் நடைபாதை யிலிருந்து இன்னும் இரண்டு தண்ணீர்க்குடங்கள் எழுவதைப் பார்த்தான். உடனே தாகமாக உணர்ந்து அதைப்பற்றி யோசிப்பதற்கு நின்றான். கூடையைச் சாலையோரத்தில் இறக்கி வைத்துவிட்டு, சரியும் நடைபாதையின் பக்கம் திரும்பினான். ஆனால் உடனே நெடுஞ்சாலையிடம் குனிந்து அதனைத் தான் புண்படுத்திவிடவில்லை என்று கூறினான். அவனை விட்டுவிட்டு பயணத்தைத் தொடரவேண்டாமென்று கெஞ்சிக் கேட்டுக் கொண்டான். மெதுவாகப் பின்னோக்கிப் பார்த்துவிட்டு, "உனக்கும் கொஞ்சம் எடுத்து வருகிறேன். உனக்குத் தாகமாக இருக்கிறதென்று எனக்குத் தெரியும்" என்றான்.

■

ஓகுபுவிலிருந்த ந்விபி பெரும் செல்வாக்குடன் முன்னுக்கு வந்து கொண்டிருந்தவன். செல்வமும் நாணயமும் மிக்கவன். நகரத்திலுள்ள எல்லா ஓஸோ ஆட்களிடமும் வரப்போகும் தேர்தலில் அவர்களுடைய கௌரவமிக்க அதிகாரக் குழுவில் தன்னையும் தெரிவு செய்யக் கோரப்போவதாகத் தகவல் தெரிவித்திருந்தான்.

"உங்க யோசனை நல்லாத்தான் இருக்கு" என்றனர் பதவியிலிருந்தவர்கள். "சரி நாங்களே பார்த்துட்டோம்னா நம்பிடுவோம்." நீ இன்னொருமுறை நன்றாக யோசித்து, உன்னால் முடிக்க முடியுமா என்று உறுதிசெய்துகொள் என்று அவர்கள் கண்ணியமாகக் கூறும்விதம் அது. ஓஸோ என்பது வெறும் குழந்தைக்குப் பெயர் சூட்டும் சடங்கு அல்ல. ஓஸோ நாட்டியத்தை ஒருவன் ஆடத்தொடங்கிவிட்டு பின் ஆடத்தெரியாமல், முடியாமல் நின்றுவிட்டானென்றால் அப்புறம் அவன் தன் முகத்தை எங்கே போய் ஒளித்துக்கொள்வான்? ஆனால் இம்முறை இப்பெரியவர்

களின் எச்சரிக்கை ந்விபிவைப் போன்ற ஒரு விவேகமுள்ள மனிதன் தன்னால் முடிக்க முடியும் என்ற நிச்சயமில்லாதவொன்றை ஆரம்பிப்பான் என்று யாரும் நினைக்க மாட்டார்கள் என்பதால் வெறும் சம்பிரதாயத்திற்காகச் சொன்னதுதான்.

அந்த எக்கி தினத்தன்று அங்காடிக்கு மதியம் போலச் சென்று அவனுடைய சகாக்களோடு பனங்கள் ஒன்றிரண்டு மொந்தை குடித்துவிட்டு, மனைவிகளின் குடிசைகளுக்குக் கூரை வேய்வதற்கு ஓலை, முடிந்தால் வாங்கவேண்டும். அவனுக்கு அதற்கு முன் ஓடைக்கு அப்பாலிருந்த அவனது பண்ணைக்குச் சென்று கொஞ்சம் லேசான வேலைகளைப் பார்த்துவிட்டுச் செல்லலாம் என்று சீக்கிரமே எழுந்து விட்டான். அவனது சொந்தக் குடிசையைப் பொறுத்தவரை இரண்டு வருடங்களுக்கு முன்பே ஓலையிலிருந்து தகரத்திற்கு மாற்றிவிட்டிருந்தான். எப்படியாவது அவன் மனைவிகளுக்கும் அதையே செய்தாக வேண்டும். மிஜிபோயேவின் குடிசைக்கு உடனடியாகச் செய்துவிட்டிருக்க முடியும். ஆனால், இருவருக்கும் ஒன்றாகச் செய்யலாம் என்று முடிவெடுத்து ஒத்திப்போட்டான். இல்லையென்றால் உடெங்க்வோ அந்த வட்டாரத்தையே எரித்துவிடுவாள். மூன்று வருடம் கழித்து அவனை மணந்து கொண்ட இளைய மனைவி உடெங்க்வோ. ஆனால், அதனால் அவள் கவலைப்பட்டதில்லை. நல்ல வேளையாக மிஜிபோயே அமைதியான பெண். அவளுக்குரிய மரியாதையைத் தரவேண்டுமென்று அதிகம் எதிர்பார்ப்பதில்லை. சில நேரங்களில் ஒருநாள் முழுக்க உடெங்க்வோவின் தீநாக்கைப் பொறுத்துக்கொண்டு ஒரு வார்த்தைகூட பதில் பேசாமலிருப்பாள். பதில் கூறும்போதுகூட மெதுவான குரலில் சொற்ப வார்த்தைகள்தான் வரும்.

அன்று காலை உடெங்க்வோ ஒரு நாய்க்குட்டிக்காக மிஜிபோயேவை வன்மமும், எல்லாவிதமான துர்க்குணங்களும் கொண்ட பெண்ணென்று திட்டிக் கொண்டிருந்தாள்.

“ஏண்டி, அந்தச் சின்ன நாய்க்குட்டி உனக்கு என்னடி செஞ்சது?” என்று கிராமத்தின் பாதிக்குக் கேட்கும்படி கத்தினாள். “ஏ, மிஜிபோயே ... உன்னைத்தான் கேட்கிறேன். இவ்வளவு காலங்கார்த்தாலையில ஒரு நாய்க்குட்டி உனக்கு என்ன கெடுதல் செஞ்சிட்டது?”

“இவ்வளவு காலங்கார்த்தாலையில உன் நாய்க்குட்டிஎன்ன செய்ததா?அதனோட அசிங்கம் பிடிச்ச வாயை என் சூப் பானையில வெச்சு நக்கிடுச்சு.”

“அதனால?”

“அதனால அதை அடிச்சு வெரட்டினேன்,”

“அடிச்சு வெரட்டினாயா? ஏன், சூப் பானையை மூடி வைக்கவேண்டியதுதானே? ஒரு பானையை மூடி வைக்கறதைவிட ஒரு நாயை அடிக்கிறது சுலபமா போயிடிச்சா?

சமையல் பாத்திரத்தை மூடாமப் போற பொண்ணுக்கு இருக்கிறதைவிட ஒரு நாய்க்கு அதிகமா அறிவு இருக்குமா ,,,?"

"உடெங்க்வோ, இதோடு போதும் நிறுத்து."

"அது எப்படிப் போதும் மிஜிபோயே, போதவே போதாது. அந்த நாய் உன்கிட்ட வந்து எதைக் கொள்ளையடிச்சுக்கிட்டுப் போயிடிச்சு, தெரிஞ்சுக்கறேன். என்கிட்டே இருக்கிற எதைப் பார்த்தாலும் உனக்குக் கண்ணு பொறுக்கலை. என் குழந்தையோட பீயைத் தின்றதுக்காக ஒரு நாய்க்குட்டியை வாங்கி வெச்சா உனக்கு ராத்திரி தூக்கம் வராம வயிறு எரியுது. நீ ஒரு அல்ப ஜென்மம்டி. மிஜிபோயே, நீ ஒரு கேடுகெட்ட பொம்பளை!"

ந்விபி இவையெல்லாவற்றையும் அமைதியாகக் கேட்டபடி அவன் குடிசையில் அமர்ந்திருந்தான். உடெங்க்வோவின் குரலில் இருந்த ஆவேசத்தைப் பார்க்கும் போது இதே ரீதியில் அங்காடி நேரம் வரை செல்வான் என்று அறிந்திருந்தான். எனவே அவனுக்கே உரிய பாணியில் மூத்த மனைவியைக் கூப்பிட்டான்.

"மிஜிபோயே! விடிஞ்சதும் விடியாம என்னை நிம்மதியா இருக்கவிடமாட்டியா?"

"உடெங்க்வோ என்ன பேச்சு பேசினா, கேட்டீங்களா?"

"உடெங்க்வோ சொன்னது எதையும் நான் கேட்கலை. எனக்கு என் வீட்டில் இரைச்சல் கூடாது. உடெங்க்வோவுக்குப் பைத்தியம்னா, அவளோடு சேர்ந்து எல்லோருமே பைத்தியமாகப் போகணுமா? என்னோட வீட்டில், இந்த விடிகாலையில ஒரேயொரு பைத்தியம் இருந்தாப் போதும்."

"மகாபிரபு நீதிபதி பேசிவிட்டார்." என்று கீச்சுக்குரலில் இசையிழுப்பாகப் பாடினாள் உடெங்க்வோ. "ரொம்ப நன்றி மகாபிரபு நீதிபதி அவர்களே. உடெங்க்வோ பைத்தியம். உடெங்க்வோ எப்போதுமே பைத்தியம்தான். ஆனா புத்தி சுவாதீனமுள்ள நீங்களெல்லாம் ..."

"வாயை மூடு, வெட்கங்கெட்டவளே. இல்லாவிட்டால் இப்போ ஏதாவது காட்டுமிருகம் வந்து உன் கண்ணை நக்கிட்டுப் போயிடும். உங்க பிரச்சனைங்கள ஒகுபு முழுக்க கேக்குறபடி சுத்தாம இந்த காம்பவுண்டுக்குள்ளயே வெச்சிக்க எப்போதுதான் கத்துக்கப் போறியோ? வாயை மூடிக்கிட்டிரு!"

இவ்வளவு நேரம் பெரியவர்களின் இரைச்சலில் அமிழ்ந்து போயிருந்த உடெங்க்வோவின் கைக்குழந்தையின் அழுகையைத் தவிர வேறெந்த சப்தமுமின்றி அமைதி திரும்பியது.

"என் அப்பா அழாதே, அழாதே!" என்றாள் உடெங்க்வோ. "அவங்களுக்கு உன் நாயைச் சாகடிக்கணும், அவ்வளவுதான். ஆனா பெரியவங்க சொல்வாங்க, கோழியைத் துரத்திக்கிட்டு ஒருத்தன் ஓடினா அவன்தான் கீழே விழுவான்."

மதியத்திற்குள் ந்விபி அவன் பண்ணையில் செய்ய வேண்டிய எல்லா வேலைகளையும் முடித்துவிட்டு அங்காடிக்குச் செல்லத் தயாராவதற்குத் திரும்பினான். அந்த சிற்றோடையில் எப்போதும் போல வேலையின் வியர்வை போக குளிப்பதற்கு இறங்கினான். உடைகளைக் கழற்றி ஆண்கள் குளிக்குமிடத்தில் இருந்த பெரிய பாறையின் மீது வைத்தான். அந்த மதிய நேரத்தில், அது அங்காடி தினமுமாக இருந்தால் வேறு யாரும் அங்கில்லை. ஆனால் இயல்பான கூச்சத்தோடு பாதைக்கு எதிர்புறமாகத் திரும்பி காட்டை நோக்கியபடி குளிக்கத் தொடங்கினான்.

கொஞ்ச நேரமாகவே அவனை அந்தப் பித்தன் கவனித்துக் கொண்டிருந்தான். ஒவ்வொரு முறையும்அவன் குனிந்து இருகைகளையும் குவித்து நீரோடையிலிருந்து தண்ணீர் அள்ளி தலையிலும் உடம்பிலும் ஊற்றிக்கொள்ளும்போது அவனுடைய பிட்டங்களின் பிளவைப் பார்த்து அந்தப் பித்தன் புன்னகைத்தான். அப்புறம் ஞாபகம் வந்தது. இதே தடிப்பயல்தான் அவனைப் போலவே மூன்று பேரைக் கூட்டிக் கொண்டு வந்து ஆஃபோ அங்காடியிலிருந்த என் குடிசையிலிருந்து என்னைச் சாட்டையால் அடித்து விரட்டியவன். அவன் தனக்குத்தானே தலையாட்டிக் கொண்டான். அதன் பின் அவனுக்கு மீண்டும் ஞாபகத்திற்கு வந்தது. இதே நாடோடிதான் நெடுஞ்சாலையின் மத்தியில் லாரியிலிருந்து என்னெதிரே குதித்தவன். அவன் மீண்டும் ஒருமுறை தலையை ஆட்டிக்கொண்டான். பின் அவனுக்கு மறுபடியும் ஞாபகத்திற்கு வந்தது. இவனேதான் என் மீது கல்லெறிய தன் பிள்ளைகளை ஏவிவிட்டு, அவர்களுடைய அம்மாக்களின் பிட்டங்களைப் பற்றி-என்னுடையதைப் பற்றியல்ல-கிண்டலடிக்க வைத்தவன். அதன் பிறகு அவன் சிரித்தான்.

திடுக்கிட்டுத் திரும்பிய ந்விபி அந்த அம்மணமான பித்தன் சிரித்துக் கொண்டிருப்பதைப் பார்த்தான். ஓடைக்கு அடுத்திருந்த அடர்ந்த சோலை அவன் சிரிப்பொலியை அதிகரித்துக் காட்டியது. ஆரம்பித்ததைப் போலவே சட்டென்று சிரிப்பை நிறுத்தினான். அவன் முகத்திலிருந்த களிப்பு மறைந்தது.

"உன்னை அம்மணமாகப் பார்த்துட்டேனே!" என்றான்.

ந்விபி முகத்தை அவசரமாக அழுத்தி, கண்களிலிருந்து தண்ணீரைத் துடைத்தான்.

"உன்னுடையதை ஆட்டிக்கிட்டு நீ அம்மணமா இருக்கிறதைப் பார்த்துட்டேன்."

"டேய் ... உன்னைச் சாட்டையால அடி பின்னியெடுக்கப் போறேன். அதுக்குத்தான் நீ தயாராயிட்டே," ந்விபி கடுமையான குரலில் உரக்க எச்சரித்தான். சாட்டை என்ற வார்த்தையைக் கேட்டாலே பைத்தியங்கள் சுலபத்தில் பயந்துவிடுவார்கள். "இதோ வர்றேன், அங்கேயே இரு ... டேய் என்னடா பண்றே? அதைக் கீழே போடு ... போடுடாண்ணா?"

அந்தப் பித்தன் ந்விபியின் துணியை எடுத்துத் தன் இடுப்பைச் சுற்றிக் கட்டிக் கொண்டான். தன்னையே குனிந்து பார்த்துவிட்டு மீண்டும் சிரிக்கத் தொடங்கினான்.

"உன்னைக் கொன்னுடுவேண்டா" என்று கோபத்தில் வெறியோடு கரையை நோக்கிப் பாய்ந்து வந்தான். "உன்னைச் சாட்டையால கிழிச்சு பைத்தியத்தைத் தெளிய வெச்சிடறேன், இன்னிக்கு!"

அவன் மேட்டில் ஏறி, அடர்ந்து நிழல் மூடிய காட்டிற்கு எல்லைக்கோடு போல அமைந்திருந்த கல்லும் முள்ளுமான பாதையில் ஓட, ந்விபி மேலேறி வந்து பின்னாலேயே துரத்தினான். ந்விபிக்குப் பார்வையில் பனிமூட்டம் போலக் கவிந்து, தடுக்கி விழுந்தான். மீண்டும் எழுந்து, மீண்டும் தடுமாறி விழுந்து, சமாளித்து எழுந்து கத்தியபடியே ஓடினான். அந்தப் பித்தனுக்கு இடுப்பில் கட்டியிருந்தது பழக்கமற்ற இடைஞ்சலாக இருந்தாலும் ஒல்லிப்பிச்சானாக இருந்ததால் சுலபமாக வேகத்தைக் கூட்டி மேலும் மேலும் அவர்களுக்கிடையே தூரத்தை அதிகரித்துக்கொண்டு ஓடிக்கொண்டிருந்தான். மேலும் ந்விபியைப் போல வாயைத்திறந்து கத்தி, மூச்சை விரயம் செய்யாமல் வெறுமனே ஓடுவது அவனுக்குச் சாதகமாக இருந்தது. இடைவெளி அதிகரிக்க அதிகரிக்க, ந்விபி அந்தப் பித்தனின் இடுப்பிலிருந்த அவனது துணியின் மீது பதித்த கண்ணை விலக்காமல், வேறெந்த சிந்தனையும் குறுக்கிடாமல் துரத்தி ஓடினான். ஆற்றுக்கு வந்துகொண்டிருந்த இரண்டு பெண்கள் தம்மை நோக்கி ஒருவன் மேடேறி ஓடிவந்துகொண்டிருப்பதையும், அவனைத் துரத்திக் கொண்டு அம்மணமாக ஒரு பைத்தியக்காரத் தடியன் ஓடிவருவதையும் பார்த்து அலறிக்கொண்டே பானைகளைக் கீழே போட்டுவிட்டு ஓடினர்.

நெடுஞ்சாலையை ந்விபி அடைந்தபோது அவனது துணி கண்ணில் தெளிவாகப்பட வில்லை. உள்ளிருந்த கோபத்திலும் அவஸ்தையிலும் அவன் நெஞ்சு வெடித்துவிடுமளவுக்குத் துடித்தது. ஆனாலும், தொடர்ந்து ஓடிக்கொண்டிருந்தான். பக்கத்திலிருந்த ஜனக்கூட்டம் அவனுக்கு உறைத்ததாகவே தெரியவில்லை. ஓடுவதை நிறுத்தாமல், "அந்தப் பைத்தியக்காரனைப் பிடியுங்க, என் துணியை எடுத்துக்கிட்டு ஓடறான்!" என்று கண்ணீரோடு முறையிட்டான். அதற்குள் துணியை வைத்திருந்தவன் அந்த ஜனத்திரளில் ரொம்ப தூரத்திற்குச் சென்று காணாமற் போய்விட்டதில் அவனுக்கும் அம்மண மனிதனுக்கும் உள்ள தொடர்பு ஜனங்களுக்குத் தெளிவாகப் புரியாமல் ஆகிவிட்டது.

முன்னால் சென்றுகொண்டிருந்தவர்களின் முதுகுகளை இடித்தபடி ஓடிக் கொண்டிருந்த ந்விபி, முரண்டு பண்ணிக்கொண்டிருந்த ஒரு வெள்ளாட்டைக் கயிற்றில் கட்டி கஷ்டப்பட்டு இழுத்துச் சென்ற ஒல்லியான ஆள் மீது நேராக மோதி அவனை வீழ்த்தினான். அவனை மிதித்துக் கொண்டு தடுமாறி எழுந்து, "அந்தப் பைத்தியக்காரனை நிறுத்துங்க" என்று இதயம் கிழிபடக் கதறினான். "என் துணியை எடுத்துக்கிட்டான்!" அனைவரும் முதலில் அவனை வியப்புடனும், பின்பு வியப்பு குறைந்தும் கவனித்தனர். பெரிய அங்காடியில் வினோதமான காட்சிகள் சகஜம்தான். சிலர் சிரிக்கக்கூட சிரித்தனர்.

“இவன் துணியை யாரோ எடுத்துக்கிட்டாங்கன்னு சொல்றான்.”

“இது புதுசுன்னு நினைக்கிறேன். இன்னும் முழுசா பைத்தியமாகிட்டவன் மாதிரித் தெரியலை. இவன் கூட யாருமில்லையா?”

“இப்பல்லாம் ஜனங்க ரொம்ப அஜாக்கிரதையா இருக்காங்க. வீட்டில இதுபோல இருக்கிறவங்களைக் கவனமா பாத்துக்க வேண்டாமா, அதுவும் அங்காடி தினத்தில?”

அந்தச் சாலையில் இன்னும் கொஞ்ச தூரம் கடந்து அங்காடிப் பகுதியின் ஆரம்பத்தில் ந்விபியின் கிராமத்தைச் சேர்ந்த இருவர் அவனை அடையாளம் கண்டு கொண்டனர். வள்ளிக் கிழங்குக் கூடையோடு சென்றுகொண்டிருந்தவனும், பனங்கள் பானையை உறியில் கட்டித் தூக்கிச் சென்றுகொண்டிருந்த மற்றவனும் கையிலிருப்பவற்றைக் கீழே போட்டுவிட்டு ந்விபியைப் பிடித்து நிறுத்தத் துரத்திச் சென்றனர். அங்காடிப் பகுதியின் மத்தியிலிருக்கும் துர்சக்தி பிரதேசத்தை அவன் மிதித்துவிட்டால் பின்னர் அவனைக் காப்பாற்றவே முடியாது. ஆனால் பலனில்லை. அவனை அவர்கள் ஜனசந்தடிமிக்க அந்தச் சதுக்கத்தில் வைத்துதான் பிடிக்கமுடிந்தது.

உடெங்க்வோ கூக்குரலில் அழுதுகொண்டே தன் மேல்துணியைக் கிழித்துத்தர, அதை அவர்கள் அவனைச் சுற்றிக் கட்டி கைத்தாங்கலாக வீட்டிற்கு அழைத்துச் சென்றனர். ஒரேயொருமுறை அவன் உடையை ஆற்றங்கரையில் அந்தப் பைத்தியக்காரன் எடுத்துக் கொண்டதைக் கூறினான்.

“பரவாயில்லை விடு” என்று அழுகிற குழந்தைக்கு சமாதானம் செய்யும் அப்பாவின் குரலில் ஒருவன் கூறினான். அவர்கள் கூட்டமாக முன்செல்ல, அவனுடைய கனத்த நெஞ்சு ஊமை அழுகையில் மேலும் கீழுமாக விம்மியபடி குருட்டுத்தனமாக அவன் பின் தொடர்ந்தான். அவன் கிராமத்து ஆட்கள் பலரும், அவனுடைய மைத்துனர்கள் சிலரும், அவன் அம்மாவின் ஊரைச் சேர்ந்த ஒன்றிரண்டு பேரும் அந்தச் சோக ஊர்வலத்தில்சேர்ந்து கொண்டனர். ஒருவன் இன்னொருவனிடம் கிசுகிசுப்பாக “இதைப்போன்ற அழுத்தமா, பேச்சு கட்டிப்போன பித்தம்தான் மிக மோசமான பைத்தியம்” என்றான்.

“இதைச் செய்தவன் நாசமாப் போகட்டும், இவனுக்குச் சீக்கிரம் குணமாகட்டும்” என்று பிரார்த்தித்தான் மற்றவன்.

அவன் உறவினர்கள் ஆலோசனை கேட்ட முதல் மருத்துவன் ஏதோ ஒருவித நேர்மையுணர்ச்சியுடன் அவனுக்கு சிகிச்சை தர மறுத்தான்.

“உங்ககிட்ட சரின்னு சொல்லிட்டு நான் பணத்தை வாங்கிக்கலாம். ஆனா அது என்னோட வழிஇல்லே. என் சிகிச்சையோட சக்தி ஒலு, இகுபோ முழுக்கத் தெரியும். ஆனா அனி-ம்மாவோட தீர்த்தத்தைக் குடிச்சவனுக்கு வாழ்க்கையைத் திருப்பித் தருவேன்னு எப்பவுமே நான் அறிவிச்சதில்லே. அதைப் போலவே அங்காடிப் பகுதியோட துர்சக்திகிட்டே தானாப் போய் ஒருத்தன் சரணடைஞ்சிட்டா

அவனையும் என்னால காப்பாத்த முடியாது. இவனைக் கவனமா நீங்க பாத்துக்கிட்டு இருந்திருக்கணும்" என்றான்.

"எங்களைத் திட்டாதீங்க" என்றான் ந்விபியின் உறவினன்.

"அன்னிக்குக் காலையில அவன் வீட்டைவிட்டுக் கிளம்பும்போது உங்களையும் என்னையும் போல புத்தி சுவாதீனத்தோடத்தான் இருந்தான். எங்களை ஒரேயடியாத் திட்டாதீங்க."

"ஆமாம், எனக்குத் தெரியும். அதைப்போலத்தான் சிலசமயம் நடந்திடுது. அவங்களுக் கெல்லாம் எந்த மருந்தும் உள்ளே ஏறாது. எனக்குத் தெரியும்."

"அப்படின்னா உங்களாலே எதுவுமே செய்ய முடியாதா? பேச்சே வராம ஸ்தம்பிச்சுப் போயிருக்கானே, அவன் வாய்க்கட்டையாவது அவிழ்க்க முடியாதா?"

"எதுவும் செய்யமுடியாது. அவனை அவங்க ஏற்கனவே ஆரத்தழுவியாச்சு. இது எப்படின்னா, கூட இருக்கிறவங்க தொல்லை தாங்காம ஒருத்தன் அலூஸியோட நந்தவனத்துக்கு ஓடிப்போய், 'ஓ தேவதையே, என்னை ஏத்துக்கோ. நான் உன்னோட ஓசு' அப்படீன்னு முறையிட்டுட்டான்னா அதுக்கப்புறம் அவனை யாரும் தீண்டக்கூட முடியாது. அவன் சுதந்திரமாகத்தான் இருப்பான். ஆனா எந்தச் சக்தியாலும் அவன் மேலேயிருக்கிற ஆதிக்கத்தை உடைக்க முடியாது. அவன் மனுஷங்ககிட்டேர்ந்து விடுபட்டிருப்பான். ஆனா ஒரு துர்தேவதைக்குக் கட்டுப்பட்டிருப்பான்."

இரண்டாவது மருத்துவன் முதலாமவனைப் போல பிரசித்தி பெற்றவனோ, கண்டிப்பானவனோ அல்லன். ந்விபியின் நிலைமை மோசம்தான் என்றான். உண்மையில் மிகமிக மோசம்தான். ஆனால் தன் குழந்தையின் நிலைமை மோசமாக இருக்கிறதென்று யாரும் கைகளைக் கட்டிக்கொண்டு சும்மா இருக்கமாட்டார்கள். அங்குமிங்கும் அலைந்து தங்களால் முடிந்தளவுக்கு முயற்சிப்பார்கள். அவன் சொன்னதைக் கேட்டு அனைவரும் ஆர்வத்துடன் ஒப்புதலாகத் தலையசைத்துக் கொண்டனர். அப்புறம் அவன் தனக்குத்தானே முனகிக் கொண்டான். என்ன சிகிச்சை தரவேண்டுமென்று அவர்களுக்கு நிச்சயமாகத் தெரியாத எல்லா நோயாளிகளையும் மருத்துவர்கள் திருப்பி அனுப்பிவிட்டால், அப்புறம் அவர்களில் எத்தனை பேருக்கு வாரத்திற்கு ஒரு சாப்பாடாவது கிடைக்கும்?

ந்விபிக்கு சித்தபிரமை குணமடைந்தது. அந்த அற்புதத்தை நிகழ்த்திய அந்த எளிய மருத்துவன் ஒரே நாளில் அந்தத் தலைமுறையின் மிகப் புகழ்பெற்ற மனநல மருத்துவனாகிவிட்டான். ஆவிப் பிரதேசத்திற்குப் போய் வருபவனென்று பெயர் பெற்றுவிட்டான். இருந்தும் சில வேளைகளில் பித்தம் விலகாவிட்டாலும் அதன் ஆரவார தாக்கங்கள் முழுவதும் போய்விடுவதில்லை என்பதுதான் உண்மையாக இருக்கிறது. பைத்தியத்தின் தடயங்களில் சில எப்போதுமே கண்களை உறுத்துகிறபடி

மிச்சம் மீந்துவிடுகின்றன. அழகான, திடகாத்திரமான ஒரு வாலிபன் முழு நிர்வாணமாக. அங்காடியின் ஜனத்திரளுக்கு நடுவில் ஓடியதை ஓலு, இகுபோ வாசிகளின் கணக்கற்றோர் சாட்சிகளாகப் பார்த்துவிட்ட பிறகு ஒரு மனிதன் எப்படிப் பழைய ஸ்திதிக்குத் திரும்ப முடியும்? அத்தகையவன் நிரந்தரமாகக் குறித்து வைக்கப்பட்டவன் ஆகிவிடுகிறான்.

ந்விபி, அவன் உற்றார் உறவினர்களின் கேளிக்கை, கொண்டாட்டங்க்ள் எதிலும் கலந்து கொள்ளாமல் ஓர் அமைதியான, அடங்கிய மனிதனாகிவிட்டான். இரண்டு வருடங்கள் கழித்து மற்றொரு தேர்தல் சமயத்திற்கு முன்னால் அவன் ஊரின் பட்டமேற்றுக்கொள்பவர்களில் தன்னையும் சேர்த்துக்கொள்வதற்காக கோரிக்கை வைத்தான். அவர்கள் அவனை ஏற்றுக்கொண்டிருந்தால் அவன் ஓரளவாவது மீட்சியடைந்திருப்பான். ஆனால் அந்த ஓஸோ சான்றோர்கள் தமக்கேயுரிய கௌரவமும் அடக்கமுமான பாணியில் அந்தப் பேச்சை ஜாக்கிரதையாக வேறு திசைக்குத் திருப்பி மற்ற விஷயங்களுக்குச் சென்றுவிட்டனர்.

♦

ரேமண்ட் கார்வர்

உலகின் தலைசிறந்த சிறுகதைகள் என்ற பெயரில் எத்தனை தொகுப்புகள் வந்தாலும் அவற்றில் தவறாமல் இடம் பெற்றுவிடுகிற பெயர் ரேமண்ட் கார்வர். 1938ல் அமெரிக்காவின் ஓரிகன்னில் கிளாட்ஸ்கனீ என்ற ஊரில் பிறந்தவர். அமெரிக்காவின் தரத்தில் கீழ் மத்திய வர்க்கத்தைச் சேர்ந்த இவரது வாழ்க்கை மணவாழ்க்கைச் சிக்கல்களாலும் மதுப்பழக்கத்தாலும் கொந்தளிப்பாகவே இருந்தது.

எவ்வளவு பிரச்சனைகள் இருந்த போதிலும் அவரிடமிருந்த இலக்கிய மேதமை பற்பல அற்புதமான, காலத்தால் அழியாத சிறுகதைகளை படைத்து வந்தது. வர்ணனையற்ற கதை சொல்லும் பாங்கு, நேரடியான விவரிப்புகள், தீவிர உணர்ச்சிபாவத்தைக் கோரும் இடங்களில் கூட மிகக்குறைவான சொற்களில் அதீதமான அழுத்தம் கொண்டிருக்கும் வரிகள் என இவரது சிறுகதைகள் 1970களில் ஒரு புதிய அமெரிக்க இலக்கிய எழுச்சியை சிறுகதைகளில் கொண்டுவந்தது. ரிச்சர்ட் ஃபோர்டு, டோபியாஸ் உல்ஃப் போன்ற எழுத்தாளர்களை இவரது பாணியில் எழுத, பின்பற்ற வைத்த 'மினிமலிஸம்' என்ற புதிய வகை எழுத்துக்கு ஆதாரமாக அமைந்தது இவரது சிறுகதைகள்.

இவரது சிறுகதைத் தொகுப்புகள் : Will You Please Be Quiet Please?, What We Talk about When We Talk about Love, Cathedral, Where I am Calling From, Furious Seasons, Short cuts.

உங்கள் ஆரம்பகால வாழ்க்கை எப்படியிருந்தது? எது உங்களை எழுத வேண்டுமென்று ஆக்கியது?

கிழக்கு வாஷிங்டனிலிருந்த யாகிமா என்ற சிற்றூரில் வளர்ந்தேன். அங்கிருந்த மர இழைப்பகத்தில் அப்பா பணியாற்றி வந்தார். இரம்பங்களை சாணைத் தீட்டுகிற வேலை. அம்மா ஒரு கடையில் எழுத்தராக, உணவு பரிமாறுபவராக என்னென்னவோ வேலை பார்த்து வந்தார். இல்லாவிட்டால் வீட்டில் இருப்பார். எந்த வேலையிலும் நீண்ட காலம் இருந்ததில்லை. அவளது 'நரம்புக்கோளாறு' பற்றி வீட்டில் ஒரு பேச்சு இருந்தது ஞாபகத்தில் இருக்கிறது. சமையலறையில் அங்கணத்துக்கு அடியிலிருந்த அறையில் அம்மா ஒரு விசேஷமான 'நரம்பு மருந்து' வைத்திருந்தார். ஒவ்வொரு நாள் காலையிலும் இரண்டு கரண்டியளவுக்கு எடுத்து அருந்துவார். அப்பாவின் நரம்பு மருந்து விஸ்கி. அதே அறையில் அவரும் ஒரு குப்பியை வைத்திருப்பார். அல்லது வெளியே மரக்கொட்டகையில் வைத்திருப்பார். அதை ஒருமுறை எடுத்து சுவைத்துப் பார்த்துவிட்டு வெறுத்துப்போய் இந்தக் கருமத்தை எப்படி குடிக்கிறார் என்று குமட்டலெடுத்தேன். வீடு என்பது ஒரு சிறிய இரண்டு படுக்கையறை வீடாகத்தான் இருந்தது. சிறுவயதில் பல வீடுகளுக்கு மாறியிருக்கிறோம். எல்லாமே மற்றுமொரு சிறிய இரண்டு படுக்கையறை வீடுகள்தான். யாகிமாவில் சந்தை கூடுமிடத்தில் இருந்த வீடுதான் என் ஞாபகத்தில் நான் இருந்த முதல் வீடு. அதில் கழிப்பறை வெளியே தனியாக இருந்தது.

அந்த காலகட்டம் 1940களின் கடைசி. அப்போது எனக்கு எட்டு அல்லது பத்து வயதிருக்கும். அப்பா வேலையிலிருந்து திரும்பி வரும்போது பேருந்து நிறுத்தத்தில் அவருக்காகக் காத்திருப்பேன். பெரும்பாலும் நேரம் தவறாமல் சரியாக வந்து இறங்கிவிடுவார். ஆனால் இரண்டு வாரங்களுக்கொருமுறை வழக்கமான பேருந்தில் வந்து இறங்கமாட்டார். அடுத்த வண்டிக்காக காத்துக்கொண்டு நிற்பேன். அதிலும் வரமாட்டார். அதற்கு அர்த்தம், மர இழைப்பகத்திலிருந்து அவர் நண்பர்களோடு குடிக்கச் சென்றிருக்கிறார் என்பதுதான். அப்போதெல்லாம் அம்மாவும், நானும், என் குட்டித்தம்பியும் சாப்பாட்டு மேஜையில் இரவு உணவுக்காக உட்காரும்போது கவிகிற இருண்மையும் அவநம்பிக்கையும் இப்போதும் ஞாபகத்தில் இருக்கிறது.

எது உங்களை எழுத வைத்தது?

என் அப்பா சிறுவனாக இருந்தபோது நடந்த கதைகள், அவருடைய அப்பா, தாத்தா பற்றியெல்லாம் எண்ணற்ற கதைகளை எனக்கு சொல்லியிருக்கிறார் என்பதைத்தான் ஒரே காரணமாக என்னால் கூறமுடியும். என் அப்பாவின் பாட்டனார் உள்நாட்டுப் போரில் பங்கெடுத்திருக்கிறார். அவர் இரண்டு தரப்புகளுக்காகவும் போரிட்டிருக்கிறார்! அவர் ஒரு கட்சி மாறி. அவர் போரிட்டு வந்த தெற்குத் தரப்பு போரில் பின் வாங்கத் தொடங்கியதும், வடக்குத் தரப்புக்கு மாறி ஒன்றியப் படைகளுக்காக போரிடத் தொடங்கியிருக்கிறார். அப்பா இந்தக் கதையைச்

சொல்லும்போது விழுந்து விழுந்து சிரிப்பார். அவருக்கு இதில் ஏதும் தப்பிருந்ததாகத் தெரியவில்லை. எனக்கும் அப்படித்தான் என்று நினைக்கிறேன். அப்பா சொல்லும் கதைகள் துணுக்குகளாகத்தான் இருக்கும். நீதி போதனைகள் இருக்காது. காட்டில் அலைந்தது, நாரை வேட்டை, காட்டெருதுகளைத் தேடிப் பார்த்தது. அவருடன் இருப்பதும் இந்தக் கதைகளைக் கேட்பதும் பேரானந்தமாக இருக்கும். எப்போதாவது அவர் வாசித்துக் கொண்டிருப்பதிலிருந்து எதையாவது படித்துக்காட்டுவார். Zane Grey-வெஸ்டர்ன்களாகத்தான் அவை இருக்கும். பள்ளிப் பாடப்புத்தகங்களையும் பைபிளையும் அடுத்து நான் பார்த்த கெட்டி அட்டை நூல்கள் அவைதான். இது அடிக்கடி நிகழ்வதல்ல. மாலை நேரங்களில் படுக்கையில் சாய்ந்தபடி ஜேன் கிரே நூல்களை வாசித்துக் கொண்டிருப்பதைப் பார்த்திருக்கிறேன். தனி ஒதுக்கிடம் என்று எதுவுமற்ற எங்கள் வீட்டில் அது ஓர் ஒதுக்கமான செயலாக எனக்குப்பட்டிருக்கிறது. அவருக்கென்றிருக்கும் ஓர் அந்தரங்கமான பகுதி அது என்று உணரமுடிந்தது. அதை என்னால் புரிந்து கொள்ளவோ, அதைப்பற்றி தெரிந்து கொள்ளவோ முடிந்ததில்லை. ஆனால் அவர் அப்படி ஒதுக்கமாக இருந்தபடி தனிமையில் புத்தகம் வாசித்துக் கொண்டிருப்பதில் அவரது அந்தப்பகுதி புலப்படும். அவரது இந்தப் பகுதியில், அவரது இந்த செய்கையில் எனக்கு ஓர் ஆர்வம் ஏற்பட்டது. அவரிடம் சென்று என்ன வாசிக்கிறார் என்று கேட்டிருக்கிறேன். அவர் வாசித்துக் கொண்டிருந்த பகுதி எதுவோ அதிலிருந்து சில வரிகளை உரக்க வாசித்துவிட்டு, "ஜூனியர், நீ போய் வேறு ஏதாவது செய் என்பார்." செய்வதற்கு பல விஷயங்கள் அப்போது இருந்தன. எங்கள் வீட்டிலிருந்து அதிக தூரத்தில் இல்லாத ஆற்றுக்காலில் மீன்பிடிக்கச் செல்வேன். அதன் பிறகு வாத்துக்களை வேட்டையாடவும், மேட்டுநில ஆட்டங் களையும் தொடங்கினேன். அந்நாட்களில் வேட்டையாடுவதும், மீன்பிடிப்பதும் தான் கிளர்ச்சியூட்டுபவையாக இருந்தன. என் உணர்வுபூர்வ வாழ்க்கையில் அதுதான் பாதிப்பையும் உண்டாக்கியிருந்தது. அதைத்தான் எழுதவிரும்பினேன். அந்நாட்களில் நான் வாசித்தவை எப்போதாவது வரலாற்று நாவல்களும், மிக்கி ஸ்பில்லேன் மர்மக் கதைகளையும் தவிர *Sports Afield and Outdoor Life, Field & Stream* என்றே இருந்தன. நான் பிடிக்க முயன்று தப்பித்துப் போன மீனைப்பற்றி, அல்லது நான் பிடித்த மீனைப்பற்றி, இந்த இரண்டில் எதைப்பற்றியோ நீளமாக எழுதி என் அம்மாவிடம் கொடுத்து தட்டச்சு செய்துத்தரச் சொன்னேன். அவருக்கு தட்டச்சு செய்யத் தெரியாது. ஆனாலும் ஒன்றை வாடகைக்கு எடுத்து, நாங்கள் இருவரும் மாறி மாறி, கோரமாக தட்டச்சு செய்து அதை அனுப்பி வைத்தோம். நான் வாங்கும் வேட்டை விளையாட்டு இதழின் முகப்பில் இரண்டு விலாசங்கள் இருந்தன. அவற்றில் எங்கள் வீட்டுக்குப் பக்கத்தில் இருந்த விலாசத்திற்கு அதை அனுப்பினோம். கடைசியில் அது திரும்பி வந்துவிட்டது. ஆனாலும் பரவாயில்லை. நான் எழுதிய ஒரு பிரதி வெளியுலகை அடைந்து விட்டது. என் அம்மாவைத் தவிர வேறு யாரோ அதனைப் படித்துவிட்டார்கள்; அது போதும் என்றிருந்தது. அப்புறம் *Writers Digest*-ல் ஒரு விளம்பரம் பார்த்தேன். புகழ்பெற்ற எழுத்தாளர் ஒருவரின்

புகைப்படத்தைப் போட்டு, அவர் அந்த பால்மர் இன்ஸ்டிட்யூட் ஆஃப் ஆதர்ஷிப் என்ற எழுத்துப்பயிற்சி நிலையத்தை வளரும் எழுத்தாளர்களுக்கு பரிந்துரை செய்வதாக வெளியாகியிருந்தது. அது எனக்குப் பொருத்தமாக இருக்குமென்று தோன்றியது. மாதத்திற்கு 20 டாலரோ, பதினைந்து டாலரோ கட்டணமாக, மூன்று வருடத்திற்கோ அல்லது முப்பது வருடங்களுக்கோ பயிற்சி என்று போட்டிருந்தது. வாராவாரம் தனிப்பட்ட முறையில் பயிற்சி இருந்தது. சில மாதங்கள் தொடர்ந்தேன். பிறகு எனக்கு போரடித்துவிட்டது என்று நினைக்கிறேன். பயிற்சிக்கு செல்வதை நிறுத்திவிட்டேன். வீட்டில் இருப்பவர்களும் கட்டணம் செலுத்தவில்லை. பிறகு ஒரு நாள் பால்மர் இன்ஸ்டிட்யூட்டிலிருந்து ஒரு கடிதம் வந்தது. மீதமுள்ள மொத்த தொகையையும் செலுத்திவிட்டால் பயிற்சியை நிறைவு செய்திருப்பதாக சான்றிதழ் வழங்கப்படும் என்றிருந்தது. இது நியாயமான விஷயம்தானே! எப்படியோ என் பெற்றோர்களிடம் நைச்சியமாகப் பேசி தொகையை செலுத்திவிட்டேன். என் படுக்கையறை சுவரில் அந்த சான்றிதழை மாட்டிவைத்தேன். ஆனால் என் உயர்நிலைப் பள்ளிக் காலம் முழுக்கவும், படிப்பு முடிந்ததும் மர இழைப்பக வேலைக்குத்தான் அனுப்பப்படப் போகிறேன் என்று நினைத்திருந்தேன். அப்பா செய்கிறார்போல நானும் வேலை பார்க்க வேண்டுமென்ற ஆசை ரொம்ப நாட்களாக இருந்தது. பள்ளியை முடித்ததும் என்னை வேலையில் சேர்த்துக் கொள்ள அப்பா அவருடைய ஃபோர்மேனிடம் கேட்டுக் கொண்டிருந்தார். எனவே மர இழைப்பகத்தில் ஆறு மாதங்கள் வேலை செய்திருப்பேன். ஆனால் முதல் நாளே அந்த வேலை எனக்குப் பிடிக்காமல் போய்விட்டது. வாழ்க்கை முழுக்க இந்த வேலையையை செய்து கொண்டிருக்க முடியாது. ஆனால் ஒரு கார், கொஞ்சம் துணிமணிகள் வாங்குவதற்குத் தேவையான அளவு சேமித்த பிறகு வேலையை உதறிவிட்டு திருமணம் செய்து கொள்ளலாம் என்று அந்த ஆறு மாதங்களும் கடுமையாக உழைத்தேன்.

ஆனால் எந்த காரணத்திற்காகவோ கல்லூரியில் சேர்ந்துவிட்டீர்கள் இல்லையா? உங்கள் மனைவி கல்லூரியில் சேரும்படி ஊக்குவித்தாரா? அவரும் கல்லூரிக்குச் சென்றதால் நீங்களும் செல்ல வேண்டியிருந்ததா? அப்போது உங்களுக்கு என்ன வயதிருக்கும்? உங்கள் மனைவிக்கும் சின்ன வயதாகத்தான் இருந்திருக்கும்.

எனக்கு பதினெட்டு. அவளுக்கு பதினாறு. கர்ப்பமாக வேறு இருந்தாள். வாஷிங்டனில் வாலா வாலா என்ற இடத்திலிருந்த எபெஸ்கோபாலியன் பிரைவேட் ஸ்கூலில் படிப்பை முடித்திருந்தாள். சமயப் பாடங்கள், ஜிம்னேஸிய உடற்பயிற்சிகள் என்றெல்லாம் படித்துவிட்டு இயற்பியலையும், இலக்கியத்தையும், அயல் மொழிகளையும் படித்திருந்தாள். அவள் லத்தீன் படித்திருக்கிறாள் என்று கேள்விப்பட்டு அரண்டு போனேன். யோசித்துப் பாருங்கள், லத்தீன்! அந்த காலகட்டத்தில் கல்லூரியில் சேரவேண்டுமென்று அவளுக்கு மிகவும்

ஆசையிருந்தது. ஆனால் குடும்பத்தையும் நடத்திக்கொண்டு, கையில் காசில்லாமல், அவள் ஆசையை நிறைவேற்றுவது கஷ்டமாக இருந்தது. ஆம், கையில் ஒரு காசு கிடையாது. அவள் குடும்பத்திலும் பணம் இல்லை. அவள் ஸ்காலர்ஷிப்பில்தான் பள்ளிக்குச் சென்றிருந்தாள். அவள் அம்மாவுக்கு என்மேல் உண்டான வெறுப்பு இருக்கிறதே ..., இப்போதும் என்னை அடியோடு வெறுக்கிறார். அவள் வாஷிங்டன் பல்கலைக்கழகத்தில் சட்டம் பயில்வதாக திட்டமிருந்தது. ஆனால் அவளை நான் கர்ப்பமாக்கிவிட்டேன். திருமணம் செய்து கொண்டு குடும்பம் நடத்தத் தொடங்கிவிட்டோம். முதல் குழந்தை பிறந்தபோது அவளுக்கு வயது பதினேழு. இரண்டாவது பிறந்தபோது பதினெட்டு. நான் என்ன சொல்வதற்கு இருக்கிறது? எங்களுக்கு இளமைப்பருவம் என்பதே இருக்கவில்லை. எங்களுக்கு செயல்படுத்தத் தெரியாத பொறுப்புகளில் நாங்களே வலுக்கட்டாயமாக சிக்கிக் கொண்டு விட்டோம். இருந்தாலும் எங்களால் முடிந்தளவுக்கு உழைத்தோம். சும்மா சொல்லக் கூடாது, நன்றாகவே உழைத்தோம். அவள் கல்லூரியை முடித்தாள். எங்களுக்கு திருமணமாகி பனிரெண்டு அல்லது பதினான்கு வருடங்கள் கழித்து ஸான் ஹொஸே மாநிலத்தில் அவளது பி.ஏ.வைப் பெற்றாள்.

அந்தக் கடினமான ஆரம்ப வருடங்களில் எழுதிக் கொண்டிருந்தீர்களா?

இரவு நேரங்களில் வேலைபார்த்துவிட்டு பகல் நேரங்களில் கல்லூரிக்குச் சென்றேன். எல்லா நேரமும் உழைத்துக்கொண்டேயிருந்தோம். குழந்தைகளை வளர்க்கவும், வீட்டுச் செலவுகளுக்காகவும் அவளும் ஒரு தொலைபேசி நிறுவனத்தில் வேலை பார்த்துக் கொண்டிருந்தாள். பகல் நேரங்களில் குழந்தைகள் ஆயா ஒருத்தியுடன் இருக்கும். கடைசியில் எனது பி.ஏ. பட்டப்படிப்பை ஹம்போல்ட் மாநிலக் கல்லூரியில் முடித்தேன். எல்லா சாமான்களையும் மூட்டையாக காரின் மேல் வைத்துக் கட்டிக் கொண்டு அயோவா நகரத்துக்குச் சென்றோம். டிக் டே என்ற ஹம்போல்ட் கல்லூரி ஆசிரியர் ஒருவர் அயோவா எழுத்தாளர் பட்டறையைப் பற்றி சொல்லியிருந்தார். அவர் எனது கதை ஒன்றையும் மூன்று, நான்கு கவிதைகளையும் அங்கே டான் ஜஸ்டிஸ் என்பவருக்கு அனுப்பியிருந்தார். அவர்தான் அயோவாவில் ஐநூறு டாலர் மானியம் கிடைப்பதற்கு காரணமாக இருந்தார்.

ஐநூறு டாலர்தானா?

அவ்வளவுதான் அவர்களிடம் இருப்பதாகச் சொன்னார்கள். அந்த நேரத்தில் அதுவே அதிகம் போலத் தெரிந்தது. ஆனால் அயோவாவில் பயிற்சியை முடிக்கவில்லை. தொடர்ந்து இருந்தால் இரண்டாவது வருடத்தில் மேலும் அதிகமாகத் தருவதாகச் சொன்னார்கள். ஆனால் எங்களால் சமாளிக்க முடியவில்லை. ஒரு நூலகத்தில் வேலைக்குச் சேர்ந்தேன். மணிக்கு ஒரு டாலரோ இரண்டு டாலரோ கொடுத்தார்கள். என் மனைவி உணவு பரிமாறுபவளாக பணியாற்றினாள். பட்டப்படிப்பை முடிக்க மேலும் ஒரு வருடம் பிடிக்கும் போலிருந்தது. ஆனால்

முடியவில்லை. எனவே கலிபோர்னியாவுக்கு குடிபெயர்ந்தோம். இம்முறை ஸாக்ராமென்டோ. மெர்ஸி மருத்துவமனையில் இரவுக்காவலராக வேலை கிடைத்தது. மூன்று வருடங்கள் அந்த வேலையில் இருந்தேன். அது நல்ல வேலை. இரவில் இரண்டு அல்லது மூன்று மணி நேரங்களுக்குத்தான் வேலை இருக்கும். ஆனால் எட்டு மணி நேரத்துக்கு ஊதியம் கிடைத்தது. சில வேலைகளைச் செய்து முடித்துவிட்டால் வீட்டுக்குப் போய்விடலாம். முதல் இரண்டு வருடங்களுக்கு ஓரளவு ஒழுங்கான நேரத்தில் படுக்கைக்குச் செல்லவும், காலையில் எழுந்து எழுதவும் முடிந்தது. குழந்தைகள் ஆயாவோடு இருக்கும். என் மனைவி வேலைக்குச் சென்று விடுவாள்-வீடு வீடாகச் சென்று பொருட்களை விற்பது-எனக்கு ஏராளமாக நேரம் கிடைத்தது. இது கொஞ்ச காலத்திற்கு ஒழுங்காகச் சென்றது. அப்புறம் ராத்திரி வேலை முடிந்ததும் குடிக்கச் செல்வது வழக்கமாகிவிட்டது. இது 1967 அல்லது 1968ஆக இருக்கலாம்.

முதல் கதை எப்போது பிரசுரமானது?

கலிபோர்னியாவில் ஹம்போல்ட் மாநிலக்கல்லூரியில் இளங்கலை மாணவனாக இருந்தபோது. ஒருநாள் என் சிறுகதை ஒன்று ஒரு பத்திரிகையிலும், கவிதை ஒன்று இன்னோர் இதழிலும் ஏற்றுக்கொள்ளப்பட்டதாக கடிதங்கள் வந்தன. அற்புதமான தினம் அது! வாழ்க்கையின் ஆகச்சிறந்த நாட்களில் ஒன்று. நானும் என் மனைவியும் ஊர் முழுக்கச் சென்று அந்தக் கடிதங்களை நண்பர்களிடம் காட்டினோம். எங்கள் வாழ்க்கைக்குத் தேவையாக இருந்த ஓர் அர்த்தத்தை, உயிர்ப்பை அது எங்களுக்குத் தந்தது.

பிரசுரமான முதல் கதை, கவிதை எவ்வெவை?

Pastoral என்ற கதை. அது ‘வெஸ்டர்ன் ஹியுமானிடீஸ் ரெவ்யூ’வில் பிரசுரமானது. அது ஒரு நல்ல இலக்கிய இதழ். உடா பல்கலைக்கழகத்தால் இன்றுவரை வெளிவந்து கொண்டிருக்கிறது. அக்கதைக்காக சன்மானம் எதுவும் எனக்கு அவர்கள் வழங்க வில்லை. அதைப்பற்றி எனக்கு அக்கறை இல்லை. கவிதையின் தலைப்பு *The Brass Ring.* அது அரிசோனாவிலிருந்து வெளிவந்த ‘டார்கெட்ஸ்’ என்ற இதழில் வெளிவந்தது. அந்த இதழ் இப்போது நின்றுவிட்டது. என் கவிதை வெளியான அதே இதழில் சார்லஸ் புகோவ்ஸ்கியின் கவிதையும் பிரசுரமாகி யிருந்தது. எனக்குப் பெருமையாக இருந்தது. அப்போது அவர் என்னுடைய ஆதர்சமாக இருந்தவர்.

உங்கள் நண்பர் ஒருவர் என்னிடம் சொல்லியிருக்கிறார். உங்கள் படைப்பு முதன்முதலில் வெளிவந்த இதழை அன்று கட்டிப்பிடித்துக் கொண்டேதான் தூங்கினீர்களாமே?

ஓரளவுக்கு உண்மை. அது இதழ் அல்ல, புத்தகம். ‘சிறந்த அமெரிக்கச் சிறுகதைகள்’ தொகுப்பு ஆண்டுதோறும் வருமே, அதில் என் கதை *Will You Please Be Quiet Please?*

தேர்வாகியிருந்தது. அது அறுபதுகளின் பிற்பகுதி. மார்த்தா ஃபோலி அத்தொகுப்பை தொகுத்து வந்தார். அக்கதை சிகாகோவிலிருந்து வெளிவந்த ‘டிசம்பர்’ என்ற பிரபலமில்லாத ஒரு சிற்றிதழில் வெளிவந்திருந்தது. அத்தொகுப்பு எனக்கு தபாலில் வந்தபோது அதை எடுத்துக் கொண்டே படுக்கைக்குச் சென்றேன். வெறுமனே புரட்டிப்புரட்டிப் பார்த்து பரவசப்பட்டுக் கொண்டிருந்தேனேயொழிய படிக்கவில்லை. அப்படியே தூங்கிவிட்டேன். மறுநாள் எழுந்து பார்த்தபோது என் பக்கத்தில் என் மனைவியோடு அந்தப் புத்தகமும் இருந்தது.

‘தி நியூயார்க் டைம்ஸ் புக் ரெவ்யூ’ இதழில் நீங்கள் எழுதிய ஒரு கட்டுரையில், நாவல்கள் எழுதாமல் சிறுகதைகள் மட்டும் எழுதுகிறீர்கள் என்பதைப் பற்றி குறிப்பிடும்போது ‘அந்தக் கதையை இப்போது சொல்வது மிகவும் அயர்ச்சியை உண்டாக்கும்’ என்று எழுதியிருந்தீர்கள். அந்தக் கதையை இப்போது சொல்ல விருப்பமா?

‘மிகவும் அயர்ச்சியை உண்டாக்கக்கூடிய அந்தக் கதை’யில் சொல்வதற்கு இனிமையற்ற விஷயங்கள் பல இருக்கின்றன. இந்த விஷயங்களில் சிலவற்றை *Fires* கட்டுரையில் பிறகு எழுதியிருக்கிறேன். அக்கட்டுரையில், ஓர் எழுத்தாளன் என்பவன் இறுதியில் அவன் என்ன எழுதியிருக்கிறான் என்பதை வைத்துத்தான் மதிப்பிடப்படுகிறான். அப்படித்தான் இருக்கவும் வேண்டும் என்று எழுதியிருந்தேன். அசாதாரணமான சூழ்நிலையில் அப்படி எழுத நேர்ந்தது. என்னை யாரும் எழுத்தாளனாக வேண்டுமென்று கேட்டுக் கொள்ளவில்லை. ஆனால் உயிரையும் விட்டொழிக்க முடியாமல், சாப்பாட்டு மேஜையில் எதையாவது வைத்து சாப்பிடுவதற்காக மளிகை சாமான்களை வாங்குவதற்கும், குடும்பத்தை நடத்துவதற்கும், அதே நேரத்தில் என்னை ஓர் எழுத்தாளனாக நினைத்துக் கொண்டு எழுதுவதற்கு கற்றுக் கொள்வதற்கும் ரொம்பவும் கடினமாக இருந்தது. பல வருடங்களாக ஏதேதோ குப்பை வேலைகளையெல்லாம் பார்த்துக் கொண்டே குழந்தைகளையும் வளர்த்துக் கொண்டு, எழுதவும் முயற்சி செய்து கொண்டிருந்த பிறகு, சீக்கிரம் எழுதி முடிக்க முடிகிற விஷயங்களை மட்டுமே நான் எழுத வேண்டும், அ தையும் அவசரகதியில் செய்து முடிக்கவேண்டுமென்பது உறைத்தது. ஒரே ஒரு கதைக்கருவை வைத்துக்கொண்டு இரண்டு மூன்று வருடங்களுக்கு ஒரு நாவலை எழுதுவதற்கு எனக்கு வசதி கிடையாது. எதையாவது எழுதி, உடனே பணம் கைக்கு வந்தாக வேண்டும். அடுத்த வருடமோ அல்லது மூன்று வருடங்கள் கழித்தோ கிடைக்கிற சன்மானம் அல்ல. அதனால்தான் சிறுகதைகளும் கவிதைகளும் மட்டுமே எழுதுகிறேன். நான் விரும்பியிருக்கக்கூடிய வகையில் என் வாழ்க்கை அமையவில்லை என்பதை உணரத் தொடங்கினேன். எழுத விருப்பம் இருந்தும், அதற்கு நேரமோ இடமோ கிடைக்காத விரக்தி எப்போதுமே மலையளவு குவிந்திருந்தது. வெளியே சென்று காருக்குள் உட்கார்ந்து மடியில் பேடை வைத்துக்கொண்டு எழுதுவேன். பிள்ளைகள் வளர்ந்த வயதில் இருந்த காலகட்டம்

அது. நான் எனது பின் இருபதுகளில் அல்லது ஆரம்ப முப்பதுகளில் இருந்தேன். அப்போதும் கடும் பஞ்சத்தில்தான் இருந்தோம். ஒரு திவால் நோட்டீஸ் வந்திருந்தது. அவ்வளவு வருடம் கடுமையாக உழைத்ததற்கு பலனாக ஒரு பழைய காரும், ஒரு வாடகை வீடும், புதிய கடன்காரர்களும்தான் காட்டுவதற்கு இருந்தார்கள். சோர்வும் தளர்ச்சியும் முழுமையாக ஆக்கிரமித்திருந்தது. ஆன்ம ரீதியாக நான் துடைத்தழிக்கப் பட்டிருந்தேன். ஆல்கஹால் ஒரு பெரிய சிக்கலாக உருவாகியது. ஏறக்குறைய முற்றிலுமாக தோற்று முழுநேரக் குடிகாரனாக மாறிவிட்டேன். இந்தப் பகுதியைத் தான் 'மிகவும் அயர்ச்சியை உண்டாக்கும்' என்று குறிப்பிட்டிருந்தேன்.

இந்தக் குடிப்பழக்கத்தைப்பற்றி மேலும் கொஞ்சம் பேசமுடியுமா? மிகப்பல எழுத்தாளர்கள், அவர்கள் ஆல்கஹாலிற்காக இல்லாவிட்டாலும், அளவுக் கதிகமாகக் குடிக்கிறார்கள்.

மற்ற தொழில்களில் இருப்பவர்களை விட எழுத்தாளர்கள் அதிகமாகக் குடிக்கிறார்களா? இருக்காது. உங்களுக்கு ஆச்சரியமாக இருக்கும். குடியைப் பற்றி பேசும்போது கற்பனைப் பழங்கதைக் கோவை ஒன்று கூடவே வந்துவிடுகிறது. ஆனால் என் விஷயத்தில் அதெல்லாம் பொய். நான் அபரிமிதமாகக் குடிக்கத் தொடங்கியது எப்போதென்றால், வாழ்க்கையில் எனக்காக, என் எழுத்துக்காக, என் மனைவி குழந்தைகளுக்காக ஆசைப்பட்டது எதுவுமே நடக்கப் போவதில்லை என்று தெரிந்தபோதுதான். இது விநோதம்தான். யாரும் திவாலாகிப் போவதற்காகவே, ஓர் ஆல்கஹாலிக்காக, ஓர் ஏமாற்றுக்காரனாக, ஒரு பொய்யனாக ஆகும் நோக்கத் துடனே வாழ்க்கையைத் தொடங்குவதில்லையே!

நீங்கள் குடிப்பதை நிறுத்தி எவ்வளவு காலமாகிறது?

1977ம் வருடம், ஜூன் இரண்டு. உண்மையைச் சொல்ல வேண்டுமென்றால், நான் குடிப்பழக்கத்திலிருந்து மீண்டு வந்ததைச் சொல்ல பெருமையாகவே இருக்கிறது. நானும் வாழ்க்கையில் உருப்படியாக எதையோ செய்திருக்கிறேன். நான் ஒரு மீண்டெழுந்த ஆல்கஹாலிக். குடிப்பதை ஒரேயடியாக நிறுத்திவிடவில்லை. ஆனால் நான் குடிகாரனாக இல்லை.

உங்கள் கதைகள் எங்கிருந்து வருகின்றன? நான் குறிப்பாகக் கேட்பது குடி சம்பந்தப்பட்ட கதைகளைப் பற்றி.

நான் அதிகமும் ஆர்வம் கொண்டிருக்கும் கதைகளில் நிஜ உலகத்தோடு தொடர்பு கொண்ட வரிகள் இருக்கும். என் கதைகளில் எதுவும் உண்மையில் நடந்தவையல்ல. ஆனால் எப்போதுமே, சில அம்சங்கள், என்னிடம் சொல்லப்பட்ட அல்லது நான் பார்த்த விஷயங்கள்தான் என் கதைகளை ஆரம்பிப்பவையாக இருக்கின்றன. உதாரணத்திற்கு ஒன்று சொல்கிறேன். "அந்த கிருஸ்துமஸ்தான் நீ எங்களுக்கு நாசமாக்கப் போவதிலேயே கடைசி கிருஸ்துமஸ்!" நான் குடிபோதையில் இருந்த

போது கேட்ட வாசகம் இது. ஆனால் ஞாபகத்தில் வைத்திருந்தேன். அதன் பின், பல வருடங்கள் கழித்து, குடிப்பழக்கம் விலகித் தெளிந்திருந்த போது அந்த ஒரு வரியை வைத்துக் கொண்டு, மற்ற விஷயங்களை கற்பனை செய்து, அவ்வ நடந்திருக்கக்கூடும் என்ற அளவுக்கு நுட்பமாகக் கற்பனை செய்து ஒரு கதையை உருவாக்கினேன்- *A Serious Talk*. ஆனால் என்னைக் கவரும் கதைகள் என்பவை, அது தல்ஸ்தோய் கதைகளோ, செகாவ், பேரி ஹன்னா, ரிச்சர்ட் ஃபோர்ட், ஹெமிங்வே, ஐஸக் பேபல், ஆன் பீட்டி அல்லது ஆன் டைலர் யார் எழுதியதாக இருந்தாலும் ஓரளவுக்கு சுயசரிதைத் தன்மை கொண்டிருப்பவைதாம். குறைந்தபட்சம் ஒரு தொடர்புக் கண்ணியைக் கொண்டிருக்கும் கதைகள். நெடுங்கதைகளோ, சிறுகதைகளோ அவை வெறும் காற்றிலிருந்து உதிப்பவையல்ல. ஜான் சீவரோடு உரையாடிக் கொண்டிருந்தபோது நடந்த சம்பவம் நினைவுக்கு வருகிறது. அயோவா சிடியில் சில நண்பர்களோடு உட்கார்ந்து பேசிக் கொண்டிருந்தோம். அப்போது சீவர் ஒன்றை குறிப்பிட்டார். அவர் குடும்பத்தில் ஒரு நாள் இரவு ஏதோ சண்டை. அடுத்த நாள் காலை சீவர் குளியலறைக்குள் நுழைந்த போது, அவர் மகள் குளியலறைக் கண்ணாடியில் "அன்புள்ள அப்பா, எங்களை விட்டுப் போகாதீர்கள்" என்று லிப்ஸ்டிக்கால் எழுதியிருந்ததைப் பார்த்திருக்கிறார். இதை அவர் சொல்லிக் கொண்டிருக்கும் போது எங்களோடு இருந்த ஒருவர், "உங்கள் கதைகளில் இதை கவனித்திருக்கிறேன்" என்றார். சீவர், "இருக்கலாம். நான் எழுதுவது எல்லாமே சுயசரிதைத் தன்மை கொண்டவைதான்" என்றார். வாஸ்தவத்தில் அது அப்பட்டமான உண்மையல்லதான். ஆனால் நாம் எழுதும் எல்லாவற்றிலும், ஏதோ விதத்தில் சுயசரிதை கலந்திருக்கிறது. என் கதைகளை 'சுயசரிதைக் கதைகள்' என்று சொன்னால் அதிகம் அலட்டிக் கொள்ளமாட்டேன். உங்கள் வாழ்க்கைக் கதைகளை புனைகதையாக மாற்றும் போது நீங்கள் செய்வதைப் பற்றிய பிரக்ஞை முழுசாக இருக்க வேண்டும். மிகுதியான தைரியமும், அபாரமான திறமையும் கற்பனையும், உங்களைப் பற்றி எல்லாவற்றையும் சொல்லக்கூடிய விருப்பார்வமும் இருக்க வேண்டும். உங்களுக்குத் தெரிந்ததைப்பற்றி இளவயதில் எழுதும்போது, உங்களுடைய சொந்த ரகசியங்களை விட அதிகமாக வேறு என்ன உங்களுக்குத் தெரிந்திருக்கப் போகிறது? நீங்கள் ஓர் அபூர்வமான எழுத்தாளராக, மிகமிகத் திறமையான எழுத்தாளராக இருந்தாலொழிய 'என் வாழ்க்கைக் கதையை' ஒவ்வொரு பாகங்களாக எழுதிக் கொண்டே போவது மிகவும் அபாயகரமான செயலாக இருக்கும்.கதைகளில் அதிகமும் சுயசரிதைத் தன்மையை புகுத்திவிடுவது பல எழுத்தாளர்களுக்கு இச்சையாகவே இருக்கிறது. அதில் பெரிய அபாயம் இருக்கிறது என்றே சொல்வேன். கொஞ்சம் சுயசரிதை, நிறைய கற்பனை என்பதுதான் சிறந்தது.

உங்கள் பாத்திரங்கள் வாழ்க்கைப் போராட்டத்தில் உழன்று கொண்டு இருப்பவர்கள்தானே?

அவர்கள் முயன்று கொண்டிருப்பவர்கள் என்று நினைக்கிறேன். ஆனால் முயல்வதும் வெற்றியடைவதும் இருவேறு விஷயங்களல்லவா? சில வாழ்க்கைகளில் மனிதர்கள் எப்போதுமே வெற்றிபெறுகிறார்கள். அப்படி நடக்கும் போது அது பிரம்மாண்டமாகத்தான் இருக்கிறது. ஆனால் மற்ற வாழ்க்கைகளில் மனிதர்கள், அவர்கள் செய்ய விரும்புவது சின்ன விஷயமோ, பெரிய விஷயமோ பெரும்பாலும் வெற்றி பெறுவதில்லை. இந்த வாழ்க்கைகளைத்தான், வெற்றியடையாத மனிதர்களைத்தான் எழுத வேண்டியிருக்கிறது. என் நேரடியான, மறைமுகமான சொந்த அனுபவங்கள் பெரும்பாலும் இவர்களைப் பற்றியாகத்தான் இருக்கிறது. பெரும்பாலான என் பாத்திரங்களுக்கு அவர்களுடைய செயல்கள் பொருட் படுத்தத்தக்கதாக, வெற்றி ஈட்டித்தருபவையாக இருக்க வேண்டு மென்றுதான் ஆசையென்று நினைக்கிறேன். ஆனால் பெரும்பாலானவர்களைப் போல, அவர்களும் அது நிறைவேறாத ஆசையென்பது புரிந்துவிட்ட ஸ்திதியை அடைந்து விட்டிருக்கின்றனர். இது ஒன்றும் மென்மேலும் சுமையை ஏற்றிக் கொண்டேயிருப்பதாக இல்லைதான். ஒரு காலத்தில் உயிரைக் கொடுத்தாவது நிறைவேற்ற வேண்டுமென்று நினைத்த விஷயங்கள் இப்போது உப்புப் பெறாதனவாக இருக்கும். அவர்களது வாழ்க்கைதான் அவர்களுக்கு ஆறுதல் அளிக்க முடியாததாக இருக்கிறது. வாழ்க்கைகள் உடைந்து நொறுங்கிக் கொண்டிருப்பதை அவர்கள் பார்க்கின்றனர். எல்லாவற்றையும் சரிசெய்துவிடத்தான் அவர்கள் முயற்சிக்கின்றனர், ஆனால் முடிவதில்லை. வழக்கமாக அது அவர்களுக்கும் தெரிந்திருக்கிறது என்று நினைக்கிறேன். அதன் பிறகு அவர்களால் அதிகபட்சம் எது முடியுமோ அதைச் செய்கின்றனர்.

உங்களுடைய எழுதும் வழக்கங்கள் எப்படி? எப்போதுமே ஏதாவது ஒரு கதையை உருவாக்கிக் கொண்டிருப்பீர்களா?

எழுதும்போது தினமும் எழுதுகிறேன். அது நிகழும்போது அற்புதமான அனுபவமாகவே இருக்கிறது. ஒருநாள் அடுத்த நாளின் வாலைப் பிடித்துக் கொண்டு செருகிக் கொள்ளும். சில நேரங்களில் என்ன கிழமை என்பதே தெரியாது. கொஞ்ச காலமாக பயிற்றுவிக்கும் பணியில் ஈடுபட்டிருப்பதால் எழுதாமல் இருக்கிறேன். இதைப் போன்ற காலகட்டங்களில் நான் இதுவரை ஒரேயொரு வார்த்தையைக்கூட எழுதியிருக்காததைப் போலவும், எழுத விருப்பமே இல்லாததைப் போலவும் தோன்றும். கெட்ட பழக்கங்கள் குடியேறும். இரவில் வெகுநேரம் விழித்திருந்து, நெடுநேரம் தூங்குவேன். ஆனால் பரவாயில்லை. பொறுமையுடன் இருக்கவும், என் நேரத்திற்காக காத்திருக்கவும் கற்றுக்கொண்டேன். பல வருடங்களுக்கு முன்பே அதை நான் கற்றுக்கொள்ள வேண்டியிருந்தது. பொறுமை. நான் விட்டு விட்டு எழுதுகிறவன். எழுதத் தொடங்கினால் பத்து, பனிரெண்டு அல்லது பதினைந்து மணி நேரங்களுக்கு தொடர்ச்சியாக எழுதுவேன் ஒவ்வொரு நாளும். இதை நான் ரசித்து செய்வேன். இந்த வேலை நேரத்தில் பெரும்பாலும் ரிவைஸ் செய்வதும், திரும்ப எழுதுவதுமே நடக்கும். ஒரு கதையை எழுதி முடித்துவிட்டு அதைத் திரும்பத்

திரும்பத் திருத்தி எழுதுவதைவிட மகிழ்ச்சியளிக்கக்கூடிய காரியம் எனக்கு வேறெதுவுமில்லை. நான் எழுதுகிற கவிதைகளையும் அப்படித்தான் திருத்தித் திருத்தி எழுதிக் கொண்டேயிருப்பேன். முதல் முறை எழுதி முடித்தவுடனேயே பிரசுரத்திற்கு அனுப்பி வைக்கிற அவசரம் கிடையாது. சிலமுறை மாதக்கணக்கில் வீட்டிலேயே வைத்திருப்பேன். ஒரு பகுதியை எடுத்துவிட்டு, இன்னொன்றை புகுத்தி, பின் திரும்ப எல்லாவற்றையும் மறுபடியும் எழுதி ... முதல் வரைவை எழுதி முடிக்க அதிக நேரமாகாது. வழக்கமாக ஒரே அமர்வில் எழுதி முடித்துவிடுவேன். அதைத் திரும்பத்திரும்ப திருத்தி எழுதுவதில்தான் நேரம் கழியும். ஒரே கதையை இருபது அல்லது முப்பது வரைவுகள் கூட திருத்தி எழுதியிருக்கிறேன். எந்தக் கதையையும் பத்து, பனிரெண்டு முறைக்கு குறைவாக எழுதி முடித்ததில்லை. எனக்கு தல்ஸ்தோயின் *galley* ப்ரூஃப்களை பார்த்தது ஞாபகத்துக்கு வருகிறது. கதைகளைத் திரும்பத்திரும்ப திருத்தி எழுதுவதை அவர் விருப்பத்தோடு செய்தாரா என்பது எனக்குத் தெரியாது. ஆனால் போரும் அமைதியும் நாவலை எட்டுமுறை திருத்தி யெழுதியிருக்கிறார். அதற்கப்புறமும் திருத்தங்கள் செய்திருக்கிறார். முதல் வரைவில் படுமோசமாக எழுதுகிறோம் என்ற குற்றவுணர்வில் இருக்கும் என்போன்ற எழுத்தாளர்களுக்கு தல்ஸ்தோயைப்பற்றி கேள்விப்படும்போது ஆறுதலாக இருக்கிறது.

நீங்கள் ஒரு கதையை எழுதும்போது நிகழ்வதை விளக்குங்கள்.

ஏற்கனவே நான் குறிப்பிட்டதைப்போல முதல் வரைவை வேகமாக எழுதி முடித்துவிடுவேன். பெரும்பாலும் கையால் எழுதுவதுதான் வழக்கம். சில நேரங்களில் எனக்கு மட்டும் புரியும் படியாக சுருக்கெழுத்தில் ஓரத்தில் குறிப்புகள் எழுதி வைப்பேன் - திருத்தியெழுதும்போது கவனத்தில் கொள்ள வேண்டிய விஷயங்கள். சில காட்சிகளை முடிக்காமலேயே விட்டு வைப்பேன், சிலவற்றை எழுதாமல் விட்டுவைப்பேன். சில காட்சிகளை பிற்பாடு நுட்பமாக எழுத வேண்டியிருக்கும். எல்லாவற்றையும் நுட்பமான கவனத்தோடுதான் எழுத வேண்டியிருக்கும் என்றாலும் நான் சொல்வது, சில காட்சிகளை இரண்டாவது, மூன்றாவது வரைவு வரை எழுதாமல் விட்டு வைப்பேன். முதல் வரைவில் கதையின் அவுட்லைன். கதை எப்படி அவிழ்கிறது என்பதெல்லாம் முடிவாகிவிடும். அந்த கைப்பிரதியைப் பின்பு தட்டச்சு செய்வேன். அங்கிருந்து அந்தக் கதை இறுதி வடிவம் எடுப்பதற்கான நீண்ட பயணம் தொடங்கும். முதல் வரைவை தட்டச்சு செய்ததும் அதனைத் திருத்தி எழுதுவேன் - சில பகுதிகளை வெட்டி, சில பகுதிகளை புதிதாகச் சேர்த்து, மூன்று அல்லது நான்கு வரைவுகளுக்குப்பிறகு உண்மையான வேலை அப்புறம்தான் வருகிறது. கவிதைகள் விஷயத்திலும் அப்படித்தான். கவிதைகள் நாற்பது, ஐம்பது வரைவுகள் வரை செல்லும். டொனால்ட் ஹால் அவர் கவிதைகளை நூறுமுறைக்கு மேல் திருத்தி எழுதுவதாக என்னிடம் சொன்னார். உங்களால் கற்பனை செய்ய முடிகிறதா?

நீங்கள் எழுதுபவற்றில் எந்தளவுக்கு கடைசியில் வெட்டி எறிந்து விடுகிறீர்கள்?

ஏராளமாக. முதல் வரைவு நாற்பது பக்கங்களுக்கு வந்தால், கடைசி வரைவில் பெரும்பாலும் பாதியளவுக்குத்தான் மீந்திருக்கும். வெறுமனே வெட்டி எறிந்து விடுவதும் சுருக்கி யெழுதுவதும் மட்டுமல்ல. புதிதாகவும் எழுதிச் சேர்ப்பேன். வார்த்தைகளை உள்ளே செருகுவதும், வெளியே எடுத்தெறிவதும் நான் சந்தோஷமாகச் செய்கிற விஷயம்.

உங்களை பாதித்த இலக்கிய ஆளுமைகளைப் பற்றி சொல்ல முடியுமா?

எர்னெஸ்ட் ஹெமிங்வே அவர்களில் ஒருவர். அவரது ஆரம்பக்காலக் கதைகள். நான் அதிகம் மதிக்கும் எழுத்தாளர் செகாவ். செகாவ்வை யாருக்குத்தான் பிடிக்காது? அவரது சிறுகதைப் பற்றி மட்டும் சொல்கிறேன், நாடகங்களையல்ல. தல்ஸ்தோய். அவரது சிறுகதைகள், குறுநாவல்கள் அனைத்தும். அப்புறம் அன்னா கரீனினா. ‘போரும் அமைதியும்’ அல்ல. அது மிகமிக மெதுவான நாவல்.

தல்ஸ்தோய்தான் ஆகச்சிறந்த படைப்பாளி. ஐஸக் பேபல், ஃபிளானெரி ஓ கானர், ஜேம்ஸ் ஜாய்ஸின் ‘டப்ளினர்ஸ்’. ஜான் சீவர். மேடம் பொவாரி. அப்டைக்கின் *Too Far to Go*. கடந்த இரண்டு வருடங்களில் அற்புதமான எழுத்தாளர்கள் சிலரை வாசித்தேன். டோபியாஸ் உல்ஃபின் *In the Garden of North American Martyrs* அபாரமான தொகுப்பு. Max Schott, Bobbie Ann Mason, Harold Pinter, V.S. Prichett. பல வருடங்களுக்கு முன் செகாவ் அவருடைய நண்பருக்கு எழுதியிருந்த கடிதத்தை வாசித்தேன். அதில் அவர் எழுதியிருந்தார்: நண்பரே, நீங்கள் அசாதாரணமான மனிதர்களைப் பற்றியும், அவர்கள் சாதிக்கின்ற அசாதாரணமான, மறக்க முடியாத சாதனைகளையும் பற்றித்தான் எழுதவேண்டுமென்பதில்லை. அந்தக் கடிதத்திலும் அவரது வேறு பல கடிதங்களிலும் அவர் எழுதியிருந்தவற்றையும், அவரது கதைகளையும் வாசித்தபிறகு என் பார்வையில் பெரும் மாற்றம் ஏற்பட்டது. அதன் பிறகு மக்ஸீம் கார்க்கியின் ஒரு நாடகத்தையும் கதைகளையும் படித்ததும், அவை செகாவ் சொல்வதை உறுதி செய்வதாக இருந்தன. ரிச்சர்ட் ஃபோர்ட் இன்னுமொரு நல்ல எழுத்தாளர். பிரதானமாக அவர் ஒரு நாவலாசிரியர் என்றாலும் மிக நல்ல சிறுகதைகளையும் கட்டுரைகளையும் எழுதியிருக்கிறார். அவர் என் நண்பரும்கூட. என் நண்பர்களில் சிலர் நல்ல எழுத்தாளர்கள், சிலர் சுமாரான எழுத்தாளர்கள்.

அதைப்போன்ற சந்தர்ப்பங்களில் என்ன செய்வீர்கள்? உங்கள் நண்பர்களில் ஒருவர் மோசமான கதை ஒன்றை எழுதி பிரசுரமாகியிருந்தால் எப்படி அதைக் கையாளுவீர்கள்?

அந்த நண்பர் என் கருத்தைக் கேட்டாலொழிய பேசமாட்டேன். அவர் கேட்கக்கூடாது என்றே விரும்புவேன். ஆனால் கேட்டுவிட்டால், அது உங்கள்

நட்பை பாதிக்காத வகையில் சொல்லி சமாளிக்க வேண்டியதுதான். உங்கள் நண்பர்கள் நன்றாக எழுதவேண்டுமென்றுதான் விரும்புவீர்கள், ஆனால் சில நேரங்களில் ஏமாற்றமாக இருக்கும்போது உங்களுக்கும் வருத்தமாகத்தான் இருக்கும். உங்களால் எதுவும் செய்யவும் முடியாது.

இப்போதும் கவிதை எழுதுகிறீர்களா?

ஏதோ கொஞ்சம். நிறைய எழுதத்தான் விரும்புகிறேன். ஆறுமாதங்களாக எதுவும் எழுதாவிட்டால் எனக்கு பதற்றமாகிவிடும். நான் இனிமேல் கவிஞன் இல்லையோ, என்னால் இனி கவிதையே எழுத முடியாதோவென்று பயப்படத் தொடங்கி விடுவேன். அப்போதுதான் உட்கார்ந்து சில கவிதைகளை எழுத முயற்சி செய்வேன். வரப்போகும் வசந்த காலத்தில் வெளிவரவிருக்கும் எனது *Fires* தொகுப்பில் எனது முக்கியமான கவிதைகள் எல்லாமும் இருக்கின்றன.

கவிதை எழுதுவதும், சிறுகதை எழுதுதலும் ஒன்றிற்கொன்று எந்தவகையில் உதவிக் கொள்கின்றன?

இப்போதெல்லாம் இல்லை. நீண்ட காலமாக கவிதை எழுதுவதிலும், கதைகள் எழுதுவதிலும் சமமான ஆர்வம் கொண்டிருந்தேன். எந்த இதழை எடுத்தாலும் முதலில் கவிதைகளை வாசித்து விட்டுத்தான் கதைகளுக்கு வருவேன். இறுதியில் நான் ஒரு தேர்வைச் செய்ய வேண்டியிருந்தது. கதைகள் பக்கம் ஒதுங்கிவிட்டேன். அதுதான் என்னைப் பொறுத்தவரை சரியான தேர்வுகூட. நான் ஒன்றும் 'பிறவி'க் கவிஞன் அல்ல. 'பகுதிநேர கவிஞன்' மட்டும்தான். கவிஞனாகவே இல்லாதிருப்பதைவிட இது மேலானதுதான், இல்லையா?

நீங்கள் வளர்ந்ததெல்லாம் அமெரிக்காவின் மேற்கு கரையோரம், வாஷிங்டனில். அங்கே இருந்தபோது உங்களால் நன்றாக எழுத முடிந்ததா? அல்லது இப்போது கிழக்கே இடம் பெயர்ந்து வந்த இடத்தில் எழுத முடிகிறதா? நான் கேட்க வருவது உங்கள் எழுத்துக்கு 'வட்டார உணர்வு' என்பது எவ்வளவு முக்கியம் என்பதைத் தெரிந்துகொள்வதற்காக.

ஒரு காலத்தில் என்னை ஒரு குறிப்பிட்ட இடத்தைச் சேர்ந்த எழுத்தாளன் என்றே நினைத்து வந்திருக்கிறேன். மேற்குக் கரையிலிருந்து வரும் எழுத்தாளன் என்பது எனக்கு முக்கியமாக இருந்தது. ஆனால் இப்போது அப்படி இல்லை. இது நல்லதா கெட்டதா என்று தெரியவில்லை. எங்கெங்கோ சுற்றி, ஏதேதோ ஊர்களில் வாழ்ந்து, புலம் பெயர்ந்தவன் போல எனக்கு இப்போது 'வேரூன்றிய இடம்' என்றே இல்லாததைப் போல உணர்கிறேன். எந்த ஒரு குறிப்பிட்ட இடத்தையாவது களமாக வைத்து பிரக்ஞைபூர்வமாக எழுதியிருக்கிறேனென்றால் அந்த இடம் வடமேற்கு பசிபிக்காகத்தான் இருக்கும். குறிப்பாக என் முதல் தொகுப்பின் கதைகள் அப்படித்தான் இருந்தன. வட்டார உணர்வோடு எழுதுகிற ஜிம் வெல்ஷ், வாலஸ்

ஸ்டெக்னர், ஜான் சீபிள், வில்லியம் ஈஸ்ட்லேக், வில்லியம் கிட்டரெட்ஜ் போன்றவர்களை மதிக்கிறேன். நீங்கள் குறிப்பிடுவதைப் போல பல எழுத்தாளர்கள் இருக்கின்றனர். ஆனால் பெரும்பான்மையான எனது கதைகள் குறிப்பிட்ட பிராந்தியத்தை மையமாகக் கொண்டிருப்பவையல்ல. அவை எங்கு வேண்டுமானாலும், இங்கே ஸைராக்யூஸில், டக்ஸானில், ஸாக்ராமென்டோவில், ஸான் ஹொஸேவில், ஸான் பிரான்சிஸ்கோவில், வாஷிங்டனில் கூட நிகழலாம். எப்படியிருந்தாலும் எனது பெரும்பாலான கதைகள் வீட்டுகுள்ளேயேதானே நடக்கின்றன!

எந்த விஷயத்தில் உங்கள் கதைகள் வாசகர்களை பாதிக்குமென்று நினைக்கிறீர்கள்? உங்கள் எழுத்து யாரையாவது மாற்றும் என்ற நம்பிக்கை இருக்கிறதா?

உண்மையிலேயே தெரியவில்லை. சந்தேகமாக இருக்கிறது. பெரிய அளவில் எந்த மாற்றத்தையும் ஏற்படுத்தாது, சின்ன அளவில் கூட ஏற்படுத்தாது என்றே நினைக்கிறேன். கலை என்பதே ஒரு பொழுதுபோக்கு வடிவம்தானே? படைப்பாளி, நுகர்வோர் இருவருக்குமே ஒருவகையில் பில்லியர்ட்ஸ் ஆடுவதைப் போல, சீட்டாடுவதைப் போல, அல்லது பவுலிங் போல - ஆனால் கொஞ்சம் உயர்ந்த தரத்திலான கேளிக்கை. இலக்கிய வாசிப்பில் ஓர் ஆன்ம செறிவூட்டம் இருப்பதில்லை என்று சொல்லவில்லை. ஆம், இருக்கிறதுதான். ஒரு பீத்தோவன் கான்ஸெட்டோவை கேட்பதோ அல்லது வான்கோவின் ஓவியத்தின் முன்னால் நின்று அதை அனுபவிப்பதோ, அல்லது பிளேக்கின் கவிதையை வாசிப்பதோ, பிரிட்ஜ் ஆடுவதைவிட, பேஸ்பால் ஆடுவதைவிட அலாதியான அனுபவத்தை ஏற்படுத்தும் என்பது எனக்குத் தெரியும். கலை என்பது எதனெதற்கென்று வரையறுக்கப் பட்டிருக்கிறதோ அவையனைத்திற்குமானதுதான். ஆனால் கலை என்பது ஓர் உயர்நிலை கேளிக்கையும் கூட. இப்படி நான் நினைப்பது தவறா? எனக்குத் தெரியவில்லை. எனது இருபதுகளில் ஸ்ட்ரின்ட்பெர்க்கின் நாடகங்கள், மேக்ஸ் பிரிஷ்ஷின் நாவல், ரில்கேவின் கவிதை, இரவு முழுக்கக் கேட்டுக்கொண்டிருக்கும் பார்தோக்கின் சங்கீதம், ஸிஸ்டைன் தேவாலயம், மைக்கேலாஞ்சலோ சிற்பங்கள் பற்றிய தொலைக்காட்சி நிகழ்ச்சி இவற்றை யெல்லாம் படித்து, கேட்டு, பார்த்துவிட்டு இந்த அனுபவங்களினால் என் வாழ்க்கை மாறித்தான் போகப்போகிறது என்று நம்பியிருக்கிறேன். இந்த அனுபவங்கள் என் வாழ்க்கையையே புரட்டிப்போடப் போகிறது. இதை தவிர்க்கவே முடியாது என்று மேற்கண்ட ஒவ்வொரு நிகழ்வின்போதும் தோன்றியிருக்கிறது. நான் ஒரு மாறுபட்ட மனிதனாக மாறத்தான் போகிறேன் என்று நிஜமாகவே நினைத்திருக்கிறேன். ஆனால் வெகு சீக்கிரமே, என் வாழ்க்கை எந்த விதத்திலும் மாறப்போவதில்லை என்பது புரிந்தது. என்னால் பார்க்கக்கூடிய, உணரக் கூடிய எந்த விதத்திலும். அப்போதுதான் கலை, இலக்கியப் பணியை எனக்கு நேரம் இருந்தால், அதற்கு வசதி இருந்தால்,

எடுத்துக் கொள்ளலாம்; கலை என்பது ஓர் ஆடம்பரம்; அது என்னையோ என் வாழ்வையோ மாற்றப் போவதில்லையென்று எனக்குப் புரிந்தது. கலையால் எதையும் சாதிக்க முடியாது என்றகொடூரமான நிதர்சனம் எனக்கு உண்டானது அப்போதுதான். 'கவிஞர்கள் என்பவர்கள் இவ்வுலகத்தின் அறிவிக்கப்படாத சட்டமியற்றுநர்கள்' என்ற ஷெல்லியின் அபத்தத்தை ஒரு நிமிடம் கூட நம்பமாட்டேன். என்ன ஒரு நம்பிக்கை! ஐசக் டினேசன் ஒவ்வொரு நாளும் எந்த நம்பிக்கையும், எந்த விரக்தியும் இல்லாமல் ஏதோ கொஞ்சம் எழுதுவதாகச் சொன்னது எனக்கு பிடித்திருக்கிறது. அவர்கள் வாழும் உலகத்தைப் பற்றியோ, அல்லது அவர்களைப் பற்றியோ மனிதர்கள் கொண்டிருக்கும் எண்ணங்களை ஒரு நாவல், அல்லது நாடகம், அல்லது ஒரு கவிதை நூல் மாற்றிவிடும் என்ற நாட்களெல்லாம் - அப்படியெல்லாம் எப்போதாவது இருந்ததா என்ன? - போய்விட்டன. ஒரு குறிப்பிட்ட வகையான மக்களைப் பற்றி எழுதப்படுகிற கதைகள், அவர்கள் வாழ்க்கை முறை பற்றி நாம் ஏற்கனவே தவறாகப் புரிந்து வைத்திருப்பதை மாற்றக்கூடும். என்னைப் பொறுத்தவரை அவ்வளவுதான் சாத்தியமென்று நினைக்கிறேன். கவிதையைப் பொறுத்த மட்டில் வேறு விதமானது என்றுதான் தோன்றுகிறது. என் மனைவி டெஸ் கல்லஹருக்கு அவள் எழுதிய கவிதைகளைப் படித்துவிட்டு, மலையிலிருந்து குதித்து, அல்லது தண்ணீரில் மூழ்கி தற்கொலை செய்து கொள்ளும் எண்ணம் விலகியிருக்கிறது என்று கடிதங்கள் வந்திருக்கின்றன. அது வேறு விஷயம். நல்ல புனைகதை என்பது ஒரு உலகத்திலிருந்து செய்தியை மற்றொன்றுக்கு ஓரளவுக்கு எடுத்துச் செல்வது மட்டுமே. ஆனால் இலக்கியம் ஒருவரது அரசியல் சாய்வை, அல்லது அரசியல் அமைப்பையே மாற்றிவிடுமா, அல்லது திமிங்கிலங்களை பாதுகாக்கவும் ரெட்வுட் மரங்களை வெட்டாதிருக்கவும் செய்யப்படும் பிரச்சாரங்களுக்கு உதவக் கூடுமா என்றெல்லாம் தெரியவில்லை. இலக்கியம் எதையும் செய்ய வேண்டாம். அதைப் படைக்கின்ற எழுத்தாளனுக்கு அது அளிக்கின்ற உன்னதமான பரவசமும், வாசிப்பவனுக்குள் நுழைந்து நிரந்தரமாகத் தங்கிவிடப்போகிற இன்பமும் மட்டுமே இலக்கியத்தின் அழகு. இந்தப் பரவச ஜ்வலிப்புகள், எவ்வளவு மங்கலாக இருந்தாலும், தொடர்ந்து விடாமல் பிரகாசித்துக் கொண்டிருந்தாலே போதும்.

ஒரு சின்ன, நல்ல விஷயம்

ரேமண்ட் கார்வர்

சனிக்கிழமை பிற்பகல் ஷாப்பிங் சென்டரில் இருந்த பேக்கரிக்குச் சென்றாள். கேக்குகளின் புகைப்படங்கள் ஒட்டப்பட்டிருந்த லூஸ்-லீஃப் பைண்டரைப் புரட்டிப் பார்த்துவிட்டுப் பையனுக்குப் பிடித்தமான சாக்லேட் கேக்கை ஆர்டர் செய்தாள். அவள் தேர்ந்தெடுத்த கேக்கில் ஒளிவீசும் வெள்ளை நட்சத்திரங்களுக்குக் கீழே ஒரு விண்வெளிக்கலமும் ஏவுதளமும் மற்றொரு மூலையில் சிவப்பு ஃப்ராஸ்டிங்கில் ஒரு கிரகமும் அலங்கரிக்கப்பட்டிருந்தன. அந்த கிரகத்திற்குக் கீழே அவன் பெயர் ‘ஸ்கூட்டி’ எனப் பச்சை எழுத்துகளில் இருக்கும். அடுத்த திங்கட்கிழமை அவள் மகனுக்கு எட்டு வயது என்பதை அவள் அந்த வயதான, தடிமனான கழுத்தைக் கொண்டிருந்த ரொட்டிக் கடைக்காரனிடம் சொன்னபோது எதுவும் பதிலுக்குச் சொல்லாமல் கேட்டுக்கொண்டிருந்தான். மேலங்கியைப் போலக் காணப்பட்ட ஏப்ரன் ஒன்றை அந்த பேக்கர் அணிந்திருந்தான். பட்டையான நாடாக்கள் அவன் கைகளுக்கடியில் நுழைத்து முதுகிற்குச் சென்று, மீண்டும் சுற்றிக்கொண்டு முன்னால் வந்து அவனது தடிமனான இடுப்பிற்குக் கீழே கட்டப்பட்டிருந்தன. கைகளை ஏப்ரனில் துடைத்துக்கொண்டே அவள் சொல்வதைக் கேட்டான். புகைப்படங்களின் மீது பார்வையைப் பதித்தபடி அவள் சொல்லும்போது குறுக்கிடாதிருந்தான். அவன் வேலை செய்வதற்காக வந்திருப்பவன், ராத்திரி முழுக்க அங்கேயே ரொட்டியும் கேக்கும் செய்து கொண்டிருப்பவன். அவனுக்கு எந்த அவசரமும் கிடையாது.

அவள் அந்த பேக்கரிடம் தன் பெயரை ஆன் வைஸ், தொலைபேசி எண்ணையும் கொடுத்தாள். கேக் திங்கட்கிழமை காலை அடுப்பிலிருந்து தயாராக வந்துவிடும். அன்று பிற்பகலில்தான் பையனின் பார்ட்டி. அந்த ரொட்டிக் கடைக்காரன் ஓர் உற்சாகி அல்ல. அவர்களுக்கிடையே அனாவசியமாக எந்தவொரு பேச்சும் இல்லை. தேவையான தகவல்கள், குறைந்தபட்ச வார்த்தைகள் மட்டும் பரிமாறிக்கொள்ளப் பட்டன. அவளை அவன் அசௌகரியமாக்கியிருந்தான். அதை அவள் ரசிக்க வில்லை. கையில் பென்சிலோடு கவுன்ட்டரில் அவன் குனிந்திருந்தபோது, அவளது கரடுமுரடான தோற்றத்தை உற்றுக் கவனித்தாள். ரொட்டி சுடுவதைத் தவிர வேறு எந்த வேலையையாவது அவன் வாழ்க்கையில் செய்திருப்பானா என்று வியந்தாள். அவள் முப்பத்து மூன்று வயதான ஒரு தாய். எல்லோருக்குமே, குறிப்பாக அந்த பேக்கரின் வயதில் இருப்பவர்களுக்கு-அவன் அவளுக்கு அப்பாவாக இருக்கக்கூடிய வயது-நிச்சயம் குழந்தைகள் இருந்திருக்கும், கேக்குகளும் பிறந்த நாள் விழாக்களுமாக இருக்கும் இத்தகைய விசேஷமான பொழுதுகளை அவர்கள்

கடந்திருப்பார்கள். அந்தப் பரவசவுணர்ச்சி அவர்களிடையே எப்போதுமிருக்கும் என்று அவள் நினைத்திருந்தாள். ஆனால் அவனது-முரட்டுத்தனமல்ல- முசுடுத் தனத்தில் அவனோடு நட்பாகப் பேசும் முயற்சியைக் கைவிட்டாள். பேக்கரியின் பின்கட்டில் அலுமினிய ரொட்டிக் கரண்டிகள் அடுக்கிய ஒரு நீளமான கனத்த மரமேஜையும் அதற்குப் பக்கத்தில் காலி ரேக்குகளோடு ஓர் இரும்பு அலமாரியும் தெரிந்தன. அங்கே மிகப் பெரிய அடுப்பு ஒன்றிருந்தது. ஒரு ரேடியோ கிராமப்புற மேற்கத்திய சங்கீதம் பாடிக் கொண்டிருந்தது.

அவன் ஸ்பெஷல் ஆர்டர் அட்டையில் தகவல்களை எழுதி முடித்துவிட்டு பைண்டரை மூடிவைத்தான். அவனை நிமிர்ந்து பார்த்து, “திங்கட்கிழமை காலை” என்றான். அவள் நன்றி கூறிவிட்டு வீட்டிற்குத் திரும்பினாள்.

■

திங்கட்கிழமை காலை பர்த்டே பாய் பள்ளிக்கு இன்னொரு சிறுவனோடு சென்று கொண்டிருந்தான். உருளைக் கிழங்கு சிப்ஸ் பாக்கெட் ஒன்றை அவர்கள் பகிர்ந்து கொண்டு நடக்கும்போது பர்த்டே பாய் அன்று பிற்பகல் விருந்தில் அவன் நண்பன் என்ன பரிசளிக்கவிருக்கிறான் என்பதைக் கண்டுபிடிக்கும் ஆர்வத்தில் அவனைத் தள்ளிக்கொண்டு சாலைச் சந்திப்பைக் கவனிக்காமல் குறுக்கே சென்றுவிட, உடனே ஒரு கார் அவனை இடித்துத் தள்ளியது. தலை சாக்கடையிலும் கால்கள் சாலையிலுமாக ஒருக்களித்து அவன் விழுந்தான். அவன் கண்கள் மூடியிருந்தன. ஆனால் கால்கள் எதன் மீதோ ஏற முயல்வதுபோல உதைத்துக் கொண்டன. அவன் சினேகிதன் உருளைக்கிழங்கு சிப்ஸ் பொட்டலத்தைக் கீழே போட்டுவிட்டு உடனடியாக அழத் தொடங்கினான். கார் ஒரு நூறு அடி தூரம்வரை சென்று சாலையின் நடுவில் நின்றது. ஓட்டுநர் இருக்கையில் இருந்தவன் திரும்பிப் பார்த்தான். அச்சிறுவன் தடுமாறியபடியே எழுந்து நிற்கும்வரை காத்திருந்தான். சிறுவன் கொஞ்சம் தள்ளாடினான். அதிர்ச்சியில் இருப்பவனைப் போல்தான் தெரிந்தது. மற்றபடி பரவாயில்லை. டிரைவர் காரை கியருக்குக் கொண்டுவந்து கிளம்பிச் சென்றான்.

பர்த்டே பாய் அழவில்லை. ஆனால் அவனுக்குச் சொல்லவும் எதுவுமில்லை. கார் மேலே இடித்தது எப்படி இருந்ததென்று அவன் நண்பன் கேட்டபோது அவன் பதிலளிக்கவில்லை. அவன் வீட்டிற்குத் திரும்பி நடக்க, அவன் நண்பன் பள்ளிக்குச் சென்றான். பர்த்டே பாய் வீட்டிற்குள் சென்று தன் அம்மாவிடம் அதைப் பற்றிச் சொல்லிக்கொண்டிருந்த போது சோபாவில் அவனுக்குப் பக்கத்தில் உட்கார்ந்து, அவன் கையை மடியில் அழுத்திக்கொண்டு “ஸ்கூட்டி, என் செல்லமே, உனக்கு வேறு ஒன்றுமில்லையே, நன்றாகத்தானே இருக்கிறாய்?” என்று கேட்டதும், எப்படியும் அவள் டாக்டரிடம் கூட்டிப்போகத்தான் போகிறாள் என்று நினைத்தபடி, சட்டென்று

சோபாவில் மல்லாந்து படுத்துக் கண்களை மூடி மயங்கிப் போனான். அவனை அவளால் எழுப்ப முடியாதபோது, தொலைபேசிக்கு விரைந்து வேலையில் இருந்த தன் கணவனை அழைத்தாள். அமைதியாக இரு, அமைதியாக இரு என்று அவளிடம் சொல்லிவிட்டு ஆம்புலன்ஸை அழைத்தான் ஹோவர்ட். அங்கிருந்தே மருத்துவ மனைக்குப் புறப்பட்டான்.

பர்த்டே பார்ட்டி ரத்துசெய்யப்பட்டது. மருத்துவமனையில் சேர்க்கப்பட்ட சிறுவனுக்கு லேசான 'கன்கஷன்.' தலையில் பேரதிர்ச்சி ஏற்பட்டிருப்பதாகக் கூறினர். வாந்தியும் இருந்தது. அது நுரையீரலுக்குச் சென்றுவிட, அன்று பிற்பகல் அதை பம்ப் செய்து வெளியேற்ற வேண்டியிருந்தது. இப்போது அவன் மிக ஆழமான உறக்கத்தில் இருப்பதைப் போலத் தானிருந்தான். ஆனால் கோமா அல்ல என்றார் டாக்டர் பிரான்ஸிஸ். பற்பல எக்ஸ்ரேக்களுக்கும் பரிசோதனைக்கும் பிறகு, சிறுவன் அமைதியாகத் தூங்கிக் கொண்டிருப்பதைப் போலவும், இனி எப்போது வேண்டுமானாலும் எழுந்து விடுவானென்றும் தோன்றியபோது ராத்திரிப் பதினோரு மணிக்கு ஹோவர்ட் மருத்துவமனையை விட்டுக் கிளம்பினான். அவனும் ஆனும் பையனோடு அன்று பிற்பகலிலிருந்து மருத்துவமனையில் இருந்திருக்கின்றனர். இப்போது அவன் கொஞ்சநேரம் வீட்டுக்குச் சென்று குளித்து விட்டு உடைமாற்றி வரலாமென்று, “ஒருமணி நேரத்தில் திரும்பி விடுவேன்” என்றான். அவள் தலையசைத்தாள். “பரவாயில்லை, நான்தான் இங்கே இருக்கிறேனே?” என்றாள். அவன் அவள் நெற்றியில் முத்தமிட்டான். அவர்கள் கைகளைத் தொட்டுக்கொண்டனர். படுக்கைக்குப் பக்கத்திலிருந்த நாற்காலியில் உட்கார்ந்து, மகன் எந்தவித பிரச்சினையுமின்றிக் கண்விழிப்பதற்காகக் காத்திருந்தாள். அதற்குப் பிறகுதான் அவளால் ஆசுவாசப்பட முடியும்.

ஹோவர்ட் மருத்துவமனையிலிருந்து, ஈரமான கரிய தெருக்களில் வேகமாக வீட்டிற்குச் சென்றான். பின் தன்னுணர்வு வந்தவனாக வேகத்தைக் குறைத்துக் கொண்டான். இதுவரைக்கும் அவன் வாழ்க்கை எந்தத் தடங்கலுமின்றி அவன் திருப்தி கொள்ளும் வகையிலேயே சென்றிருக்கிறது. கல்லூரி, திருமணம், வர்த்தகத்தில் மேற்படிப்பிற்காகக் கல்லூரியில் மற்றொரு வருடம், ஒரு முதலீட்டு நிறுவனத்தில் ஜூனியர் பார்ட்னர்ஷிப், அப்புறம் அப்பாவானான். மகிழ்ச்சியாக மட்டுமல்ல, அதிர்ஷ்டசாலியாகவும் இருந்து வந்திருக்கிறான். அது அவனுக்குத் தெரிந்திருந்தது. அவன் பெற்றோர் இன்னமும் இருக்கின்றனர். அவன் சகோதரர்களும் சகோதரியும் நல்லவிதமாக காலூன்றியிருக்கின்றனர். அவனுடைய கல்லூரி நண்பர்கள் உலகெங்கும் நல்ல பதவிகளில் இருக்கின்றனர். அவனுக்குப் பிரச்சினையை உண்டாக்கக்கூடுமென்று அவன் அறிந்திருந்த பல இச்சைகளிலிருந்து அவன் விலகியே இருந்துவந்திருக்கிறான். அதிர்ஷ்டம் மாறிவிட்டாலோ விஷயங்கள் திடீரெனத் திரும்பிவிட்டாலோ அவை அவனை முடமாக்கிவிடும் அல்லது கீழே வீழ்த்திவிடும் என்பது அவனுக்குத் தெரிந்திருந்தது. வீட்டின் வாகனப்

பாதையில் நுழைந்து வண்டியை நிறுத்தினான். அவனது இடதுகால் நடுங்கத் தொடங்கியது. ஒரு நிமிடம் காருக்குள்ளேயே உட்கார்ந்தபடி இப்போதைய நிலைமையை எப்படி எதிர்கொள்வதென்று பகுத்தறிவோடு சிந்திக்க முயன்றான். ஸ்கூட்டியின் மீது ஒரு கார் மோதிவிட்டது, அவன் மருத்துவமனையில் இருக்கிறான், ஆனால் அவன் குணமடைந்துவிடப் போகிறான். ஹோவர்ட் கண்களை மூடி முகத்தைக் கையால் அழுத்தித் துடைத்துக்கொண்டான். காரிலிருந்து வெளியே வந்து முன்வாசல் கதவை நெருங்கினான். வீட்டிற்குள்ளே நாய் குரைத்துக்கொண்டிருந்தது. டெலிபோன் விடாப்பிடியாக அடித்துக்கொண்டிருக்க, கதவின் பூட்டைத் திறந்து, தடுமாறித் தடவி ஸ்விட்சைப் போட்டான். அவன் மருத்துவமனையைவிட்டு வந்திருக்கவே கூடாது. வந்திருக்கவே கூடாது. "காட்டாமிட்" என்று சபித்துக் கொண்டே ரிஸீவரை எடுத்து, "இப்போதுதான் நான் உள்ளே நுழைகிறேன்" என்றான்.

"இங்கேயிருக்கிற ஒரு கேக்கை எடுத்துப் போகவில்லை" அந்தப் பக்கத்திலிருந்து குரல் சொன்னது.

"என்ன சொல்கிறாய்?" என்றான் ஹோவர்ட்.

"கேக்" என்றது அக்குரல் . "ஒரு பதினாறு டாலர் கேக்."

ஹோவர்ட் ரிஸீவரைக் காதோடு அழுத்திப் புரிந்துகொள்ள முயன்றான். "கேக்கைப் பற்றி எனக்கு எதுவும் தெரியாது" என்றான். "ஜீஸஸ், நீ எதைப்பற்றிப் பேசுகிறாய்?"

"அப்படிச் சொல்லக்கூடாது," என்றது அந்தக்குரல்.

ஹோவர்ட் டெலிபோனை வைத்தான். சமையலறைக்குச் சென்று கொஞ்சம் விஸ்கி எடுத்துக் கொண்டான். மருத்துவமனைக்கு போன் செய்தான். குழந்தையின் நிலைமை அப்படியேதான் இருக்கிறது. இன்னமும் தூங்கிக்கொண்டுதான் இருக்கிறான். எதிலும் மாற்றமில்லை. குளியல் தொட்டிக்குள் நீர் சரிய, ஹோவர்ட் முகத்திற்கு சோப் தடவிச் சவரம் செய்து கொண்டான். தொட்டிக்குள் இறங்கிக் கை கால்களை நீட்டிக்கொண்டு கண்களை மூடியவுடனேயே தொலைபேசி மீண்டும் அடித்தது. துள்ளியெழுந்து டவல் ஒன்றைச் சுற்றிக்கொண்டு தொலைபேசியிடம் ஓடினான். மருத்துவமனையை விட்டு வந்ததற்காகத் தன்னைத்தானே, "முட்டாள், முட்டாள்" என்று திட்டிக்கொண்டே ரிஸீவரை எடுத்து "ஹலோ! ஹலோ!" என்று கத்த, மறுமுனையில் சத்தமே இல்லை. அழைத்தவன் தொடர்பைத் துண்டித்தான்.

■

நள்ளிரவுக்குச் சற்றுநேரம் கழித்து மருத்துவமனைக்கு அவன் திரும்பிவந்தான். கட்டிலுக்குப் பக்கத்திலிருந்த நாற்காலியில் ஆன் இன்னமும் அமர்ந்திருந்தாள். ஹோவர்டை நிமிர்ந்து பார்த்துவிட்டுத் திரும்பவும் மகனிடம் பார்வையைத்

திருப்பிக் கொண்டாள். சிறுவனின் கண்கள் இன்னமும் மூடியேயிருந்தன. தலையில் பாண்டேஜ்கள் சுற்றப்பட்டிருந்தன. அவனது சுவாசம் அமைதியாகவும் சீராகவும் இருந்தது. படுக்கைக்கு மேலேயிருந்த கொக்கியில் குளுக்கோஸ் பாட்டில் மாட்டப் பட்டு, அதிலிருந்து புறப்பட்ட குழாயின் முடிவிலிருந்த ஊசி சிறுவனின் கையில் குத்தப்பட்டிருந்தது.

"எப்படி இருக்கிறான்?" என்றான் ஹோவர்ட். குளுக்கோஸையும் ட்யூபையும் காட்டி, "என்ன இதெல்லாம்?"

"டாக்டர் பிரான்ஸிஸ் உத்தரவு" என்றாள். "அவனுக்குச் சக்தி தேவைப்படுகிறதாம். அவன் பலத்தை இழக்காதிருக்க வேண்டுமாம். ஏன் இவன் எழுந்திருக்க மாட்டேனென்கிறான் ஹோவர்ட்? இவனுக்குப் பிரச்சினை ஒன்றுமில்லையென்றால் எதற்கு இதெல்லாம்? எனக்குப் புரியவில்லை."

ஹோவர்ட் அவள் பின்னந்தலையில் கையை வைத்துக் கூந்தலைக் கோதினான். "அவனுக்குச் சரியாகிவிடும். கொஞ்சநேரத்தில் எழுந்துவிடுவான். டாக்டர் பிரான்ஸிஸுக்கு எது என்னவென்று தெரியும்."

கொஞ்சநேரம் கழித்துச் சொன்னான். "நீ வேண்டுமானால் வீட்டுக்குப் போய்க் ஓய்வெடுத்துக் கொண்டு வரலாமே? நான் இங்கேயே இருக்கிறேன். ஒரு கிறுக்கன் போன் செய்துகொண்டே இருக்கிறான். கண்டுகொள்ளாதே. அவன்தானென்று தெரிந்தால் உடனே போனை வைத்துவிடு."

"யார் கூப்பிடுவது?"

"யாரென்று தெரியவில்லை. வேறு வேலை எதுவுமில்லாமல் சும்மாவேனும் எல்லோரையும் எழுப்பிக் கொண்டிருக்கிற எவனோ. நீ கிளம்பு."

அவள் தலையாட்டி மறுத்தாள். "வேண்டாம். நான் நன்றாகவே இருக்கிறேன்."

"அப்படியா? கொஞ்சநேரம் வீட்டுக்குப் போய்விட்டுக் காலையில் வா. எல்லாம் சரியாகிவிடும். டாக்டர் பிரான்சிஸ் என்ன சொல்லியிருக்கிறார்? ஸ்கூட்டிக்குச் சரியாகிவிடும் என்றாரா இல்லையா? நாம் கவலைப்பட வேண்டியதில்லை. இப்போது அவன் தூங்கிக் கொண்டிருக்கிறான். அவ்வளவுதான்."

ஒரு நர்ஸ் கதவைத் தள்ளித் திறந்தபடி வந்தாள். அவர்களிடம் தலையசைத்துவிட்டுப் படுக்கைக்கருகே சென்றாள். போர்வைக்கடியிலிருந்த இடது கையை வெளியி லெடுத்து மணிக்கட்டில் தன் விரல்களை அழுத்தி நாடித்துடிப்பைக் கண்டுபிடித்துக் கைக்கடிகாரத்தைக் கவனித்தாள். சிறிது நேரத்தில் அந்தக் கரத்தைப் போர்வைக் கடியில் மீண்டும் வைத்துவிட்டுப் படுக்கையின் கால்மாட்டிற்குச் சென்றாள். அங்கே கட்டிலில் மாட்டியிருந்த ஒரு க்ளிப் போர்டில் எதையோ எழுதினாள்.

“எப்படியிருக்கிறான்?” என்றாள் ஆன். ஹோவர்டின் கை அவள் தோளில் பாரமாக இருந்தது. அவன் விரல்களிலிருந்த அழுத்தம் அவளுக்குப் புரிந்தது.

“அப்படியேதான் இருக்கிறான்,” என்றாள் நர்ஸ். பிறகு “டாக்டர் இன்னும் கொஞ்ச நேரத்தில் இங்கே வருவார். டாக்டர் ஆஸ்பிட்டலுக்கு வந்துவிட்டார். இப்போது ரவுண்ட்ஸில் இருக்கிறார்” என்றாள்.

“இவள் வேண்டுமானால் வீட்டுக்குப் போய்க் கொஞ்சம் ஓய்வெடுத்துவிட்டு வரட்டுமே என்று சொல்லிக் கொண்டிருந்தேன்” என்றான் ஹோவர்ட். “டாக்டர் வந்ததற்குப் பிறகுதான்” என்றான்.

“அவர்கள் போகட்டும்,” என்றாள் நர்ஸ். “நீங்கள் இருவருமே வீட்டுக்குப் போய்விட்டு வரலாமென்று நினைக்கிறேன், உங்களுக்கு இஷ்டப்பட்டால்.” அந்த நர்ஸ் பொன் நிறக் கூந்தல் கொண்ட ஒரு குண்டான ஸ்காண்டிநேவியப் பெண். அவள் பேச்சின் உச்சரிப்பில் அதன் சாயல் தெரிந்தது.

“டாக்டர் என்ன சொல்கிறார் என்று பார்ப்போம். நான் டாக்டரிடம் பேச விரும்புகிறேன். இவன் இதைப் போலத் தூங்கிக்கொண்டிருக்கக் கூடாதென்று நினைக்கிறேன். இது ஒரு நல்ல அறிகுறியாகத் தெரியவில்லை.” அவள் தன் கண்களைப் பொத்திக் கொண்டு தலையைக் குனிந்து கொண்டாள். ஹோவர்டின் பிடி அவள் தோளில் இறுகியது. பின் அவன் கை கழுத்திற்கு நகர்ந்து ஆதரவாக வருடியது.

“டாக்டர் பிரான்சிஸ் சில நிமிடங்களில் இங்கே இருப்பார்” என்றாள் நர்ஸ். பின் அவள் அறையிலிருந்து வெளியேறினாள்.

ஹோவர்ட் தன் மகனை வெறித்துப் பார்த்தபடியிருந்தான். போர்வைக்கடியிலிருந்த அந்தச் சின்ன நெஞ்சு நிதானமாக எழும்பித் தாழ்ந்து கொண்டிருந்தது. அவன் அலுவலகத்திற்கு ஆனின் தொலைபேசி வந்த அந்த பயங்கர நிமிடங்களுக்குப் பிறகு, முதல் முறையாக இப்போது தன் கால்களில் நிஜமானதொரு பயம் உருவாகிவருவதை உணர்ந்தான். அவன் தலையைக் குலுக்கிக்கொள்ளத் தொடங்கினான். ஸ்கூட்டி நன்றாகத்தான் இருக்கிறான். வீட்டில் அவனுடைய படுக்கையில் தூங்குவதற்குப் பதில், ஆஸ்பத்திரிப் படுக்கையில் தலையில் பேண்டேஜ்களோடும் கையில் ட்யூபோடும் இருக்கிறான். ஆனால் இப்படிப்பட்ட சுயசமாதானம்தான் அவனுக்கு அந்தக் கணத்தில் தேவையாக இருந்தது.

டாக்டர் பிரான்சிஸ் உள்ளே நுழைந்து சில மணி நேரங்களுக்கு முன்னால்தான் சந்தித்திருந்தாலும் ஹோவர்ட்டோடு கைகுலுக்கினார். ஆன் நாற்காலியிலிருந்து எழுந்தாள், “டாக்டர்?”

“ஆன்?” என்று கேட்டபடியே தலையசைத்தார். “முதலில் இவன் எப்படியிருக்கிறான் என்று பார்த்துவிடலாம்,” என்றார் டாக்டர். படுக்கையின் பக்கவாட்டிற்கு நகர்ந்து

சிறுவனின் நாடித்துடிப்பைப் பரிசோதித்தார். கண் இரப்பைகளை ஒவ்வொன்றாகப் பிரித்துப் பார்த்தார். ஹோவர்டும் ஆனும் டாக்டருக்குப் பக்கத்தில் நின்றுகொண்டு கவனித்தனர். டாக்டர் போர்வையை விலக்கி, ஸ்டெத்தாஸ்கோப்பினால் அவன் இதயத்தையும் நுரையீரல்களையும் கவனித்தார். வயிற்றில் அவரது விரல்களை அங்குமிங்குமாக அழுத்திப் பார்த்தார். சோதித்து முடித்ததும் கால்மாட்டிற்குச் சென்று சார்ட்டைப் படித்தார். நேரத்தைக் குறித்துவிட்டு, சார்ட்டில் எதையோ கிறுக்கினார். ஹோவர்டையும் ஆனையும் ஏறிட்டார்.

"டாக்டர் இவன் எப்படியிருக்கிறான்?" என்றான் ஹோவர்ட். "இவனுக்கு என்னதான் ஆகியிருக்கிறது?"

"ஏன் இவன் விழிக்கவேமாட்டேனென்கிறான்?" என்றாள் ஆன்.

டாக்டர் அகன்ற தோள்களும் வெயிலில் பழுத்த முகமும் கொண்ட ஓர் அழகான மனிதர். நீலநிற த்ரீ-பீஸ் சூட்டும் கோடிட்ட டையும் தங்கத்தில் கஃப்லிங்க்குகளும் அணிந்திருந்தார். அவரது சாம்பல் நிறமுடி தலையின் பக்கவாட்டாக அழுத்தி வாரப்பட்டு, இப்போதுதான் ஒரு இசைக் கச்சேரியிலிருந்து வந்தவர் போலக் காணப்பட்டார். "இவன் நன்றாகத்தான் இருக்கிறான்," என்றார் டாக்டர். "பயப்படுவதற்கு எதுவுமில்லை, சரியாகிவிடுவானென்றுதான் சொல்வேன். நன்றாகத்தான் இருக்கிறான். இருந்தாலும் அவன் கண் விழிக்க வேண்டும். வெகு சீக்கிரமே மயக்கத்திலிருந்து விழித்துக்கொள்வான்." டாக்டர் சிறுவனை மீண்டும் பார்த்தார். "சில டெஸ்ட் ரிசல்ட்டுகள் வந்தவுடன் இரண்டொரு மணி நேரத்தில் நமக்குத் தெளிவாகிவிடும். ஆனால் நம்புங்கள், இவன் நன்றாகத்தான் இருக்கிறான். மண்டையோட்டில் ஒரு மயிரிழை விரிசல் இருப்பதைத் தவிர வேறெதுவும் இல்லை."

"ஹோ, நோ" என்றாள் ஆன்.

"முன்பே சொன்னதைப் போல மூளையில் கொஞ்சம் அதிர்ச்சி-கன்கஷன்- ஏற்பட்டிருக்கிறது, அதிர்ச்சியில் இருக்கிறான்" டாக்டர் சொன்னார். "அதிர்ச்சி ஏற்பட்ட கேஸ்களில் இப்படிப் பார்க்க முடியும். இப்படிப்பட்ட மயக்கம்."

"அபாயக் கட்டத்தில் இவன் இல்லைதானே?" ஹோவர்ட் கேட்டான். "முன்பு நீங்கள் அவன் கோமாவில் இருக்கவில்லை என்றீர்கள். அப்போது இதைக் கோமா என்று உங்களால் சொல்ல முடியவில்லை. இப்போது அப்படிச் சொல்வீர்களா டாக்டர்?" ஹோவர்ட் காத்திருந்தான். டாக்டரை உற்றுநோக்கினான்.

"இல்லை. இதை ஒரு கோமா என்று அழைக்க நான் விரும்பவில்லை." டாக்டர் சொல்லிவிட்டுச் சிறுவனின் பக்கம் மீண்டும் ஒரு முறை பார்வையைத் திருப்பினார். "இவன் வெறும் ஆழமான தூக்கத்தில் இருக்கிறான். உடம்பு தனக்குத்தானே செய்து கொள்கிற நிவாரண நடவடிக்கை இது. உண்மையான அபாயம் எதுவும் அவனுக்கு இல்லை. அதை மட்டும் நிச்சயமாகச் சொல்வேன். ஆனால் அவன் விழித்தெழுந்த

வுடன் மற்ற டெஸ்ட்டுகளைச் செய்து பார்த்தால்தான் நமக்கு மேலும் தெரியும்.''

''இது ஒருவகையான கோமாதான், இல்லையா?'' என்றாள் ஆன்.

''அப்படிச் சொல்லமுடியாது'' என்றார் டாக்டர். ''இதைக் கோமா என்றழைக்க நான் விரும்பமாட்டேன். இதுவரைக்கும் இல்லை. ஒரு பெரிய ஷாக்கில் இவன் பாதிப்படைந்திருக் கிறான். இதைப் போன்ற ஷாக் கேஸ்களில் இவ்விதமான விளைவுகள் நேருவது இயல்புதான். உடல்ரீதியான காயத்தின் வேதனைக்கு இது ஓர் தற்காலிக எதிர்வினை. கோமா? கோமா என்பது ஓர் ஆழ்ந்த, தொடர்ச்சியான நினைவிழந்த நிலை. அது நாட்கணக்கிலோ, வாரக்கணக்கிலோகூட நீடிக்கலாம். ஸ்கூட்டி அத்தகைய கட்டத்தில் இல்லை. எங்களால் சொல்ல முடிந்த அளவில் இல்லை. இவன் நிலைமை காலையில் நிச்சயம் முன்னேற்றம் தெரியும் என்று உறுதியாகச் சொல்வேன். பந்தயம் கட்டுகிறேன் பாருங்கள். அவன் எழுந்தவுடன் நமக்கு மேலும் தெரியவரும். அதற்கு அதிக நேரம் ஆகாது. அதற்குள் நீங்கள் வேண்டுமானால் கொஞ்ச நேரம் வீட்டுக்குப் போய்வரலாம் அல்லது இங்கேயே இருக்கலாம், உங்கள் இஷ்டம். எப்படியிருந்தாலும் மருத்துவமனையிலிருந்து வெளியே போய் வரவேண்டுமென்றால், தாராளமாகச் சென்று வாருங்கள். இது பெரும் சோதனைதான் உங்களுக்கு. எனக்குத் தெரியும்.'' டாக்டர் மீண்டும் சிறுவனை கூர்ந்து கவனித்துவிட்டு ஆன் பக்கம் திரும்பி, ''நீங்கள் கவலைப்படாதீர்கள். என்னை நம்புங்கள். என்னவெல்லாம் செய்யமுடியுமோ அனைத்தையும் நாங்கள் செய்து கொண்டிருக்கிறோம். இன்னும் கொஞ்ச நேரத்தில் எல்லாம் சரியாகிவிடும்.'' அவர் அவளிடம் தலையசைத்துவிட்டு ஹோவர்டுடன் மீண்டும் கைகுலுக்கிவிட்டு, அறையைவிட்டு வெளியேறினார்.

ஆன், மகனின் நெற்றியில் கையை வைத்தாள். ''குறைந்தபட்சம் இவனுக்குக் காய்ச்சலாவது இல்லாமலிருக்கிறதே'' என்றாள். பின், ''மை காட், ஆனால் ஏன் இவ்வளவு சில்லென்று இருக்கிறான், ஹோவர்ட்? இப்படியா சாதாரணமாக இருப்பான்? இவன் நெற்றியைத் தொட்டுப் பாருங்கள்.''

ஹோவர்ட் மகனின் நெற்றிப்பொட்டைத் தொட்டுப் பார்த்தான். ஹோவர்டின் சுவாசம் தடைபட்டது. ''இப்போதைக்கு இப்படித்தான் இருப்பானென்று நினைக்கிறேன்'' என்றான். ''இவன் ஷாக்கில் இருக்கிறான், ஞாபகமிருக்கிறதா? அப்படித்தானே டாக்டர் சொன்னார்? டாக்டர் இப்போதுதான் வந்து சென்றிருக்கிறார். ஸ்கூட்டிக்கு எதாவது சரியில்லையென்றால் சொல்லியிருப்பாரே.''

ஆன் உதட்டைக் கடித்தபடி அங்கேயே நின்றிருந்தாள். பின் நாற்காலிக்கு நகர்ந்து உட்கார்ந்து கொண்டாள்.

ஹோவர்ட் அவளுக்குப் பக்கத்திலிருந்த நாற்காலியில் உட்கார்ந்தான். அவர்கள் ஒருவருக்கொருவர் பார்த்துக் கொண்டனர். ஏதாவது பேசி அவளுக்குத்

தைரியமூட்டலா மென்று அவன் விரும்பினான். ஆனால் அவனும் பயந்திருந்தான். அவள் கையை எடுத்துத் தன் தொடையின் மேல் வைத்துக்கொண்டான். அவள் கை அவன் மேல் இருப்பது இறுக்கத்தைக் கொஞ்சம் தளர்த்தியது. அவள் கையை எடுத்து அழுத்தினான். பின் கையை வெறுமனே ஏந்திக்கொண்டிருந்தான். அவர்கள் அதே நிலையில் உட்கார்ந்தபடி, தம் மகனைக் கவனித்தபடி எதுவும் பேசாமல் சமைந்திருந்தனர். அவ்வப்போது அவள் கையை இறுக்கினான். கடைசியில் தன் கையை விடுவித்துக் கொண்டான்.

“நான் பிரார்த்தனை செய்து கொண்டிருந்தேன்” என்றாள்.

அவன் தலையசைத்தான்.

“எப்படிப் பிரார்த்திப்பது என்பதையே ஏறக்குறைய மறந்துவிட்டேனென்று நினைத்தேன். நான் செய்ய வேண்டியிருந்ததெல்லாம் கண்களை மூடி, ‘கடவுளே தயவுசெய்து எங்களுக்கு உதவுங்கள். ஸ்கூட்டிக்கு உதவுங்கள்’ என்று சொல்வது. அப்புறம் மீதியெல்லாம் சுலபமாகிவிட்டது. வார்த்தைகள் அங்கேயே இருந்தன. நீங்கள் கூடப் பிரார்த்திக்கலாம்.”

“நான் ஏற்கனவே பிரார்த்திவிட்டேன்,” என்றான். “இன்று பிற்பகல்-நேற்று பிற்பகல், ஐ மீன்- நீ என்னிடம் தொலைபேசியில் பேசியபிறகு, நான் மருத்துவமனைக்கு வந்தபோது, பிரார்த்தித்துக் கொண்டேன்.”

“நல்லது,” என்றாள். முதன்முறையாக அவர்கள் இருவரும் இந்த நெருக்கடியான நேரத்தில் ஒன்றாக இருப்பதை அவள் உணர்ந்தாள். அதுவரையில் அவளும் ஸ்கூட்டியும் மட்டுமே பாதிக்கப்பட்டிருப்பதாக அவளுக்குத் தோன்றிவந்தது. அவன் என்னதான் அங்கேயே இருந்து வந்தாலும், தேவைப்பட்டிருந்தாலும், அவர்கள் உலகத்தில் ஹோவர்டை அவள் அனுமதித்திருக்கவில்லை, அவன் மனைவியாக இருப்பதற்கு அவள் மகிழ்ச்சியுற்றாள்.

அதே நர்ஸ் உள்ளே வந்து சிறுவனின் நாடித்துடிப்பை மீண்டும் கவனித்தாள். படுக்கைக்கு மேலே தொங்கிக் கொண்டிருந்த பாட்டிலிலிருந்து இறங்கும் குளுக்கோஸின் வேகத்தைச் சோதித்தாள்.

ஒரு மணிநேரம் கழித்து, மற்றொரு டாக்டர் வந்தார். தன் பெயர் பார்ஸன்ஸ் என்றார். ரேடியாலஜியிலிருந்து வருகிறாராம். அவருக்கு அடர்த்தியான மீசை இருந்தது. லோஃபெர்ஸ் செருப்புகளும் ஒரு வெஸ்டர்ன் சட்டையும் ஜீன்ஸும் அணிந்திருந்தார்.

“இவனைக் கீழே கொண்டுபோய் இன்னும் சில படங்கள் எடுக்கப்போகிறோம்” என்றார் அவர்களிடம். “இன்னும் சில படங்கள் எடுக்க வேண்டியிருக்கிறது. ஒரு ஸ்கேன் எடுக்கப் போகிறோம்.”

“என்னது?” என்றாள் ஆன். “ஸ்கேனா?” அந்தப் புதிய டாக்டருக்கும் படுக்கைக்கும் நடுவில் நின்றாள். “உங்களுக்கு வேண்டிய எல்லா எக்ஸ்ரேக்களையும் ஏற்கனவே எடுத்துவிட்டீர் களென்று நினைத்தேன்.”

“இன்னும் சில தேவைப்படுவதாகத் தோன்றுகிறது” என்றார். “பயப்படுவதற்கு எதுவுமில்லை. இன்னும் கொஞ்சம் படங்கள் எங்களுக்குத் தேவை, அவனுக்கு மூளையில் ஸ்கேன் எடுக்க வேண்டும்.”

“மை காட்” என்றாள் ஆன்.

“இதைப் போன்ற கேஸ்களில் இது ஒரு மிகவும் இயல்பான செயல்முறைதான்” என்றார் புதிய டாக்டர். “இவனுக்கு ஏன் மயக்கம் தெளியவில்லையென்பதை நாங்கள் கண்டுபிடிக்க வேண்டியிருக்கிறது. இது ஒரு வழக்கமான மருத்துவச் செயல்முறைதான், பயப்படுவதற்கு எதுவுமில்லை. சில நிமிடங்களில் இவனைக் கீழே கொண்டு செல்கிறோம்.”

சிறிது நேரத்தில் இரண்டு பணியாளர்கள் சக்கர ஸ்ட்ரெட்ச்சரோடு அறைக்குள் வந்தனர். கரிய கேசமும் கரிய தேகமும் கொண்டிருந்த அவர்கள் வெள்ளைச் சீருடையில் இருந்தனர். ஓர் அந்நிய மொழியில் தமக்குள் ஓரிரு வார்த்தைகள் சொல்லிக்கொண்டு சிறுவனை குளுக்கோஸ் சூழலிலிருந்து விடுவித்து படுக்கையிலிருந்து ஸ்ட்ரெட்ச்சருக்கு மாற்றித் தள்ளிக்கொண்டு வெளியேறினர். ஹோவர்டும் ஆனும் அதே லிஃப்டில் ஏறிக்கொண்டனர். ஆன் குழந்தையை உற்றுப் பார்த்துக் கொண்டிருந்தாள். லிஃப்ட் இறங்கத் தொடங்கியதும் அவள் கண்களை மூடிக் கொண்டாள். ஸ்ட்ரெட்ச்சரின் இருபக்கத்திலும் நின்றிருந்த பணியாளர்களில் ஒருவன் மட்டும் அவர்கள் மொழியில் ஏதோ சொல்ல மற்றவன் மெதுவாக தலையசைத்ததைத் தவிர, வேறு எதுவும் பேசாமல் வந்தனர்.

அதற்குப் பின் அன்று காலை எக்ஸ்ரே டிபார்ட்மெண்ட்டுக்கு வெளியே வெயிட்டிங் ரூமின் ஜன்னல்களைச் சூரியன் வெளிச்சப்படுத்தத் தொடங்கியபோது அவர்கள் சிறுவனை வெளியே கொண்டுவந்து அவன் அறைக்கு உருட்டிச் சென்றனர். ஹோவர்டும் ஆனும் அவனோடு மறுபடி ஒரே லிஃப்ட்டில் மேலே சென்றனர். இப்போதும் படுக்கைக்குப் பக்கத்திலேயே நின்றிருந்தனர்.

■

அவர்கள் அன்று முழுவதும் காத்திருந்தனர். ஆனால் அவர்கள் மகன் விழிக்கவில்லை. அவர்களில் யாராவது ஒருவர் எப்போதாவது அறையை விட்டுக் கீழே போய்ச் சிற்றுண்டியகத்தில் காபி சாப்பிடுவார்கள். பின் திடீரென்று ஞாபகம் வந்தது போலக் குற்றவுணர்வோடு மேஜையிலிருந்து எழுந்து அவசர அவசரமாக அறைக்குத் திரும்பி வருவார்கள். டாக்டர் பிரான்சிஸ் அன்று பிற்பகல் மீண்டும் வந்து

சிறுவனை மறுபடியும் பரிசோதித்துவிட்டு, அவர்களிடம் அவன் நன்றாக முன்னேறிவருவதாகவும் இப்போது எந்த நிமிடமும் அவன் விழித்துக் கொள்வானென்றும் சொல்லிவிட்டுச் சென்றார். முந்தின இரவில் இல்லாத நர்ஸ்கள் அவ்வப்போது உள்ளே வந்துசென்றனர். பிறகு சோதனைக் கூடத்தை சேர்ந்த ஓர் இளம்பெண் கதவைத் தட்டிவிட்டு வந்தாள். அவர்களிடம் எதுவும் சொல்லாமல் சிறுவனின் கரத்திலிருந்து ரத்தம் எடுத்தாள். மகனின் கையில் அந்தப் பெண் சரியான இடத்தைத் தேடி ரத்தநாளத்தைக் கண்டுபிடித்து ஊசியைக் குத்தும்போது ஹோவர்ட் தன் கண்களை மூடிக் கொண்டான்.

"இதெல்லாம் எனக்குப் புரியவேயில்லை" என்றாள் ஆன் அப்பெண்ணிடம்.

"டாக்டர் உத்தரவு" என்றாள் இளம்பெண். "என்னைச் செய்ய சொன்னதைச் செய்கிறேன். ரத்தம் எடுக்கச் சொன்னார்கள், எடுத்தேன். சரி, இவனுக்கு என்ன பிரச்சினை?" என்றாள். "அழகாக இருக்கிறான்."

"அவன் மீது ஒரு கார் மோதிவிட்டது" என்றான் ஹோவர்ட். "ஹிட் அண்ட் ரன்."

அந்த இளம்பெண் தலையை ஆட்டிக்கொண்டு சிறுவனை மீண்டும் பார்த்தாள். அவளது ட்ரேவை எடுத்துக் கொண்டு அறையைவிட்டு வெளியேறினாள்.

"ஏன் இவன் விழிக்கமாட்டேனென்கிறான் ஹோவர்ட்? இவர்களிடமிருந்து எனக்குச் சில பதில்கள் வேண்டும்."

ஹோவர்ட் எதுவும் பேசவில்லை. அவன் மீண்டும் நாற்காலியில் அமர்ந்து ஒரு காலை எடுத்து மற்றதன் மேல் போட்டுக்கொண்டான். முகத்தை அழுத்தித் துடைத்தான். அவன் மகனைப் பார்த்துக்கொண்டே நாற்காலியில் பின்னுக்குச் சாய்ந்து, கண்களை மூடித் தூங்கிப்போனான்.

ஆன் ஜன்னலுக்குச் சென்று வெளியே வாகனங்கள் நிறுத்தியிருந்த இடத்தை வெறித்தாள். அப்போது இரவு. விளக்குகள் பிரகாசிக்க கார்கள் அந்த பார்க்கிங் ஏரியாவிலிருந்து வந்து சென்று கொண்டிருந்தன. ஜன்னலின் அடிக்கட்டையைப் பிடித்துக்கொண்டு நின்றிருந்த அவளுக்குப் புதிதான ஏதோவொன்றிற்குள், துயரமிக்க ஏதோவொன்றிற்குள் அவர்கள் இருப்பதைப் போல இதயத்தில் தோன்றியது. பயம் நிரம்பிப் பற்கள் கிடுகிடுக்க அவள் தாடையை இறுக்கினாள். மருத்துவமனைக்கு முன்பாகப் பெரிய கார் ஒன்று வந்து நிற்பதும், லாங் கோட் அணிந்திருந்த யாரோ ஒரு பெண் காருக்குள் ஏறுவதும் தெரிந்தது. அவளுக்கு அந்தப் பெண்ணாக, ஏதோ ஒருத்தியாக, எவளோ ஒருத்தியாக இங்கிருந்து எங்கேயோ போகிறவளாக, அவள் போய் வண்டியை நிறுத்தி இறங்கியவுடனேயே காத்துக்கொண்டிருந்த ஸ்கூட்டி 'அம்மா' என்று ஓடிவந்து கைக்குள் புகுந்து கொள்ள அவனைத் தூக்கிக் கொள்பவளாகத் தான் இருக்கக்கூடாதா என்றிருந்தது.

சிறிது நேரத்தில் ஹோவர்ட் தூங்கியெழுந்தான். உடனே திரும்பி மகனைப் பார்த்தான். நாற்காலி யிலிருந்து எழுந்து, நீட்டி நிமிர்ந்துகொண்டு சன்னலுக்கருகே அவளிடம் சென்று பக்கத்தில் நின்றான். இருவரும் வாகன நிறுத்தத்தை வெறித்துப் பார்த்திருந்தனர். அவர்கள் எதுவும் பேசவில்லை. ஆனால் கவலை அவர்களை வெளிப்படையானவர்களாக ஒரு பரிபூர்ணமான இயல்பான வகையில் ஆக்கியிருந்தாலும் ஒருவர் மற்றவரின் உள்ளத்தை நன்கறிந்திருப்பதாக உணர்ந்தனர்.

கதவு திறந்தது. டாக்டர் பிரான்ஸிஸ் உள்ளே வந்தார். இம்முறை வேறொரு சூட்டும் டையும் அணிந்திருந்தார். அவரது சாம்பல் நிற முடி ஒட்டவாரப்பட்டு, இப்போதுதான் சவரம் செய்து கொண்டு வந்தவர் போலக் காணப்பட்டார். படுக்கைக்கு நேராகச் சென்று அவர்கள் மகனைப் பரிசோதித்தார். "இந்நேரம் இவன் விழித்துவிட்டிருக்க வேண்டும். இப்படி இருப்பதற்கு எந்தக் காரணமும் இல்லை," என்றார். "ஆனால் இவன் அபாயக்கட்டத்தில் இல்லையென்பதை மட்டும் நாங்கள் அனைவரும் உறுதியாகக் கூறுகிறோம். இவன் விழித்துவிட்டால், எங்களுக்கு நிம்மதியாக இருக்கும். அவனுக்கு மயக்கம் தெளியாமலிருப்பதற்கு எந்தக் காரணமும், நிச்சயமாக எந்தக் காரணமும் கிடையாது. வெகுசீக்கிரமே அவன் விழிக்கப் போகிறான். எழுந்தவுடன் தலை வலிக்கிறது என்பான், அது நிச்சயம். ஆனால் அவனது அறிகுறிகள் எல்லாமே நன்றாக இருக்கின்றன. நார்மலாகத்தான் இருக்கிறான்."

"அப்படியானால் இது கோமாதான்?" ஆன் கேட்டாள்.

டாக்டர் தன் மழமழப்பான கன்னத்தைத் தேய்த்தார். "தற்போதைக்கு அப்படியே அழைப்போம், அவன் விழித்தெழும் வரை. நீங்கள் மிகவும் களைத்திருப்பீர்கள். இது மிகவும் கஷ்டம்தான். எனக்குத் தெரியும். போய் ஏதாவது சாப்பிட்டுவிட்டு வாருங்கள்" என்றார். "உங்களுக்கும் தெம்பாக இருக்கும். நீங்கள் போவதாக இருந்தால் நான் ஒரு நர்ஸை இங்கே விட்டுவைக்கிறேன். போய் ஏதாவது சாப்பிட்டுவிட்டு வாருங்கள்."

"என்னால் எதுவும் சாப்பிட முடியாது." என்றாள் ஆன்.

"செய்ய வேண்டியதைச் செய்யவேண்டும்" என்றார் டாக்டர். "எப்படியோ நான் சொல்ல வேண்டியதெல்லாம் எல்லா அறிகுறிகளும் நன்றாகவே இருக்கின்றன. டெஸ்ட்டுகள் எல்லாமே நெகடிவ்தான், எதுவும் தப்பில்லை. மயக்கம் தெளிந்தவுடனேயே எல்லாக் கஷ்டங்களிலிருந்தும் மீண்டுவிடுவான்."

"தேங்க் யூ, டாக்டர்," என்றான் ஹோவர்ட். டாக்டரோடு மறுபடியும் கைகுலுக்கினான். டாக்டர் ஹோவர்டின் தோளில் தட்டிவிட்டு வெளியேறினார்.

"நம்மில் யாராவது ஒருவர் வீட்டுக்குப் போய்ப் பார்த்துவிட்டு வரலாமென்று நினைக்கிறேன். ஸ்லக்கிற்கு உணவு எடுத்து வைக்க வேண்டும்."

“பக்கத்து வீட்டில் யாரிடமாவது சொல்லாம். நாய்க்குத் தீனி போடச் சொன்னால் செய்வார்கள்.”

ஹோவர்ட், “ஆல்ரைட்,” என்றான். சிறிதுநேரம் கழித்து , “அன்பே, நீ ஏன் போகக் கூடாது? நீ வீட்டுக்குப் போய்ப் பார்த்துவிட்டு வாயேன்? உனக்கும் மாறுதலாக இருக்கும். நான் இவனோடு இருக்கிறேன். சீரியஸாகத்தான் சொல்கிறேன்,” என்றான். “நாம் தெம்பாக இருக்க வேண்டும். இவன் விழித்து எழுந்த பிறகுகூட நாம் இங்கேயே கொஞ்சநேரம் இருக்க வேண்டி வரலாம்.”

“நீங்கள் போவதற்கென்ன?” என்றாள். “நீங்கள் போய் ஸ்லக்கிற்குச் சாப்பாடு வைத்துவிட்டு நீங்களும் சாப்பிட்டுவிட்டு வாருங்கள்.”

“நான் ஏற்கனவே போய் வந்துவிட்டேன். நான் போய்வருவதற்குச் சரியாக ஒரு மணி பதினைந்து நிமிடங்கள்தான் பிடித்தது. நீ ஒரு மணி நேரத்தில் போய்க் களைப்பாறி விட்டு வரலாம்.”

அவள் அதைப்பற்றி யோசிக்க முயன்றாள். ஆனால் அவள் மிகவும் களைத்திருந் தாள். கண்களை மூடி மீண்டும் யோசிக்க முயன்றாள். கொஞ்ச நேரம் கழித்து, “சில நிமிடங்களில் நான் வீட்டுக்குப் போய் வந்துவிடலாமென்று தோன்றுகிறது,” என்றாள். “இவனையே வைத்த கண் வாங்காமல் ஒவ்வொரு வினாடியும் நான் பார்க்காமல் இருந்தாலே இவன் சரியாகி எழுந்தாலும் எழுந்துவிடலாம். நான் இங்கே இல்லாவிட்டால் எழுந்துவிடுவான். பார்க்கிறீர்களா? நான் வீட்டுக்குப் போய்க் குளித்துவிட்டு வேறு உடை மாற்றிக்கொண்டு வருகிறேன். ஸ்லக்கிற்கு நான் உணவு எடுத்து வைக்கிறேன்.”

“நான் இங்கேயே இருப்பேன்,” என்றான். “நீ போய் வா. நான் இங்கே பார்த்துக் கொண்டிருக்கிறேன்.” வெகு நேரமாகக் குடித்துக்கொண்டிருந்தவன் போல அவன் கண்கள் ரத்தச் சிவப்பில் சுருங்கியிருந்தன. அவனது உடைகள் கசங்கியிருந்தன. தாடி மீண்டும் தலையெடுத்திருந்தது. அவள் அவன் முகத்தைத் தொட்டாள். பின், கையை எடுத்துக்கொண்டாள். அவன் கொஞ்சநேரம் யாருடனும் பேசவோ கவலையைப் பகிர்ந்து கொள்ளாமலோ தனியாக இருக்க விரும்புகிறான் என்பதைப் புரிந்து கொண்டாள். அலமாரியிலிருந்த பர்ஸை எடுத்தாள். அவள் கோட் அணிந்துகொள்ள அவன் உதவினான்.

“நான் ரொம்ப நேரம் தங்கியிருக்கமாட்டேன்,” என்றாள்.

“வீட்டுக்குப் போனதும் வெறுமனே உட்கார்ந்து கொஞ்ச நேரம் ஓய்வெடு. ஏதாவது சாப்பிடு. குளி. குளித்துவிட்டு வந்ததும் கொஞ்சநேரம் உட்கார்ந்து ஓய்வெடு. அது உன்னை இலகுவாக்கும். நீயே பார். அப்புறம் கிளம்பி வா,” என்றான். “கவலைப் படாமல் இருக்க முயல்வோம். டாக்டர் பிரான்சிஸ் சொன்னதைக் கேட்டாய்தானே?”

கோட்டை அணிந்தபடி ஒரு நிமிடம் அவள் நின்று டாக்டரின் வார்த்தைகளை, அதில் ஒளிந்திருக்கும் வாய்ப்புள்ள நுட்பங்களை, அவர் உண்மையில் சொன்ன வார்த்தைகளுக்குப் பின்னால் இருந்திருக்கக்கூடிய வேறு அறிகுறிகளை ஞாபகப் படுத்திப் பார்த்தாள். மகன் மீது குனிந்து சோதிக்கும்போது அவரது முகபாவத்தில் ஏதாவது மாற்றம் ஏற்பட்டதா என்று நினைவு கூர்ந்து பார்த்தாள். குழந்தையின் கண் இரப்பைகளைப் பிரித்து அவர் பார்த்தபோதும், அவனது சுவாசத்தைக் கேட்ட போதும் அவரது அங்கங்கள் ஒருங்கிசைவாக இயங்கியதை நினைவுபடுத்திப் பார்த்தாள்.

கதவருகே சென்று திரும்பிப் பார்த்தாள். மகனைப் பார்த்தாள், பின் கணவனைப் பார்த்தாள். ஹோவர்ட் தலையசைத்தான். அறையிலிருந்து வெளியேறிக் கதவைத் தனக்குப் பின்னால் மூடிக்கொண்டு சென்றாள்.

அவள் செவிலியர் அறையைத் தாண்டி லிஃப்ட் இருகுமிடத்தைத் தேடித் தாழ்வாரத்தின் கடைசி வரை சென்றாள். தாழ்வாரத்தின் முடிவில் வலப்பக்கம் திரும்பி ஒரு நீக்ரோ குடும்பம் பிரம்பு நாற்காலிகளில் உட்கார்ந்திருந்த ஒரு சிறிய வெயிட்டிங் ரூமிற்குள் நுழைந்தாள். காக்கிச் சட்டையும் பேண்டும் தலையில் திருப்பிப் போட்டிருந்த பேஸ் பால் தொப்பியுமாக ஒரு நடுத்தர வயதினன் இருந்தான். இரவு உடையும் ஸ்லிப்பர்களும் அணிந்திருந்த ஒரு பருமனான பெண் ஒரு நாற்காலியில் சோர்ந்து அமர்ந்திருந்தாள். ஜீன்ஸ் அணிந்து, தலைமுடியை டஜன்கணக்கான பின்னல்களாகப் பின்னிவிட்டிருந்த ஒரு பதின்வயதுப் பெண் சிகரெட் பிடித்தபடி கால் மேல் கால் போட்டுக்கொண்டு உட்கார்ந்திருந்தாள். ஆன் உள்ளே நுழைந்ததும் அந்தக் குடும்பத்தினர் அனைவரும் அவளை நோக்கிப் பார்வையைத் திருப்பினர். அங்கிருந்த சிறிய மேஜையின் மேல் ஹாம்பர்கர் அட்டைகளும் ஸ்டைரோபோம் கப்புகளும் இறைந்திருந்தன.

“பிராங்க்ளின்?” என்றபடி அந்தப் பருத்த பெண்மணி நிமிர்ந்தாள். “பிராங்க்ளினைப் பற்றியா?” அவள் கண்கள் விரிந்தன. “பெண்ணே, சொல் பிராங்க்ளினைப் பற்றியா?” நாற்காலியிலிருந்து அவள் எழுந்திருக்க முயல, அந்த ஆள் அவள்மீது கை வைத்து அமர்த்தினான்.

“ஈவ்லின், பொறுமை, பொறுமை,” என்றான்.

“ஐம் ஸாரி,” என்றாள் ஆன். “நான் லிஃப்டைத் தேடிக்கொண்டிருக்கிறேன். என் மகன் மருத்துவமனையில் இருக்கிறான். இப்போது எனக்கு லிப்ட் இருக்குமிடம் தெரியவில்லை.”

அவன் விரலை நீட்டிக்காட்டி, “அந்தப் பக்கம் போனால் லிஃப்ட் இருக்கும், இடது பக்கம் திரும்புங்கள்,” என்றான்.

அந்த இளம்பெண் சிகரெட்டை இழுத்துக் கொண்டு ஆனை உற்றுக் கவனித்துக் கொண்டிருந்தாள். அவள் கண்கள் பிளவுகளாகச் சுருங்கின. புகையை வெளியேற்று வதற்கு அவளது அகன்ற உதடுகள் மெதுவாகப் பிரிந்தன. நீக்ரோ பெண்மணி தலையைத் தோள்புறமாகச் சரித்து, ஆன்மீது ஆர்வம் குறைந்து பார்வையைத் திருப்பினாள்.

"என் மகன் மீது ஒரு கார் மோதிவிட்டது," ஆன் அம்மனிதனிடம் கூறினாள். அவளே அதை விளக்க வேண்டும்போலக் காணப்பட்டாள். "அவனுக்கு கன்கஷன் இருக்கிறது. மண்டையோட்டில் ஒரு சின்ன விரிசலும் கூட. ஆனால் அவன் நன்றாகிவிடுவான். அவன் 'ஷாக்'கில் இருக்கிறான். அது ஒருவிதமான கோமா என்கிற அந்த விஷயம்தான் எங்களுக்குக் கவலையாக இருக்கிறது. இப்போது கொஞ்சம் வெளியில் போய் வரப்போகிறேன், என் கணவர் அவனோடு இருக்கிறார். ஒருவேளை நான் போனதிற்குப் பிறகு அவன் விழித்துக் கொள்ளலாம்."

"அடப்பாவமே" அம்மனிதன் நாற்காலியில் அசைந்தான். தலையை ஆட்டினான். மேஜையின் மேல் பார்வையைச் செலுத்தினான். பின் ஆனைப் பார்த்தான். அவள் இன்னமும் அங்கேயே நின்றிருந்தாள். அவன் சொன்னான், "எங்கள் பிராங்க்ளின் ஆப்பரேஷன் டேபிளில் இருக்கிறான். யாரோ அவனை வெட்டிவிட்டார்கள். அவனைக் கொல்ல முயன்றிருக்கிறார்கள். அவன் இருந்த இடத்தில் சண்டை நடந்திருக்கிறது. அந்தபார்ட்டியில் யார் வம்புக்கும் போகாமல், இவன் வெறுமனே நின்று பார்த்துக் கொண்டிருந்ததாகச் சொல்கிறார்கள். ஆனால் அதற்கெல்லாம் எந்த அர்த்தமும் இல்லை இப்போது. இப்போது ஆப்பரேஷன் டேபிளில் கிடக்கிறான். நம்பிக்கையோடு பிரார்த்தனை செய்து கொண்டிருக்கிறோம். அதுதான் இப்போது எங்களால் முடிந்தது." அவன் அவளை அசையாமல் வெறித்தான்.

ஆன் அந்த இளம்பெண்ணைத் திரும்பிப் பார்த்தாள். அவள் இன்னமும் இவளைக் கவனித்துக் கொண்டிருந்தாள். வயதான பெண்மணி தலையைக் குனிந்து கண்களை மூடியிருந்தாள். அவள் உதடுகள் மௌனமாக அசைந்து கொண்டு ஓசையற்ற வார்த்தைகளை உச்சரித்துக் கொண்டிருப்பதைக் கவனித்தாள். அந்த வார்த்தைகள் என்னவென்று கேட்க அவளுக்கு உத்வேகம் ஏற்பட்டது. இவள் இருக்கும் அதே நிலைமையில் இருக்கின்ற இம்மனிதர்களோடு மேலும் பேசிக்கொண்டிருக்க விரும்பினாள். இவளும் பயந்திருந்தாள். அவர்களும் பயந்திருந்தனர். அதுதான் அவர்களுக்கிடையே பொது. அந்த விபத்தைப் பற்றி ஏதாவது அவர்களிடம் அவள் சொல்லலாம், ஸ்கூட்டியைப் பற்றி, இது அவன் பிறந்தநாளான திங்கட்கிழமையன்று நடந்திருப்பதைப்பற்றி, இன்னமும் அவன் மயக்கத்திலிருப்பதைப் பற்றி. இருந்தாலும் எப்படி ஆரம்பிப்பது என்று தெரியவில்லை. எதுவும் பேசாமல் அவர்களைப் பார்த்தபடி நின்றாள்.

அம்மனிதன் அடையாளம் சொன்ன வழியில் தாழ்வாரத்தில் சென்று லிஃப்ட்டைக் கண்டடைந்தாள். தான் செய்வது சரிதானா என்று வியந்தபடி மூடிய கதவுகளுக்கெதிரே ஒரு நிமிடம் காத்திருந்தாள். பின் பட்டனை விரலால் அழுத்தினாள்.

■

நடைவழியில் கொண்டுவந்து என்ஜினை அணைத்தாள். கண்களை மூடி ஸ்டீயரிங்மீது தலையைச் சாய்த்துக் கொண்டாள். என்ஜின் குளிர்ச்சியடையத் தொடங்கும் டிக்டிக் சத்தத்தைக் கேட்டுக் கொண்டிருந்தாள். காரிலிருந்து வெளியே வந்தாள். வீட்டிற்குள்ளே நாய் குரைப்பது கேட்டது. முன்கதவு பூட்டப்படாமல் இருந்தது. உள்ளே நுழைந்து விளக்குகளைப் போட்டுவிட்டுத் தேநீருக்காகக் கொதிகெண்டியில் தண்ணீர் ஊற்றிவைத்தாள். உணவுப் பொட்டலத்தைத் திறந்து பின்கட்டிலிருந்த ஸ்லக்கிற்கு எடுத்து வைத்தாள். நாய் பசியோடு சத்தமெழச் சாப்பிட்டது. அவள் தங்கப் போகிறாளா என்பதைப் பார்க்க சமையலறைக்கு ஓடிவந்தது. தேநீரை எடுத்துக்கொண்டு சோபாவில் உட்கார்ந்ததும் தொலைபேசி அடித்தது.

போனை எடுத்து "எஸ்!" என்றாள். "ஹலோ?"

"திருமதி வைஸ்?" என்றது ஒரு ஆண் குரல். அப்போது காலை ஐந்து மணி. பின்னணியில் ஏதோ ஒருவித இயந்திர அல்லது கருவிகள் ஒலி கேட்பதாகத் தோன்றியது.

"ஆமாம், ஆமாம்! என்ன விஷயம்?" என்றாள். "திருமதி வைஸ்தான். நான்தான். என்ன விஷயம் ப்ளீஸ்?" பின்னணிச் சத்தகங்களை உற்றுக்கேட்டாள். "ஸ்கூட்டியைப் பற்றியா, கடவுளே?"

"ஸ்கூட்டி? ஆம். ஸ்கூட்டியைப் பற்றித்தான். பிரச்சினை ஸ்கூட்டியைப் பற்றியதுதான். ஸ்கூட்டியை மறந்துவிட்டீர்களா?" அவன் போனை வைத்து விட்டான்.

அவள் மருத்துவமனையின் எண்ணை டயல் செய்து மூன்றாவது தளத்திற்குத் தொடர்பு கேட்டாள். போனை எடுத்த நர்ஸிடம் தன் மகனைப் பற்றிய தகவலைக் கேட்டாள். பின் கணவனிடம் பேச வேண்டுமென்றாள். இது அவசரம் என்றாள்.

டெலிபோன் ஒயரை விரலில் திருகியபடி அவள் காத்திருந்தாள். கண்களை மூடிக்கொண்டாள். வயிற்றில் பதற்றமாக உணர்ந்தாள். அவள் சாப்பிட்டே ஆக வேண்டும். பின் கட்டிலிலிருந்து ஸ்லக் வந்து அவள் காலடியில் படுத்துக்கொண்டது. வாலை ஆட்டியது. அதன் காதைப் பிடித்து அவள் இழுக்க, அது அவள் விரல்களை

நக்கியது. ஹோவர்ட் லைனின் வந்தான்.

“இப்போது எவனோ ஒருவன் இங்கே போன் செய்தான்,” என்றாள். டெலிபோன் ஒயரை முறுக்கினாள். “ஸ்கூட்டியைப் பற்றி என்றான்” அவள் அழுதாள்.

“ஸ்கூட்டி நன்றாக இருக்கிறான்” ஹோவர்ட் அவளிடம் கூறினான். “ஐ மீன், அவன் இன்னமும் தூங்கிக் கொண்டுதான் இருக்கிறான். எந்த மாற்றமும் இல்லை. நீ போனதற்குப் பிறகு இரண்டு முறை நர்ஸ் வந்துவிட்டுச் சென்றாள். நர்சும் டாக்டரும் என்று நினைக்கிறேன். அவன் நன்றாக இருக்கிறான்.”

“அந்த ஆள் கூப்பிட்டான். ஸ்கூட்டியைப் பற்றி என்றாள்.”

“ஆன் கொஞ்ச நேரம் ஓய்வெடு. உனக்கு ஓய்வு தேவை. என்னிடம் பேசியவனாகத் தான் இருக்க வேண்டும். அதை மறந்துவிடு. ஓய்வெடுத்துவிட்டு இங்கே வா. பின்பு நாம் காலை உணவாக ஏதாவது சாப்பிடலாம்.”

“காலை உணவு! எனக்கு எந்த காலை உணவும் வேண்டாம்.”

“நான் சொல்வதைக் கேள். பழச்சாறு ... அல்லது வேறு ஏதாவது. எனக்குத் தெரியவில்லை. எனக்கும் எதுவும் தெரியவில்லை. ஆன், ஜீஸஸ், எனக்குக்கூடப் பசியேயில்லை. ஆன், இப்போது பேசுவதற்குக் கஷ்டமாக இருக்கிறது. நான் இப்போது வெளியே மேஜைக்கருகே நின்று கொண்டிருக்கிறேன். டாக்டர் பிரான்ஸிஸ் இன்று காலை எட்டு மணிக்கு மறுபடியும் வருகிறாராம். அப்போது ஏதோ சொல்லப் போகிறாராம், தெளிவாக எதையோ சொல்லப் போகிறார். அப்படித்தான் நர்ஸ்களில் ஒருத்தி சொன்னாள். அவளுக்கு அதற்குமேல் எதுவும் தெரியவில்லை. ஆன்? ஒருவேளை அப்போது நமக்கு ஏதாவது தெளிவாகலாம். எட்டு மணிக்கு, எட்டு மணிக்கு முன்னதாகவே இங்கே வந்துவிடு. நான் இங்கேயேதான் இருப்பேன் ஸ்கூட்டி நன்றாகத்தான் இருக்கிறான். அப்படியேதான் இருக்கிறான்” அவன் சேர்த்துக் கொண்டான்.

“அந்த போன் வந்தபோது நான் டீ சாப்பிட்டுக் கொண்டிருந்தேன். ஸ்கூட்டியைப் பற்றி என்றான். பின்னணியில் ஏதோ சத்தம் கேட்டுக்கொண்டிருந்தது. உங்களுக்கு வந்த அழைப்பில் கூடப் பின்னணியில் சத்தம் இருந்ததா ஹோவர்ட்?”

“எனக்கு ஞாபகம் இல்லை” என்றான். “ஒரு வேளை அந்தக் கார் டிரைவராக இருக்கலாம், ஒரு வேளை அவன் ஒரு சைக்கோபத்தாக இருக்கலாம், ஸ்கூட்டியைப் பற்றி எப்படியோ தெரிந்து வைத்திருக்கலாம். ஆனால் நான் அவனுடன்தான் இருக்கிறேன். உன் வழக்கப்படி ஓய்வெடு. குளி, அப்புறம் ஏழு மணிக்குள் இங்கே வந்துவிடு. டாக்டர் வந்ததும் நாம் ஒன்றாக அவரிடம் பேசுவோம். எல்லாம் சரியாகிவிடும். ஆன், நான் இங்கே இருக்கிறேன். டாக்டர்களும் நர்ஸ்களும் இருக்கிறார்கள். அவன் உடல்நிலை சீராக இருப்பதாகச் சொல்கிறார்கள்.”

“பயத்தில் செத்துவிடுவேன் போலிருக்கிறது,” என்றாள்.

அவள் தண்ணீரைத் திருப்பிவிட்டு, உடைகளைக் களைந்து, குளியல் தொட்டிக்குள் இறங்கினாள். கேசத்தை அலசுவதில் நேரத்தை எடுக்காமல் வேகமாகக் குளித்து, துடைத்துக் கொண்டாள். சுத்தமான உள்ளாடைகளும் உல்லன் சட்டையும் ஸ்வெட்டரும் அணிந்து கொண்டாள். அவள் வசிப்பறைக்குச் சென்றதும் நாயும் உடன் வந்து தரையில் வாலை அடித்தது. வெளியே வெளிச்சம் பரவத்தொடங்க, வந்து காரை எடுத்தாள்.

மருத்துவமனையின் வாகன நிறுத்தத்திற்குள் ஓட்டிவந்து நுழைவாசலுக்கருகில் இருந்த ஒரு காலியிடத்தைக் கண்டுபிடித்தாள். அவளுடைய குழந்தைக்கு நடந்திருக்கும் விஷயங்களுக்கு அவளேதான் காரணமென்று ஒரு குருட்டு யோசனை தோன்றியது. அவள் நினைவுகள் அந்த நீக்ரோ குடும்பத்தின்பால் சென்றது. பிராங்க்ளின் என்ற அந்தப் பெயரும் ஹாம்பர்கர் பேப்பர்கள் இறைந்திருந்த மேஜையும் சிகரெட் பிடித்துக் கொண்டே தன்னை முறைத்துப் பார்த்துக்கொண்டிருந்த பதின்வயதுப் பெண்ணும் அவள் ஞாபகத்துக்கு வந்தனர். மருத்துவமனையின் வாசலைக் கடக்கும்போது அப்பெண்ணின் ஞாபக பிம்பத்திடம், ‘குழந்தை பெற்றுக்கொள்ளாதே’ என்றாள். ‘கடவுள் பொருட்டு வேண்டவே வேண்டாம்.’

மூன்றாவது மாடிக்கு லிஃப்ட்டில் ஏறினாள். கூடவே பணியில் இருந்த இரண்டு நர்ஸ்கள் இருந்தனர். அது புதன் காலை. ஏழு மணிக்குச் சில நிமிடங்கள் இருந்தன. டாக்டர் மாடிஸன் என்பவருக்காக குறிப்பு ஒன்று இருந்தது. மூன்றாவது மாடியில் நின்று கதவுகள் வழுக்கித் திறந்தன. நர்ஸ்களுக்குப் பின்னால் அவள் வெளியே வந்தாள். அவர்கள் எதிர்ப்புறம் திரும்பி, அவள் லிஃப்டிற்குள் நுழைந்தபோது, தடைபட்ட உரையாடலைத் தொடர்ந்தனர். தாழ்வாரத்தின் முடிவில் அந்த நீக்ரோக் குடும்பம் காத்திருந்த அச்சிறிய ஒதுக்குப்புறம்வரை சென்றாள். அவர்கள் இப்போது சென்றுவிட்டிருந்தார்கள். ஆனால் போன நிமிடம்தான் அவற்றைத் தள்ளிவிட்டு எழுந்து சென்றதுபோல நாற்காலிகள் குழம்பிக் கிடந்தன. மேஜையின் மேல் அதே கப்புகளும் பேப்பர்களும் குவிந்திருந்தன. சாம்பல் குடுவை சிகரெட் துண்டுகளால் நிரம்பியிருந்தது.

நர்ஸ்களின் அறைக்கு முன் நின்றாள். கவுன்ட்டருக்குப் பின்னால் ஒரு நர்ஸ் தலையை பிரஷ் செய்தபடி கொட்டாவி விட்டுக் கொண்டிருந்தாள்.

“நேற்றிரவு ஒரு நீக்ரோ பையனுக்கு ஆப்பரேஷன் நடந்தது” என்றாள் ஆன். “அவன் பெயர் பிராங்க்ளின். அவனுடைய குடும்பம் வெயிட்டிங் ரூமில் இருந்தது. அவன் இப்போது எப்படி இருக்கிறான் என்று தெரிய வேண்டும்.”

கவுன்ட்டரின் பின்னால் ஒரு டெஸ்க்கில் அமர்ந்திருந்த நர்ஸ் அவளுக்கு முன்னாலிருந்த சார்ட்டிலிருந்து நிமிர்ந்து அவளைப் பார்த்தாள். தொலைபேசி ரீங்கரித்தது. ரிஸீவரை எடுத்தாள், ஆனால் ஆன்மேல் வைத்த கண்களை எடுக்க வில்லை.

“அவன் இறந்துவிட்டான்” கவுன்ட்டரில் இருந்த நர்ஸ் சொன்னாள். ஹேர் பிரஷ்ஷைப் பிடித்துக் கொண்டு அவளைத் தொடர்ந்து பார்த்தாள். “நீங்கள் அவர்கள் குடும்ப நண்பரா?.”

“நேற்றிரவுஅந்தக் குடும்பத்தைச் சந்தித்தேன்,” என்றாள் ஆன். “என் மகனே மருத்துவமனையில் தான் இருக்கிறான். அவன் ஷாக்கில் இருக்கிறான் என்று சொல்கிறார்கள். என்ன பிரச்சினையென்று உறுதியாக எங்களுக்குத் தெரியவில்லை. பிராங்க்ளினுக்கு என்னாகியிருக்குமென்று யோசனை. அவ்வளவுதான். நன்றி.” அவள் திரும்பித் தாழ்வாரத்தில் நடந்தாள். சுவரின் நிறத்திலேயேயிருந்த லிஃப்ட் கதவுகள் வழுக்கித் திறந்து, வெள்ளைப் பேன்ட்டும் வெள்ளை கான்வாஸ் ஷூக்களும் அணிந்த ஒடிசலான வழுக்கை ஆள் கனமான வண்டியை அந்த சர்வீஸ் லிஃப்ட்டிலிருந்து வெளியே இழுத்துக்கொண்டு வந்தான். இந்தக் கதவுகளை நேற்றிரவு அவள் கவனித்திருக்கவில்லை. அந்த ஆள் வண்டியைத் தாழ்வாரத்திற்குக் கொண்டுவந்து லிஃப்ட்டிற்கு அடுத்த அறையின் முன் நிறுத்திக் குறிப்பு அட்டை ஒன்றை எடுத்து சோதித்தான். பின் குனிந்து வண்டியின் கீழ் அறையிலிருந்து ஒரு ட்ரேவை எடுத்தான். கதவை லேசாகத் தட்டிவிட்டு அறைக்குள் நுழைந்தான். சூடான உணவின் இனிமையற்ற நெடி அந்த வண்டியைக் கடக்கும்போது அடித்தது. வேறு எந்த நர்ஸ்களையும் பார்க்காமல் வேகமாக நடந்து மகன் அறையை அடைந்து கதவைத் தள்ளித் திறந்தாள்.

ஹோவர்ட் சன்னலருகே கையைப் பின்னால் கட்டியபடி நின்றிருந்தான். அவள் உள்ளே நுழைய, திரும்பிப் பார்த்தான்.

“எப்படி இருக்கிறான்?” என்றாள். படுக்கையருகே சென்றாள். பர்ஸை நைட் ஸ்டேண்டுக்குப் பக்கத்தில் தரையில் போட்டாள். அவள் அங்கிருந்து சென்று வெகு நேரமாகியிருந்ததைப் போலத் தோன்றியது. மகனின் முகத்தைத் தொட்டாள். “ஹோவர்ட்?”

“கொஞ்ச நேரத்திற்கு முன்பாக டாக்டர் பிரான்ஸிஸ் இங்கே வந்தார்” என்றான் ஹோவர்ட்.அவனைக் கூர்மையாகப் பார்த்தாள். அவன் தோள் சிறிது சரிந்திருப்ப தாக நினைத்தாள்.

“காலை எட்டு மணிக்கு முன்பாக அவர் வரமாட்டார் என்றல்லவா நினைத்தேன்?”

“அவரோடு இன்னொரு டாக்டரும் இருந்தார். ஒரு நரம்பியல் டாக்டர்.”

“நரம்பியல் டாக்டர்?”

ஹோவர்ட் தலையசைத்தான். அவன் தோள் சரிவது, அவளுக்கு நன்றாகத் தெரிந்தது. “அவர்கள் என்ன சொன்னார்கள் ஹோவர்ட்? ஏசுவே, என்ன சொன்னார்கள் என்று சொல்லுங்கள்.”

“இவனைக் கீழே கொண்டுபோய் மேலும் சில டெஸ்ட்டுகள் செய்ய வேண்டும் என்றனர், ஆன், அவர்கள் ஆப்பரேஷன் செய்யலாமென்று நினைக்கிறார்களாம். அவர்கள் ஆப்பரேஷன் செய்யப் போகிறார்கள். இவனுக்கு ஏன் இன்னும் மயக்கம் தெளியவில்லையென்று அவர்களால் கண்டுபிடிக்கமுடியவில்லையாம். இது வெறும் ஷாக்கோ கன்கஷனோ அல்ல. அதற்கு மேலே ஏதோ போலிருக்கிறது. இந்தளவுக்குத்தான் இப்போது அவர்களுக்குத் தெரிந்திருக்கிறது. அவனுடைய மண்டையோட்டில் ... அந்த விரிசலில் ... அதில்தான் ஏதோ இருக்கிறது போலிருக்கிறது. அதுதான் காரணமென்று நினைக்கின்றனர். அதனால் ஆப்பரேஷன் செய்யப்போகிறார்கள். நான் உன்னைக் கூப்பிட முயன்றேன். நீ ஏற்கனவே வீட்டிலிருந்து கிளம்பிவிட்டிருந்தாய்.”

“ஓ, தெய்வமே!” என்றாள். “ஓ, ப்ளீஸ், ஹோவர்ட், ப்ளீஸ்,” அவள் அவன் கைகளுக்குள் சாய்ந்தாள்.

“ஹேய் இங்கே பார்!” என்று திடீரெனப் பதறினான் ஹோவர்ட். “ஸ்கூட்டி! ஆன், இங்கே பார்” அவன் அவளை படுக்கையின் பக்கம் திருப்பினான்.

சிறுவன் கண்களைத் திறந்தான். பின் மூடிக்கொண்டான். இப்போது மீண்டும் திறந்தான். கண்கள் ஒரு நிமிடம் நேராக நிலைத்தன, பின் மெதுவாகத் திரும்பி ஹோவர்ட், ஆன் மீது பதிந்தது. பின் மீண்டும் நகர்ந்தது.

“ஸ்கூட்டி” அவன் அம்மா படுக்கையை நோக்கிப் பாய்ந்தான்.

“ஏய், ஸ்காட்?” அவன் அப்பா கூப்பிட்டான், “ஏய் மகனே?”

அவர்கள் படுக்கையின் மேல் குனிந்தனர். ஹோவர்ட் மகனின் கையைத் தன் கைகளில் ஏந்தித் தட்டிக் கொடுத்து அழுத்தத் தொடங்கினான். ஆன் குனிந்து மகன் நெற்றியில் மாறிமாறி முத்தமிட்டாள். அவன் கன்னங்களை ஏந்தி, “ஸ்கூட்டி, கண்ணே, இது அம்மா, அப்பா” என்றாள். “ஸ்கூட்டி?”

சிறுவன் அவர்களை அடையாளம் கண்டுகொண்டதற்கான எவ்வித அறிகுறியும் இல்லாமல் பார்த்தான். அவன் வாய் திறந்தது. கண்கள் இறுக மூடிக்கொண்டன. அவனிடமிருந்து ஓர் ஓலம் கிளம்பி நுரையீரலில் காற்று மிச்சமிருந்தவரைக்கும் செலவிட்டு வெளியேறி அடங்கியது. அவன் முகம் தளர்வடைந்து மிருதுவானதைப் போலிருந்தது. அவனது உதடுகள் பிரிந்து அவன் கடைசி மூச்சு தொண்டை வழியாகக் கிட்டித்த பற்கள் வழியாக மெதுவாக வெளியேறியது.

■

டாக்டர்கள் அதனை மறைந்திருந்த அக்ளூஷன் என்றனர். பத்து லட்சத்தில் ஒருமுறை நிகழக்கூடிய சந்தர்ப்பம் என்றனர். ஒருவேளை அதனை எந்தவிதத்திலாவது கண்டு

பிடித்திருந்தால் உடனடியாக சர்ஜரி செய்திருக்கலாம், அவனைக் காப்பாற்றி யிருக்கலாம். ஆனால் அதற்கு வாய்ப்பே ஏற்படவில்லை. எப்படியிருந்தாலும் அவர்களது சோதனைகளில் எதைத்தான் பார்க்க முடிந்தது? டெஸ்ட்டுகளிலோ எக்ஸ்ரேக்களிலோ எதுவுமே தென்படவில்லையே?

டாக்டர் பிரான்ஸிஸ் நிலைகுலைந்திருந்தார். அவர்களை டாக்டர்களின் தனியறைக்கு அழைத்துச் சென்றபடி, "நான் எவ்வளவு மோசமாக உணர்கிறேன் என்பதை உங்களுக்குச் சொல்ல முடியவில்லை. ஐம் ஸோ ஸாரி, என்னால் பேச முடியவில்லை" என்றார். அங்கே மற்றொரு டாக்டர் எதிரேயிருந்த நாற்காலியில் காலைப் பின்னியபடி அதிகாலைத் தொலைக்காட்சி நிகழ்ச்சியைப் பார்த்துக் கொண்டிருந்தார். அவர் பச்சை நிறத்தில் தளர்த்தியான 'டெலிவரி-ரூம்' மேற்சட்டையும் பச்சை பேண்ட்டும் தலை முடியை மறைக்கும்படியாகப் பச்சைத் தொப்பியும் அணிந்திருந்தார். ஹோவர்டையும் ஆனையும் டாக்டர் பிரான்ஸிஸையும் ஒருமுறை பார்த்தார். எழுந்து, தொலைக்காட்சியை அணைத்துவிட்டு அறையை விட்டு வெளிச் சென்றார். டாக்டர் பிரான்ஸிஸ் ஆனை சோபாவிற்குக் கூட்டிச் சென்று அவளுக்குப் பக்கத்தில் அமர்ந்து, மெதுவான ஆறுதலளிக்கும் குரலில் பேசத் தொடங்கினார். ஒரு கட்டத்தில் அவளை நெருங்கி அணைத்துக்கொண்டார். அவள் தோளில் அவரது நெஞ்சு உயர்ந்து தாழ்வதை அவளால் உணரமுடிந்தது. கண்களைத் திறந்தபடி அவரது அரவணைப்பில் அசைவற்றிருந்தாள். ஹோவார்ட் பாத்ரூமிற்குக் கதவைச் சாத்தாமல் சென்றான். பீறிட்டு ஆக்ரோஷித்த அழுகைக்குப்பின் குழாயைத் திறந்து முகத்தைக் கழுவினான். தொலைபேசி வைக்கப்பட்டிருந்த ஒரு சிறிய மேஜையின் முன் வந்தமர்ந்தான். முதலில் செய்ய வேண்டியது என்னவென்று தீர்மானிப்பதைப் போல் தொலைபேசியையே பார்த்துக் கொண்டிருந்தான். சிலரை அழைத்துப் பேசினான். கொஞ்சநேரம் கழித்து டாக்டர் பிரான்ஸிஸ் தொலை பேசியை உபயோகித்தார்.

"இப்போதைக்கு வேறு ஏதாகிலும் நான் செய்ய வேண்டுமா?" அவர் அவர்களிடம் வினவினார்.

டாக்டர் அவர்களை மருத்துவமனையின் முன்வாயில் கதவுவரை அழைத்து வந்தார். மருத்துவமனைக்கு ஆட்கள் வருவதும் போவதுமாக இருந்தனர். அப்போது காலை பதினொரு மணி. எவ்வளவு மெதுவாகவும் ஏறக்குறைய இஷ்டமேயின்றியும் தான் நடந்து வருவதாக ஆன் உணர்ந்தாள். டாக்டர் பிரான்ஸிஸ் அவர்களை வெளியேற்றுவதாக அவளுக்குத் தோன்றியது. அவர்கள் அங்கேயே இருக்க வேண்டும், அங்கேயே தங்கியிருப்பதுதான் சரியானதாக இருக்குமென்று நினைத்தாள். வாகன நிறுத்தத்தை இலக்கின்றி வெறித்திருந்தவள், திரும்பி மருத்துவ மனையின் முகப்பை நிமிர்ந்து பார்த்தாள். தலையை ஆட்டத் தொடங்கினாள். "நோ, நோ," என்றாள். "அவனை இங்கேயே விட்டுவிட்டு வர என்னால் முடியாது, நோ." அவளிடமிருந்து வெளிப்பட்ட வார்த்தைகள் தொலைக்காட்சித் தொடர்களில்

வன்முறையில் அல்லது திடீரென நிகழ்ந்த மரணங்களின்போது அதிர்ச்சியுற்ற பாத்திரங்கள் பேசும் வசனத்தைப் போலவே இருப்பது எந்தளவுக்கு அநியாயமென்று அவளுக்குப்பட்டது. அவளது வார்த்தைகள் அவளுடையதாகவே இருக்க வேண்டுமென விரும்பினாள். "நோ" என்றாள். ஏதோ காரணத்திற்காக நீக்ரோ பெண்மணியின் தோளில் துவண்டு சரியும் முகம் அவள் ஞாபகத்தில் வந்தது. "நோ" என்றாள் மீண்டும்.

"இன்று மாலை உங்களிடம் பேசுகிறேன்," ஹோவர்டிடம் டாக்டர் சொல்லிக் கொண்டிருந்தார். "இன்னமும் சில விஷயங்கள் செய்ய வேண்டியிருக்கின்றன. எங்களது திருப்திக்காகச் சில விஷயங்களைத் தெளிவாக்கிக்கொள்ள வேண்டி யிருக்கிறது. விளங்க வேண்டிய சில விஷயங்கள்."

"பிரேதப் பரிசோதனை?" ஹோவர்ட் கேட்டான்.

டாக்டர் பிரான்ஸிஸ் தலையசைத்தார்.

"புரிகிறது" என்றான் ஹோவர்ட். பின், "ஓ, ஜீஸஸ்! நோ, டாக்டர் எனக்குப் புரியவில்லை. என்னால் முடியாது, என்னால் முடியாது, என்னால் முடியவே முடியாது" என்றான்.

டாக்டர் பிரான்ஸிஸ் ஹோவர்டைத் தோளோடு அணைத்தார். "ஐம் ஸாரி. கடவுளே, நான் எந்தளவுக்கு வருந்துகிறேன் தெரியுமா, ப்ளீஸ்?"ஹோவர்டின் தோளை விட்டுவிட்டுக் கையை நீட்டினார். ஹோவர்ட் அந்தக் கரத்தையே வெற்றாகப் பார்த்துக் கொண்டிருந்துவிட்டுப், பிறகு பற்றினான். டாக்டர் பிரான்ஸிஸ் ஆனை மீண்டும் ஒரு கையால் அணைத்துக் கொண்டார். அவளால் புரிந்து கொள்ள முடியாத ஏதோ நல்லியல்பால் நிறைந்திருப்பதாக அவர் தெரிந்தார். அவர் தோளின் மீது தலையைச் சாய்த்தாள், ஆனால் கண்கள் திறந்திருந்தன. அவள் மருத்துவ மனையையே பார்த்தபடியிருந்தாள். பார்க்கிங்கை விட்டு அவர்கள் வண்டி வெளிவரும் போது தலையைத் திருப்பி மருத்துவமனையைப் பார்த்தாள்.

■

வீட்டிற்கு வந்ததும் அவள் கோட்டின் பாக்கெட்டுக்குள் கைகளைச் செருகிக்கொண்டு சோபாவில் உட்கார்ந்தாள். ஹோவர்ட் மகனின் அறைக் கதவைச் சாத்தினான். காபி மேக்கரை இயங்கச் செய்துவிட்டு ஒரு காலிப் பெட்டியை எடுத்தான். வசிப்பறையில் இறைந்திருந்த மகனின் பொருட்களை எடுத்து அதற்குள் போடலாம் என்று நினைத்திருந்தான். ஆனால் அவளுக்குப் பக்கத்தில் சோபாவில் உட்கார்ந்து பெட்டியை ஒருபுறமாகத் தள்ளிவிட்டான். முழங்கால்களுக்கிடையில் கைகளைச் செருகிக்கொண்டு முன்னால் சாய்ந்தான். அழத் தொடங்கினான். அவன் தலையை இழுத்து அவள் மடிமீது வைத்துக்கொண்டு அவன் தோளைத் தட்டிக்கொடுத்தாள்.

“அவன் போய்விட்டான்” என்றாள். அவன் தோளில் தொடர்ந்து தட்டிய படியிருந்தாள். அவன் அழுகையை மீறிச் சமையலறையில் காபி மேக்கரின் “உஸ்”ஸென்ற சத்தம் கேட்டது. மென்மையாக, “இதோ, இதோ பாருங்கள் ஹோவர்ட், அவன் போய்விட்டான். அவன் போய்விட்டான், அதற்கு நாம் இப்போது பழகிக் கொள்ள வேண்டும். தனியாக இருப்பதற்கு.”

சிறிது நேரம் கழித்து ஹோவர்ட் எழுந்து அந்தப் பெட்டியைக் கையில் எடுத்துக்கொண்டு, எதனையும் அதற்குள் போடாமல் அறைக்குள் இலக்கின்றி அங்குமிங்கும் அலைந்தான். தரையில் கிடந்தவற்றில் சிலவற்றை எடுத்து சோபாவின் ஒரு மூலையில் வைத்தான். இவள் இன்னமும் கோட் பாக்கெட்டிலிருந்து கையை எடுக்காமல் சோபாவில் உட்கார்ந்திருந்தாள். ஹோவர்ட் பெட்டியை வைத்துவிட்டு வசிப்பறைக்கு காபியை எடுத்துவந்தான். பிறகு ஆன் உறவினர்களுக்கு போன் செய்யத் தொடங்கினாள். ஒவ்வொரு அழைப்பிற்கும் தொடர்பு கிடைத்ததும் சில வார்த்தைகள் வெடித்துவிட்டு ஒரு நிமிடம் அழுவாள். பின் நிதானமுற்று அளவான குரலில் என்ன நடந்ததென்று விவரித்துவிட்டு ஏற்பாடுகளைப் பற்றிச் சொன்னாள். ஹோவர்ட் பெட்டியை வெளியே கராஜுக்குக் கொண்டு சென்றான். அங்கே இருந்த மகனின் சைக்கிள் கண்ணில்பட்டது. பெட்டியைக் கீழே போட்டுவிட்டு சைக்கிள்களுக்குப் பக்கத்திலிருந்த மேடையில் உட்கார்ந்தான். சைக்கிளை கவனமற்றுத் தூக்கி மார்போடு சாய்த்துக் கொண்டான். ரப்பர் பெடல் அவன் மார்பைக் குத்தியது. சக்கரத்தை ஒருமுறை சுழற்றி விட்டான்.

ஆன் அவளுடைய சகோதரியிடம் பேசிவிட்டு போனை வைத்தாள். வேறொரு எண்ணை அவள் தேடிக்கொண்டிருந்தபோது தொலைபேசி அடித்தது. முதல் ரிங்கிலேயே அதை எடுத்தாள்.

“ஹலோ” என்றாள். பின்னணியில் ஏதோவொரு ஹம்மிங் சத்தம் கேட்டது. “ஹலோ!” அவள் மீண்டும் கூப்பிட்டாள். “கடவுளே, யார் அது? உனக்கு என்ன வேண்டும்?

“உங்கள் ஸ்கூட்டி. உங்களுக்காக தயாராக வைத்திருக்கிறேன்,” என்றது அந்த ஆளின் குரல். “நீங்கள் அவனை மறந்துவிட்டீர்களா?”

“யூ ... ஈவில் பாஸ்டர்ட்!” ரிஸீவரில் அவள் வீறிட்டாள். “இதைப்போல எப்படி உன்னால் செய்யமுடிகிறது, நாய்க்குப் பிறந்த பிசாசு மகனே?”

“ஸ்கூட்டி” என்றான் அவன். “ஸ்கூட்டியைப் பற்றி மறந்துவிட்டீர்களா?” அவன் போனை வைத்துவிட்டான்.

அவள் கத்தலைக் கேட்டு ஹோவர்ட் வந்து பார்த்தபோது மேஜையின் மீது கைகளுக்கிடையில் தலையைப் புதைத்துக் கொண்டு அழுது கொண்டிருந்தாள். ரிஸீவரை எடுத்து காதில் வைத்துக் கேட்டபோது டயல்டோன் கேட்டது.

அதன் பின் வெகுநேரம் கழித்து, பல விஷயங்களை அவர்கள் முடிவெடுத்தபின், நள்ளிரவுக்கு சற்று நேரம் முன்னதாக மறுபடியும் தொலைபேசி அடித்தது.

"நீங்களே பேசுங்கள்," என்றாள். "ஹோவர்ட், இது அவனே தான், எனக்குத் தெரியும்," அவர்கள் சமையலறை மேஜையில் காபிக்கு முன்பாக அமர்ந்திருந்தனர். அவன் கப்புக்குப் பக்கத்தில் ஹோவர்ட் ஒரு சிறிய கிளாஸில் விஸ்கி வைத்திருந்தான். மூன்றாவது ரிங்கில் அவன் எடுத்தான்.

"ஹலோ" என்றான். "யாரது? ஹலோ! ஹலோ!" தொடர்பு துண்டிக்கப்பட்டது. "வைத்துவிட்டான் யாரோ தெரியவில்லை."

"அது அவனேதான்! அந்த பாஸ்டர்ட்! அவனை நான் கொல்ல வேண்டும்" என்றாள். "அவனை நான் சுடவேண்டும். அவன் துடிப்பதைப் பார்க்க வேண்டும்."

"ஆன், மை காட்,"

"உங்களுக்கு ஏதாவது கேட்டதா? பின்னணியில்? ஏதோ ஒரு சத்தம், மெஷின்போல, ஏதோ ரீங்காரிப்பதைப் போல்?"

"எதுவும் இல்லை, அந்த மாதிரி எதுவும் இல்லை" என்றான். உடனே வைத்து விட்டான். ஏதோ ரேடியோ சங்கீதம் போல இருந்ததாக நினைக்கிறேன். ஆமாம், ஏதோ ரேடியோ, சங்கீதம் போல இருந்ததாக நினைக்கிறேன். ஆமாம், ஏதோ ரேடியோ. அவ்வளவுதான் சொல்ல முடிகிறது. கடவுளே, என்ன நடக்கிறதென்று எனக்குத் தெரியவில்லையே."

அவள் தலையை ஆட்டினாள். "என்னால் முடிந்தால்,அவனை என்னால் பிடிக்க முடிந்தால் ..."அவளுக்குச் சட்டென்று அப்போது புலப்பட்டது. அது யாரென்று அவளுக்குத் தெரிந்துவிட்டது. ஸ்கூட்டி, கேக், தொலைபேசி எண். மேஜையிலிருந்து நாற்காலியைத் தள்ளிவிட்டு எழுந்து நின்றாள். "ஹோவர்ட், என்னை அந்த ஷாப்பிங் சென்டருக்குக் கூட்டிப்போ."

"என்ன சொல்கிறாய்?"

"ஷாப்பிங் சென்டர். கூப்பிடுவது யாரென்று எனக்குத் தெரியும். அவன் யாரென்று எனக்குத் தெரியும். அது அந்த ரொட்டிக்கடைக்காரன், நாய்க்குப் பிறந்த அந்த பேக்கர், ஹோவர்ட். ஸ்கூட்டியின் பிறந்த நாளுக்காக அவனை ஒரு கேக் செய்யச் சொல்லியிருந்தேன். அவன்தான் கூப்பிடுவது. அவனிடம்தான் நமது எண் இருக்கிறது. அவன் கூப்பிட்டுக்கொண்டிருக்கிறான். அந்தக் கேக்கைச் சொல்லி நம்மைச் சித்திரவதை செய்து கொண்டிருக்கிறான். ரொட்டிக் கடைக்காரன், அந்த பாஸ்டர்ட்."

■

அவர்கள் ஷாப்பிங் சென்டருக்குச் சென்றார்கள். தெளிவான வானம். நட்சத்திரங்கள் நிரம்பியிருந்தன. குளிராக இருந்தது. காரில் ஹீட்டரைப் போட்டிருந்தார்கள். பேக்கரிக்கு முன்னால் காரை நிறுத்தினார்கள். எல்லா கடைகளும் மூடியிருந்தன. ஆனால் தெருவின் கடைசியில் சினிமா தியேட்டரின் முன் கார்கள் நிறையவே இருந்தன. பேக்கரி சன்னல்கள் இருட்டாக இருந்தன. ஆனால் கண்ணாடியின் வழியாக அவர்கள் பார்த்தபோது பின்னறையில் வெளிச்சமும் ஏப்ரன் அணிந்த ஒரு தடிமனான ஆள் அவ்வப்போது அந்தச் சீரான வெண்ணிற வெளிச்சத்தினூடாக வந்து போய்க் கொண்டிருந்ததும் தெரிந்தது. கண்ணாடியின் வழியாக கேக்குகள் அடுக்கி வைக்கப்பட்டிருப்பதும் சின்னச் சின்ன மேஜை, நாற்காலிகளும் தெரிந்தன. அவள் கதவைத் திறக்க முயன்றாள். கண்ணாடியில் தட்டினாள். அந்த ரொட்டிக் கடைக்காரனுக்குக் கேட்டிருப்பதற்கான எந்த அறிகுறியும் அவனிடம் இல்லை. அவர்கள் இருக்கும் திசையையே அவன் பார்க்கவில்லை.

பேக்கரியின் பின்னால் சுற்றிக்கொண்டு வந்து காரை நிறுத்தினார்கள். காரிலிருந்து வெளியே வந்தார்கள். வெளிச்சமிருந்த சன்னல் அவர்கள் எட்டிப் பார்க்க முடியாதபடி உயரத்தில் இருந்தது. பின் கதவுக்குப் பக்கத்திலிருந்து போர்டு ‘பான்ட்ரி பேக்கரி, ஸ்பெஷல் ஆர்டர்ஸ்’ என்றது. உள்ளேயிருந்த ரேடியோவின் சத்தம் அவளுக்கு லேசாகக் கேட்டது. ஏதோ ‘கிறீக்’ ஒலி- அந்த பேக்கரிக் கதவு திறக்கப்படுவதா? கதவைத் தட்டிவிட்டுக் காத்திருந்தாள். பின் மீண்டும் தட்டினாள், பலமாக. ரேடியோ நிறுத்தப்பட்டது. இபபோது ஏதோ சுரண்டும் சத்தம். மேஜை டிராயரையோ அல்லது எதையோ திறந்து மூடும் சத்தம்.

யாரோ தாழ்ப்பாளை நீக்கினார்கள். கதவு திறந்தது. அந்த ரொட்டிக் கடைக்காரன் வெளிச்சத்தில் நின்று கொண்டு அவர்களைக் கூர்ந்து பார்த்தான். “கடையை மூடிவிட்டேன்” என்றான். “இந்த நேரத்தில் என்ன வேண்டும் உங்களுக்கு? இப்போது நடுராத்திரி. குடித்திருக்கிறீர்களா என்ன?”

திறந்திருந்த கதவு வழியாக விழுந்த வெளிச்சத்திற்குள் அவள் ஒரு அடி முன்வைத்தாள். தன் கனத்தை இமைகளைக் கொட்டியபடி அவளை அடையாளம் கண்டுவிட்டான். “நீங்களா?” என்றான்.

“நான்தான்,” என்றாள் “ஸ்கூட்டியின் அம்மா. இது ஸ்கூட்டியின் அப்பா. நாங்கள் உள்ளே வரவேண்டும்.”

“இப்போது நான் பிஸியாக இருக்கிறேன். செய்வதற்கு நிறைய வேலை இருக்கிறது.”

ஆனாலும் அவள் வாசலைத் தாண்டி உள்ளே சென்றாள். ஹோவர்ட் அவளுக்குப் பின்னால் வந்தான். அந்த பேக்கர் பின்னுக்கு நகர்ந்தான். “இங்கே பேக்கரியைப்

போலத்தான் வாசனையடிக்கிறது. ஒரு பேக்கரி மாதிரி இங்கே வாசனையடிக்க வில்லையா ஹோவர்ட்?"

"உங்களுக்கு என்ன வேண்டும்?" என்றான் பேக்கர். "உங்களுடைய கேக் வேண்டுமா? அப்படியா, உங்கள் கேக்கை வாங்கிச் செல்வதென்று முடிவெடுத்து விட்டீர்களா? கேக் ஒன்று நீங்கள் ஆர்டர் செய்திருந்தீர்கள், இல்லையா?"

"நீ ரொம்ப கெட்டிக்கார பேக்கர்தான்" என்றாள். "ஹோவர்ட், இவன்தான் நமக்கு போன் செய்து கொண்டிருந்தது." அவள் முஷ்டியை இறுக்கினாள். அவனைச் சீற்றத்துடன் முறைத்தாள். அவளுக்கு கொழுந்துவிட்டெரிந்து கொண்டிருந்த கோபம் அவளைத் தன்னைவிடப் பிரம்மாண்டமாக, இந்த இரண்டு ஆண்களைவிடப் பலமுள்ளவளாக உணர வைத்தது.

"ஒரு நிமிடம் இருங்கள்" என்றான் பேக்கர். "உங்களுடைய மூன்றுநாள் பழசான கேக்கை எடுத்துக் கொள்ளவேண்டும் , அதுதானே? உங்களோடு விவாதிக்க விரும்பவில்லை அம்மணி. அதோ அது அங்குதான் இருக்கிறது. மட்கிக்கொண்டு. உங்களுக்குச் சொன்னதில் பாதிவிலைக்குத் தருகிறேன். இல்லை, உங்களுக்கு வேண்டுமா? எடுத்துக் கொள்ளலாம். எனக்கு அது உபயோகப்படாது, இப்போது யாருக்குமே உபயோகப்படாது. அந்தக் கேக்கைச் செய்வதற்கு எனக்குப் பிடித்த நேரம், செலவு ... உங்களுக்கு வேண்டுமென்றாலும் சரி, வேண்டா மென்றாலும் சரி, நான் வேலைக்குத் திரும்ப வேண்டும்." அவன் அவர்களைப் பார்த்து, அவன் நாக்கைப் பற்களுக்குப் பின்னால் மீட்டிக் கொண்டான்.

"இன்னமும் கேக்குகளா" என்றாள். அவளுக்குள் அதிகரித்துக்கொண்டு வந்த விஷயம் தன் கட்டுப்பாட்டுக்குள் இருப்பதை அறிந்திருந்தாள். அவள் நிதானமாக இருந்தாள்.

"அம்மணி, இந்த இடத்தில் நான் ஒரு நாளைக்குப் பதினாறு மணிநேரம் வேலை செய்கிறேன், பிழைப்பதற்காக," பேக்கர் சொன்னான். அவன் கைகளைத் தனது ஏப்ரனில் துடைத்தான். "வயிற்றைக் கழுவுவதற்காக ராத்திரியும் பகலும் இங்கே வேலை செய்கிறேன்." ஆனின் முகத்தைக் கடந்து சென்ற ஒரு பார்வை அந்த பேக்கரைப் பின்னுக்கு நகர்த்தியது. "எந்தப் பிரச்சினையும் இப்போது வேண்டாம்" என்றான். அலமாரிக்குச் சென்று மாவுக்கட்டை ஒன்றை எடுத்து, அதனை இடது உள்ளங்கையில் தட்டியபடி, "உங்களுக்கு அந்த கேக் வேண்டுமா, வேண்டாமா? நான் வேலைக்குத் திரும்ப வேண்டும். ரொட்டிக் கடைக்காரர்களுக்கு ராத்திரியில் தான் வேலை இருக்கும்" என்றான். அவன் கண்கள் சிறியனவாக, இரக்கமற்று, கன்னக்கதுப்பின் உப்பலில் இடுங்கிப் போயிருந்ததைக் கவனித்தாள். அவன் கழுத்து கொழுப்பில் தடித்து உருண்டிருந்தது.

"பேக்கர்கள் ராத்திரியில்தான் வேலை செய்வார்களென்று எனக்குத் தெரியும்"

என்றாள் ஆன். “அவர்கள் ராத்திரியில் போன் கால்கள்கூடச் செய்வார்கள். யூ பாஸ்டர்ட்.

மாவுக்கட்டையை உள்ளங்கையில் தொடர்ந்து தட்டியபடி இருந்தான். ஹோவர்ட்டை ஓரக்கண்ணால் பார்த்தான். “ஜாக்கிரதை, ஜாக்கிரதை” என்றான் ஹோவர்டிடம்.

“என் மகன் இறந்துவிட்டான்.” உணர்ச்சியற்ற முடிவுத்தன்மையுடன் அவள் கத்தினாள். “திங்கட்கிழமை காலை அவன் மீது ஒரு கார் மோதிவிட்டது. நாங்கள் அவன் எழுந்திருப்பானென்று காத்துக் கொண்டேயிருந்தோம். அவன் செத்துப்போகும்வரை காத்துக் கொண்டேயிருந்தோம். ஆனால் அதெல்லாம் உனக்குத் தெரிந்திருக்கும் என்று எதிர்பார்க்க முடியாது, இல்லையா? பேக்கர்களுக்கு எல்லாமே தெரிந்திருக்க முடியாது, இல்லையா மிஸ்டர் பேக்கர்? ஆனால் அவன் செத்துப்போய்விட்டான். அவன் செத்துப்போய்விட்டான், யூ பாஸ்டர்ட்!” எந்தளவுக்குக் கோபம் அவளுக்குள் திடீரென்று நிரம்பியதோ அந்தளவுக்கு அது வடிந்து, சுருங்கி வேறோர் உணர்விற்கு இட்டுச் சென்றது. தலைசுற்றிக் கண் இருண்டது. மாவு பரப்பி வைத்திருந்த மரமேஜையில் சாய்ந்து, முகத்தைக் கைகளால் மூடிக்கொண்டு, தோள் முன்னும் பின்னுமாகக் குலுங்க அழத் தொடங்கினாள், “இது நியாயமே இல்லை,” என்றாள். “இது நியாயமே இல்லை, இல்லை.”

ஹோவர்ட் அவள் முதுகில் கைவைத்து அமர்த்தி, அந்த பேக்கரை நோக்கித் திரும்பினான், “ஷேம் ஆன்யு” என்றான். “ஷேம்.”

பேக்கர் மாவுக் கட்டையை அலமாரியில் திரும்ப வைத்தான். ஏப்ரனைக் கழற்றி அலமாரியின் மீது வீசினான். அவர்கள் பக்கம் திரும்பினான். தலையை மெதுவாகக் குலுக்கிக் கொண்டான். காகிதங்களும் ரசீதுகளும் ஒரு கூட்டல் இயந்திரமும் ஒரு டெலிபோன் டைரக்டரியும் இருந்த கார்டு டேபிளுக்கடியிலிருந்து ஒரு நாற்காலியை வெளியே இழுத்தான். “தயவு செய்து உட்காருங்கள்” என்றான். “உங்களுக்கு ஒரு நாற்காலி கொண்டு வருகிறேன்” என்றான் ஹோவர்டிடம். “உட்காருங்கள், ப்ளீஸ்” பேக்கர் உள்ளே கடையின் முன்புறத்திற்குச் சென்று இரண்டு சிறிய தேனிரும்பு நாற்காலிகளோடு வந்தான். “நீங்கள் இருவரும் தயவு செய்து உட்காருங்கள்.”

ஆன் கண்களைத் துடைத்துக் கொண்டு பேக்கரை நோக்கினாள். “உன்னைக் கொல்ல வேண்டுமென்று விரும்பினேன்” என்றாள். “நீ சாக வேண்டுமென்று விரும்பினேன்.”

அவர்களுக்கு மேஜையில் இருந்தவற்றை ஒதுக்கி இடம் தந்தான். கூட்டல் இயந்திரத்தை நோட்டுப் புத்தகங்கள், ரசீதுகளோடு சேர்த்து ஒரு பக்கமாகத் தள்ளினான். டெலிபோன் டைரக்டரியை ஓரமாக நகர்த்தும்போது அது தரையில் தொப்பென்று விழுந்தது. ஹோவர்டும் ஆனும் நாற்காலிகளில் அமர்ந்து மேஜை வரைக்கும் இழுத்துக் கொண்டார்கள். பேக்கரும் உட்கார்ந்தான்.

முழங்கையை மேஜையில் ஊன்றியபடி, “நான் எந்தளவுக்கு வருத்தப்படுகிறேன் என்பதை முதலில் சொல்லிவிடுகிறேன்” என்றான். “கடவுளுக்குத்தான் தெரியும் நான் எந்தளவுக்கு வருத்தப்படுகிறேன் என்பது. நான் சொல்வதைக் கேளுங்கள். நான் வெறும் ரொட்டி சுடுபவன். வேறு எப்படியும் என்னை நான் கருதிக்கொள்ளவில்லை. ஒரு வேளை முன்பொரு காலத்தில், பல வருடங்களுக்கு முன்பு, நான் வேறொரு விதமான மனிதனாக இருந்திருக்கலாம். இருந்திருக்கிறேன், எனக்கு ஞாபகமில்லை. நிச்சயமாகச் சொல்லும்படி தெரியவில்லை. அப்போது இருந்தாற்போல் இப்போது நிச்சயம் இல்லை. இப்போது நான் வெறும் ரொட்டி சுடுபவன். அதற்காக, நான் செய்தது மன்னிக்கக்கூடியதல்ல, எனக்குத் தெரியும். ஆனால் நான் மனமார வருந்துகிறேன். உங்கள் மகனுக்காக வருந்துகிறேன். இதில் என் பங்கிற்காக வருந்துகிறேன்” என்றான். மேஜை மீது உள்ளங்கைகள் தெரியக் கைகளை விரித்து, “எனக்குக் குழந்தைகள் கிடையாது. எனவே நீங்கள் எப்படி உணருவீர்களென்று என்னால் கற்பனைதான் செய்து கொள்ளமுடியும். என்னால் உங்களுக்குச் சொல்ல முடிந்ததெல்லாம் என்னை மன்னித்துக் கொள்ளுங்கள். உங்களால் இயலுமானால் என்னை மன்னியுங்கள்” என்றான். “நான் மோசமானவன் அல்ல. நான் அப்படிக் கருதவில்லை. நீங்கள் போனில் சொன்னதைப் போல நான் தீயவன் அல்ல. நீங்கள் உணர்ந்து கொள்ள வேண்டியதெல்லாம், கடைசியில் பார்க்கும்போது என்னால் எப்படி நடந்து கொள்ள வேண்டுமென்று இனியும் தெரியப்போவதில்லை என்றுதான் தோன்றும். ப்ளீஸ்,” என்றான். “உங்கள் இதயங்களில் என்னை மன்னிக்க முடியுமா என்று நான் கேட்கலாமா?”

பேக்கரிக்குள்ளே கதகதப்பாக இருந்தது. ஹோவர்ட் மேஜையிலிருந்து எழுந்து அவன் கோட்டைக் கழற்றினான். ஆனின் கோட்டைக் கழற்ற உதவினான். பேக்கர் அவர்களை ஒரு நிமிடம் பார்த்துவிட்டுத் தலையை அசைத்துக்கொண்டே மேஜையிலிருந்து எழுந்தான். அடுப்பிற்குச் சென்று சில ஸ்விட்சுகளை அணைத்தான். கோப்பைகளைத் தேடியெடுத்து எலெக்ட்ரிக் காபி மேக்கரிலிருந்து காபியை ஊற்றினான். ஒரு அட்டைப் பெட்டியில் க்ரீமும் ஒரு பாத்திரத்தில் சர்க்கரையும் எடுத்து மேஜை மேல் வைத்தான்.

“நீங்கள் ஏதாவது சாப்பிடலாம்” என்றான். “எனது ஹாட்ரோல்களில் கொஞ்சம் சாப்பிடுவீர்களென்று நம்புகிறேன். நீங்கள் சாப்பிட வேண்டும். இனி ஆக வேண்டியதைப் பார்க்க வேண்டும். சாப்பிடுவது என்பது இதைப் போன்ற சமயங்களில் ஒரு சின்ன, நல்ல விஷயம்.”

அடுப்பிலிருந்து சூடான லவங்க ரோல்களை எடுத்து வந்து அவர்களுக்குப் பரிமாறினான். ஐஸிங்குகள் இன்னமும் திரவமாக வழிந்துகொண்டிருந்தன. மேஜை மேல் வெண்ணெயையும் அதைப் பரப்பக் கத்திகளையும் எடுத்து வைத்தான். அவர்களோடு சேர்ந்து அவனும் மேஜைக்கு முன்னால் அமர்ந்தான். காத்திருந்தான்.

அவர்களிருவரும் ஆளுக்கொரு ரோலைத் தட்டிலிருந்து எடுத்துச் சாப்பிடத் தொடங்கும்வரை காத்திருந்தான். "எதையாவது சாப்பிடுவது நல்லது" அவர்களைக் கவனித்தபடி பேசினான். "இன்னமும் எடுத்துக் கொள்ளுங்கள். சாப்பிடுங்கள். எவ்வளவு பிடிக்குமோ சாப்பிடுங்கள். உலகத்தின் எல்லா ரோல்களும் இங்கே இருக்கின்றன."

அவர்கள் ரோல்களைச் சாப்பிட்டுக் காபி அருந்தினார்கள். ஆனுக்குத் திடீரென்று பசியாக இருந்தது. ரோல்கள் சூடாகவும் சுவையாகவும் இருந்தன. அவளே மூன்று ரோல்கள் சாப்பிட்டாள். அது அந்த பேக்கரை சந்தோஷப்படுத்தியது. பின்பு அவன் பேசத் தொடங்கினான். அவர்கள் கவனமாகக் கேட்டார்கள். அவர்கள் களைப்பிலும் துயரத்திலும் இருந்தாலும் அந்த பேக்கர் என்ன செய்கிறான் என்பதைக் கேட்டார்கள். தனிமையைப் பற்றியும் அவனது நடுத்தர வருடங்களில் அவனிடம் வந்து சேர்ந்துவிட்ட சந்தேக உணர்ச்சிகளையும் வரம்பு வரையறைகளைப் பற்றியும் அவன் பேசத் தொடங்கியபோது அவர்கள் தலையசைத்துக் கேட்டுக்கொண்டார்கள். இத்தனை வருடங்களாகக் குழந்தையற்றிருப்பது எப்படிப்பட்டதாக இருக்கிறது என்று அவர்களிடம் சொன்னான். அடுப்புகளுடன் நாட்களை முடிவின்றி நிறைந்தும் முடிவின்றி வெறுமையாகவும் திரும்பத் திரும்ப வாழ்ந்துவருவது. அவன் உழைத்துத் தயாரித்த விருந்து உணவுகள், கொண்டாட்டங்கள், விரல் புதையுமளவிற்கு ஐஸிங் அலங்காரங்கள். கேக்குகளில் புதைத்து வைத்த குட்டியான திருமண ஜோடிகள். நூற்றுக்கணக்கில்- அல்ல-இதுவரை ஆயிரக்கணக்கில். பிறந்த நாட்கள். அந்த மெழுகுவர்த்திகள் எல்லாம் எரிந்து கொண்டிருப்பதைக் கற்பனை செய்து பாருங்கள். அத்தியாவசியமான ஒரு தொழில் அவனுடையது. அவன் ஒரு ரொட்டி சுடுபவன். அவன் ஒரு மலர்ப்பண்ணையாளனாக இல்லாமலிருந்தது அவனுக்குச் சந்தோஷம். மனிதருக்கு உணவிடுவது அதைவிடச் சிறப்பானது. இதன் வாசனை மலர்களின் வாசனையை விட எப்போதுமே மேலானது.

"இதை முகர்ந்து பாருங்கள்" ஒரு கருப்பு ரொட்டியைப் பிரித்துக் காட்டினான். "இது ஒரு கனமான ரொட்டி. ஆனால் சத்து மிகுந்தது." அவர்கள் அதை முகர்ந்து பார்த்தார்கள். பின் அதை அவர்களுக்குச் சுவைத்துப் பார்க்கக் கொடுத்தான். வெல்லப்பாகும் முழுப் பருப்புகளும் சேர்ந்த சுவையைக் கொண்டது அது. அவர்கள் அவன் பேசுவதைக் கேட்டுக்கொண்டார்கள். அவர்களால் முடியும்வரை சாப்பிட்டார்கள். அந்தக் கருப்பு ரொட்டியை மென்று விழுங்கினார்கள். விளக்கின் மிளிர்வில் பகல் வெளிச்சம் போலிருந்தது. சன்னல்களில் வெளிறிய வெளிச்சம் படர, காலை விடியும்வரை அவர்கள் பேசிக்கொண்டிருந்தார்கள். கிளம்புவதைப் பற்றி அவர்களுக்குத் தோன்றவேயில்லை.

◆

லெ க்ளேஸியோ

1985க்குப் பிறகு இலக்கியத்திற்காக நோபல் பரிசு பெறும் பிரெஞ்சு எழுத்தாளர் லெ க்ளேசியோ. இவரது 23வது வயதில் முதல் நாவல் Le Proces-Verbal (விசாரணை) வெளிவந்தது. அமெரிக்க பூர்வகுடிகளின் தொன்மங்கள், வழக்காறியல்கள், கதைகள் குறித்து முப்பதுக்கும் மேற்பட்ட நூல்கள், நாவல்கள், கட்டுரைகள் மற்றும் மொழிபெயர்ப்புகளை வெளியிட்டு உள்ளார். இளம் பிராயத்து நினைவுகள், பயண அனுபவங்கள் ஆகியவை குறித்த இவரது எழுத்துக்கள் 1970களுக்குப் பின் பயணப்பட ஆரம்பித்தது.

1994ல் நிகழ்த்தப்பட்ட கருத்தெடுப்பு ஒன்றில் பெருவாரியான பிரெஞ்சு மக்கள் லெ க்ளேஸியோவை வாழும் மகத்தான பிரெஞ்சு எழுத்தாளராக வாக்களித்திருந்தனர்.

கடந்த அக்டோபர் 9ம் தேதி லெ க்ளேஸியோவிற்கு இலக்கியத்திற்கான நோபல் பரிசு வழங்கப்பட்ட அறிவிப்பைத் தொடர்ந்து, நோபல் பரிசுக்கான அதிகாரபூர்வ இணைய தளத்தின் ஆசிரியர் ஆடம் ஸ்மித் அவருடன் நிகழ்த்திய பேட்டி

ஹலோ க்ளேஸியோ, என் பெயர் ஆடம் ஸ்மித். ஸ்டாக் ஹோமிலிருந்து நோபல் பவுண்டேஷனின் சார்பில் பேசுகிறேன்.

நல்லது. சொல்லுங்கள்.

நான் உங்களோடு ஐந்து நிமிடங்கள் தொலைபேசியில் பேசுவதில் உங்களுக்குத் தடை ஏதும் இல்லையே?

இல்லை. இல்லை. தாராளமாய்ப் பேசலாம். தயாராகவே இருக்கிறேன்.

மிக்க நன்றி. நீங்கள் பல நாடுகளில் வசிப்பவராக இருக்கிறீர்கள். ஆனால் என்னால் இப்போது உங்களை பிரான்ஸில் நீங்கள் இருக்கும்போதுதான் தொடர்பு கொள்ள முடிந்திருக்கிறது, இல்லையா?

ஆமாம். உண்மைதான். தற்போது நான் பிரான்ஸில்தான் இருக்கிறேன். இன்னும் சில நாட்களில் கனடா செல்கிறேன்.

நீங்கள் பல்வேறு நாடுகளில் வளர்ந்திருக்கிறீர்கள். உலகம் முழுதும் வசித்திருக்கிறீர்கள். உங்களது தாய் நாடு என்று எந்த நாட்டைக் கருது வீர்கள்?

என் மூதாதையர்களின் நாடான சின்னஞ்சிறிய மொரீஷியஸ்ஸைத்தான் எனது தாய்நாடாகக் கருதுவேன். எனவே நிச்சயமாக மொரீஷியஸ்தான் என் தாய்நாடு.

இரு மொழியாளராகவே நீங்கள் வளர்க்கப்பட்டிருக்கிறீர்கள். ஆனால் நீங்கள் எழுதுவது பிரெஞ்சு மொழியில் மட்டுமே என்றிருக்கிறது. இதற்கு குறிப்பிட்ட காரணம் ஏதும் உண்டா?

காரணம் இருக்கிறது என்றுதான் சொல்லவேண்டும். நான் சிறுவனாக இருக்கும் போது ஒரு பிரெஞ்சு பப்ளிக் ஸ்கூலில் படித்தேன். பிரெஞ்சு மொழியில்தான் பேசியபடி வளர்ந்தேன். இலக்கியத்தோடு என் முதல் பரிச்சயம் பிரெஞ்சு மொழியில்தான் இருக்கிறது. நான் பிரெஞ்சு மொழியில் எழுதுவதற்கு இதுதான் காரணம்.

மிகவும் சிறுவயதாக இருக்கும்போதே ஏராளமாக எழுத ஆரம்பித்து விட்டீர்கள், இல்லையா? முப்பது புத்தகங்களுக்கும் மேல் எழுதிவிட்டீர்கள். எழுதுவது உங்களுக்கு எளிதாக வந்துவிட்டதா? காகித்தத்தின் மீது பேனாவை வைத்து எழுதுவது என்பது உங்களுக்கு மகிழ்ச்சி அளிக்கும் காரியமாக இருந்ததா?

ஆம், நிச்சயமாக. வாழ்க்கையின் மிகப்பெரிய சந்தோஷங்களில் அதுவும் ஒன்று. மேசையில், அது எங்கே போடப்பட்டிருந்தாலும் சரி, அங்கே உட்கார்ந்து எழுதுவேன். எனக்கு தனியாக அலுவலகம் கிடையாது. எங்கே வேண்டுமானாலும் எழுதுவேன். எனவே மேசையின் மீது காகிதத்தை வைத்துவிட்டு உடனே பயணம் செய்யத் தொடங்கி விடுவேன். எழுதுவது என்பது எனக்கு பயணம் செய்வதைப் போலத்தான். என்னிலிருந்து விடுபட்டு வெளியே வந்து வேறொரு வாழ்க்கையை வாழ்வது. தினம் தினம். இதைவிட சிறப்பான வாழ்க்கையை ...

எல்லோரும் வாசிப்பைத்தான் பயணம் செய்வது போல என்பார்கள். நீங்கள் எழுதுவதைச் சொல்கிறீர்கள். நன்றாக இருக்கிறது.

இவை இரண்டும் எனக்கு ஒன்றாகவே செல்கின்றன. ஒரு புதிய நாட்டுக்கு, ஒரு புதிய இடத்திற்கு, ஓர் அந்நிய நாட்டிற்கு செல்வது எனக்கு மிகவும் பிடித்தமானது. அதைப் போலவே ஒரு புதிய புத்தகத்தை படிக்க ஆரம்பிப்பதும் சுகமானது. நீங்கள் வேறொருவராக மாறி விடுவதைப் போன்று உன்னதமானது அது.

வேற்று இடங்கள், வேற்று கலாச்சாரங்கள், வேற்று சாத்தியப்பாடுகள் குறித்து நிறைய எழுதுகிறீர்கள். குறிப்பாக அமெரிந்தியர்களைப் பற்றி ஒரு புத்தகம் எழுதியிருக்கிறீர்கள். அவர்களுடைய கலாச்சாரத்தில் உங்களை அதிகம் கவர்ந்தது எது?

அது ஐரோப்பியக் கலாச்சாரத்திலிருந்து பெரிதும் மாறுபட்டிருக்கிறது என்பதால் கூட இருக்கலாம். மேலும் தன்னை வெளிப்படுத்திக் கொள்ள அதற்கு வாய்ப்பும் இல்லை. நவீன உலகத்தால், முக்கியமாக ஐரோப்பிய ஆக்கிரமிப்பால் சில விதங்களில் உடைக்கப்பட்ட கலாச்சாரமாக அது இருக்கிறது. இங்கே ஐரோப்பியர்களுக்கு ஒரு வலுவான செய்தி இருப்பதாக உணர்கிறேன் ... நானும் ஓர் ஐரோப்பியன்தானே. ஐரோப்பியக் கலாச்சாரத் திலிருந்து பெரிதும் மாறுபட்டிருக்கும் ஒரு கலாச்சாரத்தை எதிர் கொள்வதற்கு அறிந்து கொள்ள வேண்டியவை நிறைய இருக்கின்றன. இந்தக் கலாச்சாரத்திலிருந்து பெரிதும் மாறுபட்டிருக்கும் ஒரு கலாச்சாரத்தை எதிர் கொள்வதற்கு அறிந்து கொள்ள வேண்டியவை நிறைய இருக்கின்றன. இந்தக் கலாச்சாரத்திலிருந்து. இந்த அமெரிந்திய கலாச்சாரத்திலிருந்து, அவர்கள் கற்றுக் கொள்ள நிறைய இருக்கிறது.

காலனிய அனுபவங்களைப் பற்றியும் நீங்கள் நிறைய எழுதுகிறீர்கள். நவீன ஐரோப்பியக் கலாச்சாரம், அதன் கடந்த காலத்தை இவ்விதத்தில் ஆராய்வது முக்கியமென்று கருதுகிறீர்களா?

ஆம். ஏனென்றால், ஐரோப்பிய அமெரிக்க சமுதாயத்தைக்கூட இதில் சேர்த்துக் கொள்வேன். அதன் காலனிய காலங்களில் அவர்கள் ஆட்சி செலுத்திய மனித இனங்களுக்கு அவர்கள் பெரிதும் கடமைப்பட்டிருப்பதாக நான் நினைக்கிறேன். நான் சொல்ல வருவது என்னவென்றால், ஐரோப்பாவின் செல்வம் அதன் காலனி களிலிருந்து பெற்ற சர்க்கரை, பருத்தி ஆகியவற்றிலிருந்துதான் வந்திருக்கிறது. இந்த செல்வத்திலிருந்துதான் அவர்கள் தங்கள் நாட்டின் தொழில் மயமாக்கலைத் தொடங்கினர். எனவே தங்களின் குடியேற்ற நாட்டின் மக்களுக்கு அவர்கள் உண்மையிலேயே கடமைப்பட்டிருக்கின்றனர். அவர்களிடம் பட்ட கடனை ஐரோப்பியர்களும் அமெரிக்கர்களும் திருப்பிச் செலுத்தியே தீர வேண்டும்.

உங்கள் பரவலான எழுத்து வீச்சு வகைமைப்படுத்த முடியாததாக இருக்கிறது. உங்கள் எழுத்து வகைமைகளை ஒன்றிணைக்கவும், எதற்காக நீங்கள் எழுதுகிறீர்கள் என்பதற்கும் குறிகோள் ஏதும் இருக்கிறதா?

எனக்கு நானே உண்மையாக இருப்பதும், மிகத் துல்லியமான விதத்தில் என்னை நானே சரியாக வெளிப்படுத்திக் கொள்வதும்தான் என் எழுத்தின் குறிக்கோள். நிகழ்பவற்றிற்கு ஓர் எழுத்தாளன்தான் சாட்சி என்று நான் கருதுகிறேன். ஓர் எழுத்தாளன் தீர்க்கதரிசி அல்ல. தத்துவஞானி அல்ல. அவனைச் சுற்றி இருப்பவற்றிற்கு அவன் ஒரு சாட்சி. எனவே எழுதுவது என்பது ... ஆம், இப்படித்தான் சான்றளிப்பது சிறந்தது. இதுதான் ஒரு சாட்சியாக இருப்பதற்கான வழியும்கூட.

உங்கள் எழுத்துக்களோடு பரிச்சயம் இல்லாதவர்களுக்கு உங்கள் எழுத்துக் களை எதிலிருந்து அவர்கள் வாசிக்க ஆரம்பிக்க வேண்டுமென்பது போன்ற யோசனைகளைக் கூறுவீர்களா?

இல்லை. அதை நான் செய்யவே மாட்டேன். வாசிப்பு என்பது ஒரு சுதந்திரமான பழக்கம். அது சொல்லிக் கொடுத்து செய்யவேண்டிய செயலல்ல. ஒவ்வொருவரும் அவர்களுடைய சொந்த உணர்வுகளின் வழி நடத்துதலின்படிதான் வாசிக்க வேண்டும். வாசகர்களுக்கு எங்கிருந்து படிக்க விருப்பமோ, எதைப் படிக்க விருப்பமோ அதற்கான சுதந்திரம் அவர்களுக்கு உண்டு. அவர்கள் வாசிப்பிற்கு வழிகாட்டுதல்கள் அவசியமில்லை என்றே கருதுகிறேன்.

இது மிகவும் கவர்ச்சிகரமான பதில். நன்றி. கடைசிக் கேள்வி. இந்தப் பரிசு உங்களுக்கு மேலும் அதிகமான வசைகளை ஈட்டித்தரப்போகிறது. அது பற்றி உங்களுக்கு குறிப்பாக ஏதாவது கூறுவதற்கு உண்டா?

உண்மைதான் ... அதைப் பற்றி கொஞ்சம் யோசிக்க வேண்டும். இது ... இது ஒருவிதத்தில் மிகவும் மிரட்டலான ஒரு சூழ்நிலைதான். ஏனென்றால் நானும் அதிகமாகப் பிரபலமாகாதவன். என் படைப்புகளில் மக்களுக்கு உன்னத செய்திகள் வழங்குவது என் வழக்கமல்ல. நான் என் கருத்துக்களைக்கூட அவற்றில் வெளிப்படுத்துவது கிடையாது. வாசகர்கள் என் படைப்புகளை வாசித்தால் மட்டும் போதுமென்று நினைக்கிறேன். ஒருவேளை என் எழுத்துக்கள் சிலரை ஊக்குவிக்கலாம். எப்படியும் நோபல் அகாதெமியில் ஓர் உரை நிகழ்த்த வேண்டி வரும். அதற்குள் சொல்வதற்கு ஏதாவது செய்தி கிடைத்துவிடுமென்று நம்புகிறேன்.

எனவே டிசம்பர் வரை நாங்கள் காத்திருக்க வேண்டும்.

ஆமாம்.

ஓ.கே. உரிய நேரத்தில் உங்களை ஸ்டாக்ஹோமில் சந்திக்க ஆவலாக இருக்கிறோம். நன்றி. பாராட்டுக்கள்.

தங்கள் அன்புக்கு நன்றி.

கடலையே பார்த்திராத சிறுவன்
J.M.G. லெ க்ளேஸியோ

அவன் பெயர் என்னவோ டேனியல்தான், ஆனால் சிந்துபாத் என்று அழைக்கப் படத்தான் அவன் ஆசைப்பட்டிருப்பான். ஏனென்றால், வகுப்புக்கும் விடுதிக்கும் செல்லும்போது கூட எப்போதும் அவன் கையில் வைத்துக் கொண்டிருக்கிற பெரிய சிவப்புத்தோல்-பைண்டு சிந்துபாத்தின் சாகசங்கள் புத்தகத்தை அவன் படித்துக் கொண்டிருப்பான். உண்மையில் அவன் படித்த ஒரே புத்தகம் அதுதானென்று நினைக்கிறேன். யாராவது அவனிடம் நேரடியாகக் கேட்டாலொழிய அதைப்பற்றி அவன் பேசியதில்லை. அப்போது அவனுடைய கரிய விழிகள் மேலும் பிரகாசமடையும், கத்தி முனை போன்ற அவன் முகம் திடீரென்று உயிர்பெறும். ஆனால் பொதுவாகவே அதிகம் பேசாத பையன் அவன். கடலைப்பற்றியோ பயணங்களைப் பற்றியோ விவாதம் இருந்தாலொழிய அவன் மற்றவர்களின் உரையாடலில் சேர்ந்து கொள்வதில்லை. பெரும்பாலான மனிதர்கள் நிலத்தின் மனிதர்களாகத்தானே இருக்கிறார்கள்? நிலத்தில் பிறந்தவர்களுக்கு நிலமும், நிலம் சார்ந்த விஷயங்களும்தான் ஆர்வமேற்படுத்து கின்றன. கடலோடிகள்கூட பெரும்பாலும் நிலத்தின் மனிதர்கள்தான். வீடுகளையும், பெண்களையும்தான் அவர்கள் நேசிக்கின்றனர். அரசியலைப்பற்றியும், கார்களைப் பற்றியும் தான்பேசுகிறார்கள். ஆனால் இச்சிறுவன்-டேனியல்-வேறு ஏதோவோர் இடத்தைச் சேர்ந்தவன் போல இருந்தான். நிலம் சார்ந்த விஷயங்கள்-கடைகள், கார்கள், சங்கீதம், திரைப்படங்கள், அவனது பள்ளிப்பாடங்கள்கூட-அவனுக்கு சலிப்பேற்படுத்தின. அவன் அவற்றைப்பற்றி பேசியதில்லை. அவனது சலிப்பை காட்டிக்கொள்ள கொட்டாவிகூட விட்டதில்லை. ஏதோ ஓரிடத்தில் பெஞ்சிலோ அல்லது முற்றத்தைப் பார்த்தபடியிருக்கும் படிக்கட்டிலோ உட்கார்ந்து கொண்டு ஆகாய வெளியை வெறித்துக் கொண்டிருப்பான். அவன் ஒரு சாதாரண மாணவன். தேர்ச்சியடையத் தேவையான பாடங்களை மட்டும் செய்வான். ஆசிரியர் அவன் பெயரைச்சொல்லி அழைத்தால் எழுந்துநின்று பாடத்தை ஒப்பித்துவிட்டு மீண்டும் உட்கார்ந்து விடுவான், அவ்வளவுதான். ஏதோ கண்களைத் திறந்து கொண்டே தூங்கிக் கொண்டிருப்பவன் போல.

நாங்கள் கடலைப்பற்றிப் பேசும்போதுகூட அது அவனை அதிகம் கவர்வதில்லை. நாங்கள் பேசுவதை ஒரு கணம் கேட்பான், ஓரிரு கேள்விகள் கேட்பான், பின்பு நாங்கள் கடலைப் பற்றி பேசமாட்டோம். நீச்சலைப்பற்றியும் ஆழ்கடலில்

மீன்பிடிப்பதைப் பற்றியும் கடற்கரைகள், சூரியக்குளியலைப்பற்றியும்தான் பேசுகிறோமென்பதை உணர்ந்து கொள்வான். அதோடு அவனுடைய பெஞ்சுக்கோ படிக்கட்டுக்கோ திரும்பிவிடுவான். மீண்டும் ஆகாயத்தை வெறித்தல். அவன் கேட்க விரும்பிய கடல் அதுவல்ல. அது எதுவென்று எங்களுக்குத் தெரியவில்லை, ஆனால் வேறு ஏதோவொன்று.

ஆனால் இதுவெல்லாமே அவன் காணாமற் போவதற்கு முன்பு. அவன் ஓடிப் போவதற்கு முன்பு. அவன் ஒருநாள் ஓடிப்போய்விடுவான், உண்மையிலேயே போய்விடுவான், திரும்பி வரவேமாட்டானென்று யாருமே நினைத்திருக்கவில்லை. அவன் மிகவும் ஏழை. அவன் அப்பாவுக்கு நகரத்திலிருந்து சில கிலோமீட்டர்கள் தள்ளி ஒரு சிறிய பண்ணை இருந்தது. ஒவ்வொரு நாளும் வீட்டுக்குப் போய்வர முடியுமென்பதால் விடுதி மாணவர்களின் சாம்பல் நிற ஓவர்-ஆல் சீருடையைத்தான் டேனியல் அணிந்திருப்பான். அவனுக்கு மூத்த சகோதரர்கள் மூன்று பேரோ நான்கு பேரோ இருந்தனர். நாங்கள் அவர்களை பார்த்ததில்லை.

அவனுக்கு நண்பர்கள் இல்லை. அவனுக்கு யாருடனும் பழக்கம் கிடையாது, யாருக்கும் அவனுடன் பழக்கம் கிடையாது. யாரும் கட்டிப்போட்டுவிடக் கூடாதென்பதற்காகவே அப்படி இருந்தான் போல. அவனுக்கு வினோதமாக, கத்தி முனையைப் போல கூர்மையான முகம். அப்புறம் அந்த அழகான விருப்பு வெறுப்பற்ற கருமையான கண்கள்.

எங்களுக்கு எந்த எச்சரிக்கையையும் அவன் தந்திருக்கவில்லை. ஆனால் அவனே எல்லாவற்றையும் தயார் செய்துவிட்டிருக்கிறான் என்று தெரிந்தது. அவன் மண்டைக்குள்ளே எல்லா வரைபடங்களையும் போட்டுப் பார்த்து, தெருக்கள், வழிகளின் பெயர்களையும் அவன் தாண்டிச் செல்ல வேண்டிய நகரங்களின் பெயர்களையும் மனப்பாடப்படுத்திக் கொண்டிருக்கிறான். டார்மிட்டரியில் நாங்களெல்லோரும் ஜோக்கடித்துக் கொண்டு, சிகரெட்டுகளை பதுக்கிக் கொண்டு இருந்தபோது அவன் மட்டும் அவனது படுக்கையில் படுத்துக் கொண்டு இரவு பகலுமாக என்னென்னவோ விஷயங்களை-கழிமுகத்தை நோக்கி மென்மையாக பயணிக்கும் ஆறுகளை, கடல்நாரைகளின் கூவல்களை, வீசும் காற்றை, படகுகளின் கப்பற் பாய்களையும், கலங்கரை விளக்க மிதவைகளையும் ஆட்டுவித்து அடிக்கும் புயற்காற்றுகளை- கனவுகண்டு கொண்டிருந்திருக்க வேண்டும்.

செப்டம்பர் மாத மத்தியில் குளிர்காலத்தின் ஆரம்ப தினங்களில் அவன் ஓடிப்போனான். அந்த விசாலமான சாம்பல் நிற டார்மெட்டரியில் மற்ற விடுதி மாணவர்கள் அன்று கண்விழித்துப் பார்த்தபோது அவன் காணாமற்போயிருந்தான். எங்கள் கண்களைத் திறந்து பார்த்தவுடனேயே அதை கவனித்துவிட்டோம். அவன் படுக்கை கலையாமல் இருந்தது. விரிப்புகள் கவனமாகச் செருகப்பட்டு அனைத்தும் ஒழுங்காக இருந்தது. “ஹே! டேனியல் போய்விட்டிருக்கிறான்” என்று மட்டும்தான்

எங்களிடமிருந்து சத்தம் வந்தது. உண்மையில் ஆச்சரியம் எதுவுமில்லை. இது நடக்கலாம் என்று நாங்களெல்லோருமே சந்தேகப்பட்டிருக்க வேண்டும். வேறு எதையும் எங்களில் யாரும் சொல்லவில்லை. ஏனென்றால் அவன் கண்டுபிடிக்கப் பட்டு திரும்ப அழைத்து வரப்படுவதை யாருமே விரும்பவில்லை.

எங்கள் வருட மாணவர்களில் வெட்டிவம்பு பேசுபவர்கள் கூட எதுவுமே சொல்லவில்லை. ஆனால் அவர்கள் என்னதான் சொல்லியிருக்கமுடியும்? எங்களுக்குத் தெரிந்தது எதுவுமே இல்லை. அதன் பிறகு பல நாட்களுக்கு மைதானத்திலும் பிரெஞ்சு வகுப்பிலும் வேறுயாருக்கும் புரியாத மொட்டை வாக்கியங்களில் கிசுகிசுத்துக் கொண்டோம்.

"இப்போது அங்கே போய்விட்டிருப்பானென்று நினைக்கிறாயா?"

"நீ நினைக்கிறாயா? அது வெகுதூரம். இன்னும் இருக்காது."

"நாளைக்கு?"

"ம் ..., ஒருவேளை ..."

எங்களில் தைரியசாலி சொன்னான். "ஒருவேளை அவன் இப்போதே அமெரிக்காவில் இருக்கலாம்."

முசுடுகள், "ஹா ... அவன் இன்றைக்கே வந்துவிடப் போகிறான், பார்" என்றனர்.

இந்தச் சம்பவத்தால் நாங்கள் அமைதியாக இருந்தோமென்றால், பெரியவர்களிடம் இரைச்சல் அதிகமாக இருந்தது. ஆசிரியர்களும் நிர்வாகிகளும் அவ்வப்போது தலைமை ஆசிரியரின் அறைக்கும், ஏன், காவல் நிலையத்திற்கும் கூட அழைக்கப் பட்டனர். அவ்வப்போது இன்ஸ்பெக்டர்கள் வந்து மாணவர்களிடம் ஒருவர்பின் ஒருவராக விசாரணை செய்தனர்.

எனவே அவர்களிடம் எல்லாவற்றையும் சொன்னோம், எங்களுக்குத் தெரிந்திருந்ததைத் தவிர. கடல்! நாங்கள் மலைகளைப்பற்றி, பெண்களைப் பற்றி, புதையலைப் பற்றி, கடத்தல்கார நாடோடிகளைப்பற்றி, அயல்நாட்டு படையணிப் பிரிவுகளைப்பற்றியும்கூட சொன்னோம், டேனியல் சென்ற தடத்தை மறைப்பதற் காகவே இந்த விஷயங்களை நாங்கள் சொன்னோம். ஆசிரியர்களும் நிர்வாகிகளும் இதனால் மேலும் எரிச்சலடைந்து கோபமுற்றனர்.

இந்த இரைச்சல் பல வாரங்களுக்கு, பல மாதங்களுக்கு நீடித்தது. காணவில்லை விளம்பரங்கள் இரண்டோ மூன்றோ செய்தித்தாட்களில் டேனியலின் விவரங் களோடும் அவனைப் போலவே இல்லாத ஒரு புகைப்படத்தோடும் வந்தன. பின் திடீரென எல்லாமே முன்புபோலவே அமைதியாகின. உண்மையைச் சொல்ல வேண்டுமானால் இந்த விஷயத்தில் நாங்களெல்லோருமே கொஞ்சம் களைப் புற்றிருந்தோம், அவன் எப்போதுமே திரும்பிவரப் போவதில்லையென்பதை

கடைசியில் நாங்கள் புரிந்து கொண்டோமோ?

டேனியலின் பெற்றோர்களும் அவர்கள் வசதியற்ற ஏழைகள் என்பதாலும், வேறு எதனையும் அவர்களால் செய்ய முடியாதென்பதாலும் தமது விதியை நொந்து கொண்டு தம்மை சமாதானப் படுத்திக்கொண்டனர். போலீஸ் இந்தக் கேஸை மூடியது. அப்படித்தான் அவர்கள் சொன்னார்கள். இதைச் சொல்லிவிட்டு கூடவே சேர்த்துச் சொன்ன விஷயத்தை ஆசிரியர்களும் நிர்வாகிகளும்-அது ரொம்ப சாதாரணம் போல-தொடர்ந்து மீண்டும் மீண்டும் சொல்லிக் கொண்டிருந்தனர். மாணவர்களாகிய எங்களுக்குத்தான் ரொம்பவும் அசாதாரணமாக்கப் பட்டது. அவர்கள் சொன்னது, ஒவ்வொரு வருடம் பல்லாயிரக்கணக்கானோர் எந்தவொரு தடயமுமின்றி காணாமற் போகின்றனர். திரும்பக் கிடைப்பதேயில்லை. ஆசிரியர் களும் நிர்வாகிகளும் இந்த வாக்கியத்தை உலகிலேயே மிக அற்பமான விஷயம் இதுதான் என்பதைப் போல, தனது தோள்களைக் குலுக்கிக்கொண்டுத் திரும்பத் திரும்ப சொல்லிக் கொண்டிருந்தனர். ஆனால் இதைக்கேட்ட எங்களுக்கு, கனவு ஒன்றை விரியவைத்தது. எங்களுக்குள்ளே ஆழத்தில் ஒரு ரகசியமான, மயங்க வைக்கும் கனவாக இது தொடங்கி இன்னமும் முடியாத ஒன்றாக இருந்துவருகிறது.

■

டேனியல் இரவும் பகலுமாக நெடுநேரம் ஒரு சரக்கு ரயிலில் பயணம் செய்து அடைந்தபோது நிச்சயமாக இரவுதான். சரக்கு ரயில்கள் பெரும்பாலும் இரவில்தான் செல்பவை. மிகவும் நீளமானவையென்பதால் ஒரு நிலையத்திலிருந்து மற்றொன்றிற்கு மிக மெதுவாகத்தான் அடைகின்றன. சரக்குப்பெட்டி ஒன்றின் கடினமான தரையில் ஒரு பழைய கோணிப்பையை சுற்றிக்கொண்டு டேனியல் படுத்திருந்தான். ரயில் வேகம் குறைந்து கிறீச்சிடும் சத்தங்களை எழுப்பியபடி சரக்கு மேடைக்கருகில் நிற்பதை கதவின் சட்டங்களுக்கூடாகப் பார்த்தான். கதவைத் திறந்தான். இருப்புப் பாதையில் குதித்து அதையொட்டியே ஓடி நிலையத்தின் முடிவுக்கு வந்து மேடேறி வெளியே வந்தான். அவனிடம் மூட்டை முடிச்சு ஏதுமில்லை. அவன் எப்போதும் மாட்டிக் கொண்டிருக்கும் ஒரு கருநீல தோள்பையை மட்டும் வைத்திருந்தான். அதற்குள்ளேதான் அவனது பழைய சிவப்பு அட்டை புத்தகம் இருந்தது.

இப்போது அவனுக்கு முழுவிடுதலை. குளிரில் விறைத்திருந்தான். ரயிலில் அத்தனை மணிநேரங்கள் இருந்ததில் கால்கள் வலித்தன. அப்போது இரவு. மழை பெய்து கொண்டிருந்தது. அந்நகரத்திலிருந்து உடனடியாக வெளியேற தன்னால் முடிந்தளவுக்கு வேகமாக நடந்தான். அவன் எங்கே போய்க்கொண்டிருக்கிறா னென்று அவனுக்குத் தெரியவில்லை. பண்டக சாலைகளின் மதிற்சுவர்களுக் கிடையில் தெருவிளக்குகளின் மஞ்சள் ஒளியில் மினுமினுத்துக் கொண்டிருந்த சாலையில் நேராக நடந்தான். வழியில் ஒருவரும் தென்படவில்லை. சுவர்களில்

எந்தப் பெயர்களும் எழுதப்பட்டிருக்கவில்லை. ஆனால் கடல் தொலைவில் அவனுக்கு வலப்புறமாக அந்த உயரமான கான்கிரீட் கட்டிடங்களுக்குப் பின்னால்தான் எங்கேயோ இரவில் ஒளிந்துகொண்டு இருக்கிறதென்று ஊகித்தான்.

கொஞ்சநேரம் கழித்து டேனியல் நடப்பதில் அயர்ச்சியடைந்திருந்தான். இப்போது அவன் நாட்டுப்புறப் பகுதியில் இருந்தான். நகரத்தின் விளக்குகள் அவனிடமிருந்து தூரத்தில் பளிச்சிட்டன. இருட்டில் நிலமும் கடலும் ஒன்றுகலந்து புலப்படாதிருந்தன. மழையிலிருந்தும் காற்றிலிருந்தும் ஒதுங்கி நிற்க எங்காவது இடமிருக்கலாமென்று தேடினான். சாலைக்குப் பக்கத்தில் ஒரு மரக்குடிசையைக் கண்டு அதில் விடியும்வரை படுத்திருந்தான். அந்த சரக்கு ரயிலின் கதவு வழியாக தொடர்ந்து கவனித்துக் கொண்டிருக்க வேண்டியிருந்ததால் அவன் தூங்கியோ, சரியாகச் சாப்பிட்டோ பலநாட்களாகியிருந்தன. போலீசின் கண்களிலிருந்து அவன் தப்பிக்க வேண்டு மென்று அவனுக்குத் தெரிந்திருந்தது. அதனால் அக்குடிலின் உள்ளே ஒரு மூலையில் பார்வைக்குப்படாமல் ஒளிந்து கொண்டான். கொஞ்சம் ரொட்டியை கொறித்து விட்டு தூங்கிப்போனான்.

அவன் எழுந்தபோது சூரியன் ஏற்கனவே வந்துவிட்டிருந்தது. குடிலைவிட்டு வெளியே வந்து கண்களைக் கொட்டியபடியே நடந்தான். ஒரு பாதை மணற் குன்றுகளை நோக்கிச் செல்ல அதைத் தொடர்ந்தான். மணற்குன்றுகளுக்கு மறுபுறத்தில் வெறும் இருநூறு மீட்டர் தூரத்தில் கடல் இருக்கிறது என்பதையறிந்து அவன் இதயம் வேகமாகத் துடிக்கத் தொடங்கியது. அந்தப் பாதையில் ஓட்டமாக ஓடி மணல்மேட்டின் மீதேறினான். பரிச்சயமில்லாத சத்தத்தோடும் வாசனையோடும் காற்று இப்போது வேகமாக அடித்துக் கொண்டிருந்தது. மணல்மேட்டின் உச்சிக்கு இப்போது வந்துவிட்டான். அவனால் அதைப் பார்க்க முடிந்தது.

அது பளபளக்கும் நீலத்தில் பேராழம் கொண்டு பரந்து விரிந்து பிரம்மாண்டமாக மலைகளின் பக்கம் போல அவன் முன்னே எழுந்து மிக அருகே வந்திருந்தது. அவனை நோக்கி பேரலைகள் முன்னேறிக் கொண்டிருந்தன.

கடல்! கடல்! டேனியலுக்கு மனதில் தோன்றினாலும் உரக்கச் சொல்லிப் பார்க்க தைரியமில்லை. அதற்குப் பக்கத்திலேயே படுத்து தூங்கியிருக்கிறான் என்பதை நினைத்து ஸ்தம்பித்து, நகர முடியாமல் விரல்களை விரித்து வைத்துக் கொண்டு அங்கேயே நின்றிருந்தான். கரையில் மோதுகின்ற அலைகளின் மெதுவான சத்தத்தைக் கேட்டான். இப்போது காற்று இல்லை. சூரியன் ஒவ்வொரு அலைகளின் பிடரிகளிலும் நெருப்பேற்றி கடலுக்கு மேல் பிரகாசித்துக் கொண்டிருந்தது. சாம்பல் நிற மணலின் மென்மையான பரப்பில் வானம் பிரதிபலிக்கின்ற குட்டைகளும் ஓடைகளும் குறுக்குமறுக்காக சிதறியிருந்தன.

அந்த இனிய பதத்தை தனக்குள்ளாக டேனியல் திரும்பத் திரும்ப சொல்லிக் கொண்டான். கடல், கடல், கடல் ... அவன் தலைமுழுக்க சத்தங்களால் நிரம்பியிருந்தது. பேசவும் கத்தவும் கூட அவன் தொண்டை அனுமதிக்க மறுத்தது. அவன் அங்கிருந்து

நகர்ந்தான். அவனது நீலப்பையை மணலில் வீசியெறிந்துவிட்டு ஏதோ நெடுஞ்சாலை ஒன்றைக் கடப்பது போல கைகளையும் கால்களையும் உந்திக் கொண்டு, உரக்கக் கூவியபடி ஓடினான். பட்டுப்போயிருந்த கடற்பாசியைத் தாண்டிக் குதித்தான். கரையோர உலர்ந்த மணலில் தடுக்கி விழுந்தான். காலணிகளையும் ஸாக்ஸையும் கழற்றி வீசிவிட்டு வெறும்காலில் முட்செடிகள் குத்துவதை உணராமல் மேலும் வேகமாக ஓடினான்.

கடல் தொலைவில், மணல் வெளியின் முடிவில் வெளிச்சத்தில் பிரகாசித்தது. அதன் நிறமும் தோற்றமும் மாறிக் கொண்டிருந்தன. ஒரு நீலப்பரப்பு, அடுத்து சாம்பல், பச்சை, மஞ்சட்காவி. மணற்கரைக்கெதிரே ஏறக்குறைய கருப்பில் வெண்ணிறக் கொண்டைகளை அலைகளில் பொருத்திக் கொண்டு அது எவ்வளவு தொலைவில் இருக்கிறதென்பதை டேனியலுக்கு உணர்த்தாதிருந்தது. கைகளை உடம்போடு இறுக்கமாக ஒட்டிக் கொண்டு நெஞ்சுக்குள் இதயம் இடிக்க தொடர்ந்து ஓடினான். இப்போது அவன் காலடியில் இருந்த மணலை ஈரமாக, குளிர்ந்த சிமெண்ட் தரை போல கெட்டியாக உணர்ந்தான். நெருங்கும்போது அலைகளின் சத்தம் மற்றெல்லாவற்றையும் மூழ்கடித்துக் கொண்டு நீராவியின் சீழ்க்கை போல அதிகரித்தது. முதலில் அது மென்மையாக, மெதுவாக, அதன்பின் ரயில்வே பாலத்தின் மேல் ரயிலைப் போல துணுக்குறச் செய்வதாக, அடுத்து ஆற்று நீரைப்போல பின்வாங்குவதாக இருந்தது. ஆனால் டேனியல் பயப்படவில்லை. குளிர்காற்றில் திரும்பிப்பார்க்காமல் முடிந்தளவுக்கு வேகமான ஓடினான். கடல் நுரைக்கு சில மீட்டர்கள் முன்னால் கடல் ஆழத்தின் வாசனையை உள்ளுக்கிழுத்து நின்றான். தொடையிடுக்கில் தசைப்பிடிப்பு ஏற்பட்டிருந்தது. உப்புக் காற்றின் தீர்க்கமான வாடையில் அவனுக்கு மூச்சுத்திணறியது.

ஈர மணலில் உட்கார்ந்து அவனுக்கு மேலே ஏறக்குறைய வானத்தின் மையம்வரை உயருகின்ற கடலைப் பார்த்தான். இந்தத் தருணத்தை பலமுறை அவன் கற்பனை செய்து பார்த்திருக்கிறான். ஒரு புகைப்படத்திலோ அல்லது ஒரு திரைப்படத்திலோ அல்லாமல் நிஜத்தில், பிரம்மாண்டமான, பரந்து விரிந்த, கரையோர விளிம்பு தொடர்ச்சியாக அலையெழும்பி, முன்னால் பாய்ந்து, உடைந்து நுரை மேகங்களையும், தூசுபோல நீர்த்துளிகளையும் வெயிலில் இறைக்கும் கடலையும், வெகுதொலைவில் சுவர்போல வளைந்து இறங்கும் தொடுவானையும் நேரிலேயே பார்ப்பது போல பலமுறை கற்பனை செய்து பார்த்திருக்கிறான்! இந்தத் தருணத்திற்காக அவன் அடைந்திருந்த ஏக்கத்தின் உக்கிரத்தில் திடீரென பலமிழந்து இறக்கப் போகிறவன் போல, அல்லது குறைந்தபட்சம் தூக்கத்தில் சரிவது போல உணர்ந்தான்.

இது உண்மையாகவே கடல். அவனது கடல். அவனுக்கு மட்டுமேயான கடல். இதை விட்டு அவனால் எப்போதுமே நீங்க முடியாதென்பதை அறிந்தான். கெட்டியான மணலில் வெகுநேரம் படுத்திருந்தான். வெகுநேரம் ஒருக்களித்து படுத்து

காத்திருந்ததில் கடல் மேடேறி அவன் உள்ளங்காலை எட்டியது.

அது அலைதான். டேனியல் எல்லா தசைநார்களும் முறுக்கேற, சண்டைக்குத் தயாராக துள்ளியெழுந்தான். தூரத்தில் ஒரு கரிய பாறையின் மீது அலைகள் மோதிச் சிதறிக் கொண்டிருந்தன. ஆனால் கடல் நீர் இன்னமும் பலவீனமாகத்தான் இருந்தது. கரையின் பாதத்தில் நுரைகளாக உடைந்து முன்னால் வளந்தது. டேனியலின் கால்களைச் சுற்றி கடல் நுரைகள் மிதந்து உள்ளங்கால்களுக்கடியில் பள்ளம் தோண்டின. குளிர்ந்த நீர் அவன் கால் விரல்களைத் தாக்கி மரத்துப் போகச் செய்தது.

அலையோடு சேர்ந்து காற்றும் தொடுவானத்திலிருந்து கிளம்பி வந்தது. வானில் மேகங்கள் இருந்தன. ஆனால் பரிச்சயமில்லாத மேகங்கள். கடல்நுரை போல. மணற்துகள் போல உப்பு காற்றில் பறந்து கொண்டிருந்தது. அந்த இடத்தைவிட்டு ஓடும் நினைப்பு டேனியலிடம் இல்லை. கரையோரமாகவே நடக்கத் தொடங்கினான். ஒவ்வொரு அலையின் போதும் மணல் அவன் கால் விரல்களுக்கு மேலும் அடியிலுமாக சுரண்டிச் செல்வதை உணர்ந்தான். சுவாசத்தைப் போல தொடுவானம் தூரத்தில் எழும்பித் தாழ்ந்து, நிலத்தை நோக்கிய அதன் தாக்குதல்களை தொடங்கிக் கொண்டிருந்தது.

டேனியலுக்கு தாகமாக இருந்தது. கையைக் குவித்து நீரும் நுரையுமாக அள்ளிக்குடித்தான். உப்பு அவன் வாயையும் நாக்கையும் எரித்தது. ஆனாலும் கடலின் சுவை அவனுக்குப் பிடித்திருந்ததால் தொடர்ந்து குடித்தான். ஒருவனுக்கு வாழ்நாள் முழுக்க இலவசமாக, தடையின்றி கிடைக்கும் குடிநீராக அவன் அதை பலகாலமாக கனவு கண்டு வந்திருந்தான் கடைசியாக வந்துச்சென்ற அலை மாபெரும் எலும்புத்துண்டுகள் போல சில மரக்கட்டைகளை துப்பிவிட்டுச் சென்றிருந்தது. இப்போது மீண்டும் நீர் மெதுவாக உயர்ந்து மணல் மேட்டில் கடற்பாசிகள் வரை ஏறத்தொடங்கியது.

கடல் அவனுக்கு காட்டக்கூடிய அனைத்தையும் ஒரே கணத்தில் காட்டிக்கொண்டிருப்பதாக எல்லாவற்றையும் பேரார்வத்துடன் கவனித்தபடி கடலின் விளிம்போரமாகவே டேனியல் நடந்து போய்க்கொண்டிருந்தான். கைகளை ஊன்றிக் கொண்டு ஈரமணலில் தவழ்ந்து பிசுபிசுப்பான கடற்பாசிகளையும் உடைந்த சிப்பிகளையும் மணலில் சுரங்கம் தோண்டும் ஜீவராசிகளையும் கையிலெடுத்து ஆராய்ந்தான். சூரியன் கடுமையாகக் காய்ந்தது. கடல் முடிவேயின்றி உறுமிக்கொண்டிருந்தது.

அவ்வப்போது நின்று தொடுவானத்தில் நெட்டையான அலைகள் எழுந்து நீரடிப்பாறையைத் தாண்டி வெளியேவர வழிதேடிக் கொண்டிருப்பதை டேனியல் கவனித்தான். அந்தக் கடலையும் வானையும் அவனுடைய நுரையீரல்களிலும் வயிற்றிலும் தலையிலும் நிரப்பிக் கொள்வதைப் போல ஏதோ ஒருவித அரக்கத் தனமாக தான் விஸ்வரூபம் எடுப்பது போல கற்பனை செய்து முழுபலத்தோடு

ஆழமாக மூச்சிழுத்தான். வெகுதூரத்தில் நிலமோ நுரைகளோ இல்லாமல் மேலே வானம் மட்டும் மூடியிருந்த கரிய நீர்ப்பரப்பைப் பார்த்து, அதற்கு கேட்கும்போல மெதுவான குரலில் கூப்பிட்டான். "வா! இந்தப்பக்கமாக வா! வா! நீ அழகாயிருக்கிறாய். நீ வந்தே தீருவாய். நிலத்தை நகரங்களை மூடி நிறைப்பாய். மலைகளின் உயரத்திற்கு எழுவாய்! வா, உன் அலைகளோடு வா. ஏறிவா! ஏறிவா! இங்கே வந்துவிடு! வந்துவிடு."

திரும்பி, பின்பக்கமாகவே ஒவ்வோர் அடியாக நடந்து கடற்கரையின் ஆரம்பத்திற்குச் சென்றான்.

இதே வகையில், தண்ணீர் எழும்பி, விரிந்து மணலின் சிற்சிறு உள் மடிவுகளில் தன் விரல்களை நுழைத்துச் செல்கின்ற அதன் போக்கை அறிந்துகொண்டான். சாம்பல் நிற நண்டுகள் தமது கொடுக்குகளை உயர்த்தியபடி பூச்சிகளைப்போல் அவன் முன்னால் ஓடின. மணற்பரப்பின் மர்மமான துவாரங்களிலும் ரகசிய புதைவழிகளிலும் வெண்ணிற நீர் வெள்ளமாக நிரம்பியது. ஒவ்வொரு அலையிலும் அது கொஞ்சம் கொஞ்சமாக உயர்ந்து மணல்வெளியில் பரவியது. சாம்பல் நண்டுகளைப் போல டேனியல் அதற்கு முன் நின்று நடனமாடினான். தண்ணீர் அவன் கணுக்கால்களைக் கடிக்க, கைகளை உயர்த்திக் கொண்டு அதனூடாக ஓடினான். தண்ணீர் வேகமாக கரையேறுவதற்காக திரும்பி மணலில் அவசர அவசரமாக கால்வாய்கள் தோண்டினான். வா, அலையே! மேலேறி வா மேலே ஏறு! இன்னும் மேலே ஏறி வா, மேலே ஏறி வா! வா!"

இப்போது அவன் இடுப்பு வரை தண்ணீர் இருந்தது. ஆனாலும் அவனுக்கு குளிராகவோ பயமாகவோ இல்லை. ஈரத்தில் நனைந்த அவனது உடைகள் தோலோடு ஒட்டின. கடற்பாசி போல அவன் தலைமயிர் கண்ணின் மீது விழுந்தது. அவனைச் சுற்றி கடல் நுரையாகச் சுழித்து வேகமாகப் பின்வாங்க, அவன் கால் விரல்களை மண்ணுக்குள் ஊன்றி விழாமல் சமாளித்து நின்றான். மீண்டும் அது முன்னால் பாய்ந்து அடித்துக் கொண்டு அவனை கரையின் உச்சிக்குத் தள்ளியது.

பட்டுப்போன கடற்பாசிகள் அவன் காலில் சிக்கி, கணுக்காலில் பின்னிக்கொண்டன. பாம்பை உதறுவது போல அவற்றை உதறி, பிடுங்கியெடுத்து தண்ணீரில் வீசியெறிந்துவிட்டு "ஆ ... ஹ்!" என்று உற்சாகமாக கூவலெழுப்பினான்.

அவன் கண்ணில் சூரியனோ கடலோ தென்படவில்லை. தூரத்து நிலப்பரப்பையோ மரங்களின் நிழலுருவங்களையோகூட பார்க்கவில்லை. அங்கே கடலைத்தவிர வேறெதுவுமில்லை, வேறு யாருமில்லை. டேனியல் சுதந்திரமாக இருந்தான்.

திடீரென கடல் வேகமாக மேலேறத் தொடங்கியது. இப்போது அலைகள் நடுக்கடலிலிருந்து கிளம்பிவந்து தடுப்பதற்கு எதுவுமில்லாமல் கரையை மீறிக் கொண்டிருந்தன. அவை நெடிதுயர்ந்து அகன்றிருந்தன. கடற்கரைக்கு சாய்வான ஒரு

கோணத்தில் அவற்றின் அலையுச்சிகள் கொப்பளிக்க, அவற்றின் நீலநிற மையங்கள் கீழேசரிய, அவை நுரைத்துக் கொண்டு பாய்ந்தன. அவை வந்த வேகத்தில் டேனியலால் ஓடித்தப்பிக்க முடியவில்லை. அவன் ஓடுவதற்கு திரும்பியபோது ஓர் அலை அவன் தோளின் மீது மோதி அவன் தலைக்குமேல் உயர்ந்தது. சட்டென்று மணலுக்குள் கால்விரல்களை ஊன்றிக்கொண்டு மூச்சை தம் பிடித்துக்கொண்டான். தண்ணீர் அவனை வீழ்த்திப் புரட்டிப்போட்டது. அவன் கண்கள், அவன் செவிகள், அவன் வாய், அவன் நாசித்துவாரங்களெங்கும் கடல் நீர் நிரம்பியது.

டேனியல் திணறியபடி கரையை நோக்கி ஊர்ந்தான். நுரைகள் விட்டுச்செல்லும் கரையோரத்தில் நகரமுடியாமல் தலை கிறுகிறுக்க கொஞ்சநேரம் குப்புறப் படுத்திருந்தான். மேலும் அதிகமான அலைகள் முன்னே பாய்ந்துகொண்டிருந்தன. அலைச் சிகரங்கள் எழும்பி, குகைகளைப்போல வாயைப் பிளந்து சுருண்டன. டேனியல் எழுந்து மேலே ஓடினான். கடற் பாசிகளைத் தாண்டி மணற்குன்றின் மேல் உட்கார்ந்தான். அன்று முழுக்க அதன் பிறகு அவன் கடலுக்கருகில் செல்லவில்லை. அவன் உடம்பு இன்னமும் நடுங்கிக்கொண்டிருந்தது. உடம்பு முழுக்க தோலின் மேலும் உள்ளேயும் உப்பின் எரிச்சல் எரிந்து கொண்டிருந்தது. கண்களுக்கடியில் அலைகள் உண்டாக்கிய கிறுகிறுப்பு ஆழந்திருந்தது.

■

அந்த வளைகுடாப்பகுதியின் மறுமுனையில் குகைகள் நிறைந்த இருட்டான நிலக்கூம்பு ஒன்று இருந்தது. கடலை வந்தடைந்து முதல் சில நாட்களுக்கு டேனியல் அங்கேதான் தங்கியிருந்தான். அவனது குகை கரும்பாறைகளுக்கிடையில் பொதிந்திருந்த, கூழாங்கற்களும் சாம்பல் மணலும் நிறைந்ததாயிருந்தது. கடலின் மீது வைத்த கண்களை அகற்றாமல் அதே இடத்தில்தான் அந்நாட்களில் அவன் தங்கியிருந்தான்.

விடியற்காலையில் சூரிய வெளிச்சம் மெலிதாக வெளிறி, தொடுவானம் ஒரு கயிற்றைப் போல கடலும் வானமும் ஒன்று கலந்திடும் நிறவேற்றுமையில் புகைபோல அநேகமாக புலப்படாதிருக்கும் நேரத்தில் டேனியல் எழுந்து அவன் குகையைவிட்டு வெளியேறுவான். கரும்பாறைகளில் ஏறி மழைநீர் சேர்ந்திருந்த சுனைகளில் நீரருந்துவான். மாபெரும் கடற்பறவைகள் அங்கேயும் வந்தன. நீளமாகக் கூவிக்கொண்டு அவனைச் சுற்றிப் பறந்தன. சீழ்க்கையெழுப்பி டேனியல் அவற்றை அழைத்தான். கடல் பின்வாங்கியிருந்தபோது பாறைகளுக்கு நடுவே ஓடுகின்ற ஓடைகளும் கரிய நீர்க்குட்டைகளும் வழுக்கும் பாதைகளும் கடற்பாசிக் குவியல்களுமாக அதன் மர்மமான ஆழங்கள் வெளிப்பட்டன. இந்த நேரங்களில் நிலக்கூம்பிலிருந்து பறைகள் வழியாக கீழிறங்கி, கடல் விலகி உண்டாக்கியிருந்த பகுதிக்கு மத்தியில் வந்தடைவான். அந்த இடமே கடலுக்கு நடுவில் ஒரு நாளில் சில

மணிநேரங்களுக்கு மட்டுமே எஞ்சியிருக்கும் விநோதமான ஓரிடம் போலிருக்கும்.

அவன் வேகமாகச் செயல்படவேண்டும். கடற்பாறையின் கரிய நீட்சி அருகிலேயே இருந்தது,. அலைகளின் அடங்கிய முனகலையும் ஆழ்ந்த நீரோட்டங்களின் முணுமுணுப்பையும் அவனால் கேட்கமுடிந்தது. இங்கே சூரியன் நெடுநேரம் தெரிவதில்லை. கடல் சீக்கிரமே திரும்பி அனைத்தையும் நிழலில் மூடிவிடும். எதையும் சூடாக்காத வெயில் தண்ணீரில் பிரதிபலிக்கும். கடல் அதன் ரகசியங்களை வெளிப்படுத்தும்போது அவற்றை நீங்கள் உடனே கிரகித்துக்கொள்ள வேண்டும். இல்லையானால் அவை மீண்டும் ஒளிந்துகொள்ளும். கடற்பாசி மண்டியிருந்த கடற்தரையில் பாறைகளுக்கு நடுவே டேனியல் ஓடினான். மனிதருக்கு பரிச்சயமில்லாத ஒரு போதையூட்டும் மணம் தேங்கியிருந்த நீர்க்குட்டை களிலிருந்தும் கரும் பலகையிலிருந்தும் கனமாக வீசியது.

கடலுக்குப் பக்கத்தில் அமைந்திருந்த குட்டையில் மீனோ, இறாலோ, கிளிஞ்சலோ தென்படுகிறதாவென்று டேனியல் தேடினான். சடைசடையான கடற்பாசி செடிகளுக் கிடையே கையை நுழைத்து அந்த உயிரினங்கள் அவன் விரலை நிரடக் காத்திருந்து பிடித்தான். நீர்த்தேக்கங்களில் கருஞ்சிவப்பிலும் சாம்பல் நிறத்திலும் ரத்தச் சிவப்பிலும் கடல் அனிமோன்கள் தமது இதழ்களை மூடித்திறந்தன.

தட்டையான பாறைகளில் நீலமும் வெண்மையுமான ஓட்டுச் சிப்பிகளும் ஆரஞ்சுநிற கடல் நத்தைகளும் தொப்பித்தலை நத்தைகளும், இரட்டை ஓட்டு சிப்பிகளும் வாழ்ந்தன. சில நேரங்களில் நீர்த்தேக்கத்தின் அடியில் வெளிச்சம் பாய, ராஜமுத்தோ அல்லது ராட்சத மென்னுடலி ஏதோவொன்றின் முதுகோ தெரியும். அல்லது திடீரென கடற்பாசிச் செடிகளின்நீட்டல்களுக்கு நடுவே அபலோன் நத்தை ஒன்றின் ஓடு, வானவில் வண்ணக்கலவையாக பளபளக்கும். டேனியல் அந்த நீர்ப்பரப்பை வைத்த கண் வாங்காமல் கவனித்துக் கொண்டிருக்கும் போது அந்தக் குளத்திலேயே பாறைகளுக்கடியில் ஒரு பிளவில் அவனும் ஜீவித்து வருவதாகவும், சூரியனின் வெளிச்சத்தில் கூசி, இரவு திரும்ப காத்திருப்ப தாகவும் தோன்றும்.

உணவுக்கு லிம்ப்பெட் ஓட்டுச் சிப்பிகளைப் பிடித்து உண்டான். சத்தமில்லாமல் ஊர்ந்து சென்று அவற்றைப் பிடிக்க வேண்டும். இல்லாவிட்டால் பாறைகளில் தம்மை ஒட்டவைத்துக் கொள்ளும். அப்புறம் அவற்றை கால்கட்டை விரலால் நிமிண்டிப் பெயர்த்தெடுப்பான். ஆனால் பெரும்பாலும் லிம்ப்பெட்டுகள் அவனது காலடிச் சத்தத்தை மூச்சுச் சத்தத்தைக் கேட்டுவிட்டு தட்டையான பாறைகளில் கிளிக் கிளிக்கென்று ஒட்டிக்கொள்ளும். போதுமான அளவுக்கு இறால்களையும் மட்டிகளையும் பிடித்த பின்பு பாறை ஒன்றின் குழிவில் தேங்கியிருந்த தண்ணீரில் போட்டுவைப்பான். தேவைப்படும்போது எடுத்து ஒரு தகரப் பாத்திரத்தில் போட்டு கடற்பாசிகளை எரித்து சமைத்துக்கொள்வான். அதன் பின்பு கடலின் ஆழத்திற்கு, அலைகள் கிளைக்கத் தொடங்கும் பகுதிக்குச் செல்வான். ஏனென்றால் அங்கேதான்

அவனது ஆக்டோபஸ் நண்பன் வாழ்ந்து வந்தது.

டேனியல் கடற்கரைக்கு வந்ததிலிருந்தே அந்த ஆக்டோபஸ்ஸை அறிந்திருந்தான். கடற்பறவைகளையும் அனிமோன்களையும் தெரிந்து கொள்வதற்கு முன்பே அதனை சந்தித்திருந்தான். கடலும் தொடுவானமும் நிச்சலமாக இருக்கும்போது, கரும் நீரோடைகள் பெருக்கெடுப்பதற்கு முன் பின்வாங்கியிருக்கும்போது மோதலை வாயின் விளிம்புவரை அந்த ஆக்டோபஸ் வந்திருந்தது. உலகிலேயே மிக ரகசியமான இடம் அது. ஒரு நாளில் சில நிமிடங்கள் மட்டுமே வெளிச்சம் விழுகின்ற இடம். வழுக்கும் பாறைகளின் விளிம்புகளைப் பற்றிக்கொண்டு உலகின் மையத்திற்குச் செல்வதுபோல் டேனியல் மிக மென்மையாக நடந்தான். கடற்பாசிகளின் நீண்ட தண்டுகள் மெதுவாக அலையும் நீர்த்தேக்கத்தில் முகத்தை ஏறக்குறைய நீர்ப்பரப்பைத் தொடும்படி வைத்து ஆடாமல் அசையாமல் உற்று கவனித்தான். அப்போதுதான் அந்தக்குளத்தின் ஓரத்தில் ஆக்டோபஸ்ஸின் கால்கள் அலைந்து கொண்டிருப்பதை கவனித்தான். ஆழத்திலிருந்த ஒரு துளையிலிருந்து அவை புகைச்சுருள்கள் போல நீண்டெழும்பி தாவரங்களுக்கிடையே மெதுவாக இழைந்துகொண்டிருந்தன.டேனியல் மூச்சையடக்கிக்கொண்டு பார்த்துக் கொண்டிருந்தான்.

கொஞ்சநேரம் கழித்து அந்த ஆக்டோபஸ் வெளியே வந்தது. அதன் நீண்ட உருண்டை உடம்பிற்கு முன்பாக அதன் கால்களைத் துழாவிக்கொண்டு ஜாக்கிரதையாக நகர்ந்தது. கணநேர வெயில் ஒளியில் ஆக்டோபஸ்ஸின் பிரதானமான இமைகளுக்கடியிலிருந்த கண்கள் உலோகம் போல பளிச்சிட்டன. எதையோ தேடுவது போல வட்டுகள் பதிந்த அதன் நீண்ட கால்கள் அலைந்தன. டேனியலின் நிழலை குளத்தின் மேல் கண்டதும் அதன் கால்களை மடக்கிக்கொண்டு சாம்பல்-நீலத்தில் விநோதமாக ஒரு திரவமேகத்தைக் கக்கிவிட்டு துள்ளிக் கொண்டு பின்பக்கமாக மறைந்தது.

டேனியல் ஒவ்வொரு நாளும் செய்வதைப்போல இப்போது அந்தக்குளத்தின் விளிம்பில் அலைகளுக்கு வெகு அருகில் நின்றிருந்தான். தெள்ளிய நீரின் மீது குனிந்து ஆக்டோபஸ்ஸை அழைத்தான். தண்ணீருக்குள் காலைவிட்டபடி பாறையில் அமர்ந்து கொண்டான். காலை அசைக்காமல் காத்திருந்தான். சிறிது நேரம் கழித்து அதன் உணர்கால்கள் அவன் பாதத்தைத் தீண்டுவதை உணர்ந்தான். அது அவன் கணுக்காலை சுற்றி வளைத்தது. கட்டை விரலுக்கும் பாதத்துக்கும் இடையே எச்சரிக்கையோடு நிமிண்டியது. டேனியல் கூச்சத்தில் சிரிக்கத் தொடங்கினான்.

“ஹலோ வியாத்,” என்றான் டேனியல். அந்த ஆக்டோபஸ்ஸிற்கு வியாத் என்று பெயர் வைத்திருந்தான். தனக்கு பெயர் வைத்திருக்கும் விஷயம் அதற்குத் தெரிந்திருக்காது. அதை பயமுறுத்தக் கூடாதென்று மெதுவான குரலில் பேசினான். கடலுக்கடியில் என்ன நடக்கிறது, அலைகளுக்கு கீழே என்னவெல்லாம் தென்படும் என்றெல்லாம் கேட்டான். வியாத் பதிலளிக்கவில்லை, ஆனால் டேனியலின் பாதத்தையும் கணுக்காலையும் மிக மென்மையாக ரோமக்கால்களை வருடுவதைப்

போல தடவிக்கொண்டிருந்தது.

டேனியல் அதனை நேசித்தான், கடல் விரைவாக உயர்ந்துவிட்டதால் அதனை நெடுநேரத்திற்கு அவனால் கவனித்துக்கொண்டிருக்க முடியவில்லை. அவனது மீன் பிடிக்கும் பணி வெற்றிகரமாக அமையும்போது ஒரு நண்டையோ அல்லது சில இறால்களையோ பிடித்து அந்தப் பாறைக்குளத்தில் விடுவிப்பான். ஆக்டோபஸ்ஸின் சாம்பல் நிற உணர்கால்கள் சவுக்கைப்போல சொடுக்கி, அந்த இரையை கவர்ந்துகொண்டு பாறைக்குப் பின்னால் மறையும். ஆக்டோபஸ் உண்பதை டேனியலால் எப்போதும் பார்க்க முடிந்ததில்லை. கரும்பாறைப்பிளவுகளிலேயே அநேகமாக அது ஒளிந்திருந்தது. அசையாமல் அதன் நீண்ட உணர்கால்கள் மட்டும் முன்னால் துழாவிக் கொண்டிருக்கும். ஒருவேளை அதுகூட டேனியலைப் போலிருக்கலாம்-வெகுதூரம் பயணம் செய்து இங்கே இந்தக் குளத்தின் அடியில் தன் வீட்டைக் கண்டடைந்திருக்கலாம். இங்கிருந்து தெளிந்த நீரினூடாக நிச்சலமான வானத்தை அதனால் பார்க்கமுடியும்.

கடல் அதிகபட்சமாக உள்வாங்கியிருந்தபோது மொத்த உலகமுமே ஜோதியேற்றப் பட்டிருப்பதைப் போலிருந்தது. நீரிலும் பாறைகளிலும் சூரியன் பிரதிபலித்தது. நெருப்பு போல் அதன் பிரகாசம் எங்கெங்கும் ஜ்வலிக்க, டேனியல் கடற்பாசி கம்பளத்தின் மேல் கால் வைத்து பாறைகள் மீது நடந்து சென்றான். காற்றின் சலனமே இல்லை. மூச்சுக்காற்றைக் கூட காணோம். நடுக்கடலுக்கு மேலே பிரம்மாண்டமாக விரிந்திருந்த வானம் அசாதாரண வெளிச்சத்தில் தகதகத்தது. டேனியல் அவன் தலையிலும் தோள்களிலும் வெப்பத்தை உணர்ந்தான். கண்கள் கூசாதிருக்க கண்களை மூடிக்கொண்டான். அங்கே எதுவுமேயில்லை, ஆம், ஒன்றுமே இல்லை. வானம், சூரியன், பாறைகளின் மேல் நடனமாடத் தொடங்கியிருந்த உப்பு.

ஒருநாள் கடல் வெகுவாக உள்வாங்கி தொடுவானத்தருகே ஒரு மெல்லிய நீலக்கோடாக மட்டுமே தெரிந்தது. கடலின் பள்ளத்தாக்கில் பாறைகளின் மீதேறி டேனியல் ஓடினான். இதுவரை மனிதக் காலடியே பட்டிராத கன்னிப் பிரதேசம் ஒன்றிற்குள் நுழைவதைப் போலவும், அதைப் போன்ற இடங்களுக்குச் செல்பவர்கள் வீடு திரும்புவதேயில்லை என்பதைப் போலவும் ஒரு போதை திடீரென அவனுள் எழுந்தது. பரிச்சயமான எந்த விஷயமும் அந்த நாளில் இல்லை. எல்லாமே அறியப்படாதவையாக, புதியவையாக இருந்தன. டேனியல் திரும்பிப் பார்த்தான். சேற்று ஏரி போல திடமான நிலப்பரப்பு சுற்றிலும் இருந்தது. தனிமையும் தண்ணீர் அரித்தெடுத்த வெற்றுப் பாறைகளின் நிசப்தமும், பாறைப்பிளவுகளிலிருந்தும், ரகசியப் புழைகளிலிருந்தும் கசிகின்ற அமைதிக்குலைவும் அவனுக்குள் பதற்றத்தை ஏற்படுத்தி நடையை வேகமாக்கினான். பின்பு ஓடினான். முதல்நாள் கடலுக்கு வந்தபோது இருந்ததைப்போல அவன் இதயம் மார்புக்கூட்டுக்குள் திடும்திடுமென இடித்தது. மூச்சுவிட நிற்காமல் ஓடினான். விழுந்துவிடாமலிருக்க கைகளை அகட்டி

வைத்துக்கொண்டு நீர்த்தேக்கங்களையும் திட்டுத்திட்டான கடற்பாசிகளையும் கூரான பாறைகளையும் தாண்டித் தாண்டி ஓடினான்.

நுண்மையான பாசிப்போர்வை போர்த்திய பெரிது பெரிதான வழுக்கும் பாளக்கற்கள், கத்தி போன்ற கூர்மையான பாறைகள், சுறாத்தோல் போல தோற்றமளிக்கும் விநோதமான கற்கள் என அங்கங்கே சிதறியிருந்தன. எல்லா இடங்களிலும் தண்ணீர் நடுங்கி ஜ்வலித்தது. பாறைகள் மீதிருந்த கெட்டியான கிளிஞ்சல் ஓடுகள் வெயிலில் வெடித்தன. சுருள்சுருளான கடற்பாசிகள் விநோதமான ஆவிகக்கும் சத்தமெழுப்பின.

கடற்பள்ளத்தாக்கில் எங்கு செல்கிறோமென்று தெரியாமல் டேனியல் ஓடினான். அலைகள் எந்தப் பகுதியில் இருக்கின்றனவென்பதை கவனிக்கக்கூட அவன் நிற்கவில்லை. இப்போது கடல் மறைந்துவிட்டிருந்தது. உலகத்தின் மையத்திற்கு கொண்டுசெல்லும் ஒரு துவாரத்தின் வழியே கடல் வடிந்துவிட்டதைப்போல தொடுவானம் வரைக்கும் உள்வாங்கியிருந்தது.

டேனியலுக்கு பயமாக இல்லை, ஆனால் அவனாக அவன் இருப்பதாகத் தோன்றவில்லை. அவன் இப்போது கடலை கூப்பிடவுமில்லை, அதனுடன் பேசவுமில்லை. குளத்து நீரில் கண்ணாடியில் போல வெயில் பிரதிபலித்தது. பிரதிபலித்த வெளிச்ச விரல்கள் பாறைகளின் கூர்மையான விளிம்புகளில் பட்டு முறிந்து விழுந்தன. ஓவ்வோரிடமாக அவ்வெளிச்சம் குதித்து குதித்து கதிர்கள் பல்கிப் பெருகின. வெளிச்சம் எங்கெங்கும் இப்போது பரவி அவன் முகத்தில் அதன் கதிர்கள் ஊர்வதை உணர்ந்தான். விண்மீன்களின் குளிர்ச்சியான சிமிட்டல் போன்ற அவ்வெளிச்சத்தால்தான் டேனியல் அந்த பாறைக்குவியல்களுக்கு குறுக்கு மறுக்குமாக ஓடிக்கொண்டிருந்தான். அவ்வெளிச்சம் அவனை விடுதலையாக்கி பித்தமேற்றியிருந்தது. கண்ணால் பார்க்காமலேயே வெளிச்சம்போலத் தாவிக் குதித்தான். கடற்கரைகளிலும் மணற்குன்றுகளிலும் இருக்கின்ற வெளிச்சம் போல இது மென்மையாகவும் தெளிவாகவும் இருக்கவில்லை. இரண்டு கண்ணாடிகளான ஆகாயத்திற்கும் பாறைகளுக்கும் இடையே மோதிக் கொண்டு முடிவற்று சுழலும் கிறுக்குப்பிடித்த ஒரு நீர்ச்சுழலாக இருந்தது அது.

அப்புறம் அங்கே உப்பு நிறைந்திருந்தது. பல நாட்களாக எங்கெங்கும், கரும் பாறைகளின் மேலும், கூழாங்கற்களின் மீதும், நத்தையோடுகளின் மீதும் மணல் மேட்டின் அடிவாரத்திலிருக்கும் தாவரங்களின் குட்டி இலைகளின் மீதும்கூட உப்பு படிந்து கொண்டிருந்தது. உப்பு டேனியலின் சருமத்தை துளைத்து அவன் இதழ்களின் மேல் படிந்து, அவன் புருவங்களிலும் கண்ணிமைகளிலும், கேசத்திலும், அவனது உடைகளிலும் ஆமையோடு போல சேகரமாகி எரிந்தது. உப்பு அவன் உடம்பிற்குள்ளேகூட நுழைந்துவிட்டிருந்தது. அவன் தொண்டைக்குள், வயிற்றில், எலும்புகளுக்குள்ளும் கூட புகுந்து மாவைப்போல அரிக்கத் தொடங்கியிருந்தது.

அவனுடைய விழித்திரைகளில் அது வலி மின்னல்களாக கண் சிமிட்டியது. வெயில் உப்பைச் சூடாக்கி அதன் ஒவ்வொரு படிகத்தையும் டேனியலின் மேனியெங்கும் மினுமினுக்க வைத்தது. ஒருவித குடிபோதைத்தனம், அதிர்வேற்படுத்தும் மின் சக்தி போல அந்த வெளிச்சமும் உப்பும் அவனை அசையாமல் நிற்க அனுமதிக்கா திருந்தன. அவன் ஓடவேண்டுமென்றும் நடனமாட வேண்டுமென்றும், பாறைவிட்டு பாறைக்கு அவன் தாவவேண்டுமென்றும், கடற்பள்ளத்தாக்கின் குறுக்கே அவன் தலைதெறிக்க ஓடவேண்டுமென்றும் அவை விரும்பின.

இதற்கு முன் இவ்வளவு வெண்மையை டேனியல் தரிசித்ததில்லை. குளத்திலிருந்த தண்ணீரும் வானமும் கூட வெண்மையாக இருந்தன. அவன் விழித்திரையை அவை எரித்தன. டேனியல் கண்களை இறுக்கமாக மூடிக்கொண்டான். கால்கள் நடுங்க, இனிமேலும் அவனை சுமக்க முடியாது என்றபோது நின்றான். கடல் நீர் ஏரியாகத் தேங்கியிருந்த இடத்திற்கெதிரே ஒரு தட்டையான பாறையின் மீது அமர்ந்தான். பாறைகளில் பட்டுத் தெறிக்கும் வெளிச்சத்தின் சத்தத்தை, உலர்ந்த சிட்டிகை ஒலிகளை, முறிகிற சத்தத்தை, புஸ்ஸென்று ஒரு சீறலை அவன் செவிக்கு மிக அருகே கேட்டான். எந்தத் தண்ணீரும் அவனை ஆற்றுப்படுத்த முடியாதது போல அவனுக்குத் தாகமாக இருந்தது. அந்த வெளிச்சம் தொடர்ந்து அவன் முகத்தை கைகளை தோள்களை தீய்த்துக் கொண்டிருந்தது. ஆயிரம் ஊசிகளில் அவனைக் குத்திச் சீண்டியது. மூடிய கண்களிலிருந்து உப்புக் கண்ணீர் சூடான கன்னங்களில் வழிந்தது. பாதிக் கண்களை சிரமப்பட்டு திறந்து பார்க்கும்போது வெண்ணிறப் பாறைகளும், திட்டுத் திட்டாகத் தேங்கியிருந்த குளங்களும் ஒளிர்ந்து கொண்டிருந்தன. கடல் விலங்குகளும் கிளிஞ்சல்களும் மறைந்துவிட்டிருந்தன. கடற்பாசித்திரைகளுக்குப் பின்னால் அவை ஒளிந்திருந்தன.

தட்டைப்பாறை மீது டேனியல் சாய்ந்து, சட்டையை மேலுக்கிழுத்து வெளிச்சமும் உப்பும் கண்ணில்படாதிருக்க தலையை மூடிக்கொண்டான். அங்கேயே அசையாமல், தலையை முட்டிகளுக்கிடையில் புதைத்து வெகுநேரம் தங்கி யிருந்தான். கடற்பள்ளத்தாக்கில் முன்னும் பின்னுமாக எரியும் நடனம் தொடர்ந்து கொண்டிருந்தது.

அதன் பிறகு காற்று வந்தது. முதலில் மெதுவாக அசைவதே தெரியாமல் வீசியது. பின் வலுப்பெற்று ஒரு குளிர் காற்று தொடுவானத்திலிருந்து அடித்தது. கடல்நீர்க் குளங்களில் சிற்றலைகள் சுழன்று நிறம் மாறியது. வானில் மேகங்கள் தோன்றின. வெளிச்சம் மீண்டும் ஒத்திசைவானது. முன்னேறி வருகின்ற கடலின் உறுமலும் பேரலைகள் பாறைகளில் மோதுகின்ற ஓசையும் டேனியலுக்குக் கேட்டது. நீர்த்துளிகள் அவன் சட்டையை ஈரமாக்கின. மந்தத்தனத்தை உதறி சுறுசுறுப்பானான்.

கடல் ஏற்கனவே அங்கு வந்துவிட்டிருந்தது. வேகமாக வந்து கொண்டிருக்கிறது. முதல் பாறைகளைச் சுற்றி வளைத்து அவற்றைத் தீவுகளாக்கிக் கொண்டு, பிளவுகளை

மூழ்கடித்து, ஆற்று வெள்ளம் போல வந்து கொண்டிருக்கிறது. ஒவ்வொரு முறையும் ஒரு பாறையை மூழ்கடிக்கும்போது ஓர் அடங்கிய ஒலி உண்டாகி நிலத்தின் ஆழத்தை உலுக்கி ஒரு கர்ஜனையை எழுப்பிக் கொண்டிருக்கிறது.

டேனியல் குதித்தெழுந்தான். கரையை நோக்கி நிற்காமல் ஓடத் தொடங்கினான். இப்போது அவனிடம் தூக்கம் இல்லை. வெளிச்சத்தின் மீதும் உப்பின் மீதும் அவனுக்கு இப்போது பயமில்லை. காலால் எட்டி உதைத்து பாறைகளை நொறுக்கி குதிகாலால் பிளந்துவிட முடியும் போல அவன் உடலுக்குள் ஒருவித கோபம் வளர்வதை, அவனால் புரிந்து கொள்ள முடியாத ஒரு சக்தி வளர்வதை உணர்ந்தான். காற்றடிக்கும் திக்கில் கடல் அவனைத் துரத்திவர ஓடினான். அலைகளின் கர்ஜனை பின்னாலிருந்து கேட்டது. அவ்வப்போது அவற்றைப் போலவே அவனும் 'ர்ர்ர்ர்! ர்ர்ர்ர்!' என்று, கடலை அரசாள்பவன் அவன்தானென்பதுபோல உறுமினான்.

அவன் மிக வேகமாக ஓடவேண்டும். பாறைகள், கடற்தாவரங்கள், அதன் முன்னால் ஓடும் அந்தச் சிறுவன் என எல்லாவற்றையும் விழுங்கிக் கொள்ள கடல் விழைகிறது. சில நேரங்களில் ஒரு கரத்தை அவனுக்கு இடமோ வலமோ நீட்டித்தொட முயற்சிக்கும். நுரை பதிந்த ஒரு சாம்பல் நிறக் கரம் அவன் பாதையை துண்டித்தது. அலைகள் பின்வாங்கி மணல் துவாரங்களையும் பாறைப்பிளவுகளையும் உறிஞ்சி யெடுத்துவிட, பக்கவாட்டில் விலகி வேறுபாதை தேடி ஓடினான்.

ஏற்கனவே கலங்கியிருந்த பற்பல ஏரிகளை டேனியல் நீந்திக் கடந்தான். இப்போது அவன் களைப்புற்றிருக்கவில்லை. பதிலாக ஒருவித சந்தோஷத்தை உணர்ந்தான். ஏதோ கடலும் காற்றும் சூரியனும் உப்பைக் கரைத்து அவனை விடுவித்து விட்டதைப் போல.

கடல் அழகாயிருந்தது! வெண்ணிறத் திவலைகள் வெளிச்சத்தின் மேலே நேராக உயர்ந்து நீராவி மேகமாக காற்றைக் கிழித்துக்கொண்டு கீழிறங்கியது. பாறைகளின் குழிவுகளில் புதியநீர் நிரம்பியது. வெள்ளை புறத்தோடை கழுவி, கடற்பாசிகளின் முடிச்சுகளைப் பிய்த்துக்கெண்டு சென்றது. தொலைதூரத்தில் மலைகளுக்குப் பக்கத்தில் கடற்கரையின் வெண்பரப்பு மின்னியது. சிந்துபாத்தின் கப்பல் உடைந்து மிராஜ் அரசனின் தீவுக்கு அலைகளால் அடித்துச் செல்லப்பட்டது டேனியல் ஞாபகத்திற்கு வந்தது. அதேபோலத்தான் இப்போதும் இருந்தது. பாறைகளுக்கு குறுக்கே தப்பிக்கும் வழியை அவனது வெற்றுக்கால்களே தீர்மானிக்க ஓடினான். இந்த கடற்பள்ளத்தாக்கில், உடைந்த கப்பல்களுக்கும் புயல்களுக்கும் மத்தியில் அவன் காலம் காலமாக இங்கேயே வாழ்ந்து வந்திருப்பதைப் போலத் தோன்றியது.

கடல் முன்னேறிவரும் வேகத்திலேயே அவனும் நிற்காமல் அலைகளின் துரத்தும் இரைச்சலைக் கேட்டபடி ஓடிக்கொண்டிருந்தான். அவை உலகத்தின் மறுபக்கத் திலிருந்து நெடிதுயர்ந்து முன்னால் பாய்ந்து வந்து கொண்டிருந்தன. நுரைக்குடுமி களோடு மழமழப்பான பாறைகளின் மீது வழுக்கி வந்து பிளவுகளுக்குள் மோதிச்

சிதறின.

தொடுவானுக்கருகே சூரியன் அதன் ஒரே சீரான ஒளியில் பிரகாசித்தது. அலைகளுக்கு பலம் தருவது சூரியன்தான். அதன் வெளிச்சம் அவற்றை பூமிக்குள் அழுத்துகின்றன. எப்போதுமே முடியாத நடனத்தைப் போன்றது அது. கடல் உள்வாங்கியிருக்கும்போது உப்பின் நடனம். கடல் கரைக்கு ஏறியதும் அலைகளும் காற்றும் புரிகின்ற நடனம்.

கடல், கடற்தாவரங்களின் விளிம்பை எட்டியதும் டேனியல் அவனது குகையில் நுழைந்தான். கூழாங்கற்களின் மீதமர்ந்து கடலையும், வானையும் பார்த்துக் கொண்டிருந்தான். கடற்பாசிகளும் தாவரங்களும் ஆரம்பித்திருந்த முதல் வரிசையை கடல் இப்போது தாண்டிவிட்டிருந்தது. அதன் குகையின் பின்பகுதிக்கு நகர்ந்து செல்ல வேண்டியிருந்தது. கொதிக்கத் தொடங்கிய தண்ணீர் போல கடல் அதன் விஸ்தாரமான வெண்நீர் விளிம்பை கூழாங்கற்கள் மீதேற்றி தொடர்ந்து பொங்கிக் கொண்டிருந்தது. கடற்பாசிகளும் சுள்ளிகளும் விரிந்திருந்த கடைசி வரிசையை எட்டும்வரை ஒன்றன்பின் ஒன்றாக அலைகள் மேலேறிக் கொண்டிருந்தன. உலர்ந்த கடற்பாசிகளும் உப்பினால் வெளுப்பாக்கப்பட்ட மரச்சுள்ளிகளும் மாதக்கணக்காக குகையின் வாயிலில் சேகரமாகியிருந்தன. கடல்நீர் இந்தக் குப்பையில் மோதிச் சிதறடித்து பின்வாங்கும் அலைகளில் இழுத்துச் சென்றது. இப்போது குகையின் பின்னஞ்சுவரோடு சுவராக டேனியல் ஒடுங்கிவிட்டிருந்தான். இதற்கு மேலும் பின்னால் போக முடியாது. கடலை நின்று போகும்படி முறைத்துப் பார்த்தான். எதுவும் பேசாமல், தன் பலம் அனைத்தையும் பிரயோகித்து அதனை கடுமையாக உற்றுப் பார்த்தான். அலைகள் பின்னகர்ந்தன. அவற்றின் பின்வாங்கல்களை கடலின் முன்னேற்றம் காலை வாரியது.

அலைகள் கடற்பாசிகளும் சுள்ளிகளும் குவிந்திருந்த பதணத்தின் மேல் பலமுறை தாவித்தாவி வந்து குகைக்குள் புகுந்து டேனியலின் கண்களைச் சூழ்ந்தன. பின் திடீரென கடல் மேலேறிவருவதை நிறுத்தியது. அந்த பயங்கர ஒலி அடங்கியது. அலைகள் நிதானமடைந்து, அவற்றின் நுரைகளின் பாரத்திலேயே அடங்கி யொடுங்குவது போல வேகம் குறைந்தன. எல்லாம் முடிவுக்கு வந்துவிட்டதென்று டேனியல் அறிந்தான்.

கடலை நோக்கித் தலையை வைத்து கூழாங்கற்களின் மீது குகையின் வாசலில் படுத்தான். குளிரிலும் அயர்ச்சியிலும் அவன் உடல் நடுங்கியது. இருந்தாலும் இப்படிப்பட்ட சந்தோஷத்தை இதற்குமுன் அவன் அறிந்ததில்லை. அந்த அமைதியில், அடங்கும் தீபத்தைப் போல சூரிய வெளிச்சம் மெதுவாகக் குறைய, அவன் அப்படியே தூங்கிப் போனான்.

இதற்குப்பின் அவனுக்கு என்ன ஆனது? இத்தனை நாட்களாக, இவ்வளவு மாதங்களாக, கடற்கரையோரக் குகையில் அவன் என்னதான் செய்து

கொண்டிருந்தான்? துறைமுகம் விட்டு துறைமுகமாக ஒரு தீவிலிருந்தது மற்றொரு தீவுக்கு மெதுவாக பயணப்படும் ஒரு சரக்கு கப்பலில் ஒருவேளை அவன் உண்மையாகவே அமெரிக்காவுக்கோ சீனாவுக்கோ போயிருக்கலாம். இப்படித் தொடங்கும் கனவுகள் எப்போதுமே முடிந்தாக வேண்டுமென்பதில்லை. கடலிலிருந்து நெடுந்தொலைவிலிருக்கும் எங்களுக்கு எல்லாமே அசாத்திய மானவையும் எளிதானவையும்தான். வினோதமாக ஏதோ நடந்திருக்கிறது என்பது மட்டும்தான் எங்களுக்குத் தெரிந்திருந்தது.

ஏன் வினோதமென்றால், விவரமிக்க பெரியவர்கள் எங்களிடம் சொல்லிக் கொண்டிருந்தவற்றிற்கு முரண்பாடாக ஓர் அம்சம் இருந்தது. ஆசிரியர்களும் நிர்வாகிகளும் காவல்துறையினரும் டேனியல் சிந்துபாத்தை எப்படியாவது தேடிக் கண்டுபிடித்துவிட வேண்டுமென்று எவ்வளவோ கேள்விகளை கேட்டுக் கொண்டிருந்தனர். ஆனால் ஒரு குறிப்பிட்ட காலம் கடந்த பின் ஒருநாள் அவன் இதற்கு முன் ஜீவித்திருந்ததேயில்லை போல நடந்து கொள்ளத் தொடங்கினர். அவனைப்பற்றி அவர்கள் மீண்டும் பேசவில்லை. அவனது உடைமைகள், அவனது பழைய வீட்டுப்பாட நோட்டுக்களை கூட அவன் பெற்றோர்களுக்கு அனுப்பி விட்டனர். பள்ளியில் அவனைச் சேர்ந்த எந்தத் துரும்பும் மிச்சம் விட்டிருக்கப்பட வில்லை. அவன் ஞாபகங்களைத் தவிர. அவனைப் பற்றிய ஞாபகங்களைக்கூட அவர்கள் அழித்துவிட முயன்றனர். மற்ற விஷயங்கள் குறித்து - அவர்களுடைய மனைவிகள், அவர்களது வீடுகள், கார்கள், உள்ளூர் தேர்தல்கள்-முன்பைப் போலவே பேசத் தொடங்கினர், எதுவுமே நடக்காதது போல.

ஒருவேளை அவர்கள் நடிக்காமல்கூட இருக்கலாம். மாதக்கணக்கில் அவனைப் பற்றியே மிக அதிகமாக யோசித்து யோசித்து அவனை உண்மையிலேயே அவர்கள் மறந்து போயிருக்கலாம். ஒருவேளை அவனே திரும்பி வந்து பள்ளியின் வாசற் படியில் வந்து நின்றாலும்கூட "யார் நீ? உனக்கு என்ன வேண்டும்?" என்று அவர்கள் கேட்டிருக்கக்கூடும்.

ஆனால் நாங்கள் அவனை மறக்கவில்லை. பள்ளியறைகளிலும், டார்மிட்டரியிலும், முற்றத்திலும் யாருமே அவனை மறந்திருக்கவில்லை. அவனோடு பழக்கமில்லா திருந்தவர்கள் கூட மறந்திருக்கவில்லை. வழக்கமான பள்ளிக்கூட விஷயங்களை- கணக்குப் பாடத்தைப் பற்றியும் லத்தீன் மொழிபெயர்ப்பு பயிற்சியைப் பற்றியும்- நாங்கள் பேசிக் கொண்டிருந்தோம். ஆனாலும் இப்போது கூட உலகைச் சுற்றி வந்து கொண்டிருக்கும் ஒருவித சிந்துபாத் என்பது போலவே அவனைப்பற்றி நாங்கள் எப்போதுமே நினைத்துக் கொண்டிருந்தோம். அவ்வப்போது மௌனமாகி, எங்களில் யாராவது ஒருவன் கேட்பான். எப்போதும் ஒரே கேள்வி "அவன் அங்கே இருப்பானென்று தோன்றுகிறதா?"

'அங்கே' என்றால் உண்மையில் எதைக்குறிப்பிடுகிறோமென்று யாருக்கும்

தெரிந்திருக்க வில்லை. ஆனாலும் அந்த இடத்தில் பரந்து விரிந்திருக்கும் கடலை, வானத்தை, மேகங்களை, கடற்பாறைகளை, அலைகளை, காற்றில் உயர்ந்தெழுகிற மகத்தான வெண்பறவைகளை எங்களால் பார்க்க முடிகிறது என்பது போலத் தோன்றும்.

செஸ்ட்நட் மரங்களின் கிளைகள் காற்றில் உலுக்கப்பட்டால் நாங்கள் வானத்தை நோக்கி கடலோடிகளைப் போல கவலை தோய்ந்த குரலில் "புயல் வரப்போகிறது" என்றோம்.

நீலவானத்தில் குளிர்காலச் சூரியன் பிரகாசிக்கும்போது "இன்று அவனுக்கு அதிருஷ்டம்தான்" என்றோம்.

அதைத்தவிர அதிகமாக எதையுமே நாங்கள் எப்போதும் சொன்னதில்லை. டேனியலோடு ஓர் அமைதியான ரகசிய உடன்பாட்டை நாங்கள் எங்களுக்கே தெரியாமல் ஏற்படுத்திக் கொண்டிருப்பதைப்போல, அல்லது ஒருநாள் காலை எங்கள் கண்களைத் திறந்து பார்த்தபோது மங்கலான வெளிச்சத்தில் இனி எப்போதுமே படுத்துறங்கப் போவதில்லை என்பது போல தன் மிச்ச வாழ்நாளுக்காக படுக்கை விரித்து பயன்படுத்தாதிருந்த டேனியலின் டார்மெட்டரி படுக்கையை கண்ட கனவாகக்கூட அது இருக்கக்கூடும்.

ஓரான் பாமுக்

ஐரோப்பாவுக்கும் ஆசியாவுக்கும் இடையில் அமைந்த, கீழைத்தேச கலாச்சாரமும் மேலை நாகரிகத் தாக்கமும் ஒன்றாய் கலந்து இருக்கும் துருக்கியின் மகத்தான எழுத்தாளர். 2006-ம் ஆண்டிற்கான இலக்கிய நோபல் பரிசை வென்ற இவரது நாவல்களில் துருக்கியின் பத்தொன்பதாம் நூற்றாண்டு ஓட்டோமான் கலாச்சார நிழலும், அடாதுர்க் கால சீர்திருத்தங்கள் ஏற்படுத்திய தாக்கங்களும், நவீன துருக்கியின் ஆன்மா அடிப்படைவாதத்திற்கும் மேலை நாகரிக கவர்ச்சிக்குமிடையே பிளவுபட்டிருப்பதும் கலையுணர்வோடு சித்திரிக்கப் படுகின்றன. ஓட்டோமான் காலத்து நுண்ணோவியர்களையும், துருக்கியின் கலை வெளிப்பாடுகள் மாற்றங்களுக்கு உட்படுத்தப்படும்போது அதன் பரிணாமத்தில் குறுக்கிடும் கலாச்சார மோதல்களும் இவரது புகழ்பெற்ற My Name is Red நாவலில் இடம்பெறுகின்றன. White Castle, The Black Book, New Life, Snow, The Museum of Innocence போன்ற நாவல்களும் Istanbul மற்றும் Other Colours என்ற கட்டுரைத் தொகுப்புகளும் ஆங்கிலத்தில் வெளிவந்துள்ளன. இவரது இலக்கிய உரைகள் தொகுப்பு The Naive and the Sentimental Novelist.

நேர்காணல்கள் வழங்குவது பற்றி எப்படி உணருகிறீர்கள்?

சில நேரங்களில் பதற்றமாக உணருகிறேன். ஏனென்றால் சில அர்த்தமற்ற கேள்விகளுக்கு முட்டாள்தனமான பதில்களை அளித்துவிடுகிறேன். இது

ஆங்கிலத்தில் நிகழுமளவுக்கு துருக்கி மொழியிலும் நிகழ்கிறது. மோசமான துருக்கி பாஷையில் முட்டாள்தனான வாக்கியங்களை உதிர்த்து விடுகிறேன். துருக்கியில் என் புத்தகங்களைவிட எனது நேர்காணல்களுக்காகவே அதிகமும் தாக்கப்பட்டிருக் கிறேன். அரசியல் சர்ச்சையாளர்களும் கட்டுரையாளர்களும் அங்கே நாவல்கள் படிப்பதில்லை.

ஐரோப்பாவிலும் அமெரிக்காவிலும் உங்கள் நூல்களுக்கு பொதுவாக நல்ல வரவேற்பைப் பெற்றிருக்கிறீர்கள். துருக்கியில் உங்களுக்கு எப்படிப்பட்ட விமர்சனம் இருக்கிறது?

சுமுகமான காலகட்டம் கடந்துவிட்டது. என் ஆரம்ப நூல்களை நான் வெளியிட்டுக் கொண்டிருந்தபோது முந்தைய தலைமுறைப் படைப்பாளிகள் மங்கிக் கொண்டிருந்தனர். எனவே நான் ஒரு புதிய எழுத்தாளனென்பதால் வரவேற்கப் பட்டேன்.

முந்தைய தலைமுறை என்று நீங்கள் கூறும்போது, யாரை உங்கள் மனதில் வைத்திருக்கிறீர்கள்?

சமூகக்கடமை இருப்பதாக, இலக்கியம் என்பது ஒழுக்கத்தையும், அரசியலையும் போதிப்பதாக நினைத்திருந்த எழுத்தாளர்களையும், பரிசோதனைகளில் ஈடுபடாத தட்டையான யதார்த்தவாதிகளையும். பல ஏழ்மையான நாடுகளிலுள்ள எழுத்தாளர் களைப் போலவே, தமது தேசத்திற்கு பணியாற்றுவதற்காக தமது திறமையை பாழாக்கியவர்கள். என் இளமையில் கூட ஃபாக்னர், வர்ஜீனியா உல்ஃப், ப்ரூஸ்ட் என்று நான் ரசித்து வந்ததால், அவர்களைப் போலாவதற்காக நான் விரும்பிய தேயில்லை. ஸ்டைன்பெக், கார்க்கியின் சோஷலிச யதார்த்த மாதிரிக்கு நான் எப்போதும் அவாவுற்றதில்லை. அறுபதுகளிலும் எழுபதுகளிலும் உருவாகிய இலக்கியம் காலாவதியாகத் தொடங்கியதால் புதிய தலைமுறைப் படைப்பாளியாக நான் வரவேற்கப்பட்டேன்.

தொண்ணூறுகளின் மத்தியில், துருக்கியில் அதுவரை யாரும் கனவு கண்டிராத அளவிற்கு அதிகபட்ச எண்ணிக்கையில் என் நூல்கள் விற்கத் தொடங்கிய பிறகு, துருக்கி பத்திரிகை உலகத்தோடும், அறிவுஜீவிகளோடுமிருந்த எனது தேநிலவுக் காலம் முடிவிற்கு வந்தது. அப்போதிலிருந்து விமர்சன ரீதியான வரவேற்பு என்பது என் புத்தகங்களின் உள்ளடக்கம் சார்ந்ததாக அமையாமல் பிரசித்திக்கும் விற்பனைக்கும் எதிர்வினையாக மட்டும் அமைவதாகப் போய்விட்டது. துரதிருஷ்டவசமாக, இப்போது என் அரசியல் கருத்துக்களுக்காக அபக்கியாதி யடையத் தொடங்கிவிட்டேன். இவற்றில் பெரும்பாலானவை சர்வதேச நேர்காணல் களிலிருந்து உருவப்பட்டு, சில துருக்கி தேசியவாத பத்திரிகையாளர் களால் வெட்கமேயில்லாமல் திரிக்கப்பட்டு, உண்மையில் நானிருப்பதைவிட அதிக புரட்சிக் காரனாகவும், அரசியல் மூடனாகவும் காட்டப்படுகிறது.

எந்த இடத்தில் அமர்ந்து நீங்கள் எழுதுகிறீர்கள்?

நீங்கள் உறங்குகிற, அல்லது உங்கள் துணைவருடன் பகிர்ந்து கொள்கிற இடத்திலிருந்து நீங்கள் எழுதுகிற இடம் தனியாக இருக்க வேண்டுமென்பது எப்போதுமே என் அபிப்ராயம். குடும்பச் சடங்குகளும் பழக்கங்களும் கற்பனையை எந்தவிதத்திலோ கொன்றுவிடுகின்றன. எனக்குள்ளிருக்கும் அரக்கனை அவை கொன்றுவிடுகின்றன. கற்பனை செயலாற்றத் தேவையான, மற்றோர் உலகத்திற்கான ஏக்கத்தை, சுவாரஸ்யமற்ற குடும்ப வழமை மங்கிப்போக வைத்துவிடுகிறது. எனவே பல வருடங்களாக, என் வீட்டிலிருந்து தள்ளி ஓர் அலுவலகத்தையோ அல்லது சிறியதோர் இடத்தையோ எழுதுவதற்காக வைத்திருக்கிறேன். எனக்கு வெவ்வேறு குடியிருப்புகள் எப்போதுமே இருந்திருக்கின்றன.

என் முன்னாள் மனைவி கொலம்பியா பல்கலைக் கழகத்தில் பிஹெச்டி செய்யும் போது ஒரு பாதி செமஸ்டர் காலத்தை நான் அமெரிக்காவில் கழித்தேன். மணமான மாணவர்களுக்கான குடியிருப்பில் நாங்கள் தங்கியிருந்தோம். போதிய இடமின்மையால் அதே இடத்தில் நான் தூங்கவும் எழுதவும் வேண்டியிருந்தது. குடும்பவாழ்க்கையின் மிச்சங்கள் சுற்றிலும் இறைந்திருந்தன. இது என்னை வீழ்த்தியது. காலையில் ஏதோ வேலைக்குப் போகிறவன் போல என் மனைவியிடம் 'குட்பை' சொல்லிவிட்டு வீட்டை விட்டு வெளியே வந்து சில 'பிளாக்கு'களைச் சுற்றி கடந்து விட்டு அலுவலகத்திற்குள் நுழையும் ஒருவனைப் போன்ற பாவனையில் திரும்ப வீட்டிற்கு வருவேன்.

பத்து வருடங்களுக்கு முன்னால் பாஸ்ஃபோரஸ் ஜலசந்திக்கெதிரே பழைய நகரத்தை நோக்கியபடியிருந்த ஒரு குடியிருப்பை நான் கண்டுபிடித்தேன். இஸ்தான்புல்லின் மிகச்சிறந்த வ்யூவைக் கொண்டிருந்தது அது. நான் வசிக்குமிடத்திலிருந்து இருபத்தைந்து நிமிட நடையில் இருந்தது. புத்தகங்கள் நிரம்பி, ஜன்னலையொட்டி என் மேஜை அமைந்த இடம். ஒவ்வொரு நாளும் சராசரியாக பத்து மணிநேரத்தை அங்கே கழிக்கிறேன்.

ஒரு நாளைக்கு பத்து மணி நேரமா?

ஆம். நான் கடுமையான உழைப்பாளி. அதை அனுபவித்துச் செய்கிறேன். பேராசைக் காரனென்று சிலர் என்னைச் சொல்வதில் உண்மை கூட இருக்கலாம். ஆனால் நான் செய்வதை ரசித்துச் செய்கிறேன். ஒரு குழந்தை அதன் பொம்மைகளோடு விளையாடுவதைப் போல என் மேஜையில் அமர்ந்து பணியாற்றுவது எனக்கு விருப்பமாக இருக்கிறது. முக்கியமாக, அது ஒரு வேலைதான், ஆனால் அதுவே விளையாட்டாகவும் சந்தோஷமாகவும் கூட இருக்கிறது.

நீங்கள் எப்போதாவது கவிதை எழுதியதுண்டா?

இதை அடிக்கடி கேட்டிருக்கிறார்கள். பதினெட்டு வயதில் துருக்கி மொழியில் சில

கவிதைகள் எழுதி பிரசுரமும் ஆகியிருக்கின்றன. அதன்பின் விட்டுவிட்டேன். இதற்கு என் விளக்கம் என்னவென்றால் கவிஞன் என்பவன் மூலமாகத்தான் கடவுள் பேசுவதாக நினைக்கிறேன். கவிதையால் நீங்கள் பீடிக்கப்படவேண்டும். கவிதை எழுத நானும் முயற்சித்தேன், ஆனால் கொஞ்ச காலம் கழித்து கடவுள் என்னிடம் பேசுவதில்லை என்பதைக் கண்டு கொண்டேன். இது எனக்கு வருத்தமாக இருந்தது. அதன்பின், கடவுள் என் மூலமாகப் பேசுவதாக இருந்தால் அவர் என்ன பேசுவார்? என்று கற்பனை செய்ய முயற்சித்தேன். நான் மிகவும் சிரத்தையாக, மெதுவாக, முயன்று எழுத அது உரைநடை எழுத்தாக, புனைகதை எழுத்தாக இருந்தது. எனவே ஒரு குமாஸ்தாவைப் போல - நான் இப்படிக்கூறுவது ஓர் அவமதிப்பாக நினைக்கலாம்; ஆனால் இதை நான் ஒப்புக்கொள்கிறேன் - நான் ஒரு குமாஸ்தாவைப் போல உழைக்கிறேன். கவிஞனைப் போலல்லாமல் நாவலாசிரியனுடையது ஒரு குமாஸ்தா பணியைப் போன்றது என்பதை அடிக்கோடிட்டுச் சொல்கிறேன். நாவலாசிரியன் ஓர் எறும்பைப்போல. நெடுந்தூரத்தை அவனது பொறுமையால், மெதுவாகக் கடக்கிறான். ஒரு நாவலாசிரியன் அருளிப்பாட்டிலும், கற்பனாவாதப் பார்வையிலும் நம்மைக் கவர்வதில்லை; அவன் பொறுமையினால்தான்.

போகப்போக, உரைநடை எழுத்து உங்களுக்கு எளிதாகிவிட்டதென்று நீங்கள் கூறுவீர்களா?

துரதிருஷ்டவசமாக இல்லை. என் கதாபாத்திரம் ஒன்று அறை ஒன்றிற்குள் நுழைய வேண்டும் என்று சில நேரங்களில் தோன்றும். இருந்தும் அவனை எப்படி உள்ளே கொண்டு வருவது என்று தெரியாது. எனக்குத் தன்னம்பிக்கை கூடுதலாகவே இருக்கலாம். அதனால் பரிசோதனைகள் எதையும் புரியாமல் பேனாவின் முனைக்கு என்ன வருகிறதோ அதை எழுதுவதால் சில வேளைகளில் அது உதவிகரமாக இருப்பதில்லை. கடந்த முப்பது வருடங்களாக நான் புனைகதைளை எழுதி வருகிறேன், எனவே நான் சிறிதளவு முன்னேறியிருப்பதாகத்தான் நான் நினைக்க வேண்டும். இருந்தும் சில நேரங்களில் வழியேதுமில்லாத முட்டுச்சந்தில் வந்து நின்றுவிடுகிறேன். அறைக்குள் ஒரு பாத்திரத்தால் நுழையவே முடியாது. என்ன செய்வதென்று எனக்குத் தெரியாது. இன்னமும் முப்பது வருடங்கள் கழித்தும்.

புத்தகத்தை அத்தியாயங்களாக பிரித்துக் கொள்வது நான் சிந்திக்கும் முறைக்கு மிக முக்கியமானது. ஒரு நாவலை எழுதும்போது, கதைப் போக்கை முழுமையாக நான் அறிந்திருந்தால்-பெரும்பாலும் எனக்குத் தெரிந்திருக்கும்-அதனை அத்தியாயங் களாகப் பிரித்து, ஒவ்வொன்றிலும் நிகழ வேண்டிய விவரங்களை யோசித்துக் கொள்வேன். முதல் அத்தியாயத்தில் துவங்கி வரிசையாக எழுதுவதென்பது அவசியமில்லை. எனக்கு தடங்கலாகும்போது-அதுவொன்றும் எனக்கு மோசமான விஷயமில்லை-என் கற்பனையில் எது கிளைக்கிறதோ அதை எழுதத் தொடங்கி விடுவேன். முதல் அத்தியாயத்தை எழுதிவிட்டு ஐந்தாவதிற்குச் சென்றுவிடுவேன். பின் அது எனக்கு உவப்பாக இல்லாவிட்டால் பதினைந்தாவது அத்தியாயதிற்குச்

சென்று அங்கிருந்து தொடர்வேன்.

எனவே புத்தகம் முழுவதையும் முன்னதாகவே தீர்மானித்து வைத்துக் கொள்வீர்கள் என்கிறீர்களா?

எல்லாவற்றையும். உதாரணத்திற்கு *My Name is Red* பற்பல பாத்திரங்களைக் கொண்டிருந்தது. ஒவ்வொரு பாத்திரத்திற்கும் குறிப்பிட்ட எண்ணிக்கையில் அத்தியாயங்களை ஒதுக்கி யிருந்தேன். நான் எழுதிக் கொண்டிருக்கும்போது , சில நேரங்களில் பாத்திரங்களில் ஒன்றாக வாழ்ந்து தொடர்வது எனக்கு விருப்பமாக இருக்கும். எனவே ஷெகூரின் அத்தியாயங்களில் ஒன்றை, அநேகமாக ஏழாவது அத்தியாயம், எழுதி முடித்தவுடன் அப்பாத்திரத்தின் அடுத்த அத்தியாயம் பதினொன்றுக்குத் தாவிவிட்டேன். ஷெகூராக வாழ்வது எனக்குப் பிடித்திருந்தது. ஒரு பாத்திரம் அல்லது ஆளுமையிலிருந்து மற்றொன்றிற்குத் தாவுவது சோர்வூட்டக் கூடியது.

ஆனால் கடைசி அத்தியாயத்தை எப்போதுமே இறுதியில்தான் எழுதுவேன். அது நிச்சயம். என்னை நானே அலைக்கழித்துக்கொள்ள, முடிவு எப்படியிருக்குமென்று என்னையே கேட்டுக் கொள்ளப்பிடிக்கும். முடிவை என்னால் ஒரே ஒருமுறைதான் எழுத முடியும். இறுதியை நெருங்கும்போது, முடிப்பதற்கு முன், எழுதுவதை நிறுத்திவிட்டு ஆரம்ப அத்தியாயங்கள் பெரும்பாலானவற்றைத் திரும்ப எழுதுவேன்.

இளம்வயதில் ஓர் ஓவியனாக நீங்கள் விரும்பினீர்கள். ஓவியத்தின் மீதிருந்த உங்கள் காதல் எப்போது எழுத்தின் மீது மாறியது?

இருபத்திரண்டு வயதில். எனக்கு ஏழுவயதாக இருக்கும் போதிலிருந்து ஓவியனாகத்தான் ஆசைப்பட்டுக் கொண்டிருந்தேன். என் குடும்பத்தினரும் அதற்கு ஒப்புக் கொண்டிருந்தனர். நான் ஒரு புகழ்பெற்ற ஓவியனாவேனென்று அவர்களனைவரும் நினைத்தனர். ஆனால், அதன் பிறகு என் தலைக்குள் எதுவோ நிகழ்ந்தது - மரை ஒன்று கழன்றுவிட்டதென்று எனக்குத் தெரிந்தது - ஓவியம் வரைவதை நிறுத்திவிட்டு என் முதல் நாவலை உடனடியாக எழுதத் தொடங்கினேன்.

மரை கழன்றிருந்ததா?

அப்படிச் செய்வதற்கான காரணங்கள் என்னவென்பதை என்னால் கூறமுடிய வில்லை. சமீபத்தில் இஸ்தான்புல் என்றொரு நூலை வெளியிட்டேன். எனக்கு மனமாற்றம் ஏற்பட்ட அந்தத் தருணம் வரை அப்புத்தகத்தில் இடம் பெற்றிருக்கிறது. அந்தப் புத்தகத்தில் பாதி என் சுயசரிதை. அடுத்த பாதி இஸ்தான்புல்லைப் பற்றிய ஒரு கட்டுரை, அல்லது மேலும் குறிப்பாகச் சொல்லப் போனால் ஒரு சிறுவனின் இஸ்தான்புல் தரிசனம். அந்நகரத்தின் பழமங்களையும், நிலப்பரப்புகளையும், அதன் ரசாயனத்தையும் பற்றிய ஒரு ஞாபகச் சேர்மானம், அந்நகரத்தைப் பற்றிய ஒரு சிறுவனின் அகப்பார்வை, அச்சிறுவனின் சுயசரிதை. அப்புத்தகத்தின் கடைசி வரி,

"நான் ஓர் ஓவியனாக விரும்பவில்லை," என்றேன். *"நான் எழுத்தாளனாகப் போகிறேன்."* அங்கே எதுவும் விளக்கப்படுவதில்லை. ஒருவேளை முழு புத்தகத்தையும் வாசித்தால் அது எதையாவது உணர்த்தக்கூடும்.

உங்கள் குடும்பத்தினர் இந்த முடிவால் சந்தோஷப்பட்டார்களா?

என் அம்மாவிற்கு வருத்தம். அப்பா ஓரளவிற்கு புரிந்து கொண்டார். ஏனென்றால் அவரது இளவயதில் ஒரு கவிஞராக அவர் விரும்பியிருக்கிறார், வாலெரியை துருக்கி மொழியில் மொழிபெயர்த்திருக்கிறார். ஆனால் அவர் சார்ந்திருந்த மேட்டுக் குடியினரின் கிண்டலினால் எல்லாவற்றையும் துறந்துவிட்டார்.

உங்கள் குடும்பத்தினர் உங்களை ஓவியராக ஏற்றுக்கொண்டனர், ஆனால் நாவலாசிரியராக இல்லை, அப்படித்தானே?

ஆம். ஏனென்றால் ஒரு முழுநேர ஓவியனாக நான் இருப்பேன் என்று அவர்கள் கருதவில்லை. சிவில் இன்ஜினியரிங் எங்கள் குடும்பத் தொழில். என் தாத்தா ஒரு கட்டடப் பொறியாளர். இரயில் பாதைகள் போட்ட வகையில் ஏராளமாக பணம் ஈட்டியவர். என் மாமாக்களும், என் அப்பாவும் கணிசமாக பணத்தை இழந்தாலும் அவர்கள் அனைவரும் ஒரே பொறியற் கல்லூரிக்குத்தான் சென்றனர். இஸ்தான்புல் தொழில்நுட்பப் பல்கலைக்கழகம். நானும் அங்கே செல்வேன் என்று எதிர்பார்க்கப் பட்டேன். சரி, செல்கிறேன் என்று சொன்னேன். குடும்பத்திலிருந்த ஓவியன் என்பதால் நான் ஒரு கட்டட வரைவாளனாவேனென்ற நம்பிக்கை. இது எல்லோரையும் திருப்திப்படுத்தும் தீர்வாகத் தோன்றியது. எனவே அப்பல்கலைக் கழகத்திற்குச் சென்றேன். ஆனால் கட்டட வரைவியல் படிப்பின் பாதியில் அதை திடீரென விட்டுவிட்டு ஓவியம் வரையாமல் நாவல்கள் எழுதத் தொடங்கினேன்.

வெளியேறத் தீர்மானித்தபோது உங்களது முதல் நாவலை மனதில் வைத்திருந்தீர்களா? அதனால்தான் அப்படிச் செய்தீர்களா?

எனக்கு ஞாபகம் உள்ளவரை, எதை எழுதுவது என்று எனக்குத் தெரிவதற்கு முன்பாகவே ஒரு நாவலாசிரியனாக நான் முடிவெடுத்தேன். உண்மையில், எழுதத் தொடங்கியபோது இரண்டு மூன்று தப்பான தொடக்கங்கள் நேர்ந்தன. இன்னமும் அந்த நோட்டுப் புத்தகங்களை வைத்திருக்கிறேன். ஆனால் ஆறு மாதங்கள் கழித்து ஒரு மிகப்பெரிய நாவல் திட்டத்தைத் தொடங்கினேன். அது கடைசியில் *Cevdet Bey and His Sons* என்று வெளியானது.

அந்நாவல் இதுவரை ஆங்கிலத்தில் மொழிபெயர்க்கப்படவில்லையே ஏன்?

அது அடிப்படையில் Forsyte Saga அல்லது தாமஸ் மன்னின் *Budden Brooks* போல ஒரு குடும்பக் கதைத்தொடர். அதை எழுதி முடித்த கொஞ்ச நாளிலேயே அத்தகைய பழமைப்பட்ட மிகவும் பத்தொன்பதாவது நூற்றாண்டுத்தனமான ஒரு நாவலை எழுதியதற்காக வருந்தினேன். என் வருத்தத்திற்குக் காரணம், என் இருபத்தைந்து,

இருபத்தாறு வயதில் ஒரு நல்ல படைப்பாளியாக ஆகவேண்டுமென்ற திட்டத்தை எனக்குள் ஊற வைக்கத் தொடங்கியிருந்தேன். ஆனால் கடைசியில் அது வெளியான போது, எனக்கு முப்பது வயதாகியிருந்தது. என் எழுத்துக்களும் மேலதிகமாக பரிசோதனைத் தன்மையுடையதாக மாறியிருந்தது.

உங்கள் முதல் நாவல் வெளியாவதற்கு பல வருடங்கள் பிடித்ததாகக் கூறியிருக்கிறீர்கள், இரண்டாவது நாவல் எளிதாக, விரைவிலேயே வெளி வந்துவிட்டது இல்லையா?

என் இருபதுகளில் இலக்கிய வட்டார நட்புகள் எதுவும் இல்லை. இஸ்தான்புல்லின் எந்த இலக்கியக் குழுவிலும் சேர்ந்திருக்கவில்லை. என் முதல் நாவல் வெளியாவதற்கு இருந்த ஒரே வழி, பிரசுரமாகியிராத பிரதிகளுக்கிடையே நடைபெற்ற இலக்கியப் போட்டி ஒன்றிற்கு சமர்ப்பிப்பதுதான். அதில் கலந்து கொண்டு பரிசும் பெற்றேன். அதனை வெளியிட முன் வந்தது ஒரு பெரிய, நல்ல பதிப்பகம் என்றாலும் அப்போது துருக்கியின் பொருளாதாரம் மோசமாக இருந்ததால் ஒப்பந்தம் மட்டும் போட்டுக்கொண்டு நாவல் வெளியீட்டை தள்ளி வைத்தனர். திடீரென்று 1980-ல் ஒரு நாள் இரவு ராணுவப் புரட்சி வெடித்தது. அடுத்தநாள் அந்தப் பதிப்பகத்தார், எங்களுக்குள் ஒப்பந்தம் இருந்தாலும்கூட அந்நூலை வெளியிடப் போவதில்லை என்றார்.

முதல் நாவலுக்காக நான் காத்திருந்த நேரத்தில் எனது இரண்டாவது நூலை எழுதத் தொடங்கி விட்டிருந்தேன். அது ஓர் அரசியல் நாவல். பிரச்சாரம் அல்ல. அந்த நூலை நான் முடித்தாலும் கூட ஐந்தாறு வருடங்களுக்கு அதை வெளியிட முடியாது என்று தெரிந்து கொண்டேன். அந்த முடிவு பெற்றிடாத நாவலின் 250 பக்கங்களும் இன்னமும் என் மேஜை டிராயரில் இருக்கிறது.

ராணுவப் புரட்சி முடிந்தவுடனேயே, நான் விரக்தியுற்றிருக்கவில்லையென்பதால், மூன்றாவது நாவல் *The Silent House*-ஐத் தொடங்கினேன். *Cevdet* நல்ல வரவேற்பைப் பெற்றதால் அப்போது நான் எழுதிக் கொண்டிருந்த அந்நாவலை உடனே வெளியிட முடிந்தது. எனவே மூன்றாவதாக நான் எழுதிய நூல் இரண்டாவதாக வெளிவந்தது.

பல்வேறு கருத்துருக்களோடு நீங்கள் பரிசோதனை செய்து கொண்டிருக் கையில், உங்கள் நாவலின் வடிவத்தை எவ்வாறு தேர்ந்தெடுகிறீர்கள்? ஒரு படிமத்தோடு, ஒரு முதல் வாக்கியத்தோடு ஆரம்பிப்பீர்களா?

இதற்கென நிலையான விதிமுறையெல்லாம் கிடையாது. ஆனால் இரண்டு நாவல்களை ஒரே வகையில் எழுதாமல் பார்த்துக் கொள்கிறேன். எல்லாவற்றையும் மாற்ற முயற்சிக்கிறேன். அதனால்தான் என் வாசகர்களில் பலரும், உங்களுடைய இந்த நாவல் எனக்கு மிகவும் பிடித்திருக்கிறது; ஏன் இதே போல் மற்ற

நாவல்களையும் நீங்கள் எழுதுவதில்லை என்றோ, அல்லது இந்த நாவலை எழுதுவதற்கு முன் உங்கள் நாவல்கள் எதுவும் எனக்குப் பிடித்ததில்லை என்றோ கூறுகின்றனர். *The Black Book* பற்றி குறிப்பாக இப்படிக் கூறுவதைக் கேட்டிருக் கிறேன். உண்மையில் இதைக் கேட்க வெறுப்பாக இருக்கிறது. வடிவத்திலும், நடையிலும், மொழியிலும், மனப்பாங்கிலும், ஆளுமையிலும் பரிசோதனைகள் செய்வதும், ஒவ்வொரு புத்தகத்தையும் வித்தியாசமாக யோசிப்பதும்தான் சுவாரஸ்யம், சவால்.

ஒரு புத்தகத்தின் கருப்பொருள் எனக்குப் பல்வேறு மூலங்களிலிருந்து வரலாம். *My Name is Red*-ஐப் பொறுத்துவரை ஓவியனாக விரும்பும் என் வேட்கையைப் பற்றி எழுத நினைத்தேன். ஆரம்பம் சரியாக அமையவில்லை ஒரே ஒரு ஓவியனைப் பற்றி தனிப்பெருநூல் ஒன்றை எழுதத் தொடங்கினேன். பின் அந்த ஓவியனை பல்வேறு ஓவியர்களாக மாற்றி அவர்களை ஓர் ஓவியப் பணிமனையில் ஒன்றாகப் பணிபுரிவதாக அமைத்தேன். இப்போது மற்ற ஓவியர்கள் பேசத் தொடங்கி விட்டதால் கதைக்கோணம் மாறியது. முதலில் ஒரு தற்கால ஓவியனைப்பற்றி எழுதலாமென்று நினைத்துக் கொண்டிருந்தேன். ஆனால் இந்தத் துருக்கிய ஓவியன் பெரிதும் தருவிக்கப்பட்டவனாக மேற்குலகினால் பெரிதும் தாக்கமுற்றவனாக இருப்பானென்று நினைத்தேன். எனவே நுண்ணோவியர்களைப் பற்றி எழுது வதற்காக காலத்தில் பின்னோக்கிச் சென்றேன். இப்படித்தான் எனது கதைப் பொருளைக் கண்டுபிடித்தேன்.

சில கதைப்பொருட்களும் குறிப்பிட்ட சில மரபான வழக்கமாற்றுகளை அல்லது கதை சொல்லல் தந்திரங்களை அவசியமாக்குகின்றன. சிலநேரங்களில் உதாரணமாக நீங்கள் அப்போதுதான் எதையாவது பார்த்திருக்கலாம், அல்லது எதையாவது படித்திருக்கலாம், திரைப்படத்தில் பார்த்திருக்கலாம். செய்தித்தாளில் எதையாவது படித்திருக்கலாம். அதன் பின் உங்களுக்குத் தோன்றும் ... சரி, உருளைக்கிழங்கு ஒன்று அல்லது ஒரு நாய் அல்லது ஒரு மரம் பேசுவதைப்போல அமைக்கலாம் என்று கருத்துரு கிடைத்ததும் நாவலின் சமச்சீரவமைவையும், தொடர்ச்சியையும் பற்றி சிந்திக்கத் தொடங்குகிறீர்கள். அற்புதம். இதை யாருமே இதற்கு முன்பு செய்ததில்லை, என்று உணர்கிறீர்கள்.

பல விஷயங்களைப் பற்றி நான் வருடக்கணக்காக சிந்தித்துக் கொண்டிருக்கிறேன். சில கருக்கள் கிடைக்கலாம். பின் அதை என் நெருங்கிய நண்பர்களிடம் கூறுகிறேன். நான் எழுத சாத்தியமுள்ள நாவல்களுக்காக ஏராளமான குறிப்பேடுகளை நான் வைத்திருக்கிறேன். சில நேரங்களில் நான் அவற்றை எழுதுவதில்லை, ஆனால் குறிப்பேடு ஒன்றைத் திறந்து குறிப்பெடுக்கத் தொடங்கினால் அந்நாவலை நான் எழுதப்போகிறெனென்று அர்த்தம். எனவே ஒரு நாவலை முடித்துக் கொண்டிருக்கும் போது என் இதயம் இத்தகைய திட்டங்கள் ஒன்றில் பதியும். ஒன்றை நிறைவு செய்து இரண்டு மாதங்கள் கழித்து மற்றதை எழுதத் தொடங்குகிறேன்.

வழக்கமாக உங்கள் நாவல்களை பின் நவீனத்துவம் என்று விமர்சகர்கள் வகைப் படுத்துகின்றனர். எனக்கென்னவோ உங்களது கதை சொல்லும் உத்திகளை அடிப்படையில் மரபார்ந்த மூலங்களிலிருந்து பெறுவதாகத் தோன்றுகிறது. ஆயிரத்தொரு இரவுகளிலிருந்தும் கீழை மரபின் செவ்வியல் பிரதிகளிலிருந்தும் நீங்கள் மேற்கோள் காட்டுகிறீர்கள்.

போர்கெஸ்ஸையும் கால்வினோவையும் நான் முன்னரே வாசித்திருந்தாலும் நீங்கள் குறிப்பிடுவது *The Black Book*-லிருந்து தொடங்கியது. 1985-ல் என் மனைவியோடு யு.எஸ். சென்றிருந்தபோது முதன்முதலாக அமெரிக்கக் கலாச்சாரத்தின் மேம்பாட்டையும் மகத்தான செறிவையும் எதிர்ப்பட்டேன். மத்திய கிழக்கிலிருந்து வருகிற, படைப்பாளியாக தன்னை நிறுவிக்கொள்ள முயற்சிக்கிற ஒரு துருக்கியனான எனக்கு மிரட்சியாக இருந்தது. எனவே என் வேர்களுக்கு பின்னடைந்தேன். என் தலைமுறையினர் ஒரு நவீன தேசிய இலக்கியத்தைக் கண்டடைய வேண்டியிருக் கிறதென்பதை உணர்ந்தேன்.

போர்கெஸ்ஸூம் கால்வினோவும் என் தளைகளை விடுவித்தனர். மரபான இஸ்லாமிய இலக்கியத்தின் தாத்பரியம் பெரிதும் பிற்போக்காக, மிகவும் அரசியல்மயமாக்கப்பட்டதாக, பழமைவாதிகளால் வழக்கொழிந்த. மூடத்தனமான வகைகளில் பயன்படுத்துவதாக இருந்தது. அத்தகைய சமாச்சாரத்துடன் என்னால் எதுவும் செய்ய முடியுமென்று தோன்றவில்லை. ஆனால், நான் யு.எஸ்.ஸிற்குச் சென்றதும் அந்த சமாச்சாரத்திற்கு நான் ஒரு கால்வினோத்தனமான அல்லது போர்கெஸ்தனமான மன அமைப்போடு திரும்பிச் செல்ல முடியுமென்று உணர்ந்தேன். அதன் விளையாட்டுக்களையும், தந்திர வித்தைகளையும், நீதிக் கதைகளையும் எளிதில் கையகப்படுத்திக் கொள்வதற்காக இஸ்லாமிய இலக்கியத்தின் மதம் மற்றும் இலக்கியச் சார்பான தாத்பரியங்களை அழுத்தமாக வேறுபடுத்திக் காட்டி விட்டுத்தான் நான் தொடங்க வேண்டும். துருக்கிக்கு மிக உன்னதமான அலங்கார இலக்கியத்தின் பகட்டு மரபு ஒன்று இருக்கிறது. ஆனால், சமூகத்திற்கு ஒப்புக் கொடுத்துவிட்ட எழுத்தாளர்கள் எமது இலக்கியத்தின் புதுப்புனைவு உள்ளடக்கத்தை காலியாக்கிவிட்டனர்.

சீனா, இந்தியா, பாரசீகத்தின் பல்வேறு வாய்மொழிக் கதை சொல்லல் மரபில் ஏராளமான கருத்துருவங்கள் தம்மைத்தாமே திரும்பத்திரும்ப நிகழ்த்திக் கொள்கின்றன. அவற்றை எடுத்து, தற்கால இஸ்தான்புல்லில் அமைக்க முடிவெடுத்தேன். இது ஒரு சோதனை முயற்சி. ஒரு டாடாவிஸ கொலாஜ் போல எல்லாவற்றையும் ஒன்று சேர்த்து வைப்பது. *The Black Book* இந்தத் தன்மையைக் கொண்டிருந்தது. சில நேரங்களில் இவ்வெல்லா மூலங்களும் ஒன்றாகக் கலந்து ஏதோ புதிதாக வெளிவருகிறது. எனவே, இந்த மறுஉருவாக்கப்பட்ட கதைகளை இஸ்தான்புல்லில் அமைத்து ஒரு துப்பறியும் கதைக்கருவையும் சேர்த்தபோது *The Black Book* வெளிவந்தது. ஆனால் அதன் ஆதார வித்தில் அமெரிக்கக்

கலாச்சாரத்தின் முழு வலிமையும், ஒரு தீவிரமான பரிசோதனை எழுத்தாளனாக வேண்டுமென்ற என் பேரவாவும் இருந்தது. துருக்கியின் பிரச்னைகளைப் பற்றி ஒரு சமுதாய வர்ணனையை என்னால் எழுத முடியாது. அவற்றால் நான் மிரட்சி யுற்றிருந்தேன். எனவே,வேறு எதையாவது முயல வேண்டியிருந்தது.

துருக்கியின் கிழக்கத்திய மற்றும் மேற்கத்திய மனச்சாய்வுகளுக்கிடை யிலிருக்கும் தொடர்ந்தேர்த்தியான மோதல்கள் எப்போதாவது அமைதித் தீர்வைக் காணுமென்று நம்புகிறீர்களா?

நான் ஒரு நம்பிக்கைவாதி. இரண்டு ஆன்மாக்களை, இரண்டு உயிர்களைக் கொண்டிருப் பதற்காக, இரு வேறு கலாச்சாரங்களுக்கு சொந்தமாக இருப்பதற்காக துருக்கி விசனப்படக்கூடாது. ஆளுமைப் பிளவு உங்களை அறிவுக்கூர்மை யுடையவராக்குகிறது. யதார்த்தத்துடன் உங்கள் உறவை நீங்கள் இழந்து போகலாம். நான் ஒரு புனைகதையாளன். அதனால் அதுவொன்றும் அப்படிப்பட்ட மோசமான விஷயமாகத் தெரியவில்லை. ஆனால், உங்களது ஆளுமைப் பிளவிற்காக நீங்கள் கவலைப்படக்கூடாது. உங்களில் ஒரு பாதி, மற்றதைக் கொலை செய்வதைப் பற்றி அதிகம் கவலைப்பட்டால் உங்களிடம் ஒரேயொரு ஆன்மா மட்டுமே மிச்சமிருக்கும். இது வியாதி வந்திருப்பதைவிட மோசமானது. இதுதான் என் தத்துவம். இதைத்தான் துருக்கி அரசியலிலும், துருக்கிக்கு ஒரேயொரு நிலைத்த ஆன்மா மட்டுமே; அது கிழக்கையோ, அல்லது மேற்கையோ, அல்லது தேசியவாதமாகவோ இருக்க வேண்டுமென்று கோரும் அதன் அரசியல்வாதிகளிடமும் பிரஸ்தாபிக்கிறேன். அத்தகைய ஒருபொருண்மைவாத மனப்பான்மையை நான் ஆட்சேபிக்கிறேன்.

இதற்கு துருக்கியில் எந்தளவுக்கு வரவேற்பு இருக்கிறது?

ஜனநாயகமான, உதாரணமான துருக்கிக்கான எண்ணம் வலுப்பட்டால் என் கருத்தும் ஏற்றுக் கொள்ளப்படும். இத்தகைய மனப்பான்மையோடு மட்டுமே துருக்கி ஐரோப்பிய ஒன்றியத்தில் *(European Union)* இணைய முடியும். தேசியவாதத்திற்கு எதிராக, எங்களுக்கும் அவர்களுக்கும் இடையிலான பகட்டாரவாரப் பிரச்சாரம், பிதற்றலுக்கெதிராக போராடுவதற்கு இதுதான் ஒரே வழி.

இருந்தாலும் *Istanbul*-இல் அந்நகரத்தை நீங்கள் கற்பனாங்காரத்தோடு வர்ணிக்கும் விதத்தைப் பார்க்கும் போது ஒட்டோமான் சாம்ராஜ்யத்தின் வீழ்ச்சிக்காக நீங்கள் துக்கப்படுவது போலிருக்கிறது.

ஒட்டோமான் சாம்ராஜ்யத்திற்காக நான் துக்கம் அனுஷ்டிக்கவில்லை. நான் ஒரு மேற்கத்தியன். மேற்கத்திய செயல்பாடுகள் நிகழ்ந்தமைக்காக நான் சந்தோஷப் படுகிறேன். நான் விமர்சிப்பதெல்லாம் இந்த ஆளும் மேட்டுக்குடியினர், அதிகார வர்க்கமும் புதிய செல்வந்தர்களும் மேற்கத்தியம் என்பதை ஒரு சிறிய எல்லைக்குள் குறுக்கி வைத்திருக்கும் விதத்தை மட்டுமே. சொந்த அடையாளங்களும்

சடங்குகளும் செறிந்த ஒரு தேசிய கலாச்சாரத்தை உருவாக்குவதற்கான தன்னம்பிக்கை அவர்களுக்கில்லை. கிழக்கையும் மேற்கையும் உயிர்ப்போடு கலந்து ஓர் இஸ்தான்புல் கலாச்சாரத்தை உருவாக்க முனையாமல் வெறுமனே மேற்கத்திய கிழக்கத்திய விஷயங்களை மொத்தமாக இடம்பெயர்த்திருக்கின்றனர். வலுவான ஒட்டோமான் கலாச்சாரம் ஒன்று வட்டார அளவில் இருந்தாலும் அது சிறிது சிறிதாக மங்கிக்கொண்டு வருகிறது. அவர்கள் செய்ய வேண்டியதும் அவர்களால் போதியளவுக்கு செய்ய முடியாததும் என்னவென்றால் கிழக்கத்திய கடந்த காலத்தையும், மேற்கத்திய நிகழ்காலத்தையும் ஒப்புப் போலியெடுப்பதல்ல, ஒருங்கிணைத்து ஒரு வலிமையான வட்டார கலாச்சாரத்தைக் கண்டடைவது. இதே விஷயத்தை என் நாவல்களில் செய்ய முயற்சிக்கிறேன். ஒருவேளை புதிய தலைமுறைகள் அதனைச் செய்யலாம். ஐரோப்பிய ஒன்றியத்தில் இணைவது துருக்கிய அடையாளத்தை ஒழிக்கப்போவதில்லை; மாறாக ஒரு புதிய துருக்கிய கலாச்சாரத்தை கண்டடைவதற்குத் தேவையான சுதந்திரத்தையும் தன்னம்பிக்கை யையும் நமக்களித்து அதனை செழிக்கச் செய்யும். அடிமைத்தனமாக மேற்கை படியெடுப்பதும் அல்லது செத்தொழிந்து போன ஒட்டோமான் கலாச்சாரத்தை போலி செய்வதும் தீர்வல்ல. இவ்விரண்டில் ஒன்றின் மேல் ஒரேயடியாக சார்ந்திருக்க வேண்டியதில்லை.

உங்களுடைய நாவல்களிலேயே *Snow* தான் பெரிதும் அரசியற்பார்வை கொண்டிருக்கிறது. அதை எப்படி உருவாக்கினீர்கள்?

துருக்கியில் நான் பிரபலமடையத் தொடங்கிய 1990களின் மத்தியில்தான் குர்திய கொரில்லாக்களுடனான யுத்தமும் உச்சத்தில் இருந்தது. அப்போது பழைய இடதுசாரி படைப்பாளிகளும் புதிய நவீன லிபரல்களும் அவர்களுக்கு உதவும்படி, கூட்டறிக்கையில் கையெழுத்திடும்படி, என் நாவல்களுக்கு தொடர்பல்லாத அரசியல் விஷயங்களைச் செய்யக் கேட்டுக் கொண்டனர்.

உடனேயே அதிகாரவர்க்கம் வெறுப்புப் பிரச்சாரத்தைத் தொடங்கியது. எனக்கு விதவிதமான பெயர்கள் சூட்டப்பட்டன. எனக்குக் கோபம் அதிகரித்தது. கொஞ்ச நாட்கள் கழித்து என் சொந்த ஆன்மிக ஊசலாட்டங்களை ஆராய்கிற, என்னைப் போலவே உயர் மத்தியவர்க்க குடும்பத்திலிருந்து வருகிற, அரசியல் பிரதிநிதித்துவம் இல்லாதவர் களுக்கு பொறுப்பாக உணர்கிற அரசியல் நாவலாக ஒன்றை எழுதினாலென்னவென்று தோன்றியது. நாவல் கலையில் எனக்கு நம்பிக்கை இருக்கிறது. அது எவ்வாறு உங்களை ஒரு வெளியாளாக மாற்றிவிடுகிறதென்பது வினோதமான விஷயம். அப்போதுதான் ஓர் அரசியல் நாவல் எழுதுவதென்று எனக்கு நானே கூறிக்கொண்டேன். *My name is Red* ஐ முடித்தவுடனேயே அதனை எழுதத் தொடங்கினேன்.

கதைக்களமாக சின்னஞ்சிறிய நகரான கார்ஸ்-ஐ ஏன் தேர்ந்தெடுத்தீர்கள்?

துருக்கியின் மிக மோசமான குளிர் நகரங்களில் ஒன்று அது. மிக ஏழ்மையான நகரங்களிலும் ஒன்று. எண்பதுகளின் ஆரம்பத்தில் ஒரு பிரபலமான செய்தித்தாளின் முதல் பக்கம் முழுவதிலும் கார்ஸ்ஸின் ஏழ்மைப்பற்றி வெளியிட்டிருந்தனர். அந்த நகரம் மொத்தத்தையும் சுமார் ஒரு மில்லியன் டாலருக்கு வாங்கிவிட முடியுமென்று யாரோ ஒருவர் கணக்கிட்டிருந்தார். நான் அங்கே செல்ல விரும்பியபோது அரசியல் வானிலை சிக்கலாகியிருந்தது. நகரைச் சுற்றிலும் பெரும்பாலும் குர்துகளே இருந்தாலும் நகரத்தின் உட்பகுதியில் குர்துகளும், அஜர்பைஜானைச் சேர்ந்தவர்களும், துருக்கியர்களும், மற்ற இனத்தவரும் கலவையாக இருந்தனர். ரஷ்யர்களும். ஜெர்மானியர்களும் கூட இருந்தனர். ஷியா, சன்னி என்று மதரீதியான வேறுபாடுகளும் இருந்தன. குர்திய கொரில்லாக்கள் மீது துருக்கிய அரசு தொடுத்திருந்த போரின் தீவிரத்தில் அங்கே டூரிஸ்ட்டாகச் செல்வது சாத்தியமில்லாதிருந்தது. வெறும் நாவலாசிரியனாக அங்கே செல்ல முடியாது என்பது தெரிந்திருந்ததால் எனக்குத் தெரிந்த ஒரு நாளிதழ் ஆசிரியரிடம் நிருபருக்கான அனுமதிச்சீட்டு பெற்றுத்தரச் சொல்லிக் கேட்டேன். செல்வாக்கு மிக்க அவர் மேயரையும், காவல்துறைத் தலைவரையும் தனிப்பட்ட முறையில் சந்தித்து நான் வருவதைத் தெரியப் படுத்தினார்.

நான் அங்கு சென்றடைந்ததுமே மேயரையும், காவல்துறைத் தலைவரையும் சந்தித்து கைக் குலுக்கிக் கொண்டேன். என்னை நடுத்தெருவில் வைத்து கைது செய்யக் கூடாதென்பதற்காக. ஆனாலும் என்னைத் தெரிந்திராத காவலர்கள் சிலர் என்னைப் பிடித்துச் சென்றிருக்கின்றனர். என்னைச் சித்திரவதை செய்யும் உத்தேசம் இருந்திருக்கலாம். உடனே எனக்கு மேயரைத் தெரியும், காவல் துறைத் தலைவரைத் தெரியும் என்று சொல்லி தப்பித்துக் கொண்டாலும் நான் சந்தேகமாகத்தான் பார்க்கப்பட்டேன். ஏட்டளவில் துருக்கி ஒரு சுதந்திர நாடாக இருந்தாலும் 1999 வரை அந்நியர்கள் யார் வந்தாலும் சந்தேகப்படுவதாகத்தான் நிலைமை இருந்தது. நல்ல வேளையாக இப்போது நிலைமை கொஞ்சம் மாறியிருக்கிறது.

புத்தகத்தில் வரும் பெரும்பான்மையான மனிதர்களும் இடங்களும் உண்மை யானவை. உதாரணத்திற்கு 252 பிரதிகள் விற்கும் உள்ளூர் செய்தித்தாள். கார்ஸ்ஸிற்கு ஒரு கேமராவையும், ஒரு வீடியோ ரெக்கார்டரையும் கொண்டு சென்றிருந்தேன். எல்லாவற்றையும் படமெடுத்துக் கொண்டு இஸ்தான்புல்லிற்குத் திரும்பி, அவற்றை நண்பர்களுக்குப் போட்டுக் காண்பிப்பேன். எல்லோரும் என்னை கொஞ்சம் பைத்தியம் என்று நினைத்தனர். கார்ஸ்ஸுக்கு வருவதும் போவதுமாக இருந்தேன். உள்ளூர் தொலைக்காட்சி நிருபர் என்னைப் படம் பிடித்து, "நமதுபிரசித்தி பெற்ற எழுத்தாளர் ஒரு தேசிய நாளிதழில் நம்மூரைப்பற்றி செய்திக்கட்டுரை எழுதுவதற்காக வந்திருக்கிறார்" என்று செய்தியில் அறிவித்தார்.

நான்கு வருடங்கள் கடந்தன. நான் போய் வந்து கொண்டிருந்தேன். அங்கே ஒரு சிறிய உணவகம் உண்டு. அங்கே அமர்ந்து சில நேரங்களில் குறிப்பெடுப்பேன்.

எழுதுவேன். ஒருநாள் சற்றுத்தள்ளி அமர்ந்திருந்த சிலர், “என்ன கட்டுரை இவர் எழுதிக்கொண்டிருக்கிறார்? மூன்று வருடங்களாக எழுதிக் கொண்டிருக்கிறார். ஒரு நாவலே எழுதிவிட்டிருக்கலாமே!” அவர்கள் கண்டுபிடித்துவிட்டனர்.

அந்த நூலுக்கு துருக்கியில் எத்தகைய வரவேற்பு இருந்தது?

துருக்கியில் பழமைவாதிகளும், அதாவது அரசியல் இஸ்லாமிஸ்ட்கள் - மதச்சார்பற்றவர்களும் அதிருப்தியுற்றிருந்தனர். புத்தகத்தை தடை செய்யுமளவிற்கோ அல்லது என்னை துன்புறுத்துமளவிற்கோ அல்ல. மதச்சார்பற்றவர்களுக்கு ஆட்சேபம் வரக் காரணம், துருக்கியில் ஒரு மதச்சார்பற்ற புரட்சியாளனாக இருப்பதற்கான விலை என்னவென்றால் நீங்கள் ஒரு ஜனநாயகவாதியாகவும் இருக்க வேண்டுமென்பதை மறந்து விடுவது என்று நான் எழுதியிருந்தது. துருக்கியில் மதச்சார்பற்றவர்களின் பலம் ராணுவத்திலிருந்து வருகிறது. இது துருக்கியின் ஜனநாயகத்தையும் சகிப்புக் கலாச்சாரத்தையும் அழிக்கிறது. அரசியல் கலாச்சாரத்தில் அதிகப்படியான ராணுவத் தலையீடு இருந்தால், மக்கள் தமது தன்னம்பிக்கையை இழந்து அவர்களுடைய எல்லா பிரச்னைகளுக்கும் ராணுவத்தைச் சார்ந்து விடுகின்றனர். ‘தேசமும் பொருளாதாரமும் சீரழிந்து போயிருக்கின்றன. ராணுவம் வந்தால்தான் இவையெல்லாம் சுத்தமாகும்’ என்று கூறுவது வழக்கமாகிவிடுகிறது. அவர்கள் சுத்தப்படுத்தும்போது சகிப்புக் கலாச்சாரத்தையும் சேர்த்து அழிக்கின்றனர். ஏராளமான சந்தேகத்திற்குரியோர் சித்திரவதைப்படுத்தப்பட்டிருக்கின்றனர். நூறாயிரம்பேர் சிறையிலடைக்கப்பட்டுள்ளனர். இது புதிய ராணுவக் கலகத்திற்கு வழியமைத்துத் தருகிறது. பத்து வருடங்களுக்கொருமுறை ஒரு புதிய ராணுவக் கலகம் வெடிக்கிறது. இதற்காகவே மதச்சார்பற்றவர்கள் மீது குறை காண்கிறேன். மேலும் இஸ்லாமியவாதிகளை மனித ஜீவிகளாக நான் சித்தரித்திருந்ததையும் அவர்கள் ரசிக்கவில்லை.

அரசியல் இஸ்லாமிஸ்ட்களுக்கு என் மீது எரிச்சல் இருப்பதற்குக் காரணம், ஒரு இஸ்லாமிஸ்ட் திருமணத்திற்கு முன்பே உடலுறவு கொள்வதாக நான் எழுதியது. அந்தளவுக்கு மிகையாக எளிமைப்படுத்தப்பட்ட விஷயமாகிவிட்டது இது. இஸ்லாமிஸ்ட்டுகளுக்கு எப்போதுமே என் மீது சந்தேகம். ஏனென்றால், நான் அவர்களது கலாச்சாரத்திலிருந்து வரவில்லை. ஒரு மேற்கத்திய, சலுகை பெற்ற பிரிவினரின் சாயலும், மொழியும் மனப்பாங்கும் கொண்டிருக்கிறேன். பிரதிநிதித்துவத்தில் அவர்களுக்கென்று சிக்கல்கள் இருக்கின்றன. ‘நம்மைப்பற்றி இவர் எப்படி எழுதலாம்? இவருக்குப் புரிதல் இல்லை’ என்கின்றனர். இதையும் என் நாவலின் பகுதிகளில் சேர்த்திருக்கிறேன்.

ஆனால் நான் மிகைப்படுத்த விரும்பவில்லை. நானும் தாக்குப்பிடித்துவிட்டேன். அவர்களனைவரும் புத்தகத்தை வாசிக்கின்றனர். அவர்களுக்குக் கோபம் வந்திருக்கலாம். ஆனால், என்னையும் ஏற்றுக்கொண்டு என் புத்தகத்தையும்

அப்படியே இருக்க விட்டு வைத்திருப்பது வளர்ந்து வரும் தாராள மனப் பான்மைக்கான அறிகுறி. கார்ஸ் நகரவாசிகளின் எதிர்வினையும் பிளவுபட்டிருந்தது. சிலர் 'ஆம், இப்படித்தான் இருக்கிறது' என்றனர். மற்றவர்கள் பெரும்பாலும் துருக்கிய தேசியவாதிகள். நான் ஆர்மீனியர்களைப்பற்றி குறிப்பிடுவதில் நடுக்கமுற்றிருந்தனர். உதாரணத்திற்கு அந்தத் தொலைக்காட்சி நிருபர் என் புத்தகத்தை ஒரு சிம்பாலிக்கான கருப்புப் பையில் போட்டு எனக்கு அனுப்பி வைத்துவிட்டு, ஒரு பத்திரிகையாளர் கூட்டத்தில் நான் ஆர்மீனியப் பிரச்சாரம் செய்வதாக-இதுவே பெரிய அபத்தம்-குற்றம் சாட்டினார். இத்தகைய குறுகிய மனப்பான்மையும் தேசியவாத கலாச்சாரமும் தான் எங்களிடம் நிலவுகிறது.

புனைவிலக்கியம் மீதுள்ள உங்களது கட்டுப்பாடு சிக்கல்களை ஈட்டித்தந்திருக்கிறது. இன்னமும் அதிகப்படியான தொல்லைகள் வர வாய்ப்பிருக்கிறது, இதனால் உணர்வுரீதியான தொடர்புகளை துண்டித்துக் கொள்ள வேண்டியிருக்கிறது, இதற்குத் தரவேண்டிய விலை அதிகம்தான், இல்லையா?

ஆம். ஆனால் இது ஓர் அற்புதமான விஷயம். என் மேசையில் தனியாக அமர்ந்திராமல் நான் பயணம் செய்யும் போது, கொஞ்சநேரம் கழித்து நான் உளச்சோர்வடைந்துவிடுவேன். அறை ஒன்றில் தனியாக என் படைப்பியக்கத்தில் என்னைக் கண்டடைந்து கொண்டிருக்கையில் மகிழ்ச்சியாக இருக்கிறேன். என்னை அர்ப்பணித்திருக்கும் கலை அல்லது கைவினை மீதுள்ள கட்டுப்பாட்டை விடவும், ஓர் அறைக்குள் தனியாக இருப்பதற்கான கடப்பாடு இது. இப்போது நான் செய்துகொண்டிருப்பவை ஒரு நாள் பிரசுரமாகும், என் பகற்கனவுகளை நியாயப்படுத்தும் என்று நம்பிக்கொள்வதை சடங்காகத் தொடர்கிறேன். சிலருக்கு ஆரோக்கியத்திற்குத் தேவைப்படும் மாத்திரையைப் போல எனக்கு ஒரு மேஜையில் நல்ல எழுதுதாட்களும், ஒரு பவுண்டன் பேனாவும் தனிமையாக சிலமணி நேரங்களும் தேவைப்படுகிறது. இந்தச் சடங்குகளுக்கு நான் என்னை ஒப்பு விக்கிறேன்.

அப்படியானால், யாருக்காக நீங்கள் எழுதுகிறீர்கள்?

வாழ்க்கை குறுகக்குறுக, இந்தக் கேள்வியை உங்களிடமே அடிக்கடி கேட்டுக் கொள்கிறீர்கள். நான் ஏழு நாவல்கள் எழுதியிருக்கிறேன். இறந்து போவதற்கு முன் இன்னும் ஏழு நாவல்கள் எழுத வேண்டுமென்று ஆசை. ஆனால் வாழ்க்கை குறுகியது. அதை இன்னும் அதிகமாக அனுபவித்தால்தான் என்ன? சில நேரங்களில் என்னை நானே கடுமையாக கட்டாயப்படுத்திக் கொள்கிறேன். ஏன் இதைச் செய்து கொண்டிருக்கிறேன்? இதற்கெல்லாம் என்ன அர்த்தம்? முதலில், நான் சொன்னதைப் போல, ஓர் அறையில் தனித்தமர்ந்திருக்கும் இச்சை. இரண்டாவதாக, மீண்டும் ஒரு அழகான புத்தகத்தை எழுதிவிட வேண்டும் என்று முனைப்பு கூட்டும் ஒரு

சிறுபிள்ளைத்தனமான போட்டியுணர்வு. படைப்பாளிகளின் சாசுவதத்தில் நம்பிக்கை எனக்குக் குறைந்து கொண்டே வருகிறது. இருநூறு வருடங்களுக்கு முன்பு எழுதப்பட்ட நூல்களில் வெகு சிலவற்றை மட்டுமே நாம் வாசிக்கிறோம். எல்லாமே மிகவேகமாக மாறிக் கொண்டு வருகின்றன. இன்றைய புத்தகங்கள் நூறு வருடங்களில் மறந்துபோய்விடக் கூடும். வெகு சில மட்டுமே வாசிக்கப்படும். இருநூறு வருடங்களில் இன்று எழுதப்பட்ட புத்தகங்களில் ஐந்தே ஐந்து மட்டும் வாசிக்கப்படலாம். அந்த ஐந்தில் ஒன்றை நான் எழுதிக் கொண்டிருக்கிறேனா? ஆனால் இதுதான் எழுதுவதன் அர்த்தமா? இருநூறு வருடங்கள் கழித்து நான் வாசிக்கப்படுவதைப் பற்றி ஏன் கவலைப்பட வேண்டும்? எதிர்காலத்தில் நான் வாசிக்கப்படுவேன் என்ற ஆறுதல் எனக்குத் தேவைப்படுகிறதா? நான் மேலும் அதிகமாக வாழ்வதைப் பற்றிக் கவலைப்படத் தேவையில்லையா? இப்படியெல்லாம் யோசித்துக் கொண்டு, தொடர்ந்து எழுதிக் கொண்டிருக்கிறேன். ஏனென்று எனக்குத் தெரியாது. ஆனால் எப்போதுமே நம்பிக்கையிழந்து கைவிடுவதில்லை. உங்கள் புத்தகங்கள் எதிர்காலத்தில் ஒரு விளைவை ஏற்படுத்துமென்ற நம்பிக்கை ஏற்படுத்தும் ஆறுதல் மட்டுமே இந்த வாழ்க்கை யிலிருந்து நீங்கள் பெற வேண்டிய சந்தோஷம்.

துருக்கியின் இருமுக ஆன்மா
ஓரான் பாமுக்கின் 'பனி'

'எனது முதலும் கடைசியுமான அரசியல் நாவல்' என்று ஓரான் பாமுக்கால் குறிப்பிடப்படும் Snow 2002-ல் வெளிவந்தது. 2007ல் இலக்கியத்திற்காக நோபல் பரிசு பெற்ற துருக்கியைச் சேர்ந்த ஓரான் பாமுக் தற்கால மகத்தான நாவலாசிரியர்களில் முக்கியமானவர். இவரது முதல் நாவல் Cevde Bey and His Sons 1982-ல் வெளிவந்ததிலிருந்து இன்றுவரை பாமுக்கின் எட்டு நாவல்கள் வெளிவந்திருக்கின்றன. 1990-இல் இவரது The White Castle நாவல் ஆங்கிலத்தில் மொழிபெயர்க்கப்பட்டு வெளிவந்தபோது துருக்கியைத் தாண்டி இவரது இலக்கிய மேதமை உலகெங்கும் பரவத் தொடங்கியது. ஆழ்ந்த வாசிப்பைக் கோரும் இவருடைய பின்நவீனத்துவ நாவல்கள் ஜனரஞ்சகமான பெஸ்ட் செல்லர்களுக்கு இணையாக ஏராளமாக விற்றுத் தீர்க்கின்றன. ஒரு நவீன எழுத்தாளரின் நூல்கள் இந்தளவிற்கு விற்பனையாவதற்கு சல்மான் ருஷ்டியைப் போல பாமுக்கும் ஒரு சர்ச்சைக்குரிய மனிதராக இருப்பதும் ஒரு காரணமாக இருக்கக்கூடும். 1998-ல் வெளிவந்த இவரது My Name is Red பாமுக்கின் மாஸ்டர்பீஸ் எனலாம். 20-ஆம் நூற்றாண்டின் மிக முக்கியமான நாவல்களில் ஒன்றாகக் கருதப்படும் இந்நாவல் வெளிவந்த பிறகு பாமுக் நேரடியாக அரசியலில் ஈடுபடாவிட்டாலும்கூட தனது கட்டுரைகளில் துருக்கி அரசைக் கூர்மையாக விமரிசித்து எழுதத் தொடங்கினார். துருக்கியின் இரத்தம் தோய்ந்த கடந்த காலங்களையும், அந்நாட்டில் நிகழ்த்தப்பட்ட இனப்படுகொலை களையும் இன்றைய துருக்கியர் மீண்டும் நினைவிற்குக் கொண்டுவருவதை விரும்பவில்லை. 1915-17ம் வருடங்களில் ஓட்டாமன் பேரரசின் இராணுவம் இலட்சக்கணக்கில் கொன்று குவித்த ஆர்மீனியர்களையும், 1984-ம் வருடத்தையொட்டி கொல்லப்பட்ட 30000 குர்திய மக்களையும் பாமுக் தன் கட்டுரைகளிலும் பேட்டிகளிலும் தொடர்ந்து குறிப்பிட்டு வருவது துருக்கி அரசின் மனசாட்சியைக் குத்திக்கிளறிக் கொண்டே இருப்பதால் அவர் மீது ராஜதுரோகக் குற்றச்சாட்டு சுமத்தி அவர் மீது வழக்கு தொடர்ந்ததும், உலகம் முழுக்க பாமுக்கிற்கு ஆதரவு பெருகி, வேறு வழியின்றி இக்குற்றச்சாட்டிலிருந்து அவர் விடுவிக்கப் பட்டதும் சமீபத்தைய நிகழ்வுகள்.

ஓரான் பாமுக் தற்காலிகமாக விடுவிக்கப்பட்டாலும் துருக்கியில் உண்மையைப் பேசும் பத்திரிகையாளர்களுக்கும், எழுத்தாளர்களுக்கும் அச்சுறுத்தல்கள் தொடர்ந்து கொண்டே யிருக்கின்றன. துருக்கிய-ஆர்மீனியப் பத்திரிகையாசிரியர் ராந்த் டிங்க் என்பவர் பாமுக் முன் வைத்த அதே குற்றச்சாட்டைத் தன் பத்திரிகையில் எழுதி

வந்ததற்காக 2007ம் வருடம் சுட்டுக் கொல்லப்பட்டார். இந்தக் கொலையின் முக்கியக் குற்றவாளி யாஸின் ஹயால் என்பவனைக் கைது செய்து நீதிமன்றத்திற்கு கொண்டு செல்லும்போது, "ஓரான் ... நீயும் ஜாக்கிரதை, ஜாக்கிரதையாக இருந்துகொள்" என்று கத்தியிருக்கிறான்.

பாமுக்கின் Snow துருக்கியின் வடகிழக்குப் பகுதியைக் களமாகக் கொண்டது. 'இலக்கியப் படைப்பில் அரசியல் என்பது இசைக் கச்சேரியின் நடுவே துப்பாக்கிச் சத்தத்தைப் போல, அருவருப்பானதுதான். ஆனால் புறக்கணிக்க இல்லாதவொன்று, அசிங்கமான விஷயங்களை இப்போது பேசப்போகிறோம்' என்ற ஸ்டென்தாலின் புகழ்பெற்ற மேற்கோளுடன் இந்நாவலைப் பாமுக் துவங்குகிறார். இக்கதையின் நாயகனான கா ஓர் எழுத்தாளன். அரசியல் காரணங்களுக்காக பிராங்க்பர்டில் 12 வருடங்கள் தலைமறைவாக இருந்துவிட்டு தன் தாயின் இறுதிச்சடங்கிற்காக இஸ்தான்புல்லிற்கு திரும்பிவருகிறான். இது மட்டுமின்றி காவிற்கு வேறுசில நோக்கங்களும் இருக்கின்றன. துருக்கியின் மதச்சார்பற்ற அரசாங்கம் பள்ளிகளுக்கு பர்தா அணிந்து வருவதை தடை செய்த பிறகு வரிசையாக நிகழத் தொடங்கியிருந்த இளம் பெண்களின் தற்கொலைகள், நடக்கவிருக்கும் உள்ளாட்சித் தேர்தலில் பெரும் வெற்றியடையப்போவதாக கருதப்படும் இஸ்லாமிஸ்டுகளுக்குப் பெருகிவரும் ஆதரவு, மிகக் கொடூரமாக மதவாதிகளின் செயல்பாடுகளை அழித்து வரும் துருக்கியரசின் ரகசியக் கண்காணிப்புப் பிரிவினரின் அத்துமீறல்கள், இவை தவிர காவின் முன்னாள் காதலி இபெக் தன் கணவனைத் தற்போது விவாகரத்து செய்திருக்கிறாள் என்ற தகவலும்கூட அவனைக் கடும் பொழிவிற்கு மத்தியில் கார்ஸ் நகரை நோக்கிச் செலுத்துகின்றன. நாவல் தன்னை மெதுவாகக் கட்டவிழ்த்துக் கொள்ளும்போது ஓட்டாமன் சாம்ராஜ்யத்தின் எச்சங்களாக விரிந்து கிடக்கும் மகத்தான கட்டிடக்கலை அற்புதங்களும், காலியாக வெறிச்சோடிக் கிடக்கும் மாபெரும் ஆர்மீனிய சர்ச்சுகளும், சிதிலமாகிக் கிடக்கும் கோட்டைகளும், புரதான ரஷ்ய அரசர்களின் ஆவிகளும் அத்தியாயங்களில் சுற்றிச்சுற்றி வருகின்றன.

கார்ஸ் நகரில் உள்ளவர்கள் காவை நம்பவோ, ஏற்றுக்கொள்ளவோ மறுக்கின்றனர். பல நாட்டு வாசிகள் வசிக்கும் இஸ்தான்புல்லின் பூர்ஷ்வா பின்னணியிலிருந்து வந்தவன். மேலை நாட்டில் தஞ்சம் புகுந்திருந்தவன். பணக்காரத்தனமாக கோட் அணிந்திருக்கிறான் என்றெல்லாம் அவன் முதுகிற்குப் பின்னால் பேசுகின்றனர். அவனை இஸ்லாமியவாதிகள் நாத்திகனென்று திட்டுகின்றனர். தற்கொலை செய்து கொண்ட மாணவிகளைப் பற்றி அவன் எழுதக்கூடாது என்று மதச்சார்பற்ற துருக்கிய அரசு வற்புறுத்துகிறது. போலீஸ் உளவாளிகள் அவனைப் பின் தொடர்கின்றனர். சாதாரண பொதுமக்கள் அவனை சந்தேகத்துடன் பார்க்கின்றனர். அவன் ஓர் உணவகத்தில் அமர்ந்திருக்கும்போது பர்தா அணிந்த பெண்களைப் பள்ளியிலிருந்து வெளியேற்றிய முதல்வரை அடிப்படைவாதக் குழுவைச் சேர்ந்த ஒருவன் சுட்டுக்கொள்கிறான். அடையாளக் குழப்பத்தில் அவனுடைய காதலியின் முன்னாள்

கணவனும் காவும் கைது செய்யப் படுகின்றனர். மதச்சார்பற்ற அரசாங்கத்தின் மிருகத்தனமான ஒடுக்குமுறையை நேரில் காண்கிறான். என்கவுன்டர் மாறி என்கவுன்டர்களாகத் தொடர்கின்றன. காவும் முடிவில் கொல்லப்படுகிறான். அவனது நண்பன் (அவன் பெயர் ஓரான்) கா நிறைவேற்றாமல் விடுபட்ட விஷயங்களை தான் ஏற்றுக்கொண்டு எழுதத் தொடங்குகிறான். அமெரிக்க மயமாகிவிட்ட மேற்குலக ஊடகங்கள் அடிப்படைவாதிகள்தான் பயங்கரவாதச் செயல்களில் ஈடுபடுவதாகவும், மனித உயிருக்கு மதிப்பேயின்றி தீவிரவாதத்தைப் பரப்பிவருவதாகவும் வலியுறுத்திக் கூறி வருகின்றன. மதச்சார்பின்மை, ஜனநாயகம், அடிப்படைவாத எதிர்ப்பு என்ற போர்வையில் நாகரிக லேபிள்களைக் குத்திக்கொண்டிருக்கும் அரசாங்கங்கள் தமது நாட்டினர் மீது செலுத்துகிற அடக்குமுறைகளையும் இந்நாவலில் பாமுக் வர்ணிக்கிறார்.

எந்தத் தரப்பின் பக்கமும் சாராமல் இன்றைய துருக்கியின் பிளவுபட்ட ஆளுமைகளைக் கலாபூர்வமாக, எவ்விதப் பிரச்சாரத் தொனியுமின்றி பதிவு செய்திருக்கும் இந்நாவலிலிருந்து ஒரு அத்தியாயம் (அத்தியாயம் 5 Excuse me sir) மாதிரிக்காக இங்கே மொழிபெயர்க்கப்பட்டுள்ளது.

மன்னிக்க வேண்டும் ஐயா

கொலையாளிக்கும் கொலையுண்டவனுக்கும் இடையே நடந்த முதலும் கடைசியுமான உரையாடல்

ஓரான் பாமுக்

"ஐயா, என்னை உங்களுக்கு அடையாளம் தெரிகிறதா?"

"இல்லையே, எனக்குத் தெரியவில்லை."

"அப்படித்தான் சொல்வீர்களென்று நினைத்தேன் ஐயா. ஏனென்றால் நாம் இதுவரை சந்தித்ததில்லை. நேற்றிரவே வந்து உங்களை சந்திக்க முயற்சித்தேன். பிறகு இன்று காலை மீண்டும். நேற்று உங்கள் கல்லூரி வாசிலிலேயே நிறுத்தி காவலர்கள் என்னை விரட்டிவிட்டனர். இன்று காலை எப்படியோ உள்ளே நுழைந்துவிட்டாலும் உங்கள் செயலாளர் உங்களைச் சந்திக்க அனுமதிக்கவில்லை. நீங்கள் வகுப்பிற்குச் செல்லுமுன் உங்களைப் பிடித்துவிட முயற்சித்தேன். அப்போதுதான் என்னை நீங்கள் கவனித்தீர்கள். இப்போது என்னை ஞாபகம் வருகிறதா ஐயா?"

"இல்லை. நினைவில்லை."

"என்னை ஞாபகமில்லை என்கிறீர்களா, அல்லது என்னைப் பார்த்ததாகவே ஞாபகமில்லை என்கிறீர்களா?"

"எதற்காக என்னைச் சந்திக்க விரும்பினீர்கள்?"

"உண்மையைக் கூற வேண்டுமென்றால், உங்களோடு மணிக்கணக்காக, நாட்கணக்காக, இந்தச் சூரியனுக்கு அடியிலுள்ள எல்லாவற்றையும் பற்றிப்பேச வேண்டுமென்றுதான் ஆசை. நீங்கள் ஒரு புகழ்பெற்ற, அறிவார்ந்த, மெத்தப் படித்த மனிதர். என்னால்தான் படிக்கவே முடியாமற் போய்விட்டது. ஆனால் ஒரு விஷயத்தைப்பற்றி மட்டும் தலைகீழ் பாடமாக எனக்குத் தெரியும். அந்த விஷயத்தைப்பற்றிதான் உங்களிடம் விவாதிக்க வேண்டுமென்று நான் ஆசைப்பட்டேன். மன்னிக்க வேண்டும் ஐயா, உங்கள் நேரத்தை நான் ஒன்றும் அதிகமாக எடுத்துக் கொள்ளவில்லையே?"

"அப்படி ஒன்றுமில்லை."

"மன்னிக்க வேண்டும் ஐயா, உங்களுக்கு ஆட்சேபணை இல்லையென்றால் நான் உட்காரலாமா? நாம் நிறைய விஷயங்களைப் பற்றி நெடுநேரம் பேச

வேண்டியிருக்கிறது.''

''தாராளமாக நீங்கள் என் விருந்தினர்'' (நாற்காலி ஒன்றை யாரோ இழுக்கிற சப்தம்.)

''வால்நாட்களோடு பாஸ்ட்ரி சாப்பிட்டுக்கொண்டிருக்கிறீர்களென்று தெரிகிறது. எங்களுக்கு தொகாட்டில் நிறைய வால்நட் மரங்கள் இருக்கின்றன. தொகாட்டிற்கு எப்போதாவது வந்திருக்கிறீர்களா?''

''மன்னிக்கவும், இல்லை.''

''எனக்கும் அதைக் கேட்க வருத்தமாக இருக்கிறது ஐயா. எப்போதாவது நீங்கள் வந்தால் என்னோடுதான் நீங்கள் தங்கவேண்டும். நான் வாழ்ந்ததெல்லாம் தொகாட்டில்தான். முப்பத்தாறு வருடங்கள். தொகாட் மிக அழகான இடம். துருக்கியின் மற்ற இடங்களும் அழகானவையே. நம் சொந்த நாட்டைப் பற்றியே நாம் மிகக்குறைவாக தெரிந்து வைத்திருப்பது அவமானகரமானதுதான், இல்லையா? நமக்கு சொந்தமான விஷயங்களை இதயத்தில் வைத்து நாம் நேசிப்பதில்லை. பதிலாக நம் தேசத்தை அவமதிக்கிறவர்களை, நம் மக்களுக்கு துரோகம் இழைப்பவர்களை நாம் கொண்டாடிக்கொண்டிருக்கிறோம். உங்களை ஒன்று கேட்டால் ஆட்சேபிக்க மாட்டீர்களே ஐயா? நீங்கள் ஒரு நாத்திகரா?''

''இல்லை.''

''நீங்கள் ஒரு முஸ்லீமா?''

''ஆம். எல்லாப் புகழும் இறைவனுக்கு!''

''ஐயா, நீங்கள் புன்னகைக்கிறீர்கள். என் கேள்வியை தீவிரமாக எடுத்துக்கொண்டு ஒழுங்காக பதிலளிக்க வேண்டுமென்று கேட்டுக்கொள்கிறேன். இந்தக் கேள்விக்கு உங்கள் பதிலைக் கேட்பதற்காக தொகாட்டிலிருந்து இந்த நட்ட நடு குளிர்காலத்தில் பயணம் செய்து வந்திருக்கிறேன்.''

''என்னைப் பற்றி தொகாட்டில் எப்படி கேள்விபட்டீர்கள்?''

''இஸ்தான்புல் நாளிதழ்களில் உங்களைப்பற்றி எதுவும் வந்ததில்லை ஐயா. புனித நூலும், அவர்களுடைய மதமும் நிர்ணயித்தபடி முக்காடு அணிந்து வருகிற பெண்களை உங்கள் பள்ளியில் அனுமதி மறுத்த உங்கள் முடிவைப் பற்றி எந்த செய்தியையும் அவை வெளியிடவில்லை. இந்த நாளிதழ்களுக்கு ஃபேஷன் மாடல்களைப் பற்றி கிசுகிசுக்களை வெளியிடுவதில்தான் அக்கறை. ஆனால் எங்கள் அழகிய தொகாட்டில் 'பதாகை' என்ற இஸ்லாமிய வானொலி நிலையம் ஒன்று இருக்கிறது. நாட்டில் எந்த மூலையில் மத நம்பிக்கை கொண்டவர்களுக்கு அநீதி இழைக்கப்பட்டாலும் அதைப் பற்றி செய்தி ஒலிபரப்பும்.''

“மத நம்பிக்கை கொண்டவர்களுக்கு என்னால் அநீதி இழைக்க முடியாது. எனக்கும் கடவுள் பயம் உண்டு.”

“எனக்கு இங்கே வர இரண்டு நாட்கள் ஆகின ஐயா. பனி கொட்டும், புயலடிக்கும் சாலைகளில் இரண்டு தினங்கள் பேருந்தில் நான் அமர்ந்திருந்தபோது வேறு யாரையும் அல்ல, உங்களைப் பற்றி மட்டும்தான் யோசித்துக்கொண்டிருந்தேன். கடவுள் பக்தி உங்களுக்கும் உண்டு என்று கூறுவீர்களென்று உண்மையில் எதிர்பார்த்தேன், நம்புங்கள். அடுத்ததாக ஒரேயொரு கேள்வியைக் கேட்க வேண்டுமென்றிருந்தேன். பெருமதிப்பிற்குரிய பேராசிரியர் நூரியில்மாஸ் அவர்களே, கடவுள் மீது உங்களுக்கு பயம் இருந்தால், புனித குர்ரானைக் கடவுளின் சொல் என்று நீங்கள் நம்பினால், சொர்க்க ஒளி என்ற தலைப்புள்ள அந்த அழகான முப்பத்தொன்றாவது செய்யுளைப் பற்றி உங்கள் கருத்துக்களைக் கூறுங்கள்.”

“ஆம், உண்மைதான். இந்தச் செய்யுள், பெண்கள் நம் தலைகளை, முகத்தைக்கூட மூடி மறைத்துக் கொள்ள வேண்டுமென்று மிகத் தெளிவாக உரைக்கிறது.”

“பாராட்டுக்கள் ஐயா, சரியான, நேரான பதில் இது. இப்போது உங்கள் அனுமதியோடு வேறொன்றைக் கேட்க விரும்புகிறேன். அப்படியானால் முக்காடு அணிந்துவரும் மாணவிகளை இறைவனின் இந்தக் கட்டளைகளுக்கு முரணாக நீங்கள் எப்படி வகுப்பிற்குள் அனுமதிக்க மறுக்கலாம்?”

“நாம் ஒரு மதச்சார்பற்ற தேசத்தில் வாழ்கிறோம். மதச்சார்பற்ற அரசாங்கம்தான் முக்காடு அணிந்து பள்ளிக்கு வருவதைத் தடை செய்துள்ளது.”

“மன்னிக்க வேண்டும் ஐயா, உங்களை ஒரு கேள்வி கேட்கலாமா? அரசாங்கங்கள் விதிக்கும் ஒரு சட்டம், இறைவனின் கட்டளையை ரத்து செய்யுமா?

இது ஒரு நல்ல கேள்வி. ஆனால் ஒரு மதச்சார்பற்ற அரசில் மதமும் நிர்வாகமும் தனித்தனியானவை.”

“இதுவும் ஒரு சரியான, நேர்மையான பதில் ஐயா. உங்கள் கையை நான் முத்தமிடலாமா? தயவு செய்து பயப்படாதீர்கள் ஐயா. உங்கள் கையைத் தாருங்கள். உங்கள் கையைத் தந்து நான் எவ்வளவு பிரியமாக முத்தமிடுகிறேன் என்பதை கவனியுங்கள். ஓ, இறைவனைத் துதிப்போம் நன்றி. நான் எந்தளவிற்கு உங்களை மதிக்கிறேன் என்பதை இப்போது அறிந்திருப்பீர்கள். உங்களை மற்றொரு கேள்வி கேட்கலாமா ஐயா?”

“தாராளமாகக் கேள்.”

“என் கேள்வி இதுதான் ஐயா. ‘மதச்சார்பின்மை’ என்ற வார்த்தைக்கு ‘கடவுளற்ற’ என்று பொருளா?”

“கிடையாது.”

“அப்படியானால் தமது மதத்தின் கட்டளைகளுக்குப் பணிந்து நடக்கும் பெண்களை மதச்சார்பின்மை என்ற பெயரில் எதற்காக இந்த அரசாங்கம் வகுப்பறைகளுக்குச் செல்ல தடை விதிக்கிறது என்று உங்களால் விளக்க முடியுமா?”

“மகனே ... இத்தகைய விஷயங்களைப் பற்றி விவாதிப்பது எங்கும் கொண்டுசெல்லப் போவதில்லை. இஸ்தான்புல் தொலைக்காட்சியில் இதைப் பற்றி இரவுபகலாக விவாதம் செய்து கொண்டிருக்கின்றனர். என்ன முடிவிற்கு நாம் வந்திருக்கிறோம்? இன்னமும் பெண்கள் தமது முக்காடுகளை விலக்க மறுத்துக்கொண்டிருக்கின்றனர். இன்னமும் அரசாங்கம் அவர்களை வகுப்புகளுக்குச் செல்ல தடை விதித்துக் கொண்டிருக்கிறது.”

“மன்னித்துக்கொள்ளுங்கள். அப்படியானால் வேறொரு கேள்வியை நான் கேட்கலாமா ஐயா? மிக்க பணிவோடும், ஊக்கம் தளராமல் கடுமையாக உழைத்துக் கொண்டும், இறைவனின் எண்ணத்தொலையாத பற்பல கட்டளைகளுக்குக் கீழ்ப்படிய வேண்டியும் இருக்கிற இந்த ஏழைப் பெண்களை நினைக்கும்போது இந்தக் கேள்வியை என்னால் கேட்காமலிருக்க முடியவில்லை. இவையெல்லா வற்றையும், கல்வி மற்றும் மதச் சுதந்திரத்தைப் பற்றி நமது அரசியலமைப்புச் சட்டம் கூறுவதோடு எப்படி பொறுத்திப் பார்ப்பது? ஐயா, தயவுசெய்து கூறுங்கள். உங்கள் மனசாட்சி உங்களை உறுத்தவில்லையா?”

“நீ கூறுமளவிற்கு அந்தப் பெண்கள் பணிவானவர்களாக இருந்தால் தமது முக்காடுகளைக் களைந்து விட்டிருப்பார்களே! உன் பெயர் என்ன மகனே? நீ எங்கே வசிக்கிறாய்? என்ன வேலை பார்க்கிறாய்?”

“தொகாட்டின் பிரபலமான மாத்லைட் ஹமாமிற்குப் பக்கத்தில் இருக்கும் ஹேப்பி ஃபிரண்ட்ஸ் தேநீர்க் கடையில் பணியாற்றுகிறேன். அடுப்புகளையும் தேநீர்க் கலங்களையும் கவனித்துக் கொள்வது என் பொறுப்பு. என் பெயர் முக்கியமல்ல. நாள் முழுக்க ‘பதாகை’ வானொலியைக் கேட்டுக்கொண்டிருப்பேன். மத நம்பிக்கை கொண்டவர் யார் மீதாவது அநீதி இழைக்கப்பட்டதாகக் கேட்டாலும் அமைதியிழந்துபோய்விடுவேன். நான் வசிப்பது ஒரு ஜனநாயகத்தில் என்பதாலும், எனக்கு விருப்பமானவற்றைச் செய்யும் உரிமை படைத்த ஒரு சுதந்திர மனிதன் நான் என்பதாலும், சில நேரங்களில் பஸ் ஏறி, குற்றமிழைத்தவன் துருக்கியில் எந்த மூலையில் வசித்தாலும் அவனைத் தேடிக்கொண்டே சென்று, நேருக்கு நேராக அவனிடம் பேசித் தீர்த்துக் கொள்வேன். எனவே ஐயா, தயவுசெய்து என் கேள்விக்கு பதில் கூறுங்கள். எது அதிக முக்கியத்துவம் கொண்டது? அங்காராவிலிருந்து வரும் உத்தரவா அல்லது இறைவனின் கட்டளையா?”

“இந்த விவாதம் எங்கும் கொண்டு சேர்க்காது மகனே. நீ எந்த ஓட்டலில்

தங்கியிருக்கிறாய்?"

"என்ன - போலீஸில் மாட்டிவிடலாம் என்று நினைக்கிறீர்களா? என்னைப் பார்த்து பயப்படாதீர்கள், ஐயா, நான் எந்த மதவாத அமைப்பிலும் சேர்ந்தவனில்லை. பயங்கரவாதத்தை நான் இழிவாகக் கருதுகிறேன். இறைவனின் கருணையிலும், சுதந்திரமான கருத்துப் பரிமாற்றத்திலும் நம்பிக்கை கொண்டவன் நான். சுதந்திரமாக விவாதம் புரிந்து கொண்டிருக்கும்போது அடிதடியில் இறங்கி விவாதத்தை முடிப்பது என் வழக்கமல்ல - எனக்கு முன்கோபம் உண்டென்றாலும்கூட. நான் உங்களிடம் கேட்பதெல்லாம் இந்தக் கேள்விக்கான பதிலை. புனித குர்ரானின் அத்தியாயங் களான 'நம்பிக்கை வாய்ந்த இனத்தார்,' மற்றும் 'சொர்க்க ஒளி'யில் மிகத் தெளிவாகக் குறிப்பிடப்பட்டிருக்கும் இறைவனின் வாக்கியங்களுக்குக் கீழ்ப்படிந்து நடந்தமைக்காக உங்கள் கல்வி நிலையத்தின் எதிரே அந்தப் பரிதாபமிக்க மாணவிகளை இரக்கமற்ற முறையில் நீங்கள் நடத்திய விதத்தை யோசித்துப் பார்க்கும் போது உங்களுக்கு மனசாட்சி உறுத்துவதே கிடையாதா?"

"மகனே கள்வர்களின் கரங்களைத் துண்டித்து எறிய வேண்டும் என்றுகூட குர்ரான் கூறுகிறது. ஆனால் நம் அரசாங்கம் அப்படிச் செய்வதில்லை. அதனை ஏன் நீ எதிர்ப்பதில்லை?"

"ஆஹா! இது ஒரு பிரமாதமான பதில் ஐயா. உங்கள் கைகளை முத்தமிட அனுமதியுங்கள். ஆனால் ஒரு கள்வனின் கைகளையும் நம் பெண்களின் கௌரவத்தையும் எப்படி சமமாக வைத்துப்பார்ப்பீர்கள்? அமெரிக்காவின் கருப்பின முஸ்லீம் பேராசிரியர் மார்வின்கிங் வெளியிட்டிருக்கும் புள்ளிவிபரத்தின்படி தம்மை முழுவதும் மறைத்துக் கொண்டிருக்கும் இஸ்லாமிய நாட்டுப் பெண்கள் மீது வன்புணர்ச்சி ஏறக்குறைய நடப்பதேயில்லையென்றும், இஸ்லாமிய நாடுகளில் பெண்கள் மீது இழைக்கப்படும் பாலியல் வன்முறை என்பது கேள்விப் பட்டிராதவொன்றாக இருப்பதாகவும் குறிப்பிடப்படுகிறது. இது எதனாலென்றால் தன்னை முழுவதும் மறைத்துக் கொண்டிருக்கும் பெண் ஒரு பிரகடனத்தை முன்வைக்கிறாள். தனது உடைத் தேர்வின் மூலம் 'என்னைத் துன்புறுத்தாதே' என்கிறாள். எனவே, உங்களை ஒரு கேள்வி கேட்கலாமா ஐயா? முக்காடு அணிந்த நம் பெண்களுக்குக் கல்வி கற்கும் உரிமையை மறுப்பதன் மூலம் சமுதாயத்தின் விளிம்பிற்கு அவர்களை விரட்டுவதைத்தான் உண்மையில் நாம் விரும்புகிறோமா? தமது முகத்திரைகளைக் கழற்றியெறிந்த பெண்களையும், கட்டுப்பாடற்ற கொண்டாட்டங்களையும் நாம் ஆராதிக்கத் தொடங்கினால், பாலியல் புரட்சிக்குப் பின் ஐரோப்பாவில் தரங்கெட்டுச் சீரழிந்து போய்விட்ட பெண்களை நாம் பார்க்கிறோமே, அவர்கள் தரத்திற்கு நம் நாட்டுப் பெண்களையும் சீரழித்துவிடுகிற அபாயம் நேர்ந்துவிடாதா? நம் பெண்களைத் தரங்கெடச் செய்துவிட்டால், நாமும்-இந்த வார்த்தையைக் கூறுவதற்காக மன்னியுங்கள்-விபச்சாரத் தரகர்களாகிவிடும் அபாயமும் இருக்கிற தில்லையா?"

“சரி மகனே, என்னுடைய சிற்றுண்டியை முடித்துவிட்டேன். நான் கிளம்ப வேண்டும்.”

“உங்கள் இருக்கையில் அமருங்கள் ஐயா, இடத்தைவிட்டு எழுந்திருக்காவிட்டால் இதனை நான் பயன்படுத்த வேண்டிய அவசியம் இருக்காது. இது என்னவென்பது தெரிகிறதா, ஐயா?”

“ஆம். இது துப்பாக்கி.”

“தெரிகிறது இல்லையா, ஐயா? நீங்கள் ஆட்சேபிக்கமாட்டீர்களென்று நம்புகிறேன். உங்களைச் சந்திக்க வெகுதூரத்திலிருந்து வந்திருக்கிறேன். நான் முட்டாள் அல்ல. என்னை முழுதாகக் கேட்க மாட்டீர்களென்று எனக்குத் தோன்றியது. அதனால்தான் சில முன்னெச்சரிக்கைகளை எடுக்க வேண்டி வந்தது.”

“உன் பெயர் என்ன மகனே?”

“வாஹித் சுஸ்மி. சலீம் ஃபெஸ்மெக்கான். எது வேண்டுமானாலும் வைத்துக் கொள்ளுங்கள் ஐயா. மதச்சார்பின்மை என்ற பொருள்முதல்வாதத்தில் அடிமைப் பட்டுக்கிடக்கும் ஒரு சமுதாயத்தில், தமது மத நம்பிக்கைகளைத் தூக்கிப்பிடிக்க முயன்றதால் சொல்லொணாத் துன்பங்களை அனுபவித்த பெயரற்ற நாயகர் களுக்காகப் போராடும் பெயரற்ற ஒருவன் நான். நான் எந்த அமைப்பிலும் உறுப்பினன் அல்ல. மனித உரிமைகளை மதிக்கிறேன். வன்முறையை எதிர்க்கிறேன். அதனால்தான் இப்போது துப்பாக்கியை என் பையில் வைத்துக் கொள்கிறேன். அதனால்தான் என் கேள்விக்கு பதில் அளிக்க உங்களைக் கேட்டுக் கொள்கிறேன்.

“நல்லது.”

“அப்படியானால் நாம் ஆரம்பத்திற்கே செல்வோம், ஐயா. அன்போடும் அக்கறையோடும் பல்லாண்டுகள் வளர்க்கப்பட்ட இப்பெண்களுக்கு நீங்கள் செய்தது என்னவென்று கொஞ்சம் நினைவு கூரலாம். பெற்றோர்களுக்குச் செல்லப்பிள்ளைகள் அவர்கள். நல்ல அறிவுக்கூர்மையானவர்கள். படிப்பதற்காக மிகக் கடினமாக உழைப்பவர்கள். வகுப்புகளில் முதலாவதாக இருந்தார்கள். அங்காராவிலிருந்து உத்தரவு வந்ததும் அவர்கள் இருப்பையே நீங்கள் முற்றாகப் புறக்கணிக்கத் தொடங்கிவிட்டீர்கள். வருகைப் பதிவில் அவர்களில் யாராவது ஒருத்தி தன் பெயரைப் பதிவு செய்தால், அவள் முக்காடு அணிந்துகொண்டிருக்கிற ஒரே காரணத்திற்காக அவள் பெயரை அடித்துவிடுவீர்கள். மாணவிகளில் ஏழுபேர் அவர்களுடைய ஆசிரியரோடு கலந்துரையாடலில் அமர்ந்தால், முக்காடு அணிந்த அந்த ஒருத்தி மட்டும் அங்கே இல்லவே இல்லாதது போல ஆறு தேநீர் ஆர்டர் செய்வீர்கள். இந்தப் பெண்களுக்கு என்ன செய்தீர்கள் தெரியுமா? அவர்களை அழவிட்டீர்கள். ஆனால் அத்தோடு விஷயம் நிற்கவில்லை. அங்காராவிலிருந்து மற்றொரு உத்தரவு விரைவிலேயே வந்தது. அதன்பின் அவர்களை வகுப்பிற்குள்

அனுமதிக்க மறுத்துவிட்டீர்கள். அவர்களை முதலில் வகுப்பிற்கு வெளியே நிற்க வைத்தீர்கள். பின் தாழ்வாரத்திலும் இருக்க அனுமதிக்காமல் தெருவிற்கு விரட்டினீர்கள். அதன் பிறகு இந்தப் பெண்களில் சிலர் மட்டும் தமது கவலையைத் தெரிவிப்பதற்காக பள்ளியின் வாசலில் பயத்தில் நடுங்கிக்கொண்டே கூடியபோது நீங்கள் தொலைபேசியை எடுத்து போலீஸைக் கூப்பிட்டீர்கள்.''

''போலீஸைக் கூப்பிட்டது நாங்களல்ல.''

''என் பையில் இருக்கும் துப்பாக்கிக்காகப் பயப்படுகிறீர்களென்று அறிவேன். ஆனால் தயவு செய்து பொய் சொல்லாதீர்கள் ஐயா, அந்தப் பெண்களை இழுத்துத் தள்ளி, கைது செய்து கொண்டுபோனார்களே, அன்றிரவு உங்கள் மனசாட்சி உங்களைத் தூங்கவிட்டதா? அதுதான் என் கேள்வி.''

''உண்மைதான். முக்காடை ஒரு குறியீடாக ஆக்கி, நம் நாட்டுப் பெண்மக்களை நாம் எவ்வளவு துன்புறுத்துகிறோம்-ஒரு அரசியல் விளையாட்டில் பெண்களைப் பகடைக்காய்களாக உபயோகிக்கிறோம் என்பதுதான் உண்மையான கேள்வி.''

''அதை எப்படி ஒரு விளையாட்டு என்பீர்கள், ஐயா? தனது கௌரவத்திற்கும், தனது கல்விக்குமிடையே ஒன்றைத் தேர்ந்தெடுக்க வேண்டிவந்த அந்தப் பெண் - என்ன ஒரு சோகம் - விரக்தியுற்று தற்கொலை செய்து கொண்டால்? அது ஒரு விளையாட்டா?''

''நீ மிகவும் குழம்பிப்போயிருக்கிறாய், மகனே. ஆனால் வெளிநாட்டுச் சக்திகள் இவையனைத்திற்கும் பின்னால் இருக்கக்கூடுமென்று உனக்குத் தோன்றிய தில்லையா? துருக்கியை ஒரு பலவீனமான பிளவுபட்ட தேசமாக ஆக்குவதற்கு முக்காடு விஷயத்தை அவர்கள் எப்படி அரசியலாக்கியிருக்கின்றனர் என்று நீ பார்க்கவில்லையா?''

''அந்த மாணவிகளை உங்கள் பள்ளிக்குள் அனுமதித்திருந்தால், முக்காடு சர்ச்சையே வந்திருக்காது, ஐயா.''

''இது உண்மையில் எனது முடிவா? இந்த உத்தரவுகள் அங்காராவிலிருந்து வருகின்றன. என் மனைவியே முக்காடு அணிகிறாள்.''

''என்னைக் கனிவிக்க முயற்சிக்காதீர்கள். நான் கேட்ட கேள்விக்கு பதில் கூறுங்கள்.''

''என்ன கேள்வி?''

''உங்கள் மனசாட்சி உங்களை உறுத்தவில்லையா?''

''மகனே, நானும் ஒரு தகப்பன்தான். அந்தப் பெண்களுக்காக நானும் வருத்தப்படுகிறேன்.''

''இதோ பாருங்கள், எவ்வளவு கோபம் வந்தாலும் பொதுவாக நான் அடக்கிக்

கொள்வேன். ஆனால் கட்டுப்பாட்டை மீறிவிட்டால், அவ்வளவுதான். நான் சிறையில் இருந்தபோது ஒருவன் கொட்டாவிவிடும்போது தன் வாயைக் கையால் மறைத்துக்கொள்ள மறந்துவிட்டான் என்பதற்காகவே அவனைப் போட்டு உதைத்திருக்கிறேன். அங்கிருந்த அனைவரையும் நான் மனிதர்களாக்கினேன். அந்தப் பிரிவிலிருந்த அனைவரையும் அவர்களது தீக்குணங்களிலிருந்து குணப்படுத்தி வைத்தேன். அவர்களைத் தொழுகை புரியக்கூட வைத்துவிட்டேன். எனவே ஜாலவித்தை காட்டி இதிலிருந்து தப்பித்துக்கொள்ள முயலாதீர்கள். என் கேள்விக்கு உங்கள் பதிலை முதலில் சொல்லுங்கள்."

"நீ என்ன கேட்டாய் மகனே? அந்தத் துப்பாக்கியைக் கீழிறக்கு."

"நான் கேட்காதது என்னவென்று சொல்லட்டுமா? உங்களுக்கு ஒரு மகள் இருக்கிறாளா என்று நான் கேட்கவில்லை, அல்லது கழிவிரக்கம் என்பது உங்களுக்கு எப்போதாவது இருந்திருக்கிறதா என்றும் கேட்கவில்லை."

"மன்னித்துக்கொள் மகனே. என்னதான் நீ கேட்டாய்?"

"துப்பாக்கியைப் பார்த்து பயந்திருப்பதாலேயே என்னை முகப்புகழ்ச்சி செய்ய வேண்டு மென்பதில்லை. நான் என்ன கேட்டேன் என்பதை ஞாபகப்படுத்திப் பாருங்கள்." (அமைதி)

"நீ என்ன கேட்டாய்?"

"நாத்திகப் பிசாசே, உங்கள் மனசாட்சி உங்களை உறுத்தவில்லையா என்று கேட்டேன்."

"ஆம், உறுத்தத்தான் செய்கிறது."

"அப்புறம் ஏன் பிடிவாதம் பிடிக்கிறீர்கள்? உங்களுக்கு வெட்கமே கிடையாது என்பதாலா?"

"மகனே, நான் ஓர் ஆசிரியர். உன் அப்பாவின் வயது எனக்கிருக்கும். பெரியவர் களுக்கெதிரே துப்பாக்கியை நீட்டவும், அவர்களை அவமானப்படுத்தவும் குர்ரானில் எழுதப்பட்டிருக்கிறதா?"

"இன்னொரு முறை குர்ரான் என்ற வார்த்தை உங்கள் வாயிலிருந்து வரக்கூடாது, ஜாக்கிரதை. எதற்காக திரும்பித் திரும்பிப் பார்க்கிறீர்கள்? உதவி கேட்டு கத்தினால் நான் தயங்க மாட்டேன். சுட்டுவிடுவேன் புரிகிறதா?"

"புரிகிறது."

"சரி. இந்தக் கேள்விக்கு பதில் கூறுங்கள். பெண்கள் தமது தலையை மூடிக்கொள்ளாவிட்டால் இந்த நாட்டிற்கு என்ன நன்மை கிடைத்துவிடும்? ஒரேயொரு நல்ல விளைவைக் கூறுங்கள். நீங்கள் மனதார நம்பும் எதையாவது

கூறுங்கள். உதாரணத்திற்கு தலையை மூடாமல் இருப்பதால் ஐரோப்பியர்கள் நம் நாட்டினரை மனிதப்பிறவிகளாக நடத்தத் தொடங்கி விடுவார்கள் என்பதைப் போல. குறைந்தது அப்படி ஏதாவது குறிக்கோள் உங்களிடம் இருக்கிறதென்று தெரிய வந்தால் உங்களைச் சுட மாட்டேன். உங்களை விடுவித்து விடுகிறேன்."

"அன்புள்ள மகனே, எனக்கும் ஒரு மகள் இருக்கிறாள். அவள் முக்காடு அணிவதில்லை. அவள் முடிவில் நான் குறுக்கிடுவதில்லை. என் மனைவி முக்காடு அணிவதை நான் தடுக்காததைப் போலவே."

"ஏன் உங்கள் மகள் தன்னை மூடிக்கொள்ள மாட்டாளாம்? சினிமா நடிகையாகப் போகிறாளா?"

"அதைப்போல எதையும் அவள் கூறியதில்லை. அவள் அங்காராவில் பப்ளிக் ரிலேஷன்ஸ் படித்துக் கொண்டிருக்கிறாள். இந்த முக்காடு விவகாரத்தில் என் மீது எதிர்ப்பு எழுந்ததிலிருந்து எனக்கு மிகவும் ஆதரவாக இருந்து வருபவள். யாராவது என்னைத் தாக்கி, கேவலமாக பேசி, நான் விரக்தியுற்றிருந்தால், யாராவது எனக்கு மிரட்டல் விட்டிருந்தால், அல்லது என் எதிரிகளின் கோபத்தை எதற்காகவாவது சம்பாதித்துக்கொண்டால் - அல்லது உன்னைப் போன்றவர்கள் - உங்களுக்குக் கோபப்பட எல்லா உரிமையும் இருக்கிறதுதான், அவள் அங்காராவிலிருந்து என்னைக் கூப்பிட்டு ..."

"பல்லைக் கடித்துக்கொண்டு பொறுத்திருங்கள் அப்பா. நான் சினிமா நடிகையாகப் போகிறேன், பிரச்சனையெல்லாம் தீர்ந்துவிடும் என்பாளா?"

"அப்படியில்லை மகனே, அதைப்போல கூறமாட்டாள். அப்பா ஒரு வகுப்பறையில் இருக்கும் எல்லா பெண்களும் முக்காடு அணிந்திருந்தால், முக்காடு அணியாமல் செல்ல எனக்கு தைரியம் இருக்காது. எனக்கு விருப்பமில்லாவிட்டாலும் கூட முக்காடு அணிந்து கொள்வேன் என்பாள்."

"எனவே அவளுக்கு முக்காடு அணிந்துகொள்ள இஷ்டமில்லாவிட்டால் என்ன - அதனால் என்ன தீங்கு வந்துவிடப் போகிறது?"

"சத்தியமாக எனக்கு சொல்லத் தெரியவில்லை. ஒரு காரணத்தைக் கூறுமாறு கேட்டாய்."

"சரி, நாத்திகப் பிசாசே ... இறைவனின் ஆணைக்குட்பட்டு தமது தலைகளை மூடிக் கொண்டிருந்த இந்த பக்தியுள்ள சிறுமிகளைக் காவலர்கள் தடியால் அடித்து விரட்ட நீங்கள் அனுமதித்தபோது இதுதான் உங்கள் நினைப்பாக இருந்ததா? உங்கள் மகளை சந்தோஷப் படுத்தத் தான் அவர்களைத் தற்கொலைக்கு விரட்டியதாகக் கூற வருகிறீர்களா?"

"என் மகளைப் போல் கருத்துடைய ஏராளமான பெண்கள் துருக்கியில் உள்ளனர்."

“இந்த தேசத்தில் தொண்ணூறு சதவீதத்தினர் முக்காடு அணிந்துகொண்டிருக்கும் போது இந்த சினிமா நடிகைகள் யாருக்காகப் பரிந்து பேசுகிறார்களென்று தெரியவில்லை. இதோ பாருங்கள் நாத்திகப் பிசாசே, உங்கள் மகள் தன்னைத் திறந்து காட்டிக்கொள்வதைப் பார்த்து நீங்கள் வேண்டுமானால் பெருமைப்பட்டுக் கொள்ளுங்கள். நான் ஒரு பேராசிரியராக இல்லாம லிருக்கலாம், ஆனால் இந்த விஷயத்தைப் பற்றி உங்களைவிட எனக்கு அதிகமாகத் தெரியும்.”

“அன்புக்குரியவனே, தயவுசெய்து துப்பாக்கியை எனக்கு இவ்வளவு கிட்டத்தில் பிடித்துக் கொண்டிருக்காதே. நீ மிகவும் குழம்பிப் போயிருக்கிறாய். துப்பாக்கி வெடித்துவிட்டால் வாழ்நாள் முழுக்க நீ துன்பப்பட்டுக்கொண்டிருக்க வேண்டி வரும்.”

“எதற்கு நான் துன்பப்பட வேண்டும்? ஒரு நாத்திகப் பிசாசை அழித்தொழிப்பதற்காக இல்லாவிட்டால்,எதற்காக இந்தக் கொடும் பனியில் இரண்டு நாட்கள் பயணம் செய்து வந்திருக்கப் போகிறேன்? புனித குர்ரான் கூறுவதைப்போல, இறை நம்பிக்கையுள்ளோர் மீது துன்பம் இழைக்கும் எந்த வல்லாளனையும் கொல்வதுதான் என் கடமை. ஆனால் உங்களுக்காக நான் பரிதாபப்படுவதால் ஒரேயொரு கடைசி வாய்ப்பை உங்களுக்கு வழங்கப் போகிறேன். முக்காடு அணிந்த பெண்களின் அங்கிகளை அகற்ற உத்தரவிட்ட போது ஏன் உங்கள் மனசாட்சி உறுத்தவில்லை யென்பதற்கு ஒரேயொரு காரணம் - ஒரேயொரு காரணம் கூறுங்கள். நான் ஆணையிட்டுக் கூறுகிறேன். உங்களைச் சுட மாட்டேன்.”

“ஒரு பெண் தனது முக்காடை அகற்றும்போது சமுதாயத்தில் அவளுக்கு சௌகரியமான ஒரு ஸ்திதி கிடைக்கிறது. அவளுக்குரிய மரியாதையையும் பெறுகிறாள்.”

“உங்களுடைய சினிமா நடிகை மகள் அவ்வாறு கருதலாம். ஆனால் இதற்கு நேரெதிரானதுதான் உண்மை. கிண்டல், வன்புணர்ச்சி, அவமதிப்பு ஆகியவற்றிலிருந்து பெண்களை முகப்போர்வை காப்பாற்றுகிறது. முகத்திரைதான் பெண்களுக்கு மரியாதையையும், சமுதாயத்தில் ஒரு சௌகரியமான ஸ்திதியையும் அளிக்கிறது. முக்காடு அணிய பிற்பாடு முடிவெடுத்துக் கொண்ட பல பெண்களிடமிருந்து இதைக் கேட்டிருக்கிறோம். அந்த வயதான பெல்லி டான்ஸர் மெலாஹத் ஸாந்த்ராவைப் போல. தெருவில் ஆண்களின் மிருக இச்சைகளிலிருந்து பெண்களை முகத்திரை காக்கிறது. அழகிப் போட்டிகளில் மற்ற பெண்களோடு போட்டியிடும் அசிங்கங்களிலிருந்து அது அவர்களைக் காக்கிறது. அவர்கள் செக்ஸ் பொருட்களாக இருக்க வேண்டியதில்லை. நாள் முழுக்க மேக்கப் அணிந்திருக்க வேண்டியதில்லை. பேராசிரியர் மார்வின் கிங் ஏற்கனவே குறிப்பிட்டதைப்போல புகழ்பெற்ற நடிகை எலிஸபெத் டெய்லர் தனது கடைசி இருபது வருடங்களை புர்க்கா அணிந்து கழித்திருப்பாளென்றால், தான் குண்டாகிவிட்டதையெண்ணி அவள்

விசனப்பட்டிருக்க மாட்டாள், மனநல மருத்துவமனையில் சேர்ந்திருக்கவும் மாட்டாள். அவளுக்குக் கொஞ்சம் சந்தோஷமும் கிட்டியிருக்கும். ஐயா, மன்னிக்க வேண்டும். உங்களை ஒரு கேள்வி கேட்கலாமா? எதற்காக நீங்கள் சிரிக்கிறீர்கள் ஐயா? நான் வேடிக்கை காட்டுவதாக நினைக்கிறீர்களா? (அமைதி) பேசுங்கள் வெட்கங்கெட்ட நாத்திகரே, ஏன் சிரிக்கிறீர்கள்?"

"என் அன்பு மகனே, தயவுசெய்து என்னை நம்பு. நான் சிரிக்கவில்லை. ஒரு வேளை நான் சிரித்திருந்தால் அது நடுக்கத்தினால் இருக்கும்."

"இல்லை வேண்டுமென்றேதான் சிரித்தீர்கள்."

"தயவுசெய்து என்னை நம்பு. இந்த நாட்டிலுள்ள அனைவருக்காகவும் - உன்னைப் போல, அந்த முக்காடு அணிந்த பெண்களைப் போல - இந்த விஷயத்தினால் பாதிப்புற்றிருக் கிறார்களே அவர்கள் அனைவருக்காகவும் இரக்கப்படுவதைத் தவிர வேறொன்றும் எனக்கில்லை."

"ஒன்று சொல்லிக் கொள்கிறேன். பாசமிக்க வசனங்கள் உங்களை எங்கும் கொண்டு சேர்க்காது. ஒருதுளி வருத்தம்கூட எனக்கு வரப்போவதில்லை. ஆனால் தற்கொலை செய்து கொண்ட அந்தப் பெண்களைப் பற்றி சிரித்ததற்காக நீங்கள்தான் இப்போது வருத்தப்படப் போகிறீர்கள். இப்போது அவர்களைப் பார்த்து நீங்கள் சிரித்ததால் உங்களுக்கு ஈவிரக்கமே இல்லையென்பது தெரிந்துவிட்டது. எனவே என்ன முடிவெடுக்கப்பட்டிருக்கிறது என்பதை அறிவித்து விடுகிறேன். இஸ்லாமிய நீதிக்கான சுதந்திரப் போராளிகள் உங்களுக்கு மரண தண்டனை அளித்து சில நாட்கள் ஆகிவிட்டன. ஐந்து நாட்களுக்கு முன் தொகாட்டில் அவர்கள் இத்தீர்ப்பை வழங்கி அதை நிறைவேற்றுவதற்காக என்னை இங்கு அனுப்பியிருக்கின்றனர். நீங்கள் சிரித்திருக்காவிட்டால் நான் மனமிரங்கி உங்களை மன்னித்திருக்கக்கூடும். இந்தத்தாளில் என்ன எழுதியிருக்கிறதென்று உரக்கப் படியுங்கள். உங்களது மரண தண்டனை தீர்ப்பை இப்போது கேட்கலாம் ..." (அமைதி) "பெண்பிள்ளைப் போல அழுவதை நிறுத்துங்கள். தெளிவான, உரத்த குரலில் படிக்க வேண்டும். சீக்கிரம், வெட்கங்கெட்ட மூடரே. சீக்கிரம் படிக்காவிட்டால் சுட்டுவிடுவேன்."

"பேராசிரியர் நூரி யில்மாஸ் ஆகிய நான் ஒரு நாத்திகன் ... என் அன்பான மகனே, நான் நாத்திகன் அல்ல."

"தொடர்ந்து படியுங்கள்."

"மகனே, நான் இதைப் படித்துக்கொண்டிருக்கும்போது சுட்டுவிடமாட்டாய்தானே?

"தொடர்ந்து படிக்காவிட்டால் சுட்டுவிடுவேன்."

"மதச்சார்பற்ற துருக்கியக் குடியரசிலிருந்து இஸ்லாமியர்களை அவர்களின் மதத்திலிருந்து உதறி, அவர்களது கௌரவத்தைக் குலைத்து, மேற்குலகின்

அடிமைகளாக மாற்றும் ஒரு ரகசியத் திட்டத்திற்கு நான் உடந்தை என்று ஒப்புக்கொள்கிறேன். பக்தியின் காரணமாகவும், குர்ரானில் ஓதப்பட்டிருப்பதை அறிந்திருப்பதாலும் தாம் அணிந்திருக்கும் முக அங்கியைக் கழற்ற மறுத்த பெண்களுக்குப் பெரும் சித்ரவதையை நான் அளித்ததால் அவர்களில் ஒரு பெண் தாங்க முடியாமல் தற்கொலை செய்துகொண்டாள் ...", "என் அன்புள்ள மகனே, உன் அனுமதியோடு இங்கே ஒரேயொரு ஆட்சேபத்தைத் தெரிவித்துக் கொள்கிறேன். இந்தத் தகவலை உன்னை இங்கே அனுப்பிய குழுவினருக்கு அனுப்பிவிட்டால் நான் நன்றியுடையவனாக இருப்பேன். இந்தப் பெண் வகுப்பிலிருந்து விரட்டப்பட்டதால் தூக்கிலிட்டுக்கொள்ளவில்லை. அவள் அப்பாவின் கண்டிப்பினாலும் அல்ல. அவை ஏற்கனவே எம்மிடம் தெரிவித்திருந்ததைப் போல், அவள் காதல் விவகாரத்தால் மனமுடைந்து போயிருந்தாள்."

"தற்கொலைக் குறிப்பில் அப்படி எதுவும் அவள் எழுதிவைத்திருக்கவில்லை."

"மன்னித்துக்கொள், மகனே. நீ இதைத் தெரிந்து கொள்ள வேண்டும் - தயவுசெய்து துப்பாக்கியைக் கீழிறக்கு - அவள் திருமணம் செய்து கொள்வதற்கு முன்பாகவே, இந்தப் படிக்காத அப்பாவிப்பெண் தன்னைவிட இருபத்தைந்து வயது மூத்த ஒரு போலீஸ்காரனிடம் தன்னை இழந்துவிட்டாள். பிறகு - இது மிகவும் அவமானகரமானது தான் - அவன் தனக்கு திருமணமாகிவிட்டது என்றும், அவளைத் திருமணம் செய்துகொள்ளும் உத்தேசம் இல்லையென்றும் அவளிடம் தெரிவித்த பிறகுதான் ..."

"வாயை மூடுங்கள், அப்படி உங்கள் வீட்டு வேசிப்பெண்தான் செய்வாள்."

"வேண்டாம் மகனே, வேண்டாம். என்னைச் சுட்டுவிட்டால் உன் எதிர்காலத்தைத் தான் நீ பாழாக்கிக்கொள்வாய்."

"மன்னிப்பு கேட்டுக்கொள்வதாகச் சொல்லுங்கள்."

"மன்னித்துக்கொள் மகனே, சுட்டுவிடாதே."

"வாயைத் திறவுங்கள். துப்பாக்கியை உள்ளே செருக வேண்டும். அதன்பின் உங்கள் விரலை என் விரல் மீது பதித்து விசையை அழுத்த வேண்டும். நீங்கள் இன்னமும் ஒரு நாத்திகப் பிசாசுதான், ஆனால் குறைந்தது கௌரவமாகச் சாவீர்கள்." (அமைதி)

"மகனே நான் எப்படி ஆகிவிட்டேன் பார். என் வயதில் அழுது கொண்டிருக்கிறேன். கெஞ்சிக் கேட்டுக்கொள்கிறேன், என் மீது கருணை காட்டு. உன்னையே கருணையோடு யோசித்துப்பார். மிகவும் சின்னப்பையன் நீ. அதற்குள் ஒரு கொலை காரனாகப் போகிறாய்."

"பிறகு விசையை நீங்களே அழுத்தலாம். தற்கொலை என்பது எந்தளவிற்கு

வலிக்குமென்று நீங்களே பாருங்கள்.''

''அன்புள்ள மகனே, நான் ஒரு முஸ்லீம். நான் தற்கொலைக்கு எதிரானவன்.

''வாயைத் திறவுங்கள்.'' (அமைதி) ''இந்த மாதிரி அழாதீர்கள். நீங்கள் செய்தவற்றிற்காக ஒரு நாள் பதில் சொல்ல வேண்டியிருக்கும் என்று எப்போதுமே உங்களுக்குத் தோன்றியதில்லையா? அழுவதை நிறுத்துங்கள். இல்லாவிட்டால் சுடுவேன்.''

(தூரத்தில் ஒரு வயதான வெயிட்டரின் குரல்) ''உங்களுக்கு டீ எடுத்து வரலாமா ஐயா?''

''நன்றி, வேண்டாம் நான் கிளம்பப் போகிறேன்.''

''வெயிட்டரைப் பார்க்காதீர்கள். உங்களது மரணத்தீர்ப்பைத் தொடர்ந்து படியுங்கள்.''

''மகனே, தயவுசெய்து என்னை மன்னித்துவிடு.''

''படியுங்கள் என்று சொன்னேன்.''

''நான் செய்த எல்லா விஷயங்களுக்காகவும் நான் வெட்கப்படுகிறேன். இறந்து போகத் தகுதியானவன்தான் நான் என்பதை அறிகிறேன். கருணைமிகு இறைவன் என்னை மன்னிப்பார் என்ற நம்பிக்கையில் ...''

''தொடர்ந்து படியுங்கள்.''

''என் அருமை, அருமை மகனே, இந்தக் கிழவனைக் கொஞ்ச நேரம் அழவிடு. என் மனைவியையும், என் மகளையும் கடைசியாக ஒருமுறை நினைத்துப் பார்க்கவிடு.''

''உங்களால் வாழ்க்கை சீரழிந்த பெண்களை நினைத்துப் பாருங்கள். ஒருத்திக்கு நரம்புத் தளர்ச்சி ஏற்பட்டது. நான்கு பேர் அவர்களது மூன்றாவது வருடத்தில் கல்லூரியிலிருந்து விரட்டப்பட்டனர். ஒருத்தி தற்கொலை செய்து கொண்டாள். மூடப்பட்ட உங்கள் கல்லூரி வாசலுக்கு வெளியே நடுங்கிக் கொண்டு நின்றிருந்தவர்கள் அனைவரும் காய்ச்சலோடு வீட்டிற்கு வந்து படுக்கையில் விழுந்தனர். அவர்களது வாழ்க்கைகள் சீரழிந்து போயிருக்கின்றன.''

''நான் மிகவும், மிகவும் வருந்துகிறேன் என் அருமை, அருமை மகனே. ஆனால் என்னை சுட்டுவிட்டு நீ ஒரு கொலைகாரனாகி விடுவதால் என்ன நன்மை விளைந்துவிடப்போகிறது? யோசித்துப்பார்.''

''சரி யோசிக்கிறேன்.'' (அமைதி) ''ஐயா இதைப் பற்றி யோசித்துவிட்டேன். இதுதான் நான் முடிவெடுத்திருப்பது.''

''என்ன?''

"இரண்டு நாட்களாக கார்ஸின் அழுக்குத் தெருக்களில் வெட்டியாக அலைந்து கொண்டிருந்தேன். உங்களை அடையவே முடியவில்லை. அப்புறம் இதுதான் விதி என்று நினைத்துக்கொண்டு தொகாட்டிற்குத் திரும்பிச்செல்ல டிக்கெட் எடுத்தேன். கடைசியாக தேநீர் அருந்திக்கொண்டு நின்றிருந்தபோதுதான் ..."

"என்னருமை மகனே, என்னைக் கொன்றுவிட்டு, கார்ஸிலிருந்து கடைசிப் பேருந்து பிடித்துத் தப்பிச்சென்றுவிடலாம் என்று நினைத்தால் உன்னை எச்சரிக்கிறேன். பனிப்பொழிவின் காரணமாக சாலைகள் மூடப்பட்டிருக்கின்றன. ஆறு மணிப் பேருந்து ரத்து செய்யப்பட்டு விட்டது. அதன் பிறகு வருத்தப்பட்டுக் கொண்டிருக்காதே."

"... திரும்பிப் பார்த்தால், இறைவன் உங்களை நியூ லைஃப் பாஸ்ட்ரி ஷாப்பிற்குள் நுழைய வைத்துக்கொண்டிருக்கிறார். இறைவனே உங்களை மன்னிக்கப் போவதில்லையென்றால், நான் ஏன் மன்னிக்க வேண்டும்? உங்கள் கடைசி வார்த்தையைக் கூறுங்கள், 'இறைவன் மகத்தானவர்' என்று கூறுங்கள்."

"மகனே, உட்கார். நான் உன்னை எச்சரிக்கிறேன். நம் அரசாங்கம் உங்கள் எல்லோரையும் பிடித்துவிடும். பிடித்துத் தூக்கில் போட்டுவிடும்."

"இறைவன் மகத்தானவர் என்று சொல்லுங்கள்."

"அமைதியாக இரு, மகனே, நிறுத்து. உட்கார். இன்னொரு முறை யோசித்துப்பார். துப்பாக்கியை அழுத்தாதே! நிறுத்து.!"

(துப்பாக்கி வெடிக்கும் சத்தம்.நாற்காலி தள்ளப்படும் சத்தம்)

"வேண்டாம் மகனே!"

(மேலும் இரண்டு துப்பாக்கி வெடிச்சத்தங்கள். அமைதி. ஒரு முனகல். தொலைக்காட்சியின் ஒலிகள். மேலும் ஒரு துப்பாக்கி வெடிச்சத்தம். அமைதி)

சீமமாண்டா என்கோஸி அடீச்சி

நைஜீரியாவில் 1977-ம் வருடம் பிறந்த சீமமாண்டா என்கோஸி அடீச்சியின் இரண்டு நாவல்கள் இதுவரை வெளிவந்துள்ளன. (Purple Hibiscus மற்றும் Half of a Yellow Sun) இரு நாவல்களுமே பல உயரிய பரிசுகளையும், அடீச்சியின் மேதமையைப் பற்றிய அங்கீகாரத்தையும் ஈட்டித் தந்திருக்கின்றன. நைஜீரியாவில் இக்பா இனமக்கள் பெரும்பான்மையாக வசிக்கும் பயாஃப்ரா பகுதி எண்ணெய் வளமும் இதர செழிப்புகளும் உடையது. பல காலமாக தனிநாடு கோரிவந்த பயாஃப்ரா 1964-ல் பெரும் ரத்தகளரியான உள்நாட்டுப் போரின் முடிவில் தனிநாடாகப் பிரிந்தது. ஆனால் 1967-ம் வருடம் நைஜீரியா ஆங்கில-அமெரிக்க உதவியுடன் பயாஃப்ராவை முறியடித்து (மீண்டும் கணக்கற்ற உயிர்சேதம், பஞ்சம், பட்டினி ... போரின் கோரமான அத்தனை முகங்களும்) நைஜீரியாவுடன் இணைக்கப்பட்டது. அந்த பயாஃப்ரா நினைவுகள் அவர்களிடம் இன்னமும் மறையவில்லை. அடீச்சி, சினுவா ஆச்சிபியின் Girls at war போன்ற படைப்புகளில் இன்னமும் கனன்று கொண்டிருக்கிறது. இவரது சமீபத்திய Half of a Yellow Sun என்ற நாவலுக்கு அமெரிக்காவிலுள்ள பெண் எழுத்தாளர்களுக்கு வழங்கப்படும் உயரிய விருதான ஆரஞ்சு விருது இவ்வருடம் வழங்கப்பட்டிருக்கிறது. இவரது ஒரு நாடக நூலும் ஒரு கவிதை நூலும்கூட சமீபத்தில் வெளிவந்துள்ளன.

இனி வரும் காலங்களில் அடீச்சி இந்நூற்றாண்டின் மகத்தான எழுத்தாளர்களில் முக்கியமானவராக அடையாளம் காணப்படப்போகிறார். அவரது பல்வேறு நேர்காணல்களின் தொகுப்பு இது.

நைஜீரியா-பயாஃப்ரா போரைப்பற்றி ஒரு நாவல் எழுத எது உங்களைத் தூண்டியது?

நான் இந்த நாவலை *(Half of a Yellow Sun)* எழுதியதற்குக் காரணம் காதலைப் பற்றியும், போரைப் பற்றியும் எழுத விரும்பியதால், பயாஃப்ராவின் நிழலில் நான் வளர்ந்ததால், என் தாத்தாக்கள் இருவரையும் நைஜீரியா-பயாஃப்ரா போரில் இழந்ததால், என் நிகழ் காலத்தை அர்த்தமாக்கி கொள்வதற்காக என் சரித்திரத்தோடு பிணைத்துக் கொள்ள விரும்பியதால், போருக்குக் கொண்டு சென்ற காரணங்களில் பலதும் இன்றும் நைஜீரியாவில் நீக்கப்படாமல் இருப்பதால், அவருடைய அப்பாவை போரில் இழந்துவிட்டதைப் பற்றிப் பேசும்போது என் அப்பாவின் கண்கள் கண்ணீரில் நிரம்புவதால், ஓர் அகதிகள் முகாமில் தன் அப்பா இறந்த விதத்தைப் பற்றி இப்போதுகூட என் அம்மாவால் விவரமாகப் பேசமுடியாததால், காலனியாக்கத்தின் கொடையாக இன்னமும் மிச்சமிருக்கும் மிருகத்தனமான எச்சங்கள் எனக்கு கோபமூட்டுவதால், ஏராளமான ஆண்களும், பெண்களும், குழந்தைகளும் அனவாசியமாக தம்முயிரை இழப்பதற்கு மனிதர்களின் தன்னகங்காரங்களும் கருத்து வேறுபாடுகளும் காரணமாக இருந்திருக்கின்றன என்பது என்னை மூர்க்முறச் செய்வதால், நான் எப்போதுமே மறக்க விரும்பாததால் பயாஃப்ராவைப் பற்றி ஒரு நாவலை எழுதுவேன் என்று எனக்கு எப்போதுமே தெரிந்திருந்தது. பதினாறு வயதில் *For Love of Biafra* என்றதொரு மட்டுமீறிய மெலோடிராமா நாடகத்தை எழுதினேன். அதன்பின் போர் சம்பந்தப்பட்ட சிறுகதைகள் *That Harmattan Morning, Half of a Yellow Sun, Ghosts* எழுதினேன். நான் எழுத ஆரம்பிப்பதற்கு முன் இந்த விஷயத்தை சின்னச் சின்ன அடியெடுத்து அணுகவேண்டுமென்றும், முதலில் ஒரு சிறிய கேன்வாஸில் வரைய பழக வேண்டுமென்றும் நான் கருதினேன்.

அந்தப் போர் நடந்த காலத்தில் நீங்கள் பிறந்திருக்கவேயில்லை. இந்த நூலை எழுதுவதற்கு என்ன மாதிரியான ஆராய்ச்சிகள் செய்து தயார்படுத்திக் கொண்டீர்கள்?

புத்தகங்கள் படித்தேன். புகைப்படங்களைப் பார்த்தேன். சம்பந்தப்பட்ட மக்களோடு பேசினேன். நாவலை எழுதி முடிக்க எனக்குப் பிடித்த நான்காண்டுகளில் நான் சந்தித்த வயதான நபர்கள் எல்லோரிடமும், “1967-ஆம் வருடம் நீங்கள் எங்கிருந்தீர்கள்?” என்று கேட்டு, அதிலிருந்து தொடர்ந்து செல்வேன். அத்தகைய கதைகளிலிருந்து தான் நாவலுக்கு முக்கியமான சின்னச் சின்ன விவரங்களை எடுத்துக்கொண்டேன். என் ஆய்வின் முதுகெலும்பாக என் பெற்றோர்களின் கதைகள் இருந்தன. நான் பயன்படுத்தாமல் விட்ட ஏராளமான ஆய்வுக்குறிப்புகள் இன்னமும்கூட என்னிடம் இருக்கின்றன. ஏனென்றால் புள்ளிவிவரங் களையும், செய்திகளையும் திணித்து, மனித உணர்வுகளை அரசியல் சம்பவங்களால் அமுத்திவிட நான் விரும்பவில்லை.

நைஜீரியா-பயாஃப்ரா போரின் ஞாபகங்கள் இன்னமும் நைஜீரியாவில்

உயிரோடு இருக்கின்றனவா, அல்லது காலம் கரையக் கரைய சரித்திரத்தில் புதைந்து இக்போ காலாச்சாரத்திற்கு அதிக முக்கியமற்றதாக ஆகிவிட்டதா?

போர் இப்போதும் பேசப்படுகிற ஆற்றல் வாய்ந்த அரசியல் விஷயமாகத்தான் இருக்கிறது. ஆனால் அது பரந்த அறிவில்லாத, கற்பனையற்ற விதங்களில் பேசப்படுவதாகத் தோன்றுகிறது. மக்கள் அவர்களிடம் கூறப்பட்டிருந்த அதே விஷயங்களை, போரின் சிக்கலான இயல்புகளைப் பற்றிய முன்அறிவுமின்றி அப்படியே திருப்பிக் கூறுவதும், விஷய ஞானமின்றி ராணுவ நடவடிக்கைகளை அலசுவதுமாக இருக்கின்றனர். மேலும் எனக்கு வியப்பேற்படுத்தும்படியாக இவ்விஷயம் இனரீதியாக பிளவுற்றிருக்கிறது. தைரியமிக்க இக்போக்கள் இதைப்பற்றி பேசுவதும், இக்போவல்லாதோர் அந்தக் கசப்பனுபவத்தை இக்போக்கள் மனதிலிருந்து அகற்றிவிட வேண்டுமென்று பேசுவதும் நடக்கிறது. இப்போது புதியதோர் இயக்கம் MASSOB *(Movement for the Actualization of the Sovereign State of Biafra)* என்ற ஒன்று உருவெடுத்திருக்கிறது. சர்ச்சைக்குள்ளாகி யிருக்கும் இவ்வியக்கம் வன்முறையில் ஈடுபடுவதாக குற்றம் சாட்டப்பட்டு வந்தாலும், அதன் தலைவர்கள் அடிக்கடி கைது செய்யப்பட்டு அரசால் துன்புறுத்தப் பட்டு வந்தாலும் *Massob*-இற்கு ஆதரவு அடிமட்ட அளவில் பெருகிக் கொண்டேதான் வருகிறது. இதற்கு காரணம் என்னவென்று நான் கருதுகிறே னென்றால், இக்போ மக்களை ஆழமாக பாதித்து அதிர்வுறச் செய்யும் பல விஷயங்களை இந்தத் தேசம் அதிகாரபூர்வமாக பூசி மெழுகி மூடிவைத்திருப்பதால், அவற்றையெல்லாம் இவ்வியக்கம் உயிர்ப்பித்து விவாதிப்பதுதான் என்று நினைக்கிறேன்.

பயாஃப்ரா போர் இன்னமும் கசப்பான விஷயமாகவே நைஜீரியாவில் இருந்து வருகிறது, இல்லையா? உங்கள் நாவல் நைஜீரியாவிற்குள் பிரிவினைவாதத்தை ஏற்படுத்திவிட்டதா?

பயாஃப்ரா என்ற விஷயத்தை நாங்கள் நேர்மையாக இருக்காத, பேசப்படாத விஷயமாகவே வைத்திருக்கிறோம். எதற்காக அந்தப் போர் ஒரு கசப்பான விஷயமாகவே இருக்கிறது என்று நாங்கள் கேட்கவேண்டும். லாகோஸில் அவதியுற்றவர்களைப் பற்றி சில நைஜீரியர்கள் கேட்டனர். சில இக்போ வாசகர்கள் எதற்காக எங்கள் மருக்களையும் ஊனங்களையும் காட்டினீர்கள் என்றனர். ஆனால் எனக்குப் பெரிதும் மகிழ்ச்சியளித்தது என்னவென்றால் புத்தகத்தை வாசித்த நைஜீயர்களும் இக்போக்களும், இக்போவல்லாதோரும் தமது முன்கூட்டிய அபிப்ராயங்களைத் திணிக்காமல் அந்நாவலை அர்த்தமிக்கதாகக் கண்டு என்னிடம் எதிர்வினையாற்றியதைத்தான். பயாஃப்ரா ஆதரவு அதில் இருக்கிறதுதான், அதற்காக நான் மன்னிப்பு கேட்கவில்லை. ஆனால் போரை அது கற்பனாலங்கார மாக்கி விடவில்லை. நான் செய்ய முயன்றதெல்லாம் கதையைச் சொல்லும் போது மனிதத்துவ கோணத்தை தக்க வைத்துக் கொண்டிருந்ததுதான்.

Half of a Yellow Sun-இல் வருகிற ரிச்சர்ட் சர்ச்சில் என்ற வெள்ளை ஆங்கிலேய எழுத்தாளர் முதலில் அவர் கண்டுபிடித்த கலையைப் பற்றி எழுத விரும்புகிறார், பின் போரைப் பற்றி நாவல் எழுத நினைக்கிறார். அதன்பின் அதனை அவரால் எழுதமுடியாது என்பதை உணர்கிறார். அவரைப் போன்ற ஓர் அந்நியர் எழுதுவது பொருத்தமாக இருக்காது என்று ஒப்புக் கொள்கிறார். அவரவர் இனத்துக் கதைகளை அவரவர்தான் எழுத வேண்டுமென்ற உங்கள் கருத்தை அப்பாத்திரத்தில் ஏற்றிக் கூறுகிறீர்களா?

(பெருமூச்சுடன்) அப்படிச் சொல்வது அவர்-அது ஒரு பாத்திரம். அவருடைய விஷயம் வேறுபட்டது. அவர் அதைப்பற்றி எழுதுகிறார். மேற்கத்திய பத்திரிகைகளுக்கு அவர் எழுதும் விதத்தால் அவர்கள் இந்தப் போரைப்பற்றி சீரியஸாக எடுத்துக் கொள்வார்கள் என்ற நம்பிக்கையில் எழுதுகிறார். என் அரசியலை அதில் நுழைக்கிறேனோ என்றால் ... அப்படி நான் நினைக்கவில்லை, இல்லை அப்படித்தான். இருக்கலாம். ஒருவேளை, ஆப்பிரிக்காவைப் பற்றி ஆப்பிரிக்கர்கள் எழுதுவதேயில்லையே என்பதனால் இருக்கலாம். வெகுகாலமாக ஆப்பிரிக்கரல்லாதோர்தான் ஆப்பிரிக்காவைப் பற்றி எழுதியிருக்கின்றனர். என் முதல் நாவல் வெளிவந்தபோது அமெரிக்கர் ஒருவர். "இது நம்பகத்தன்மை கொண்டதாக இல்லை. எல்லா பாத்திரங்களும் மிகவும் பரிச்சயமானவர்களாகவே இருக்கின்றனர்" என்றார். ஒருவேளை அவர்கள் மரத்தைவிட்டு மரம் தாவுபவர் களாக இருக்கவேண்டுமென்று நினைத்தாரோ என்னவோ! (சிரிக்கிறார்).

உங்கள் நாவலின் கட்டமைப்பு பற்றிக் கேட்க வேண்டும். கதை 60களின் ஆரம்பம், அறுபதுகளின் முடிவு, பின் 70களின் ஆரம்பம் என்ற வரிசையில் கட்டவிழவில்லை. ஏன்?

நான் எழுதிக் கொண்டிருந்தது ஒரு நாவல் அல்லவா? அரசியல் கட்டுரை அல்ல. வடிவமைப்போடு விளையாட ஒரு சந்தர்ப்பத்தை எதிர்பார்த்துக் கொண்டிருந்தேன். என் பாத்திரங்களை மனிதத்துவத்தோடு வைத்திருப்பதில்தான் என் ஆர்வம். அவர்கள் உண்மையான மனிதர்கள் என்பதையும் அவர்கள் அனுபவிக்க நேர்ந்த பயங்கரங்களுக்கு முன்பு அவர்களுக்கென்றொரு வாழ்க்கை இருந்தது என்பதையும் என் வாசகர்கள் எப்போதும் மறந்துவிடக்கூடாதென்று விரும்புகிறேன். எனவே போர் தொடங்குவதற்கு வெகு காலத்திற்கு முன்பாகவே, என் வாசகர்கள் என் பாத்திரங்களை முழுமையாகப் புரிந்து கொள்ள வேண்டி, என் கதையைத் தொடங்கினேன். அவர்களை எடுத்த எடுப்பில் போருக்குள் தள்ள விரும்பவில்லை. ஒரு போர் நாவலுக்கான கிளாஸிக் இலக்கணம் என்னவென்றால் கதையைத் தொடங்கியதும் எல்லா பாத்திரங்களையும் ஒன்றாக உள்ளே கொட்ட வேண்டும். அதன்பின் அவர்கள் அவதிப்படுவதை நாம் பார்க்க வேண்டும்.

நைஜீரியாவில் உங்கள் நாவல் வெளிவர இருக்கையில் எப்படி உணர்கிறீர்கள்?

வெகு ஆர்வத்துடன் எதிர்பார்க்கிறேன். இந்நாவலை எழுதும்போது என் பிரதானமான கவனமெல்லாம் அவர்களைப் பற்றிதான் இருந்தது. மற்றவர்களைவிட நைஜீரியர்களுக்கு இப்புத்தகத்தின் மீது அக்கறை இருக்கும் என்பது தெரியும். நிறையப்பேருக்கு பயாஃப்ராவைப் பற்றி அதிகம் தெரியாது. இந்தப் புத்தகத்தால் அவர்கள் மேலும் தெரிந்து கொள்ள முயலக்கூடும். அதனாலேயே எந்தவொரு விஷயத்தையும் கற்பனையாக உருவாக்கிவிடக் கூடாதென்பதில் கவனமாக இருந்தேன். அதன்பின் யாரும், “ஓ, இந்தப் பெண் இல்லாததும் பொல்லாததுமாக அளந்திருக்கிறாள், அதனால் மொத்தப் புத்தகமுமே ஒரு பொய்தான்” என்று கூறிவிடக்கூடாது. பதிலாக இந்த நாவல் நைஜீரியாவில் ஒரு விவாதத்தைத் தொடங்கி வைக்குமென்று நம்புகிறேன். பயாஃப்ரா இன்னமும் ஒரு மிகப்பெரிய பிரச்சனை தான்-ஆனால் அதைப் பற்றிப் பேசுவதையே தவிர்ப்பதில்தான் எங்களுக்கு சந்தோஷம்! இப்படி ஒன்று நடந்தது என்பதை அதிகாரபூர்வமாக ஒப்புக்கொள்வ தேயில்லை.

உண்மையாகவா?

உதாரணத்திற்கு இதைப்பற்றி பள்ளிகளில் கற்றுத்தருவதேயில்லை. பிறகு எப்படி அதைப் பற்றிப் பேச?

நைஜீரிய படை வீரர்கள் இக்போக்களைத் துன்புறுத்துவதாக எழுதியிருக் கிறீர்கள். அந்த வெறுப்பு இன்னமும் இருக்கிறதா?

அது போரில் வெற்றி பெற்றால் வருவது. பயாஃப்ரா வென்றிருந்தால் இக்போக்கள் அதுபோல செய்திருப்பார்கள். நாங்கள் ஒருவருக்கொருவர் உறவு கொள்ளும் விதத்தில் ஓர் உட்பிரதி இருக்கிறது. நைஜீரியாவில், “ஒரு இக்போ ஜனாதிபதியாக ஒருபோதும் வரமுடியாது,” என்று மக்கள் கூறுவதைக் கேட்கலாம், இன்றுகூட. அரசியல் ரீதியாகப் பேசும்போது நில அரசியற் சுழற்சி பற்றிப்பேசுவோம். இப்போது தென்கிழக்குப் பிரதேசத்திலிருந்து ஒரு ஜனாதிபதியைத் தேர்ந்தெடுக்கலாம், அதற்குப் பிறகு வேறொரு பகுதியிலிருந்து என்பது போல. எங்கள் வரலாற்றைப் பார்க்கும்போது - நாங்கள் ஒதுக்கிவைக்கப்பட்டிருந்ததற்கு ஒரு நீண்ட சரித்திரம் இருக்கிறது - இது நியாயாமாகக்கூடத் தோன்றலாம். ஆனால் இது என்னை கவலைக் குள்ளாக்குகிறது. இது ஜனநாயகத்திற்குப் புறம்பானதென்று நினைக்கிறேன். ஒருவேளை நான் ஐடியலிஸ்ட்டாக இருக்கிறேனோ என்னவோ. எப்படியிருந்தாலும், எங்கள் அரசியல் இப்படித்தான் இருக்கிறது.

தேசபக்தி உடையவரா நீங்கள்?

அப்படியென்றால் என்னவென்று உங்களை நான் கேட்க வேண்டியிருக்கும்.

உங்கள் தேசத்தை மதிப்பது, நம்புவது, உங்கள் சக்தியையும் கவனத்தையும் செலுத்தி அங்கு நிலைமையை மேம்படுத்துவது பற்றி?

பின்னது சரி. இன்று இருக்கும் நைஜீரியாவில் எனக்கு நம்பிக்கை இல்லை. நைஜீரியாவின் சாத்தியங்களில் எனக்கு நம்பிக்கை இருக்கிறது. நிச்சயமாக இன்று இருப்பதில் இல்லை.

நாடு திரும்பும்போது எப்படி உணர வைக்கிறது? வர்ணனைக்கு அடங்காத இனிய உணர்வுகளா?

ஆம், அடக்கமுடியாத மகத்தான கோபத்தோடு அவநம்பிக்கையும், நைஜீரியாவைப் பெரும் கோபம் கொள்ள பல விஷயங்கள் இருக்கின்றன. ஆனால் அங்கேதான் எனக்கு குடும்பம் இருக்கிறது. அதுதான் தாயகம். அங்கேதான் என் உடைமை குறைவாக கேள்விக்குள்ளாக்கப் படுகிறது என்று நினைக்கிறேன். வளர்ந்த நாட்களில் எவ்வளவோ அற்புதமான ஞாபகங்கள். அதிருஷ்டவசமாக எனக்கு உண்மையிலேயே சந்தோஷமானதொரு இளமைப்பருவம் வாய்த்திருந்தது. என்னுடைய ஒரு பகுதி நம்பிக்கையேயற்ற வீட்டு ஞாபகங்களாக இருப்பதுதான், என் குழந்தைப் பருவத்தின் மீதான பிரியம்தான் என் தாயகத்தின் மீதான பிரியமாக இருக்கிறதென்று நினைக்கிறேன்.

ஆப்பிரிக்க-அமெரிக்கர்கள் எழுத்திற்கும், ஆப்பிரிக்கர் எழுத்திற்கும் நீங்கள் காணும் வேறுபாடு என்ன?

புலம் பெயர்ந்தார் கதைகள் என்னைத் தொந்தரவூட்டுகின்றன. அமெரிக்காவிலுள்ள ஆப்பிரிக்கா-அமெரிக்கர்களின் அனுபவங்கள் என்னை ஆழமாக அலைக் கழிக்கின்றன. ஆப்பிரிக்கர்களுக்கும், ஆப்பிரிக்க-அமெரிக்கர்களுக்கும் இடையே ஒரு பிளவு காணப்படுகிறது. இது வெட்கக்கேடான விஷயம். எங்களைப் போன்ற புலம்பெயர்ந்த ஆப்பிரிக்கர்கள் பலருக்கு ஆப்பிரிக்க அமெரிக்கர்களின் அனுபவங்கள் தெரியாது. அவர்களின் சரித்திரம் தெரியாது. குப்பையான திரைப்படங்களைப் பார்த்துவிட்டு அவர்களெல்லோரும் போதை மருந்து கடத்தல்காரர்கள், திருடர்கள் என்ற அபிப்பிராயத் தோடு இங்கே வந்து இறங்குகிறோம். உண்மையில் என்னால் ஓர் ஆப்பிரிக்க-அமெரிக்கக் கதையை எழுது முடியாது. என்னைப் பொறுத்தவரை அது ஓர் அவமானம்தான். ஒரு குடியேறி அமெரிக்காவிற்கு புலம் பெயர்ந்து வந்து எப்படியோ தனக்கென்று ஓரிடத்தை உருவாக்கிக் கொள்கிறான். புலம்பெயர்ந்தோர் கதையை நான் எழுதுவேன். அது என்னால் முடியும்.

நைஜீரியாவில் இலக்கிய மரபு வளர்நிலையில் இருக்கிறதா அல்லது முதிர்ச்சியுற்றிருக்கிறதா?

வளர்நிலையில் என்று சொல்லவே முடியாது. அது எப்போதிலிருந்தோ இருந்து வருகிறது. என் குடும்பம் (சினுவா) ஆச்சிபியின் வீட்டில் வசித்திருக்கிறது. ஆச்சிபி வசித்த இடத்தில் தான் நான் வளர்ந்தேன். எங்கள் ஊரான என்சூக்கா ஒரு

பல்கலைக்கழக நகரம். அங்கு வேறுபல எழுத்தாளர்களும் இருந்தனர். ஆர்வமாக நூல்கள் வாங்குவர், உயர்வாக மதிப்பர், ஆனால் அவர்கள் பிள்ளைகளிடம் "நீ ஒரு எழுத்தாளனாக வேண்டும்" என்று கூறமாட்டார்கள்.

அதுபோல எங்குமே கூறமாட்டார்கள்.

ஆம், அதிலும் புலம்பெயர்ந்த பெற்றோர்கள்.

சினுவா ஆச்சிபி உங்களுடைய ஆதர்ச எழுத்தாளர், இல்லையா? உங்கள் முதல் நாவலை *(Purple Hibiscus) Things started to fall apart* என்று அவர் தலைப்பில்தான் தொடங்குவீர்கள், உங்கள் அடுத்த நாவலை வாசித்துவிட்டு அவர் எழுதியதை ("வழக்கமாக புதியவர்களிடம் பேரறிவையும் ஞானத்தையும் எதிர்பார்ப்பதில்லை. ஆனால் இவரிடம் பழங்கால கதைசொல்லிகளின் அபூர்வத் திறமைகள் மண்டியிருக்கிறது. சீமமாண்டா அடீச்சிக்கு சவாலாக எதிரிலிருக்கும் பயணம் எதுவென்று தெரிந்திருப் பதைப் போலவே அதை வெற்றி அடையவும் தெரிந்திருக்கிறது. பலவீனமான, திறமைக்குறைவான எழுத்தாளர்கள் ஆங்கிலமும் இக்போவும் பிணைந்து வரும் சூழல்களை தவிர்த்துவிடுவர். ஆனால் அந்த சிக்கலை அடீச்சி அச்சமின்றி கையாளுகிறார். இந்த அச்சமின்மைதான் நைஜீரிய உள்நாட்டுப் போரின் மிரட்டும் பயங்கரத்தை கையில் எடுக்க வைத்திருக்கிறது. முழுமையாக வடிவமைக்கப்பட்டவராக அடீச்சி வந்து சேர்ந்திருக்கிறார்") படித்தபோது எப்படியிருக்கிறது?

ஒருநாள் முழுக்க அழுது கொண்டிருந்தேன் (சிரிப்பு). ஆம், நான் திக்குமுக்காடிப் போய்விட்டேன். என் எழுத்தைப் பற்றி அவர் ஏதாவது சொல்லமாட்டாராவென்று ரொம்ப நாட்களாக காத்துக் கொண்டிருந்தேன். *Purple Hibiscus*-ஐ அவர் வாசித்தார் என்றும் அவருக்குப் பிடித்திருந்தது என்றும் அவருடைய மகன் என்னிடம் சொன்ன போது என்னை சமாதானப்படுத்துவதற்காகவே அவர் கூறியிருக்கலாம் என்று நினைத்துக் கொண்டேன். அதன் பின் இந்த நாவலின் எடிட்டர் ராபின் டிரெஸ்ஸர் ஆச்சிபியின் கருத்தைக் கேட்டு வாங்கி பின்னட்டையில் போடுவதற்காக அனுப்பப் போவதாகச் சொன்னபோது எனக்கு பதற்றமாக இருந்தது. அதிகமாக எதையும் எதிர் பார்த்துக் கொள்ளக்கூடாது என்று அவரிடம் புத்தகத்தை வேண்டுமானால் அனுப்புங்கள். அவர் கருத்தைக் கேட்டு வற்புறுத்த வேண்டாம் என்றேன். அப்புறம் ராபின் என்னை தொலைபேசியில் அழைத்து ஆச்சிபி தன் கருத்தை *blurb*க்காக எழுதித் தந்திருக்கிறார் என்று சொல்லி படித்துக் காட்டியதும் ... அவர் எனக்கு எவ்வளவு முக்கியமானவர், எந்தளவுக்கு அவர் படைப்புகளை நான் மதிக்கிறேன், எப்பேர்பட்ட மேதை, அவர் எனக்கு எழுதித் தந்திருக்கிறார் என்பது உறைத்ததும், எனக்கு அழுகைதான் வந்தது. வேறு எது செய்யவும் தோன்றவில்லை. அதன் பின் நிதானமடைந்ததும், "ஓ. மைகாட்! இவ்வளவு பெரிய எதிர்பார்ப்பு உருவெடுத்து

விட்டது. இனி அதனளவுக்கு நம்மால் ஈடு கொடுக்க முடியுமா?" என்பது போன்ற யோசனைகள் ...

Purple Hibiscus-ல் நைஜீரியாவின் திகிலூட்டும் கதையை வெகு நுண்மையான விதத்தில் கூறியிருக்கிறீர்கள். அத்தகைய பயங்கர அரசாட்சி களின் கீழ் வாழ்ந்த அனுபவத்தாலும், உலகெங்கும் எங்கு சென்றாலும் பாரமாக அழுத்துகிற நைஜீரிய அடையாளத்தைக் கொண்டிருப் பதாலும், அக்கதையைச் சொல்வது உங்களை ஆற்றுப்படுத்துகிறதா?

எழுதுவதை ஒரு சிகிச்சையாக கருதுவதில் எனக்கு இருமுகப்போக்கு உண்டு. அப்படியிருந்தால் ஒரு தனிப்பட்ட பத்திரிகையிலேயே நான் எழுதிவிட்டுச் செல்லலாம். எனக்காக மட்டும் நான் எழுதுவதாக நான் கூறிக்கொள்ளமாட்டேன். நைஜீரிய அடையாளம் என்பது பாரமானது என்பதெல்லாம், விமான நிலையங்களில் சந்தேகத்தோடு பார்ப்பது, நைஜீரியா சம்பந்தப்பட்ட விஷயங் களுக்கு கிரெடிட் கார்டைப் பயன்படுத்தக் கூடாது என்பது, தூதரகங்களில் சிறிதளவும் மதிப்புத் தராமல் நடந்து கொள்வது போன்ற விஷயங்கள்தாம். ஆனால் வேறு எந்த அடையாளமும் எனக்கு இருந்திருக்கக் கூடாதாவென்று எப்போதுமே நான் விரும்பியதில்லை. பதிலாக நான் விரும்பியது என்னவென்றால் - என் வாழ்க்கையிலும் என் எழுத்திலும் எப்போதும் நான் வற்புறுத்துவது என்னவென்றால் ஒரு மாறுபட்ட, இலேசான சுமையாக என் அடையாளத்தை மதியுங்கள் என்றுதான்.

என் பைத்தியக்கார ஆப்பிரிக்க அம்மா

சீமமாண்டா என்கோஸி அடீச்சி.

என் பேச்சில் ஆப்பிரிக்க உச்சரிப்பு இருப்பது எனக்குப் பிடிப்பதில்லை. சில நேரங்களில் அவர்கள் நான் சொன்னதைத் திரும்பச் சொல்லக் கேட்கும்போது எனக்குப் பிடிக்காது. நான் அமெரிக்கன் இல்லையென்பதால் அவர்கள் உள்ளுக்குள் சிரிப்பதை என்னால் கேட்கமுடியும். இப்போது அம்மா இக்போவில் கேட்டால் நான் ஆங்கிலத்தில் பதில் அளிக்கிறேன். அம்மாவிடமும் அதைச் செய்யமுடியும். ஆனால் அவளால் அதை சகித்துக் கொள்ள முடியுமென்று தோன்றவில்லை.

எங்கிருந்து நான் வந்திருப்பதாக யாராவது கேட்டால் நான் நைஜீரியா என்று சொல்ல வேண்டுமென்று அம்மா விரும்புகிறாள். முதல்முறை நான் ஃபிலடெல்ஃபியா என்றபோது "நைஜீரியா என்று சொல்" என்றாள். இரண்டாம் முறை என் பின்னந் தலையில் தட்டி, இக்போவில், "உனக்கு ஏதாவது கிறுக்குப் பிடித்திருக் கிறதா?" என்றாள்.

அப்போது நான் பள்ளிக்குச் செல்லத் தொடங்கி விட்டிருந்ததால், "அமெரிக்கர்கள் அந்த மாதிரி சொல்வதில்லை" என்று அவளிடம் சொன்னேன். "நீங்கள் பிறந்த இடம், அல்லது வாழும் இடம் அல்லது வெகு காலத்திற்கு வாழத்தேர்ந்தெடுத்த இடம்தான் உங்கள் சொந்த இடம். கேத்தியை எடுத்துக் கொள்ளுங்கள் சிகாகோவில் அவள் பிறந்ததால் அவளுக்கு இந்த இடம். அவள் சகோதரன் இங்கே ஃபிலடெல்ஃபியாவில் ஜெஃப்பர்ஸன் மருத்துவமனையில் பிறந்ததால் அவனுக்கு சொந்த ஊர் இது. ஆனால் அவர்களின் அப்பா அட்லாண்டாவில் பிறந்திருந்தாலும் இங்கேயே வசிப்பதால் அவர் ஃபிலடெல்ஃபியாவைச் சேர்ந்தவர்தான்."

"அமெரிக்கர்களுக்குப் பூர்வீக கிராமம் என்றெல்லாம் எதுவும் கிடையாது. அதனால் அவர்களுக்கு அக்கறை இல்லை. உன் முப்பாட்டனார்களின் முப்பாட்டனார் களிலிருந்து அவர்களுக்குச் சொந்தமாக நிலம் இருந்தது. நூற்றுக்கணக்கான வருடங்களுக்கு உனது பூர்வீகத்தை வரிசைப்படுத்த முடியும். அந்தப் பாரம்பரியத்தையெல்லாம் நீ கழற்றி எறிந்து விடுவாயா?"

இருந்த போதிலும் அம்மா அங்கே இல்லாவிட்டால் நான் ஃபிலடெல்ஃபியாவைச் சேர்ந்தவள் என்றே சொல்கின்றேன். (என் உச்சரிப்பைப் பற்றி யாராவது ஏதாவது சொன்னால் மட்டும் நைஜீரியா என்று சொல்லிவிட்டு, ஆனால் ஃபிலடெல் ஃபியாவில் என் குடும்பத்தோடு வசித்து வருகிறேன் என்பதை எப்போதுமே சேர்த்துக் கொள்கிறேன்)

அம்மா இல்லாதபோது என்னை 'லின்' என்று அழைத்துக் கொள்வதைப் போலவே. ரலின்டூ என்பது எவ்வளவு அழகான இக்போ பெயர் என்றும், எனக்கு முன்னால் பிறந்த சகோதரர்களெல்லோரும் குழந்தையிலேயே இறந்துவிட அவள் அனுபவித்தத்துயரத்திற்கு 'வாழ்வைத் தேர்ந்தெடு' என்ற அந்தப் பெயர் அவளுக்கும்கூட எவ்வளவு பொருத்தமானதென்றும் மூச்சு விடாமல் பேசிக் கொண்டேயிருப்பது அவளுக்குப் பிடித்தமானது. மன்னித்துக் கொள்ளுங்கள், என்னைத் தவறாக எண்ண வேண்டாம். ஆனால் ரலின்டூ என்றதொரு பெயரும், ஓர் ஆப்பிரிக்க உச்சரிப்பும் தற்போது எனக்குத் தாங்கவே முடியாது. அதுவும் மேட்டும் நானும் ஒன்றாக இருக்கும் இப்போது.

என் நண்பர்கள் தொலைபேசியில் அழைக்கும்போது, "லின்?" என்று, அது யாரென்று தெரியாதது போல் ஒரு விநாடி விழிப்பாள். அவள் நடந்துகொள்கிற விதத்தைப் பார்த்தால் முழுசாக மூன்று வருடங்களாக (சில நேரங்களில் நான் ஆறு வருடங்கள் என்று சொல்லிக் கொள்வேன்) இங்கே வசித்து வருவதாகவே சொல்ல முடியாது.

இப்போதும் எதையாவது சொல்லி பேச்சை முடிக்கும்போது 'அமெரிக்கா!' என்பாள். உதாரணத்திற்கு உணவகத்தில் "எவ்வளவு உணவை இந்த மனிதர்கள் பாழாக்குகிறார்கள் பார். அமெரிக்கா!" என்பாள். அல்லது அங்காடியில், "போன வாரம் இருந்ததைவிட எந்தளவுக்கு விலையைக் குறைத்திருக்கிறார்கள் பார், அமெரிக்கா!"

இப்போது எவ்வளவோ தேவலாம் என்று சொல்ல வேண்டும். ஏதாவது கொலையைப் பற்றிச் செய்திகளில் வந்தால் இப்போதெல்லாம் நடுங்கிக் கொண்டே தனக்குச் சிலுவைக் குறி இட்டுக் கொள்வதில்லை. மளிகைக் கடைக்கோ, அங்காடிக்கோ காரோட்டிச் செல்லும்போது அப்பா எழுதிக் கொடுத்த வழி விபரங்களை அடிக்கடி உற்றுப் பார்த்துக்கொள்வதில்லை. அப்பாவின் திசைகாட்டி விபரத்தை முன்பிறையிலேயேதான் இப்போதும் வைத்துக் கொண்டிருக்கிறாள். இப்போதும் ஸ்டியரிங்கை இறுக்கமாகப் பிடித்துக்கொண்டு பக்கவாட்டுக் கண்ணாடியில் போலீஸ் கார் தொடர்கிறதா என்று அடிக்கடி பார்த்துக்கொண்டுதான் இருக்கிறாள். அதனாலேயே "அம்மா, அமெரிக்க போலீஸ் சும்மாவேனும் உன்னை நிறுத்தாது. நீ ஏதாவது தப்பாக முதலில் செய்ய வேண்டும் - தாறுமாறான வேகம் போல" என்று கூற வேண்டியிருந்தது.

ஒப்புக்கொள்கிறேன், நாங்கள் முதலில் வந்தபோது எனக்குக்கூடப் பிரமிப்பாகத் தானிருந்தது. வீட்டைப் பார்த்தபோது அப்பா எதற்காக அவருடைய ரெஸிடென்ஸி முடிந்த கையோடு எங்களை வரவழைக்கவில்லை; எதற்காக மூன்றாண்டுகள் வழக்கமான வேலையோடு பகுதிநேரப் பணிகளும் செய்திருக்கிறார் என்று எனக்குப் புரிந்தது. அப்போதெல்லாம் வெளியே நின்று வெறுமனே வீட்டை, கற்கள் பாவிய

வெளிப்புறத்தின் அழகை, அதனைச் சுற்றிப் போர்வைபோல அமைக்கப்பட்டிருந்த மாங்காய் நிறத்திலிருந்த புல்வெளியைப் பார்த்துக் கொண்டிருப்பேன். வீட்டிற்குள், கூடத்திலிருந்த சுழன்று மேலேரும் மாடிப்படிகளும் அதன் பளபளக்கும் கைப்பிடியும், புராதனக் கவர்ச்சியோடிருந்த பளிங்கு கணப்படுப்பும் ஏதோ ஓர் அயல்நாட்டுப் படப்பிடிப்புத் தளத்தில் இருப்பது போல எனக்குத் தோன்ற வைக்கும். எங்கள் சொந்த வீட்டின் அமைதியான சிமெண்ட் தரையைப் போலல்லாமல் இங்கே நடக்கும்போது க்ளம்ப்-க்ளம்ப்-பென்று சத்தமெழுப்பும் இந்தக் கனத்த மரத்தரைகள்கூட எனக்குப் பிடித்திருந்தது.

மருத்துவமனையிலிருந்து அவரின் சகாக்களை அப்பா வீட்டிற்கு அழைத்து வந்திருக்கும் போதும், நான் அடித்தளத்தில் இருக்கும் போதும், இந்த மரத்தரையின் சத்தம் எனக்குத் தொந்தரவாக இருந்திருக்கிறது. இப்போதெல்லாம் அப்பா வந்திருக்கும் விருந்தாளிகளுக்கு ஏதாவது செய்துதர அம்மாவைக் கேட்டதில்லை. சின்ன ட்ரேக்களில் பாலாடைக் கட்டியும், பழங்களும் வைத்துப் பரிமாற ஆட்களை ஏற்பாடு செய்திருக்கிறார். இதற்காக அப்பாவும் அம்மாவும் சண்டை போட்டுக் கொள்கின்றனர். "வெள்ளைக்காரர்களுக்கு என் 'மோய்-மோய்', 'ச்சின்-ச்சின்' னெல்லாம் பிடிக்காது" என்கிறார். அம்மா இக்போவில், "நீங்கள் எதுவாக இருக்கிறீர்களோ அதற்காகப் பெருமைப்படுங்கள். அவர்களுக்கு முதலில் அவற்றைப் பரிமாறிவிட்டு பிடித்திருக்கிறதா இல்லையா என்று தெரிந்து கொள்ளுங்கள்"என்கிறாள். இப்போது அம்மா வந்திருப்பவர்கள் எதிரில் நடந்து கொள்ளும் விதத்தைப்பற்றி அவர்கள் சண்டையிட்டுக்கொள்கின்றனர்.

"அவர்களிடம் கலகலப்பாகப் பேசு. அவர்களை வரவேற்கிறார் போல நடந்து கொள். அவர்கள் இங்கே இருக்கும்போது என்னிடம் இக்போவில் பேசாதே" என்கிறார்.

"ஓஹோ ... என் வீட்டிலேயே என் சொந்த பாஷையில் பேசக்கூடாதா?" என்று அம்மா கீச்சிடுகிறாள். "அவர்கள் வீட்டுக்கு நீங்கள் போனால் அவர்களுடைய பழக்கங்களை மாற்றிக் கொள்கிறார்களா?"

இவையெல்லாம் உண்மையான சண்டை இல்லை. கேத்தியின் பெற்றோர்கள் சண்டையிடும் போது கண்ணாடியெல்லாம் உடைந்து சிதறி, கேத்தி அவளுடைய குட்டித் தங்கை பள்ளியிலிருந்து வரும்போது பார்த்துவிடக் கூடாதென்பதற்காகக் கண்ணாடிச் சில்லுகளைத் துடைத்து அப்புறப்படுத்துவாளே, அது போலெல்லாம் இல்லை. என்னவானாலும் அம்மா விடியற்காலையில் எழுந்து அப்பாவின் சட்டையைப் படுக்கை மேல் வைத்துவிட்டு, அவருக்குக் காலை உணவு தயார் செய்து, மதிய உணவைப் பாத்திரத்தில் வைத்து மூடிக் கொடுத்துவிடுவாள். அவர் தனியாக இருந்தபோது அப்பா சமைத்துக் கொண்டிருந்தார்- அமெரிக்காவில் ஏறக்குறைய ஏழு வருடங்கள் தனியாக வாழ்ந்திருக்கிறார் - ஆனால் திடீரென்று இப்போது அவரால் சமைக்க முடியாமற் போய்விட்டது. ஒரு பாத்திரத்தைக்கூட

அவரால் மூடிவைக்க முடியாது. பாத்திரத்திலிருந்து சாப்பாட்டை எடுத்துப் போட்டுக் கொள்ளக்கூட முடியாது. அதனால் அவர் அடுப்படிக்குச் சென்றாலே அம்மா குலை நடுங்கிப் போய்விடுவாள்.

ஒவ்வொரு முறை உணவருந்தி முடித்த பின்பும், “நீ நன்றாகச் சமைத்திருக்கிறாய் சிக்கா” என்று அப்பா இக்போவில் கூறுகிறார். அம்மா புன்னகைக்கிறாள். அடுத்ததாக என்ன சூப் சமைக்கலாம், புதிதாக என்ன காய்கறியை முயற்சிக்கலாம் என்று அவள் யோசிக்கத் தொடங்கி விட்டாள் என்பதை மட்டும் என்னால் கூறமுடியும்.

அவள் உணவுகள் எல்லாமே நைஜீரிய வகைகளாகத்தான் இருக்கும். ஆனால் ஆப்பிரிக்கன் ஸ்டோரில் கிடைக்காத விஷயங்களுக்கு மாற்றாக எவற்றைப் பயன்படுத்தி உணவு தயாரிக்கலாம் என்று ஆராய்ச்சி செய்து கண்டு பிடித்திருக்கிறாள். ‘எடி’க்குப் பதிலாக வேக வைக்கும் உருளைக்கிழங்கு ‘உகு’விற்குப் பதிலாக ஸ்பினாஷ். மரவள்ளிக் கிழங்கு மாவு கிடைக்கும் ஆப்பிரிக்கன் ஸ்டோருக்கு எப்படிச் செல்வது என்று அப்பா அவளுக்கு வழி சொல்லிக் கொடுத்ததற்கு முன்னால் ‘ஃபுஃபு’வைப் போலவே திண்மை வரும்படிகூலமாவு தானியத்தை எப்படி அரைத்துச் செய்வது என்று அவளாகவே பிரத்தியே வழிகள் சிலவற்றைக் கண்டுபிடித்திருந்தாள். உறைய வைக்கப்பட்ட பீட்ஸா, சிப்ஸ் போன்றவற்றை வாங்கும்போது இப்போதெல்லாம் அவள் மறுப்பு சொல்வதில்லை யானாலும் அவற்றை நான் சாப்பிடும் போது சகிக்கமுடியாமல் உறுமுகிறாள். இந்த மாதிரி மோசமான பலகாரங்கள் எல்லாம் ரத்தத்தை உறிஞ்சிவிடுகின்றன என்று இப்போதும் கூறிக்கொண்டிருக்கிறாள். ஒவ்வொரு நாளும் புதுசு புதுசாக சூப் எதையாவது செய்து, அநேகமாக தினமும் என்னை சாப்பிட வைத்து விடுகிறாள். ஃபுஃபுவைத் தயக்கத்தோடு பந்தாக உருட்டி அந்தக் கெட்டியான சூப்பில் அமிழ்த்துவதையும், அவற்றை விழுங்கும்போது அந்த உருண்டைகள் ஒழுங்காக உள்ளே இறங்குகிறதா என்று சோதிப்பதைப் போல என் தொண்டையையும் உற்றுப் பார்க்கிறாள்.

எப்போதாவது வருகிற எங்கள் விருந்தினர்கள் கூட எப்போதும் அவளது சமையல் மீதே எப்போதும் ஆர்வமாக இருப்பதால் அவளுக்குப் பிடித்திருக்கிறது என்றே நினைக்கிறேன். அவர்கள் எப்போதுமே நைஜீரியர்களாக, எப்போதுமே அமெரிக்காவுக்குப் புதியவர்களாக இருந்தனர். தொலைபேசி புத்தகத்தை எடுத்து வைத்துக் கொண்டு நைஜீரியப் பெயர்களைத் தேடுகின்றனர். அந்த இக்போ ஆசாமிகள் யோருபா அடிபிஸிஸ், அடிமோலாஸ் போன்ற பெயர்களுக்குப் பிறகு ஒரு சுத்தமான இக்போ பெயர் ‘எஸ்ஸி’ என்பதைப் பார்க்கும் போது எவ்வளவு உற்சாகமாக இருந்தது என்று அப்பாவிடம் கூறுகின்றனர். ஆனால் அம்மாவின் வாழைக்காய் வறுவல்களை விழுங்கிக்கொண்டே “அமெரிக்காவில் ஒவ்வொரு நைஜீரியனும் உங்கள் சகோதரன்தான்” என்கின்றனர்.

அவர்களை வரவேற்று உபசரிக்க அம்மா என்னைக் கட்டாயப்படுத்தும்போது அவர்களின் இக்போவிற்கு ஆங்கிலத்தில்தான் பதிலளிக்கிறேன். நைஜீரியர்களாக இருப்பதனால் மட்டுமே இவர்கள் இங்கே வருவதாகத் தோன்றுகிறது. இங்கே அவர்கள் இருக்கும்வரை எனக்கு எரிச்சல். என்ன வேலைக்குப் போகலாமென்று முடிவெடுக்கும் வரை ஒரு சில நாட்கள் மட்டுமே அவர்கள் தங்குகின்றனர். அப்பா இதில் கண்டிப்பானவர். அவர்கள் கிளம்பிச் செல்லும்வரை அவர்களிடம் இக்போவில் நான் பேசுவதேயில்லை.

கேத்திக்கு இங்கு வந்து அவர்களைச் சந்திப்பதில் ஆசை. அவர்களால் கவரப்பட்டிருக்கிறாள். அவர்களோடு உரையாடுகிறாள், நைஜீரியாவில் அவர்கள் வாழ்க்கையைப் பற்றிக் கேட்கிறாள். இவர்களுக்குப் படைவீரர்களிடமும், முதலாளிகளிடமும், கணவர்களிடமும், மாமனார் மாமியார்களிடம் அவர்கள் படுகின்ற அவஸ்தைகளைப் பற்றி நீட்டி முழக்கிப் பேச நிறைய விஷயங்கள் இருக்கின்றன. கேத்தியின் இரக்கவுணர்வு அலாதி. ஒரு நைஜீரியனைப் பற்றிய தன் விபரக்குறிப்பை அவள் அம்மாவிடம் கொடுத்திருக்கிறாள். அவள் வேறு யாரிடமோ கொடுக்க, அவன் அந்த நைஜீரியனை வேலைக்கு அமர்த்திக் கொண்டான். கேத்தி அருமையான பெண். என்னால் மனம் திறந்து பேசக்கூடிய ஒரே தோழி. ஆனால் எங்களுடைய அபூர்வமான விருந்தினர்களோடு அவள் அதிகமும் நேரம் செலவழிக்கக்கூடாதென்று சில நேரங்களில் தோன்றும். ஏனென்றால் அம்மாவைப் போலவே - அந்த வசைபாடும் தோரணை மட்டும் இல்லாமல் - "உன் உச்சரிப்பைப் பற்றியும் உன் தேசத்தைப் பற்றியும் நீ பெருமை கொள்ள வேண்டும்" என்பது போன்ற சமாச்சாரங்களைக் கூறத்தொடங்கிவிடுகிறார். "ஆமாம், நான் அமெரிக்காவைப் பற்றிப் பெருமை கொள்கிறேன். எனக்கு வெறும் கிரீன் கார்டு மட்டுமே இருந்தாலும்கூட நான் அமெரிக்கன்தான்" என்று பதில் சொல்கிறேன்.

மேட்டைப்பற்றியும், அவள் அதைத்தான் கூறுகிறாள். அவனுக்காக நான் ரொம்பவும் கஷ்டப்பட்டு அமெரிக்கத்தனமாகக் காட்டிக் கொள்ளக்கூடாது. அவன் உண்மை யானவனாக இருந்தால் நான் எப்படியிருந்தாலும் என்னை நேசிப்பான் என்கிறாள். (ஏனென்றால் சரியான அமெரிக்க உச்சரிப்பும் சாயலும் வரவேண்டுமென்பதற்காகப் பல வார்த்தைகளை அவளை உச்சரிக்கச் சொல்வேன். நைஜீரியா ஒரு பிரிட்டிஷ் காலனியாக இல்லாதிருந்திருக்கலாம். அவர்கள் வார்த்தைகளைத் தப்பான அசையில் அழுத்தம் கொடுத்து உச்சரிப்பது திக்குத் தெரியாமல் போக வைத்துவிடும்) ப்ளீஸ், யாராலுமே உச்சரிக்கமுடியாத பெயரை வைத்திருந்த இந்திய இளைஞன் ஒருவனைப் பார்த்து மேட் சிரித்ததைப் பார்த்திருக்கிறேன். பாவம், அந்தப் பையனின் அழுத்தம் திருத்தமான கனத்த உச்சரிப்பில் அவன் பெயரையே கூடக் காதில் விளங்கும்படியாக அவனால் சொல்லமுடியவில்லை-குறைந்தபட்சம், அவனைவிட நான் மேல். மேட்டிற்கு என் பெயர் ரலின்டூ என்பதுகூடத் தெரியாது. என் பெற்றோர்கள் ஆப்பிரிக்காவைச் சேர்ந்தவர்கள் என்று தெரியும். ஆப்பிரிக்கா

என்பது ஒரு தேசம் என்று நினைத்துக்கொண்டிருக்கிறான். அதைப்பற்றி அவ்வளவுதான். அவன் இடது காதில் மாட்டியிருந்த பளபளப்பான அந்த ஸ்டட்தான் என்னை முதலில் வசீகரித்தது. இப்போது அவனைப் பற்றிய எல்லாமே, நடக்கும்போது கால்களை உடம்பிற்கு எதிரே விசிறி விசிறி நடக்கும் விதம்கூட, பிடித்திருக்கிறது.

அவன் என்னைக் கவனிப்பதற்குக் கொஞ்சநாட்கள் பிடித்தது. கேத்தி உதவினாள். தைரியமாக அவனிடம் நேராகச் சென்று எங்களோடு ஒன்றாக அமர்ந்து மதிய உணவு சாப்பிடக் கேட்டுக் கொண்டாள். ஒருநாள் அவனிடம், "லின்னைப் பார்த்தால் சூடாக இல்லை?" என்று கேட்டாள். அவன் ஆம் என்றான். ஆனால் அவளுக்கு அவனைப் பிடிக்காது. எனக்கும் கேத்திக்கும் ஒரே மாதிரியான ரசனை கிடையாது. அதுதான் எங்கள் நட்பை மிகவும் உண்மையாக வைத்திருக்கிறது.

கேத்தியிடம் அம்மா ஜாக்கிரதையாக இருப்பாள். என்னிடம் "என்குவா, அவர்கள் வீட்டில் வெகு நேரம் தங்கியிருக்காதே. அங்கே எதுவும் சாப்பிடாதே. நம் வீட்டில் சாப்பிட எதுவும் இல்லாமல்தான் அங்கே வந்திருக்கிறோமென்று நினைத்துக் கொள்வார்கள்" என்பாள். எங்கள் ஊரிலுள்ளவர்களைப் போலவே அமெரிக்கர் களும் அற்பமாக இருப்பார்களென்று நினைத்துக் கொண்டிருக்கிறாள். பதிலுக்கு உங்கள் வீட்டிற்கு அவர்கள் வந்திராதவரை நீங்கள் யார் வீட்டிற்கும் போய்க் கொண்டேயிருப்பதில்லை. உங்கள் வீட்டிற்கு வந்து அவர்கள் சாப்பிட்டிருக்கா விட்டால் நீங்கள் அடிக்கடி அங்கே சென்று விருந்து சாப்பிட்டுக் கொண்டிருக்க மாட்டீர்கள். ப்ளீஸ்.

இரண்டு வருடங்களுக்கு முன்பு ஒரு மாதத்திற்கும் மேலாக என்னை அங்கே போகவிடாமல் வைத்திருந்தாள் அம்மா. இங்கே எங்களுக்கு அது முதல் கோடைப்பருவம். எங்கள் பள்ளியில் குடும்பத்தோடு 'குக்-அவுட்'டிற்கு ஏற்பாடு செய்திருந்தனர். அப்பாவிற்கு வேலை இருந்ததால் அம்மாவும் நானும் மட்டும் சென்றோம். கறுப்புத் தட்டு மாதிரி கண்களை முகத்தின் மேல் வைத்துக் கொண்டிருக்கிறாளே இந்த அம்மா, கோடைக்காலத்தில் அமெரிக்கர்கள் டி-ஷர்ட்டும் ஷார்ட்ஸ்ஸும்தான் அணிகிறார்கள் என்பதைக் கூடவா பார்த்திருக்க மாட்டாள்? இவள் நீலமும் வெள்ளையுமாக லேபெல்களைக் கொண்ட கனமான சூட் அணிந்து கொண்டிருந்தாள். ஷார்ட்ஸிலும், டி-ஷர்ட்டிலும் 'சிக்'கென்று நின்றிருக்கும் மற்ற அம்மாக்களின் மத்தியில் பார்பெக்யூ விருந்திற்கு வந்திருப்பவள் போல் அபரிமிதமாக உடையணிந்து அபத்தமாக நின்றிருந்தாள். அங்கே எத்தனையோ கறுப்பு அம்மாக்கள் இருந்தனர். அவர்களில் யாராவது ஒருவர் என் அம்மாவாக இருந்திருக்கலாம்.

அன்று மாலை உணவின் போது "கேத்தியின் அம்மா அவர்களை மிரியம் என்றே என்னைக் கூப்பிடச் சொன்னார்கள்" என்றேன். அவள் கண்களில் கேள்விக்

குறியோடு நிமிர்ந்து பார்த்தாள். “மிரியம்தான் அவர்களுடைய முதல் பெயர்” என்றேன். பின் சட்டென்று “கேத்திகூட உங்களை சிக்கா என்று கூப்பிடலாமென்று நினைக்கிறேன்” என்றேன். அவள் சூப்பிலிருந்து இறைச்சித் துண்டு ஒன்றை எதுவும் பேசாமல் மௌனமாக மென்றாள். பின் நிமிர்ந்தாள். கரிய விழிகள் நெருப்பாக மேஜையைத் தாண்டி வந்தன. இக்போ வார்த்தைகள் வெடித்தன. “உன் வாயிலேர்ந்து பல்லை உதிர்க்கணுமா? எப்போலேர்ந்து சின்னப்பசங்க, பெரியவங்களோட முதல் பேரைச் சொல்லிக் கூப்பிட ஆரம்பிச்சாங்க?” நான் ஸாரி சொல்லிவிட்டு குனிந்து என் ஃபுஃபுவைக் கூடுதலான ஜாக்கிரதையோடு மடிக்கத் தொடங்கினேன். அவள் கண்களை நேருக்கு நேர் பார்த்தால் அவளுடைய பயமுறுத்தல்களை உண்மை யாகவே நிறைவேற்றத் தொடங்கிவிடுவாள்.

அதன் பிறகு கேத்தியின் வீட்டிற்கு ஒரு மாதத்திற்குப் போகமுடியவில்லை. ஆனால் கேத்தி எங்கள் வீட்டுக்கு வர அம்மா அனுமதித்தாள். நானும் அம்மாவும் சமையலறையில் இருக்கும் போது கேத்தியும் வந்து சேர்ந்து கொள்வாள். நான் இல்லாமல் அவளும் அம்மாவும் மட்டும் மணிக்கணக்காகப் பேசிக் கொண்டிருப்பார்கள். இப்போதெல்லாம் கேத்தி அம்மாவைப் பார்த்து ‘ஹாய்’ சொல்வதில்லை. குட்ஆஃப்டர் நூன் அல்லது குட்மார்னிங் சொல்கிறாள். அவ்வாறுதான் நைஜீரிய சிறுவர்கள் பெரியவர்களுக்கு வணக்கம் தெரிவிப்பதாக அம்மா அவளிடம் சொல்லியிருந்தாள். மேலும், அம்மாவை அவள் மிஸஸ்.எஸி என்று அழைப்பதில்லை. ஆண்ட்டி என்கிறாள்.

அம்மாவிடமுள்ள பலவிஷயங்கள் மகத்தானவை என்று அவள் கருதுகிறாள். அவள் நடக்கும் நடையைப் போல. அது ராஜநடையாம். அவள் பேசுகிற விதம் இன்னிசையாம் (இத்தனைக்கும் அம்மா அமெரிக்கர்களைப் போல பேசுவதற்கு லேசாகக்கூட முயற்சி எடுப்பதில்லை. இப்போதுகூட ‘ட்ரங்க்’ என்பதற்கு ‘பூட்’ என்கிறாள். கடவுளே!)

நான் பூப்பெய்தியபோது அம்மா என்னை ஆரத்தழுவிக்கொண்டது அவ்வளவு கரிசனமும் அன்பும் கொண்ட செய்கை என்றாள். அவள் அம்மா வெறுமனே ஓ என்று சொல்விட்டு நாப்கினும் பேட்டீஸும் வாங்க அழைத்துச் சென்றுவிட்டாள். ஏதோ ஒரு பெரிய ஓட்டப் பந்தயத்தில் நான் ஜெயித்துவிட்டதைப் போல இரண்டு வருடங்களுக்கு முன்னால் அம்மா அப்படி அணைத்துக் கொண்டபோது அது ஒரு கரிசனமும் அன்பும் மிக்க செய்கையாக எனக்குத் தோன்றவில்லை. அவளைப் பிடித்து தூரத்தள்ள வேண்டுமென்றிருந்தது. ஒனுக்பூ சூப்பைப் போல ஓர் ஊசிப்போன நாற்றம் அவளிடமிருந்து அடித்துக் கொண்டிருந்தது.

இது எவ்வளவு பெரிய ஆசீர்வாதம் என்றாள். ஒருநாள் எப்படி நானும் பிள்ளை பெறுவேனென்றும், அவளுக்கு அவமானம் ஏற்படுத்திவிடாதிருப்பதற்காக எப்படி என் கால்களை ஒன்றாக சேர்த்து வைத்துக்கொண்டிருக்க வேண்டுமென்றும்

சொன்னாள். அதற்குப் பிறகு அவள் நிச்சயம் நைஜீரியாவுக்கு போன் செய்து என் அத்தைகளிடமும் மாமா என்னூக்வுவிடமும் கூறுவாளென்று எனக்குத் தெரிந்தது. அப்புறம் அவர்கள் நான் ஒருநாள் பெற்றுத்தரப் போகும் வலிமை வாய்ந்த குழந்தைகளைப் பற்றியும், எனக்கு வரப்போகிற மிக நல்ல கணவனைப் பற்றியும் நிச்சயமாகப் பேசுவார்கள், எனக்குத் தெரியும்.

இன்று மேட் இங்கே வருகிறான். ஒரு பேப்பரை ஒன்றாக நாங்கள் எழுதுகிறோம். அம்மா வீட்டிற்குள் மேலும் கீழுமாக நடந்து கொண்டிருக்கிறாள். நைஜீரியாவில் பெண்கள் பெண்களோடும், ஆண்கள் ஆண்களோடும் மட்டுமே சினேகிதம் இருப்பார்கள். ஒரு பெண்ணுக்கும் ஆணுக்கும் இடையில், அது வெறும் நட்பாக இருக்க முடியாது. வேறு ஏதோ. அம்மா, அமெரிக்காவில் வேறு மாதிரி என்கிறேன். அவளுக்குத் தெரியும் என்கிறாள். டைனிங் டேபிளின் மீது புதிதாகப் பொரித்த சின்-சின்னைக் கொண்டு வந்து வைக்கிறாள். அங்கேதான் நானும் மேட்டும் படிக்க வேண்டும். சின்-சின்னை எடுத்துக் கொண்டு போய் சமையலறையில் வைக்கிறேன். அதைப் பார்த்தவுடன் என்ன இது என்று கேட்டபடி மேட்டின் முகம் எப்படிப் போகுமென்று கற்பனை செய்ய முடிகிறது. அம்மா சின்-சின்னைத் திரும்பவும் எடுத்து வந்து மேஜையிலேயே வைக்கிறாள். "இது உன் விருந்தாளிக்கு" என்கிறாள்.

தொலைபேசி அடிக்கிறது. அவளை அது வெகுநேரத்திற்குப் பிடித்து வைத்திருக்க வேண்டுமென்று பிரார்த்திக்கிறேன். கதவு மணி அடிக்கிறது. கையில் ஒரு ஃபோல்டருடன் காதில் வளையம் மின்ன மேட் நிற்கிறான்.

மேட்டும் நானும் கொஞ்ச நேரத்திற்குப் படிக்கிறோம். அம்மா உள்ளே வருகிறாள். அவன் "ஹாய்" என்றதும் அவனை மௌனமாக முறைத்துப் பார்த்துவிட்டு பின், "எப்படி இருக்கிறாய்?" என்கிறாள். என்னிடம் இக்போவில் "படித்து முடித்தாகி விட்டதா?" என்கிறாள். இப்போவை அவ்வளவு எளிதாக நான் புரிந்துகொள்கிறேன் என்று மேட் நினைத்துக் கொள்வானோவென்று கொஞ்ச நேரத்திற்கு மௌனமாகத் தயங்கிவிட்டு,ஆம் என்கிறேன். அம்மா மேலே சென்று கதவை மூடிக்கொள்கிறாள்.

"வா, உன் அறைக்குச் சென்று சி.டி. கேட்கலாம்" என்கிறான் மேட். சிறிது நேரம் கழித்து, "ஒரு ஆண் பிள்ளையை என் அறைக்குள் அம்மா அனுமதிக்கவே மாட்டாள்" என்பதற்குப் பதிலாக "என் அறை தாறுமாறாகக் கலைந்திருக்கிறது" என்கிறேன். "அப்படியானால் கட்டில் மேல் உட்கார்ந்து கொள்ளலாம். எனக்குக் களைப்பாக இருக்கிறது." கட்டிலில் நாங்கள் அமர்கிறோம். அவன் ஒரு கையை என் டி-ஷர்ட்டுக்குள் நுழைக்கிறான். அவன் கையைப் பிடிக்கிறேன். "சட்டையை விடு."

"கம் ஆன்" என்கிறான். அவன் சுவாசம் அவன் பேச்சைப் போலவே அவசரப்படுகிறது. அவனை விட்டு விடுகிறேன். அவன் கை என் சட்டைக்குள் பாம்பைப் போல் ஊர்ந்து, நைலான் பிரா பொதித்து வைத்திருந்த ஒரு மார்பகத்தைப் பற்றுகிறது. பின் விரைவாக என் முதுகிற்குப் பின்னால் ஊர்ந்து என் பிராவின்

ஊக்கைக் கழற்றுகிறது. மேட் கெட்டிக்காரன். என்னால்கூட ஒரு கையால் இவ்வளவு வேகமாக என் பிராவின் ஊக்கைக் கழற்ற முடியாது. அவன் கை திரும்ப வந்து வெறும் மார்பின்மேல் உள்ளங்கையைப் பொத்துகிறது. நான் முனகுகிறேன். முனகுவது சுகமாக இருக்கிறதென்பதாலும், அப்படித்தான் நான் செய்ய வேண்டுமென்று எனக்குத் தெரிந்திருந்தாலும், சினிமாக்களில் பெண்களின் முகம் இந்தக் கட்டத்தில் எப்போதுமே இப்படித்தான் சொக்கிப் போய்க் கிறங்கும்.

மலேரியா ஜுரம் வந்திருப்பவனைப் போல அவன் இப்போது உன்மத்தத்தில் இருக்கிறான். என்னைப் பின்னால் தள்ளி, என் சட்டையை மேலே தூக்கி, கழுத்துவரை உருட்டி வைத்து விட்டு என் பிராவைக் கழற்றி எறிகிறான். என் வெற்று மேல் உடம்பில் திடீரென சில்லென்று உணர்கிறேன். பிசுபிசுவென்ற வெதுவெதுப்பான ஈரம் என் மார்பில். நான் ஒருமுறை படித்த புத்தகம் ஒன்றில் ஒரு ஆள் குழந்தைக்கு மிச்சம் வைக்காமல் அவன் மனைவியின் மார்பை ஒட்ட உறிஞ்சிவிடுவான். மேட் அந்த ஆளைப் போல உறிஞ்சிக் கொண்டிருந்தான்.

கதவு திறக்கும் ஓசை கேட்டது. மேட்டின் தலையைக் கொத்தாகப் பிடித்துத் தள்ளிவிட்டு ஒரே விநாடியில் என் சட்டையைக் கீழிறக்கிக் கொள்கிறேன். சோபாவின் கறுப்புத் தோல் போர்வையின் மீது என் பிரா வெள்ளை வெளேரென்று என்னைப் பார்த்து கண் சிமிட்டிக் கொண்டிருந்தது. அம்மா உள்ளே வர, அதை சோபாவுக்குப் பின்னால் தூக்கிப் போடுகிறேன்.

"உன் விருந்தாளி கிளம்ப வேண்டிய நேரம் இல்லையா?" அவள் இக்போவில் கேட்கிறாள். மேட்டை ஏறிட்டுப் பார்க்க எனக்கு பயமாக இருக்கிறது. அவன் உதடுகளில் பால் ஒட்டி இருக்குமோ என்று பயப்படுகிறேன். "இப்போதுதான் கிளம்பிக் கொண்டிருக்கிறான்" என்கிறேன் ஆங்கிலத்தில். அம்மா அங்கேயே நின்றுகொண்டிருக்கிறாள். மேட்டிடம், "நீ கிளம்பு" என்கிறேன். அவன் எழுந்து மேஜையின் மேலிருந்து பேப்பர்களை அடுக்குகிறான் "யா குட்நைட்."

அம்மா அசைவேயில்லாமல் எங்கள் இருவரையும் பார்த்தபடி நின்றிருக்கிறாள்.

"அவன் உன்னிடம்தான் சொல்லிக் கொண்டிருக்கிறான் அம்மா, குட்நைட் என்கிறான்."

கைகளைக் கட்டிக்கொண்டு முறைத்தபடி தலையசைக்கிறாள். திடீரென்று இக்போ வார்த்தைகள் வெடித்துக்கொண்டு வருகின்றன. இவ்வளவு நேரத்திற்கு ஒரு பையனை தங்க வைத்திருக்குமளவுக்கு எனக்குக் கிறுக்கு பிடித்திருக்கிறதா? எனக்குக் கொஞ்சமாவது விவேகம் இருக்குமென்று அவள் நம்பிக்கொண்டிருந்தாள். டைனிங் டேபிளிலிருந்து எப்போது நாங்கள் எழுந்து கட்டிலுக்குச் சென்றோம்? ஏன் அவ்வளவு நெருக்கமாக உட்கார்ந்திருந்தோம்?

அவள் பேசப்பேச மேட் தடுமாறியபடி கதவை அணுகுகிறான். அவன் காலணியின்

லேஸ்கள் கழன்று அவன் நடக்கும்போது, பட்பட்டென்று அடிக்கின்றன. கதவருகே நின்று, "அப்புறம் பார்க்கலாம்" என்கிறான்.

கட்டிலுக்குப் பின்னாலிருந்த பிராவை அம்மா ஏறக்குறைய உடனேயே கண்டுவிடுகிறாள். அதையே நெடுநேரத்திற்கு வெறித்துப் பார்த்துவிட்டு எனது அறைக்குப் போகச் சொல்கிறாள். ஒரு நிமிடம் கழித்து அவளும் வருகிறாள். அவள் உதடுகள் இறுக்கமாக கடித்திருக்கின்றன.

"யிப்பு எஃபி கி" என்கிறாள். உன் உடைகளைக் கழற்று. அவளைத் திடுக்கிட்டுப் பார்க்கிறேன். பின் மெதுவாக உடைகளைக் களைகிறேன். இன்னமும் பேன்ட்டீஸைக் கழற்றாமல் இருப்பதைப் பார்த்து "எல்லாவற்றையும்" என்று கத்துகிறாள். "படுக்கையின் மேல் உட்கார். கால்களை விரி."

என் இதயம் என் செவிகளில் பலமாக இடிக்கிறது. படுக்கையில் அமர்ந்து கால்களைப் பரப்புகிறேன். அவள் நெருங்கி வந்து என் முன் குனிகிறாள். அவள் என்ன வைத்துக் கொண்டிருக்கிறாள் என்று பார்க்கிறேன். ஓஸே என்ஸுக்கா. நைஜீரியாவிலிருந்து மாமா என்னூக்வு சின்னச் சின்ன மசாலாப்பொடி பாட்டில்களில் போட்டு அனுப்பியிருந்த, உலர்ந்து முறுக்கிக்கொண்டிருக்கும் கார மிளகு. "அம்மா வேண்டாம்,"

"இந்த மிளகாயைப் பார்த்தாயா?" அவள் கேட்கிறாள். "இதைப் பார்த்தாயா? விதரணையற்ற பெண்களுக்கு, தலையிலிருக்கிற மூளையை உபயோகப்படுத்தாமல் அவர்கள் கால்களுக்கு நடுவிலிருப்பதைப் பயன்படுத்துபவர்களுக்கு இதைத்தான் செய்வார்கள்."

மிளகை வெகு அருகில் அவள் கொண்டுவர, நான் பீதியில் அப்படியே மூத்திரம் கழிந்துவிடுகிறேன். படுக்கையில் வெதுவெதுப்பான ஈரம் பரவி என்னை நனைக்கிறது. ஆனால் அவள் அதைச் செருகவில்லை.

அவள் இக்போவில் கத்திக் கொண்டிருக்கிறாள். அவளுடைய கன்னங்கரிய கண்கள் கண்ணீரில் பளிச்சிடுவதைப் பார்த்தபடி நான் கேத்தியாக இருந்திருக்கக்கூடாதா என்று ஏங்குகிறேன். கேத்தியைக் கண்டித்தால் அதன் பிறகு அவள் அம்மா மன்னிப்புக் கேட்டுக் கொள்கிறாள். கேத்தியை அவளது அறைக்குப் போகச்சொல்லி, ஒரு சில மணி நேரத்திற்கு அல்லது ஒருநாள் முழுக்கக் கேத்தியைக் கொஞ்சுகிறாள்.

அடுத்தநாள் மேட் சிரித்தபடியே, "நேற்றிரவு உன் அம்மா என்னைக் கதிகலங்கடித்து விட்டாள்! சரியான பைத்தியக்கார ஆப்பிரிக்கக் கழுதை!"

என் உதடுகள் சிரிக்க முடியாதபடிக்கு இறுக்கமாக இருக்கின்றன. நாங்கள் பேசும்போது வேறு ஏதோ ஒரு பெண்ணை அவன் பார்த்துக் கொண்டிருக்கிறான்.

◆

குந்தர் கிராஸ்

இலக்கியத்திற்காக நோபல் பரிசு பெற்ற குந்தர் கிராஸ் இந்தியாவின் மீது விசேஷ ஈடுபாடு கொண்டவர். கல்கத்தாவில் ஓராண்டு காலம் வாழ்ந்தவர். சென்னையில் மேக்ஸ்முல்லர்பவன் ஏற்பாடு செய்த கலந்துரையாடலின்போது தமிழ் எழுத்தாளர்கள், சென்னை வாசகர்களுடன் குந்தர் கிராஸ் தனது எண்ணங்களைப் பகிர்ந்து கொண்டார். காளியின் நாவை மையப் படிமமாகக் கொண்டு இவர் எழுதிய *Show your Tongue* என்ற நூல் கல்கத்தாவைப் பற்றியது. தனது இந்திய அனுபவம் பற்றி நினைவு கூறும்போது கிராஸ் விவரிக்கிறார்:

“முதன் முதலாக கல்கத்தாவிற்கு வந்து ஏறக்குறைய ஒரு வருடம் தங்கியிருந்த அனுபவம் உண்மையில் வார்த்தைகளை என்னிடமிருந்து பிடுங்கிச் சென்றுவிட்டது. ஊமையாகிப் போயிருந்தேன் நான். மேற்கு ஐரோப்பியன் ஒருவன் கல்கத்தாவை முதன்முதலாக தரிசித்ததன் விளைவு அந்த திடுக்கிட்ட மௌனம். நான் வாழ்ந்து வந்த செழிப்பான உலகிற்கும், இப்போது நுழைந்திருக்கும் உலகிற்கும் இடையே இருந்த பிரம்மாண்டமான வித்தியாசம் என் குற்றவுணர்ச்சிகளை விஸ்வரூபம் எடுக்க வைத்து வார்த்தைகளை மழுங்கடித்துவிட்டது. வார்த்தைகள் வறண்டு போயிருந்த அக்கால கட்டத்தில்தான் நான் கல்கத்தாவை வரையத் துவங்கினேன். இந்தச் சித்திரங்களில் பெரும்பான்மையானவை Show Your Tongue எழுதும் போது வார்த்தைகளாக நம்மை உருமாற்றிக்கொண்டன.”

ஜெர்மானிய நாவலாசிரியர் குந்தர் கிராஸ் 1999ஆம் வருடத்தின் இலக்கியத்திற்கான நோபல் பரிசை வென்றபோது இந்தியாவில் பலர்-குறிப்பாக கல்கத்தாவாசிகள்-தம்மில் ஒருவருக்கு இம்மாபெரும் கௌரவம் கிடைத்திருப்பதாகவே சந்தோஷ மடைந்தார்கள். பெரும் பான்மையான கல்கத்தாவாசிகளில் எத்தனைபேர் தங்களில் ஒருவராக மின்சார ரயில்களிலும், ட்ராம்களிலும் பயணம் செய்கிற, அந்தப் பிரபலமான கட்டை மீசை கொண்ட குந்தர் கிராஸை உண்மையிலேயே நேசித்தனர் என்பதும், எத்தனை பேர் அவர் மீது கடும் எரிச்சலோடு இருக்கின்றனர் என்பதும் சுவாரஸ்யமான விஷயம். கிராஸின் கல்கத்தா தொடர்பைப் பற்றிப் பேசுவதற்கு முன் அவரது ''மறந்து போன சரித்திரத்தை சித்தரிக்கும் இருண்ட நகைச்சுவைக் கதை'' (நோபல் அகாதெமியின் பாராட்டுப் பத்திர வாசகங்கள்) களைப் பார்க்கலாம்.

நாஜிகளின் காலத்தில் வளர்ந்த ஒரு ஜெர்மானியத் தலைமுறையின் இலக்கியப் பிரதிநிதியாக அறியப்படும் குந்தர் கிராஸ் தனது காலத்திற்கு பலவிதங்களில் முற்பட்டவர். மாஜிக்கல் ரியலிஸம் என்பது ஓர் இலக்கிய உத்தியாக அங்கீகரிக்கப் படுவதற்கு முன்பாகவே அற்புதங்களையும் யதார்த்தத்தையும் இணைத்து அதீதக் கற்பனைப் புனைவுகளை கதைகளாக்கியவர். மூன்றடிக்கு மேல் வளர மறுக்கும் சிறுவன் (The Tin Drum) ஆதிகாலத்தைச் சேர்ந்ததொரு பேசும் மீன் (The Flounder) வரலாற்றுப் பார்வை கொண்டதொரு எலி (The Rat) -கிராஸின் நகைச்சுவைப் புனைவுகள் (பெரும்பாலும் Black humour) அவருக்குப் பின் வந்த பல நவீன இலக்கியவாதிகளுக்கு முன்னோடிகளாகத் திகழ்ந்தன.

ஓவியமும் சிற்பமும் பயின்ற குந்தர் கிராஸ் முதலில் கவிதைகளும் நாடகங்களுமே எழுதினார். 1959இல் வெளிவந்த The Tin Drumக்குப் பிறகே அவர் பரவலாக அறியப்பட்டார். இரண்டாம் உலகப் போரின் அரசியலை மையமாகக் கொண்ட இக்கதையில் மனநலக் காப்பகத்தில் அடைக்கப்பட்டிருக்கும் ஆஸ்கா-மாட்ஸொரத்தின் வளர்ச்சி மூன்றடியிலேயே குறுக்கப்படுகிறது. அவனது ஒரே தொடர்புமொழி கீச்சிடல்களும், ஒரு தகர மேளத்தை ஒலிப்பதும் மட்டுமேயாக இருக்கிறது. தன் நாட்டின் குரூரமான கடந்த காலத்தின் மீது அவனது எதிர்ப்பாக அவனது வார்த்தைகளற்ற, சீழ்கை போன்ற ஒலிகளும், தகர டிரம்மை அடித்து எழுப்பும் சப்தங்களும் குறியீடாக உபயோகப்படுத்தப்படுகிறது. இதற்கு பிறகு வெளிவந்த இரு கதைகளோடு சேர்த்து இக்கதை ஒரு முக்கதை (Trilogy) யாக திகழ்கிறது.

குந்தர் கிராஸ் போன்றதொரு கலைஞனுக்கு தனது நாட்டின் ரத்தம் தோய்ந்த சரித்திரம் ஏற்படுத்தும் குற்றவுணர்வுச் சுமை புரிந்துகொள்ளக்கூடியதே. அறுபதுகளின் இறுதியில் சோஷியல் டெமாக்ரடிக் கட்சியுடன் நெருக்கமான தொடர்புகொண்டிருந்த அவர் பிற்பாடு ஜெர்மனியின் அதிபராக தேர்ந்தெடுக்கப்பட்ட வில்லி பிராண்ட்டின் தேர்தல் பிரச்சாரத்தை புனைவுக் கூறுகளோடு The Diary of A Snail என்ற நூலில் பதிவு செய்திருக்கிறார்.

குந்தர் கிராஸ் முதன்முதலாக 1975இல் கல்கத்தாவிற்கு வந்தபோது ஒரு வருடம் தங்கியிருந்தார். அதன் விளைவுதான் The Flounder. அதன் பிறகு 1986இல் திரும்பவும் வந்து ஆறு மாதங்கள் தங்கியிருந்த பின் வெளிவந்ததுதான் அவரது புகழ்பெற்ற Show Your Tongue. அழிந்து கொண்டிருக்கும் ஒரு மாநகரத்தை பட்டவர்த்தனமாக சித்தரித்த ஆவணம் அது. அது டொமினிக் லாப்பியரின் City of Joy-ஐப் போல குழந்தைத்தனமான ரொமாண்டிஸமோ, ஜெஃப்ரி மூர் ஹவுஸின் Calcutta வைப் போல பரிவுணர்ச்சியோ கொண்டிருந்த புத்தகமல்ல. கிராஸின் புத்தகம் பல கல்கத்தாவாசிகளிடம் கோபத்தை உருவாக்கியது.

ஜெர்மானிய பாணி மாஜிக்கல் ரியலிஸ எழுத்தாளரான குந்தர் கிராஸிற்கு இருட்டு என்பது எப்போதும் வசீகரிக்கக்கூடியதுதான். கல்கத்தாவின் அழுக்கும், குப்பைகளும் மண்டிய சேரிப் பகுதிகள் அவரை எப்போதுமே ஈர்த்து வந்திருக்கின்றன. கல்கத்தாவின் மூலைமுடுக்குகள், அதன் மனிதர்கள், விலங்குகள் என குந்தர் கிராஸின் கருப்பு கோட்டோவியங்கள் இந்த நூல் முழுக்க விரவியிருக்கின்றன. "எங்களுடன் சேர்ந்து அவர் சுற்றாத கல்கத்தா சேரி ஒன்று இல்லை" என்கிறார் கல்கத்தா சமூக திட்டத்தின் நேதாய் சந்திர பேரா. "எங்கள் பணிகளுக்காக அடிக்கடி அவர் பணம் அனுப்புவது வழக்கம்தான். ஆனால் அவை விளம்பரப்படுத்தக் கூடாதென்பதில் கவனமாக இருப்பார்." கம்யூனிஸ்டுகள் ஆண்டுவரும் ஒரு நகரத்தின் வீதியோரங்களில் மனிதர்கள் பசியில் செத்துக் கொண்டிருப்பதை கிராஸ் தனது The Flounderஇல் திகைப்போடு குறிப்பிடுகிறார். மேலும் அவர், 'கடவுள் கழித்த மாபெரும் சாணிக்குவியல் கல்கத்தா', என்றதும் 'இந்த சாணிக்குவியல் பெரிதாகிக்கொண்டே செல்கிறது. சுற்றுலா வரைபடங்களிலிருந்து கல்கத்தாவை நீக்கிவிட வேண்டும்' என்றதும் எவ்வளவு எதிர்ப்பைக் கிளப்பியதோ அந்தளவிற்கு அவர், கல்கத்தாவை ஐக்கிய நாடுகள் சபையின் தலைமையகமாக மாற்ற வேண்டும் என்றும் கூறியிருப்பதும் ஆறுதல் அளித்திருக்கலாம். எனவே 1986இல் அவர் மீண்டும் வந்தபோது கல்கத்தாகாரர்கள் தங்களுடைய சுகாதார ஆய்வாளர் திரும்பி வந்தது குறித்து சந்தோஷப்பட்டதற்கு காரணம் அவரது நடுநிலைமையும், நேர்மையும் தாமதமாக அவர்களுக்கு புரிந்திருந்ததுதான்.

கல்கத்தாவில் தங்கியிருந்த நாட்கள் கிராஸின் வாழ்க்கையை பெரிதும் மாற்றி யிருக்கின்றன. சேரிச்சிறுவர்களோடு அவர் கலந்து வாழ்ந்ததும், தனது நாடகத்தை பெங்காலியில் தழுவி இயக்கியதும், புறநகர் பகுதிகளில் வசித்ததும், நகரின் குப்பை கூளங்கள் மண்டிய பேருந்துகளிலும், புறநகர் ரயில்களிலும், பிரசித்திபெற்ற அழுக்கு ட்ராம்களிலும் ஜனங்களோடு கலந்து பயணம் செய்ததும், இலக்கியப் பட்டறைகளில் கலந்து கொண்டதும், ஏராளமாக பயணக்குறிப்புகள் சேகரித்ததும், ஆசிரியர் களோடும் மாணவர்களோடும் தொடர்ந்து கலந்துரையாடிக் கொண்டிருந்ததும் அவரது Show Your Tongue இல் வெளிப்பட்டன. (கல்கத்தா காளியின் நீண்ட நாக்கு கிராஸை பெரிதும் பாதித்திருக்கிறது.) எந்தவொரு மேற்கத்தைய கனவியல்,

அழகியல் கூறுகளும் சேர்ந்திராத, உயிரும், ரத்தமும் ஒவ்வொரு வரிகளிலும் ததும்புகிற, பாசாங்குத்தனம் தோலுரிக்கப்பட்ட ஓர் அப்பட்டமான புத்தகம் அது.

'தந்தேவின் நரகத்திலிருந்து நேராக பிய்த்தெடுக்கப்பட்ட ஒரு இடம் கல்கத்தா. உலகில் இதைப் போன்ற உயிர்த்துடிப்புள்ள நகரம் ஏதுமில்லை' 'கல்கத்தாவின் தூங்குமூஞ்சிகளை நான் எழுப்ப வேண்டும். அதற்காகத்தான் இப்படியெல்லாம் கூறுகிறேன்.' 'இங்கே கிழவர்கள் இலட்சியவாதிகளாகவும், இளைஞர்கள் அவநம்பிக்கைவாதிகளாகவும் இருக்கின்றனர்.' இவையெல்லாம் கல்கத்தாவைப் பற்றிய கிராஸின் பிரதிபலிப்புகள்.

தன் மனைவி உதேவுடன் பருவிபூர் என்ற புறநகர் பகுதியில் தங்கியிருந்த கிராஸ் Arts Acre என்ற கலைஞர்கள் கிராமத்தைத் திறந்து வைத்து பேசும்போது, "ஒரு புதிய பாசிச இயக்கம் உலகத்தில் தலையெடுத்து வருகிறது" என்றார். "ஜெர்மனியில் அல்ல, அநேகமாக அமெரிக்காவில், ஐரோப்பாவில் நாம் சந்தித்த பாசிசத்தைப் போன்றதல்ல இது. இன வெறியிலும், கருப்பு-வெள்ளை உலகத்திலும் தலைதூக்கும் பாசிஸம்.

கல்கத்தாவின் ரபீந்திர பாரதி பல்கலைக்கழகத்தின் பேராசிரியர் அமிதவா ராய், கிராஸின் The Plebians நாடகத்தை பெங்காலியில் மொழிபெயர்த்தபோது, நாடகத்தை தானும் சேர்த்து இயக்குவதற்கு ஒப்புக்கொண்டார். "ஒத்திகைகளில் ஏதாவது ஒரு வரி, அல்லது ஒரு காட்சி இடம் மாறிவிட்டால்கூட, கிராஸ் அதனை உடனே கண்டுபிடித்து திருத்துவார் - எல்லாமே பெங்காலியில் இருந்தபோதிலும் கூட - நம்பமுடியாத அதிசயம் அது," என்கிறார் ராய்.

"நான் இப்போது நாடகங்கள் எழுதுவதை நிறுத்திவிட்டதற்கு காரணம் மேற்கில் நாடகம் பூஜ்யமாகிவிட்டதால்தான். நான் திரும்பிச் சென்றதும் மீண்டும் நாடகங்கள் எழுதத்துவங்கப் போகிறேன். ஆனால் அவை கல்கத்தாவிலும் பெர்லினிலும் மட்டுமே மேடையேற்றப்படும்," என்று ராயிடம் கிராஸ் கூறியிருக்கிறார். கிராஸின் அடுத்த நாடகம் இன்னமும் முடிக்கப் படாமல் உள்ளது.

ஜெர்மனிக்குச் சென்றதும் அவர் நேதாஜி சுபாஷ் சந்திர போஸைப் பற்றி ஒரு நாடகம் எழுதத் துவங்கினார். கல்கத்தாவிலிருந்து நேதாஜியைப் பற்றி அவர் எடுத்துச் சென்ற குறிப்புகள் மற்றும் புத்தகங்களின் அடிப்படையில் அந் நாடகத்தை எழுத ஆரம்பித்தார். அந் நாடகத்தில் முதல் காட்சி இப்படித் துவங்குகிறது. நேதாஜியின் பிறந்த நாள்விழா கல்கத்தாவின் சேரிப்பகுதி ஒன்றில் நடக்கிறது. அரசியல்வாதிகள் ஆர்ப்பாட்டமாக வருகின்றனர். திகட்டத்திகட்ட நேதாஜியை புகழ்கின்றனர். அவர்கள் சென்றதும் சேரி மக்கள் அங்கேயிருக்கிற கந்தல் துணிகளை வைத்து குப்பைகளின் மத்தியில் தங்களுக்காக ஒரு நேதாஜி உருவத்தை செய்கின்றனர். "இந்தக் காட்சியைப் படித்ததுமே எனக்கு தூக்கிவாரிப் போட்டது" என்கிறார் அமிதவா ராய். பெங்காலிகளுக்கென்று சில Holy Cows இருக்கின்றன. தாகூர்,

நேதாஜி, சத்யஜித்ராய் … இவர்களை இலேசாகச் சீண்டிவிட்டாலே போதும், அது தெய்வக் குற்றமாகிவிடும் என்பது ராயிற்குத் தெரியும். "இந்த நாடகத்தை கல்கத்தாவில் நடத்தினால் நான் சுட்டுக் கொல்லப்படுவேன்," என்று கிராஸிடம் ராய் கூறியபோது, "ஏன் பயப்படுகிறீர்கள்? உங்களுக்குப் பக்கத்திலேயே நின்று நானும் சேர்ந்து செத்துப் போகிறேன்," என்று பதிலளிக்கிறார் கிராஸ்.

அந்த நாடகம் நடத்தப்படவில்லையானாலும்கூட, நேதாஜியின் ஆவி கிராஸ் தலையைவிட்டு இறங்கவேயில்லை. அவரது நாவலான Call of the Toad இல் ஐரோப்பிய கல்லறைகளின் பிரதிமைகளைக் கொண்டு வருகிறார். அந்நாவலின் முக்கியப் பாத்திரம் ஒன்றின் பெயர் சுபாஷ் சந்திர சட்டர்ஜி. அவன் கிராஸின் சொந்த ஊரான டான்சிகிற்குச் (தற்போது Gdnask என்ற பெயரில் போலந்தில் உள்ளது) செல்கிறான். பங்களாதேஷிலிருந்து அவன் இறக்குமதி செய்து விற்கும் சைக்கிள் ரிக்ஷாக்கள் அங்கே பிரபலமடைகின்றன, சுற்றுப்புறச் சூழலுக்கு மாசு ஏற்படுத்தாத வாகனம் என்பதால். "அவர் ஒரு நேர்மையான, சில சமயம் கடுமையான, ஆனால் எப்போதும் மனிதநேயமிக்க நபர்," என்று ராய் அவரைப்பற்றி குறிப்பிடுகிறார்.

"கல்கத்தா கடந்த காலத்தின் வேதனையை சுமந்து கொண்டிருக்கிறது. அது தனக்கான ஜேம்ஸ் ஜாய்ஸை, ஆல்ஃபிரட் டாப்ளினை, டாஸ் பாஸோசை எதிர்நோக்குகிறது," என்று சுபோரஞ்சன் தாஸ்குப்தா என்ற நிருபரிடம் அளித்த பேட்டியில் கிராஸ் குறிப்பிடுகிறார்.

குந்தர் கிராஸ் கதாசிரியராக மட்டுமின்றி ஒரு கவிஞனாகவும், ஓவியனாகவும், சிற்பியாகவும் இருப்பது அவரது கலைப் படைப்புகளை உருவாக்கும்போது கூடுதலாக பங்களிக்கின்றன.

"வார்த்தைகளுக்கும் கோடுகளுக்கும் இடையே நிலையானதும் தொடர் நேர்த்தியானதுமான ஓர் உறவு எனக்குள் எப்போதுமே இருந்து வருகிறது. எனது கவிதைகள் பலவற்றிற்கு ஆதாரவித்து எனது சித்திரங்களிலிருந்தும், வடிவமைப்பு களிலிருந்தும் வந்தவை என்றால் நம்புவீர்களா? கவிதையின் துடிப்பை, நான் வரையத்துவங்கும் சித்திரத்தின் முதல் கோடுகளிலேயே உணர்ந்து அவற்றை அதன்பின் வார்த்தைகளாக உருமாற்றியிருக்கிறேன், எழுதும்போது என் பிரதியை வார்த்தைகளுடன் மட்டும் நான் குறுகிக் கொள்வதில்லை. கதையின் போக்கை நடுவில் நிறுத்திவிட்டு, சித்திரங்களையும், வடிவங்களையும், உருவங்களையும் வரைந்த கதையோடு அதனையும் ஒரு பகுதியாக சேர்ந்து என் எழுத்தை தொடர்வது என் வழக்கம்" என்கிறார் கிராஸ்.

கிராஸிற்கு கல்கத்தாவின் பழைமை வாய்ந்த கட்டிடங்களின் மேல் பிரேமை அதிகம். இவற்றை சரிவர பாதுகாப்பதாக Heritage Act ஐ செயல்படுத்தாத அரசாங்கத்தை அவர் எச்சரிக்கிறார். "இந்த வேகத்தில் இப்பழங்கால ஞாபகச் சின்னங்கள் சிதைந்து வருமானால் அடுத்த பத்து வருடங்களில் கல்கத்தாவிற்கென்றிருக்கும் முகமே

அழிந்து போய்விடும்.''

இன்றைய கல்கத்தாவின் சிதைவுகளைப் பார்க்கையில் கிராஸின் கணிப்பு உண்மையாகிக் கொண்டேதான் வருகிறது என்றுபடுகிறது. தீவிரமான நாஜி எதிர்ப்பாளராக அறியப்படும் குந்தர் கிராஸ், தனது இளம் வயதில், இரண்டாம் உலகப்போரின்போது, சில வருடங்கள்நாஜி படையில் பணியாற்றியதாக தானே முன்வந்து ஒப்புதல் வாக்குமூலம் அளித்தது, அவரை மனசாட்சியும் நேர்மையும் கொண்ட கலைஞனாகக் காட்டினாலும் உலகளாவிய அளவில் கிராஸின் ஒப்புதல் அதிர்ச்சியையும், எதிர்ப்பையும் கிளப்பியுள்ளது.

குந்தர் கிராஸ்' பாரீஸ் ரிவ்யு' இதழுக்காக அளித்த நேர்காணல் இது.

நீங்கள் எழுத்தாளரானது எப்படி?

நாங்கள் வளர்ந்த சமூக நிலை ஏதோ ஒருவிதத்தில் காரணமாக இருந்திருக்கும் என்று நினைக்கிறேன். எங்களுடையது ஒரு கீழ்-மத்திய-வகுப்புக் குடும்பம். எங்களுக்கு ஒரு சிறிய, இரண்டு அறைகள் கொண்ட குடியிருப்பு இருந்தது. எனக்கும் என் சகோதரிக்கும் தனி அறைகளோ, இடமோ கூட இருந்ததில்லை. படுக்கையறையில் இரண்டு சன்னல்களுக்கு அடுத்து என் புத்தகங்கள், அப்புறம் எனது மற்ற பொருட்களை-வாட்டர் கலர் உபகரணங்கள் போல, வைப்பதற்கு ஒரு சிறிய மூலை. எனக்குத் தேவையான பொருட்களை அவ்வப்போது நான் கற்பனை செய்து கொள்ள வேண்டியிருந்தது. இரைச்சலுக்கு நடுவில் படிக்கும் வித்தையை வெகு ஆரம்பத்திலேயே நான் கற்றுக்கொண்டேன். சின்ன வயசிலேயே எழுதவும் வரையவும் தொடங்கிவிட்டேன். இதன் மற்றொரு விளைவு, இப்போது நான் அறைகளைச் சேகரிக்கிறேன். நான்கு வெவ்வேறு இடங்களில் எனக்கு வாசிப்பறைகள் இருக்கின்றன. ஒரு சின்ன அறையின் ஒரு மூலையில் இருந்த என் சிறுவயதுக்கு மறுபடியும் திரும்ப எனக்கு பயமாக இருக்கிறது.

இத்தகையதொரு சூழ்நிலையில், எப்படி விளையாட்டிற்கோ அல்லது அதைப் போன்ற இளவயது மற்ற கவனங்களுக்குப் போகாமல் வாசிப்பிற்கும், எழுதுவதற்கும் முற்பட்டீர்கள்?

சிறுவனாக இருக்கையில் நான் ஒரு மகத்தான பொய்யன். அதிருஷ்டவசமாக என் அம்மா என் பொய்களை ரசிப்பவராக இருந்தார். நான் அவருக்கு அற்புதமான விஷயங்களை வாக்களித்தேன். எனக்கு பத்து வயதாகியிருக்கும் போது அவர் என்னை *Peer Gynt* என்று கூப்பிடுவார். 'பீர் கைன்ட், நேப்பிள்ஸுக்கு நாம் செல்லப் போகும் பயணத்தைப் பற்றி, அதுபோல பிற விஷயங்களைப் பற்றி எனக்கு கதை சொல்லு பார்க்கலாம்' என்பார் ... வெகு சீக்கிரமே என் பொய்களை எழுதுவதற்குத் தொடங்கிவிட்டேன். இன்னமும் தொடர்கிறேன். பன்னிரண்டு வயதாயிருக்கும்

போது ஒரு நாவலைத் தொடங்கினேன். அது கஷுபியன்களைப் பற்றியது. இவர்கள் பலவருடங்கள் பிற்பாடு *The Tin Drum*ல் மீண்டும் தோன்றினார்கள். ஓஸ்காரின் பாட்டி, அன்னா (என் பாட்டியைப் போலவே) ஒரு காஷுபியன். ஆனால் என் முதல் நாவலில் ஒரு பெரிய தவறைச் செய்துவிட்டேன். நான் அறிமுகப்படுத்திய எல்லா பாத்திரங்களும் முதல் அத்தியாயம் முடியும்போது இறந்துவிட்டனர். என்னால் மேலும் தொடர முடியவில்லை எழுதுவதில் எனக்குக் கிடைத்த முதல் பாடம் இது: உன் பாத்திரங்களை கவனமாகக் கையாளு.

உங்களுக்குப் பெரிதும் சந்தோஷமளித்த பொய்கள் எவை?

புண்படுத்தாத பொய்கள். தன்னைக் காத்துக் கொள்ளவும், பிறரைப் புண்படுத்தவும் செய்கிற பொய்களிலிருந்து மாறுபட்ட பொய்கள். இதுவே என் தொழில் அல்ல. ஆனால் பெரும்பாலும் உண்மை 'போராக' இருக்கிறது. கொஞ்சம் பொய்யைச் சேர்த்தால் உதவிகரமாக இருக்கும். அதில் எந்தத் தவறும் இல்லை. எனது மோசமான பொய்கள் எல்லாம் உண்மையில் எந்த விளைவையும் ஏற்படுத்துவதில்லை என்பதை அறிந்திருக்கிறேன்.

ஜெர்மனியில் தற்போது நடந்துவரும் அரசியல் மாற்றங்களை ஊகித்து ஒருவேளை பலவருடங்களுக்கு முன்பே நான் எழுதியிருந்தால், 'எப்படிப்பட்ட பொய்யன் இவன்' எனறு எல்லோரும் சொல்லியிருப்பார்கள்.

அந்த முதல் நாவல் தோல்வியடைந்த பிறகு, உங்களது அடுத்த முயற்சி என்னவாக இருந்தது?

எனது முதல் புத்தகம் கவிதைகளும் சித்திரங்களும் கொண்ட ஒன்று. பெரும்பாலும் என் கவிதைகளின் முதல் வரைவு சித்திரங்களையும் கவிதை வரிகளையும் கொண்டதாகவே இருக்கும். சில வேளைகளில் ஒரு படிமத்திலிருந்து சில வேளைகளில் வார்த்தைகளிலிருந்து உதிக்கும். எனக்கு இருபத்தி ஐந்து வயதாகி, ஒரு தட்டச்சுப் பொறியை வாங்கும் வசதி வந்த பிறகு, இரண்டு விரல்களை மட்டும் பயன்படுத்தி தட்டச்சு செய்யும் என் பிரத்யேக முறையில் தட்டச்சு செய்யத் தொடங்கினேன். *The Tin Drum*-ன் முதல் வரைவு தட்டச்சுதான் செய்யப்பட்டது. இப்போது எனக்கும் வயதாகிவருகிறது. என் சக தோழர்களெல்லாம் கம்ப்யூட்டரில் எழுதுவதாக கேள்விப்படுகிறேன். ஆனால் முதல் வரைவை நான் கையால் எழுதவதற்கு மாறிவிட்டேன். *The Rat*-ன் முதல் வரைவு என் பதிப்பாளர் கொடுத்திருந்த வரியிடப்படாத ஒரு பெரிய நோட்டில் இருக்கிறது. என் புத்தகங்களில் ஒன்று வெளிவரப் போகிறதென்றால், அடுத்த வரைப்பிரதிக்காக வெற்றுப்பக்கங்களோடு ஒரு பிளைன்ட் காப்பி கேட்டு வாங்கிக் கொள்வேன். அதனால் இப்போதெல்லாம் முதல் வரைவு சித்திரங்களோடு, கையால் எழுதப்பட்டதாகவும், இரண்டாவது மூன்றாவது வரைவுகள் தட்டச்சு செய்யப்பட்ட தாகவும் இருக்கின்றன. எந்தப் புத்தகத்தையும் மூன்று வரைவுகள் எழுதாமல் நிறைவு

செய்ததில்லை. வழக்கமாக பல திருத்தங்களோடு நான்கு வரைவுகள் கூட வாய்க்கும்.

ஒவ்வொரு வரைவும் ஆல்ஃபாவில் தொடங்கி ஒமேகாவிற்கு வருமா?

கிடையாது. முதல் வரைவை நான் வேகமாக எழுதுவேன். எங்காவது ஓட்டை இருந்தால், அங்கே ஓட்டை இருக்கும். இரண்டாவது வரைவு பொதுவாக மிகவும் நீண்டதாக, விவரமானதாக, முழுமையானதாக இருக்கும். இதிலே ஓட்டைகள் இருக்காது. ஆனால், கொஞ்சம் வறண்டதாக இருக்கும். மூன்றாவதில் முதல் வரைவின் தன்னக படைப்பெழுச்சியை மீட்டெடுத்துக் கொள்ளவும், இரண்டாவதின் இன்றியமையாத் தன்மைகளை தக்கவைத்துக் கொள்ளவும் முயற்சிப்பேன். இது மிகவும் கடினமானது.

நீங்கள் பணியாற்றும்போது உங்களது தினசரி அட்டவணை என்ன?

முதல் வரைவை எழுதும்போது ஒரு நாளைக்கு ஐந்திலிருந்து ஏழு பக்கங்கள் எழுதுவேன். மூன்றாவது வரைவில் ஒரு நாளைக்கு மூன்று பக்கங்கள். இது மிகவும் நிதானமானது.

இவற்றை காலையில் எழுதுவீர்களா, மதியமா அல்லது இரவிலா?

எப்போதுமே இரவில் எழுதுவது கிடையாது. இரவு நேரங்களில் எழுதுவதை நான் நம்புவதில்லை. அது மிக எளிதாக வந்துவிடுகிறது. அதனை காலையில் எழுந்து படித்துப் பார்த்தால் சரியாக வந்திருக்கவில்லை என்பது தெரிகிறது. எழுதத் தொடங்குவதற்கு எனக்கு பகல் வெளிச்சம் தேவை. ஒன்பதிலிருந்து பத்து மணி வரை வாசித்துக் கொண்டும், சங்கீதம் கேட்டபடியும் ஒரு நீண்ட காலை உணவு. அதன் பிறகு பணியாற்றத் தொடங்கிவிடுவேன். காபிக்காக மதியம் ஒரு இடைவேளை எடுத்துக் கொள்வேன். மீண்டும் தொடங்கி மாலை ஏழு மணிக்கு நிறுத்துவேன்.

ஒரு புத்தகம் நிறைவடைந்துவிட்டது என்பதை எப்படி அறிவீர்கள்?

பெரும் காப்பியமளவிற்கு நீளமான நூலை எழுதிக்கொண்டிருக்கும்போது, எழுத்தாக்கம் என்பது நீண்டதாக இருக்கிறது. எல்லா வரைவுகளையும் தாண்டி முடிப்பதற்கு நான்கிலிருந்து ஐந்தாண்டுகள் ஆகிவிடுகின்றன. நான் களைத்துப் போனதும் புத்தகம் முடிந்துவிடுகிறது.

பிரெக்ட் அவரது படைப்புகளை எப்போதுமே திரும்பத் திருத்தி எழுதிக் கொண்டிருந்தார். வெளிவந்த பிறகும்கூட அவை நிறைவடைந்திருப்பதாக அவர் கருதமாட்டார்.

என்னால் அப்படிச் செய்யமுடியுமென்று நான் கருதவில்லை. *The Tin Drum* அல்லது *From the Diary of snail* போன்ற ஒரு நூலை என் வாழ்க்கையின் ஒரு குறிப்பிட்ட காலகட்டத்தில்தான் எழுதமுடியும். அந்த காலகட்டத்தில் எப்படி

உணர்ந்தேன், நினைத்தேன் என்பதைப் பொறுத்தே நூல்கள் படைக்கப்படுகின்றன. இப்போது உட்கார்ந்து *The Tin Drum* அல்லது *From the Diary of a snail*-ஐ திருத்தியெழுத வேண்டுமானால், அதை அழித்துவிடுவேன்.

உங்களது புனைவுசாரா எழுத்துக்களை உங்கள் புனைவிலிருந்து எப்படி வேறுபடுத்துகிறீர்கள்?

இந்தப் 'புனைவு, புனைவு சாரா விஷயமே அபத்தம். புத்தக வியாபாரிகளுக்கு வேண்டுமானால் புத்தகங்களை அவற்றின் தன்மை வாரியாக வகுத்துவைப்பது உபயோகரமாக இருக்கலாம். ஆனால் என் நூல்கள் அவ்வாறு வகைப்படுவதை நான் விரும்பவில்லை. ஏதோ புத்தக வியாபாரி குழு கூட்டங்கள் போட்டு எந்தெந்த புத்தகங்களை, 'புனைவு இலக்கியம்' என்றும், எவை 'புனைவுசாரா எழுத்து' என்றும் முடிவெடுக் கிறார்களென்று எனக்குத் தோன்றுகிறது. புத்தக வியாபாரிகள் செய்யும் இதுதான் புனைவு என்று கூறுகிறேன்.'

உங்களது அரசியல் செயல்பாடுகளை உங்களது கட்புலக் கலையோடும் உங்கள் எழுத்தோடும் எவ்வாறு செப்படிவித்தை செய்கிறீர்கள்?

எழுத்தாளர்கள் தமது அகவயப்பட்ட அறிவார்ந்த உலகங்களோடு மட்டும் ஈடுபடுபவர் களல்லர். தினசரி வாழ்க்கையோடும், செயல்பாடுகளோடும் பிணைந்திருக்கின்றனர். எனக்கு எழுத்து, ஓவியம், அரசியல் செயல்பாடு ஆகிய மூன்றுமே, தனித்தன்மையான ஈடுபாடுகள். ஒவ்வொன்றிற்கும் அதற்கேயுரிய செறிவு இருக்கிறது. நான் வாழும் சமுதாயத்தோடு நான் விசேஷமாக இசைந்தும், ஈடுபட்டும் இருக்கிறேன். என் எழுத்தும், சித்திரமும் நான் விரும்புகிறேனோ இல்லையோ, வழக்கப்படி அரசியலோடு கலந்து விடுகின்றன. நான் எழுதுவதில் அரசியலைக் கொண்டு வருவதாக திட்டம் எதையும் வகுத்துக் கொள்வதில்லை. எந்த ஒரு பொருளையாவது எடுத்துக் கொண்டு அதனை மூன்று அல்லது நான்கு முறை சுரண்டிப் பார்த்தால், வரலாற்றால் புறக்கணிக்கப்பட்ட விஷயங்கள் என் கண்ணில் படுகின்றன. குறிப்பாக, ஏதோவொரு அரசியல் யதார்த்தத்தைப் பற்றி நேரடியாக ஒரு கதையில் எப்போதுமே நான் எழுதமாட்டேனென்றாலும் நம் வாழ்க்கைகளில் இந்தளவிற்கு ஒரு பலமான, எதையும் தீர்மானிக்கும் சக்தியைக் கொண்டிருக்கும் அரசியலை புறக்கணிப்பதற்கு எந்தக் காரணமும் இருப்பதாகத் தெரியவில்லை. வாழ்க்கையின் ஒவ்வொரு அம்சத்திலும் ஏதோவொரு விதத்தில் அது ஊடுருவிவிடுகிறது.

உங்கள் படைப்புகளில் விதவிதமான வகைமைகளை புகுத்திவிடுகிறீர்கள் -சரித்திரம், செயல்முறைகள், பாடல்கள் ...

... சித்திரங்கள், கவிதைகள், வசனம், மேற்கோள்கள், உரைகள், கடிதங்கள்! பெரும் காப்பியத்திற்குரிய களத்தைக் கையாளும்போது, மொழியின் கூறுகள் எவ்வளவு

கிடைக்கிறதோ, அவ்வளவையும், மொழித்தொடர்பு வகைமைகளின் பெரும்பான்மையான வடிவங்களையும் பயன்படுத்த வேண்டியது அவசியமாகி விடுகிறது. என் நூல்களில் சில *Cat and Mouse* மற்றும் *The Meeting at Telgte* பரிசுத்தமான வடிவமைதியைக் கொண்டுள்ளன என்பதை மறந்துவிடாதீர்கள்.

வார்த்தைகளையும் சித்திரங்களையும் நீங்கள் பிணைகின்ற விதம் அலாதியானது. சித்திரங்களும் எழுத்தும் என் படைப்பின் பூர்வாங்கமான அங்கங்கள். ஆனால் இவை மட்டுமே அல்ல. நேரம் கிடைக்கும்போது சிற்பங்களும் வடிப்பதுண்டு. என்னைப் பொறுத்தவரை கலைக்கும் எழுத்துக்கும் இடையே மிகத் தெளிவான கொடுக்கல்-வாங்கல் உறவு இருக்கிறது. சில நேரங்களில் இந்த உறவு பலமாக, மற்ற நேரங்களில் பலமற்று இருக்கிறது. கடந்த சில வருடங்களில் இது மிக வலுவாக இருந்து வருகிறது. கல்கத்தாவில் இடம்பெறும் *Show Your Tongue* இதற்கு ஓர் உதாரணம். சித்திரங்கள் இல்லாமல் என்னால் அப்புத்தகத்தை படைத்திருக்கவே முடியாது. கல்கத்தாவின் மகத்தான ஏழ்மை, மொழியை திக்குமுக்காடச் செய்து விடும். உங்களால் வார்த்தைகளைத் தேடவே முடியாது. நான் அங்கிருக்கும்போது சித்திரங்கள்தான் வார்த்தைகளை நான் மீண்டும் கண் டெடுக்க உதவின.

அந்தப் புத்தகத்தில், கவிதை வரிகள் அச்சில் மட்டுமின்றி சித்திரங்களின் மேல் பதியப்பட்டிருக்கும் கையெழுத்திலும் இடம்பெறுகின்றன. சித்திரங்களின் ஒரு வரையுருவக் கூறாகவும், அவற்றின் ஒரு பகுதியாகவும் அந்த வார்த்தைகளைக் கருதவேண்டுமா?

கவிதைகளின் சில கூறுகள் சித்திரங்களால் உருமுறைப்படுத்தப்பட்டன அல்லது கருத்தேற்றம் கொண்டன. வார்த்தைகள் இறுதியில் என்னை வந்தடைந்தபோது, நான் வரைந்திருந்தவற்றின் மேல் எழுதத் தொடங்கினேன்-எழுத்தும் சித்திரமும் ஒன்றின் மேலொன்று படிந்து கொண்டன. அந்தச் சித்திரங்களில் பொதிந்திருக்கும் வரிகளை உங்களால் வாசிக்க முடிந்தால் நல்லதுதான். அவை வாசிக்கப்படுவதற்குத்தான் அங்கே இருக்கின்றன. ஆனால் சித்திரங்களில் இருப்பவை பொதுவாக ஆரம்ப வரைவுகள். தட்டச்சு செய்வதற்கு முன் எழுதப்பட்ட கையெழுத்துப் படிகள். இந்தப் புத்தகத்தை எழுதுவது மிகக் கடினமாக இருந்தது. ஏனென்று எனக்குத் தெரியவில்லை. ஒருவேளை அதன் களம் கல்கத்தா என்பதால் இருக்கலாம். நான் அங்கு இரண்டுமுறை சென்றிருக்கிறேன். முதல் முறை சென்றது *Show Your Tongue* ஐத் தொடங்குவதற்கு பதினோரு வருடங்கள் முன்னதாக. இந்தியாவிற்குச் சென்றது அதுதான் முதல்முறை. கல்கத்தாவில் சில நாட்கள் மட்டுமே தங்கினேன். நான் அதிர்ச்சியடைந் திருந்தேன். ஆரம்பத்திலிருந்தே மீண்டும் திரும்பி வரவும், கூடுதலாக அங்கே தங்கவும், மேலும் அதிகமானவற்றைப் பார்க்கவும், அவற்றை எழுதவும் ஆசை இருந்து கொண்டேயிருந்தது. வேறு இடங்களுக்குப் பயணம் மேற்கொண்டு வந்தேன் - ஆசியாவில், ஆப்பிரிக்காவில் - ஆனால் ஹாங்காங்கிலோ, மணிலாவிலோ அல்லது

ஜகார்தாவிலோ சேரிகளைப் பார்த்த போது கல்கத்தாவிலிருந்த நிலைமை ஞாபகத்தில் வந்து கொண்டேயிருந்தது. எனக்குத் தெரிந்த வேறு எந்த இடத்திலும் முதல் உலகநாடுகளின் பிரச்னைகள் மூன்றாம் உலக நாட்டோடு அந்தளவிற்கு வெளிப்படையாகப் பிணைந்திருக்கவில்லை.

எனவே கல்கத்தாவிற்கு மறுபடியும் சென்றேன். மொழியைப் பயன்படுத்தும் திறனையே நான் இழந்து விட்டேன், ஒரு வார்த்தையைக்கூட என்னால் எழுதமுடியவில்லை. இந்தக் கட்டத்தில் சித்திரம் வரைதல் முக்கியமாகிவிட்டது. கல்கத்தாவின் யதார்த்தத்தை சித்தரிக்கும் மற்றொரு வழியாகிவிட்டது. அது சித்திரங்களின் உதவியால் என்னால் மீண்டும் உரைநடை எழுத முடிந்தது. அதாவது புத்தகத்தின் முதல் அத்தியாயத்தை, ஒருவிதமான கட்டுரையாக,அதன் பிறகு மூன்றாம் அத்தியாயத்தை பன்னிரண்டுபகுதிகள் கொண்ட ஒரு நீண்ட கவிதையாக எழுதத் தொடங்கினேன். அது ஒரு நகரக் கவிதை. கல்கத்தாவை பற்றி. அந்த உரைநடைச் சித்திரங்கள், கவிதை எல்லாவற்றையும் ஒன்றாக்கிப் பார்த்தால் அவை கல்கத்தாவை தொடர்புபடுத்திய, ஆனால் தனித்த வழிகளில் இருப்பதைக் காணலாம். இம்மூன்றின் கட்டமைப்புகளும் வெவ்வேறாக இருப்பினும் அவற்றிற்கிடையே ஓர் உரையாடல் இருக்கிறது.

எழுத்தாக்கத்தில் இல்லாத ஏதோ பௌதிகமான, உணர்வுபூர்வமான விஷயம் வரைவதில் இருக்கிறதா?

ஆம். எழுதுவது உண்மையில் பெரும் உழைப்பைக் கோருகிற ஒரு கருத்தியலான செயல்முறை. அதன் படைப்பாக்கத்தின் போது உணரப்படும் இன்பநிலை, வரைவதில் உள்ள இன்பத்திலிருந்து முற்றிலும் வேறுபட்டது. வரையும்போது ஒரு தாளின்மீது எதையோ படைக்கிறேனென்ற பிரக்ஞையை உக்கிரமாக உணர்கிறேன். அது ஒரு புலனுகர்வுக்குரிய செயற்பாடு. எழுத்தாக்கத்தைப் பற்றி அவ்வாறு கூறமுடியாது. உண்மையைச் சொல்லப்போனால் எழுதுவதிலிருந்து விடுபடுவதற்காக நான் அவ்வப்போது வரைவதில் ஈடுபடுகிறேன்.

எழுதுவது அந்தளவிற்கு சந்தோஷமற்றதும் வலி மிகுந்ததுமான ஒன்றா?

அது ஓரளவுக்கு சிற்பம் செதுக்குவதைப் போன்றது. சிலை வடிக்கும்போது எல்லா பக்கங்களிலிருந்தும் வேலை செய்ய வேண்டும். இங்கே எதையாவது நீங்கள் மாற்றினால், அங்கே எதையாவது ஒன்றை மாற்ற வேண்டியிருக்கும் ஒரு தளத்தை மாற்றினால் திடீரென்று சிற்பமே வேறொன்றாய் ஆகிவிடுகிறது. அதில் ஏதோ ஒருவித சங்கீதம் இருக்கிறது. இதே விஷயம் எழுதும்போது நிகழலாம். முதலாவது, அல்லது இரண்டாவது அல்லது மூன்றாவது வரைவிற்காக நாட்கணக்காக நான் உழைக்கலாம் அல்லது ஒரு நீண்ட வாக்கியத்திற்காக அல்லது ஒரேயொரு காலகட்டத்திற்காக. உங்களுக்குத்தான் தெரியுமே, எனக்கு காலகட்டங்கள்

விருப்பமானவை. மேலும் மேலும் உழைப்பேன், எல்லாம் சரியாக அமைந்து போகும். எல்லாமே அதில் இருக்கும். ஆனால் அதில் ஏதோ கனமாக இருக்கும். அதன்பின், நான் முக்கியமென்று நினைத்திராத சில மாற்றங்களைச் செய்வேன். அது வெற்றிபெற்றுவிடும். இதுதான் சந்தோஷம் அல்லது, சந்தோஷம் போன்ற ஏதோவொன்று என்று நினைக்கிறேன். இது இரண்டு அல்லது மூன்று விநாடிகளுக்கு நீடிக்கிறது. பின் அடுத்த காலகட்டத்திற்கு நகர்ந்து விடுகிறேன். அது போய்விடுகிறது.

கவிதைகளுக்குள் வரலாம். நாவல்களின் பகுதிகளாக நீங்கள் எழுதும் கவிதைகள் தனிப்பட்ட கவிதைகளிலிருந்து வேறுபட்டிருக்கின்றனவா?

ஒரு காலத்தில் கவிதை எழுதுவதைப்பற்றி நான் மிகவும் பழமைவாதியாக இருந்தேன். போதுமான அளவு கவிதைகள் சேர்ந்துவிட்டால், பதிப்பாளரைத் தேடி, கொஞ்சம் படங்கள் வரைந்து புத்தகத்தை அச்சிட்டு விட்டால் அற்புதமான கவிதைத் தொகுப்பு ஒன்று கிடைத்து விடுகிறது என்று நினைத்திருந்தேன். அப்படிப்பட்ட கவிதைகள் மிகவும் தனிமைப்பட்டு, வெறும் கவிதை ரசிகர்களுக்காகவேயென்று ஆகிவிடுகிறது. பிறகு *From the Diary of a Snail*-இலிருந்து என் புத்தகங்களின் பக்கங்களில் கவிதையையும் உரைநடையையும் ஒன்றாக வைப்பதற்குத் தொடங்கினேன். இந்தக் கவிதைக்கு ஒரு மாறுபட்ட தொனி இருந்தது. ஜெர்மானிய இலக்கிய மரபில் இந்த இரு வகைமைகளும் வியத்தகு முறையில் ஒன்று கலந்து இருக்கையில் கவிதையை உரைநடையிலிருந்து ஒதுக்கி வைக்க எந்தக் காரணமும் இருப்பதாக எனக்குத் தெரியவில்லை. அத்தியாயங்களுக்கு இடையே கவிதைகளை வைத்து, உரைநடை நயத்தை வரையறுக்க ஆர்வம் அதிகரித்துவிட்டது. அதுமட்டு மின்றி 'கவிதை எனக்குக் கடினமாக இருக்கிறது' என்று கூறும் உரைநடை வாசகர்களுக்கு கவிதை என்பது உரைநடையைவிட சில நேரங்களில் எந்தளவுக்கு எளிமையானது, சுலபமானது என்று உணர்ந்து கொள்ளவும் வாய்ப்பை அளிக்கிறது.

ஆங்கிலத்தில் மொழிபெயர்க்கப்பட்ட உங்கள் நூல்களை வாசிக்கும் ஆங்கில வாசகர்கள் எந்தளவுக்கு இருக்கின்றனர்?

இதற்குப் பதிலளிக்க மிகவும் கடினமாக இருக்கிறது. நான் ஓர் ஆங்கில வாசகன் அல்ல. ஆனால் மொழிபெயர்ப்புகளுக்கு உதவி செய்ய நானும் முடிவு செய்கிறேன். *The Flounder* கைப்பிரதியை என் ஜெர்மானிய பதிப்பாளரோடு விவாதித்து முடித்ததும் ஒரு புதிய ஒப்பந்தத்தைக் கோரினேன். அதன்படி கைப்பிரதியை நான் முடித்து, என் மொழிபெயர்ப்பாளர்களும் அதைப் படித்து முடித்ததும் நாங்கள் அனைவரும் சந்தித்து விவாதிக்க ஒரு கூட்டத்தை ஏற்பாடு செய்ய வேண்டும். இதை முதலில் *The Flounder*-க்குச் செய்தோம். பின்னர் *Meeting at Telgte*-க்கும் *The Rat*-க்கும் கூட அது உதவியாக இருந்ததென நினைக்கிறேன். என் நூல்களைப் பற்றி மொழிபெயர்ப்பாளர் கள் எல்லாவற்றையும் அங்கே வைத்து அற்புதமான கேள்விகள் கேட்கின்றனர். புத்தகங்களை என்னைவிட அவர்கள் அதிகம் அறிந்திருந்தனர். புத்தகத்தில் உள்ள

குறைகளை அவர்கள் கண்டுபிடித்து என்னிடம் கூறவும் செய்வர். இது சில நேரங்களில் உவப்பற்றதாக இருக்கலாம். பிரெஞ்சு, இத்தாலிய, ஸ்பானிய மொழிபெயர்ப்பாளர்கள் தமது குறிப்புகளை இந்தக் கூட்டங்களில் ஒப்பிட்டுக் கொள்வர். அவர்களுடைய கூட்டுழைப்பு அவர்களுடைய மொழியில் நூல்களை கொண்டுவருவதில் பெரும் உதவியாக இருக்கிறதென்று கண்டு கொண்டிருக்கின்றனர். ஒரு மொழிபெயர்ப்பை வாசித்துக் கொண்டிருக்கிறோம் என்ற உணர்வு ஏற்படுத்தாத மொழிபெயர்ப்புகளையே நிச்சயமாக விரும்புவேன். ஜெர்மானிய மொழியில் அற்புதமான ரஷிய இலக்கிய மொழிபெயர்ப்புகள் வந்திருப்பது எங்கள் அதிருஷ்டம். டால்ஸ்டாய், தாஸ்தயேவ்ஸ்க்கி மொழிபெயர்ப்புகள் பரிபூரண மானவை. அவை உண்மையில் ஜெர்மனிய இலக்கியத்தின் ஒருபகுதி. ஷேக்ஸ்பியர் மொழிபெயர்ப்புகளும், அந்த ரொமாண்டிக் கதாசிரியர்களின் படைப்புகளும் பிழைகள் நிறைந்தனவாக இருந்தாலும் அவையும் அபாரமானவை. இந்த படைப்புகளுக்கு வந்திருக்கும் புதிய மொழிபெயர்ப்புகளில் தவறுகள் மிகக் குறைவாக, ஒருவேளை இல்லாமலே இருந்தாலும் ஃபிரெட்ரிச் வான் ஷ்லேகல் மொழிபெயர்ப்போடு அவற்றை ஒப்பிட முடியாது. அது கவிதையோ அல்லது நாவலோ, ஓர் இலக்கியப் படைப்பு அவனது சொந்த மொழியில் மறுபடைப்பாக்கம் செய்யக்கூடிய ஒரு மொழிபெயர்ப்பாளனை வேண்டியிருக்கிறது. என் மொழிபெயர்ப்பாளர்கள் இதைச் செய்வதற்கு நான் ஊக்குவிக்கிறேன்.

உங்களது நாவல் *Die Rattin* ஐ ஆங்கிலத்தில் கொண்டுவரும்போது அதன் தலைப்பை வெறும் *The Rat* என்று வைத்ததில் அது ஒரு பெண் என்பதை உணர்த்தாமல் போய்விட்டதே, அதைப் பற்றி உங்கள் கருத்தென்ன? ஆங்கிலத்தில் எலிக்கு பெண் பெயர்ச்சொல் இல்லாததால், உங்களது கதைத் தலைப்பு பாதாள சாக்கடைகளில் ஓடுகிற அழுக்குப் பிடித்த ஜந்துக்களைத் தான் காட்டுகிறது என்பது நன்றாக இருந்திருக்காது, இல்லையா?

ஜெர்மானிய மொழியில் கூட இதற்குச் சொல் இல்லை. நானே உருவாக்கினதுதான் அது. நான் எப்போதுமே என் மொழிபெயர்ப்பாளர்கள் புதிய சொற்றொடர்களைக் கண்டுபிடிக்க ஊக்குவிப்பேன். இந்த வார்த்தை உங்கள் மொழியில் இல்லாவிட்டால் நீங்களே உருவாக்குங்கள் என்பேன். உண்மையில் *She-rat* என்பது கேட்பதற்கு நன்றாகத்தான் இருக்கிறது.

அந்தப் புத்தகத்தில் உள்ளது ஏன் ஒரு பெண் எலியாக இருக்கிறது? கவர்ச்சிக்காகவா, அல்லது பெண்ணிய, அரசியல் காரணங்களுக்காகவா?

The Flounder-ல் அது ஓர் ஆண். எனக்கு வயதாக ஆக, என்னைப் பெண்களுக்கே ஒப்புவித்துக் கொண்டு வருவதாகத் தோன்றுகிறது. அதனை நான் மாற்ற மாட்டேன். அது ஒரு மனிதப் பெண்ணோ அல்லது ஒரு எலியோ - பெண் எலியோ - அது

பொருட்டல்ல. எனக்கு ஐடியாக்கள் கிடைக்கின்றன, தெரிகிறதா? அவர்கள் என்னை எழுந்து குதிக்க, நாட்டியமாட வைக்கின்றனர். பின், நான் வார்த்தைகளையும் கதைகளையும் கண்டடைகிறேன். அதன் பிறகு பொய் சொல்லத் தொடங்கி விடுகிறேன். பொய் சொல்வது மிக முக்கியம். ஒரு ஆணிடம் அவன் பக்கத்தில் ஒன்றாக உட்கார்ந்து கொண்டு, பொய் சொல்வது என்பது சகிக்க முடியாத கொடுமை. ஆனால் ஒரு பெண்ணோடு உட்கார்ந்து கொண்டு ...!

உங்களது பல புத்தகங்களில் *The Rat, The Flounder, From the Diary of a snail, Dog years*-ஏதேனும் ஒரு விலங்கு மையமாக இருந்து வருகிறது. இதற்கு ஏதாவது விசேஷமான காரணம் இருக்கிறதா?

இருக்கலாம். மனிதர்களைப் பற்றி அளவுக்கதிகமாக நாம் பேசிக்கொண்டிருப்பதாக எப்போதுமே நான் உணருகிறேன். உலகம் மனிதர்களால் நிரம்பியிருக்கிறது. ஆனால் பறவைகளும், மீன்களும், மிருகங்களும் , பூச்சிகளும் கூட நம்மைவிட அதிகமாக இருக்கின்றன. நாம் தோன்றுவதற்கு முன்பிருந்தே அவை இருந்து வருகின்றன. மனிதர்களே இல்லாத நாள் ஒன்று வந்தால் அப்போதும் அவை இருக்கப் போகின்றன. நமக்குள் ஒரு வித்தியாசம் இருக்கிறது. நமது அருங்காட்சியகத்தில் பல லட்சக்கணக்கான ஆண்டுகளாக வாழ்ந்த டைனோஸர் போன்ற பிரம்மாண்டமான விலங்குகளின் எலும்புக்கூடுகளை வைத்திருக்கிறோம். அவை இறந்த போது மிகச் சுத்தமான வகையில் அவை இறந்திருக் கின்றன. எந்த நச்சுப்பொருட்களையும் அவை விட்டுச்சென்றிருக்கவில்லை. அவற்றின் எலும்புகள் மிகச்சுத்தமாக இருக்கின்றன. அவற்றை நம்மால் பார்க்க முடிகிறது. மனிதர்களிடம் இது நிகழாது. நாம் இறந்துபோகும்போது அங்கே மிகக் கொடிய நச்சுக்காற்று இருக்கும். இந்த உலகில் நாம் மட்டும் தனியர்கள் அல்லவென்று அறிந்துகொள்ள வேண்டும். மீன்கள், பறவைகள், கால்நடைகள், ஊர்வன ஆகியவற்றின் மீது மனிதர்கள் ஆதிக்கம் செலுத்தலாம் என்று பைபிள் நமக்கு மோசமானதொரு போதனையைத் தருகிறது. இந்த உலகை வெற்றிக்கொள்ள நாம் செய்த முயற்சிகள் மோசமான விளைவு களைத்தான் கொண்டுவந்திருக்கின்றன.

உங்கள் நூல்களில் அடிக்கடி எடுத்துக் கொள்ளும் வரலாற்று நிகழ்வைப் போன்றது ஜெர்மனி ஒருங்கிணைப்பு. அத்தகைய சூழல்களைப் பற்றி எழுதும் போது 'நிஜமான' வரலாற்று விவரிப்பை வழங்க முயல்வீர்களா? உலகின் புனையப்பட்ட சரித்திரங்கள் எவ்வாறு பாடப் புத்தகங்களிலும் செய்தித் தாட்களிலும் நாம் படிக்கின்ற வரலாற்றை முழுமையாக்குகின்றன?

சரித்திரம் செய்திகளை விட அதிகமானது. *The Meeting at Telgte* மற்றும் *The Flounder* ஆகிய இரண்டு நூல்களில்தான் வரலாற்று நிகழ்வுகளின் முன்னேற்றத்தைப் பற்றி கவனம் செலுத்தியிருந்தேன். *The Flounder* மனிதகுல உணர்வூட்டத்தின் சரித்திர வளர்ச்சியைப் பற்றிய கதை. இந்தப் பொருள் குறித்து ஆவணங்கள் அதிகம் இல்லை.

பொதுவாகப் போர், அமைதி, அரசியல், அடக்குமுறைகள் அல்லது கட்சி அரசியல் போன்றவற்றைத்தான் வரலாறு என்று அழைக்கிறோம். மூன்றாம் உலக நாடுகளில் பட்டினியும் மக்கள் தொகைப் பெருக்கமும் கைகோர்த்துச் செல்லும் இக்காலத்தில், உணவுப் பற்றாக்குறையும் மனித ஊட்டகமும் ஒரு மையமான கேள்வியாகி யிருக்கிறது. இந்த வரலாற்றிற்கு ஆவணங்களை நான் தேடிக் கண்டுபிடிக்க வேண்டியிருந்தது. வழி நடத்தும் உருவகமாக ஒரு தேவதைக் கதையை பயன்படுத்தலாம் என்று முடிவெடுத்தேன். தேவதைக் கதைகள் பொதுவாக உண்மையைப் பேசுபவை. நம் அனுபவங்களின், கனவுகளின் வேட்கைகளின், இவ்வுலகில் நாம் தொலைந்து போயிருப்பதான உணர்வுகளின் சாரத்தை உள்ளடக்கியிருப்பவை. இந்த விதத்தில் அவை பல மெய்ம்மைகளை விடவும் உண்மையானவை.

உங்களது கதாபாத்திரங்களைப் பற்றிக் கூறுங்கள்.

இலக்கியப் பாத்திரங்கள், குறிப்பாக ஒரு நூலைச் சுமந்து செல்லும் மையப் பாத்திரம், பல்வேறு மாறுபட்ட மனிதர்களின், எண்ணங்களின், அனுபவங்களின் கூட்டுக் கலவையாக இருக்க வேண்டும். ஓர் உரைநடையாசிரியராக பாத்திரங்களை நீங்கள் உருவாக்க, கண்டெடுக்க வேண்டும். சில உங்களுக்குப் பிடித்தமானதாக இருக்கலாம், மற்றவை இல்லாதிருக்கலாம். இந்த மனிதர்களுக்குள் நீங்கள் நுழைந்தால் மட்டுமே உங்களால் வெற்றிகரமாக சிந்திக்க இயலும். எனது சொந்த படைப்புகளையே உள்ளிருந்து என்னால் புரிந்து கொள்ள முடியாவிட்டால், அவை வெறும் காகித உருவங்களாக மட்டுமே இருக்கும்.

உங்களது நாவல்கள் பெரும்பாலும் பலவித கண்ணோட்டங்களிலிருந்து கூறப்படுகின்றன. *The Tin Drum*-ல் ஒஸ்கார் தன்மைக் கூற்றாகவும் பிறகு, படர்க்கையிலும் பேசுகிறான். இப்படிச் சொல்லிக் கொண்டே போகலாம். உலகத்தைப் பற்றிய உங்கள் கண்ணோட்டத்தை முன்வைப்பதற்கு இந்தச் செயல்முறை எப்படி உங்களுக்கு உதவுகிறது?

எப்போதுமே புதிய இயலுருக்களைத் தேடிக் கொண்டேயிருக்க வேண்டும். உதாரணத்திற்கு ஒஸ்கார் மட்ஸெராத். அவன் ஒரு குள்ளன். வயதான பின்பும் ஒரு சிறுவனாகவே இருப்பவன். அவன் உயரமும் கோழைத்தனமும் பல்வேறுபட்ட, மாறுபட்ட இயலுருவங்களுக்குப் பொருத்தமான வாகனமாக இருக்கிறது. தன் மேதமை பற்றிய பிரமை அவனுக்குண்டு. இதனால்தான் சில நேரங்களில் தன்னை படர்க்கையில் அழைத்துக் கொள்கிறான். சிறுவர்கள் சில வேளைகளில் சொல்வதைப்போல, அது அவனது தற்புகழ்ச்சியின் பகுதிதான். டிகால், *Moi, de Gaulle* என்பதைப்போல, *Royal We* என்பதைப்போலத்தான் அது. இவையெல்லாம் ஒரு விலகலை உண்டு பண்ணக்கூடிய நடை உத்திகள். *Dog years*-ல் மூன்று இயலுருக்கள் உண்டு. ஒவ்வொன்றிலும் நாயின் பங்கு வெவ்வேறாக இருக்கிறது.

நாய் என்பது ஓர் ஒளிச்சிதர்வுப் புள்ளி.

***From the Diary of a Snail*-ல் தற்கால அரசியலையும் இரண்டாம் உலகப் போரின் போது டான்ஸிக்கிலிருந்த யூத சமுதாயத்தினர் மீது நிகழ்த்தப்பட்டதாக நீங்கள் புனைந்து எழுதிய விவரணைகளையும் ஒன்றிணைக்கிறீர்கள். 1969-ம் வருடத் தேர்தலின்போது வில்லி பிராண்ட்டிற்காக நீங்கள் செய்த பிரச்சாரங்களை இந்த நாவல் எழுத தரவுகளாகப் பயன்படுத்திக் கொள்வோம் என்று நினைத்திருந்தீர்களா?**

நாவலுக்காகவோ இல்லையோ, அந்தத் தேர்தல் பிரச்சாரத்திற்கு நான் செல்வதைத் தவிர வேறு வழியே எனக்கு இருந்திருக்கவில்லை. ஜெர்மனியில் 1927-ல் பிறந்த எனக்கு யுத்தம் தொடங்கியபோது 12 வயதாக, அது முடிந்த போது 17 வயதாக இருந்தது. இந்த ஜெர்மானிய சரித்திரம் எனக்குப் பெரும் சுமை. எனக்கு மட்டுமல்ல, மற்ற எழுத்தாளர்களும் இதனை உணர்ந்திருக்கின்றனர். நான் ஒரு ஸ்வீடிஷ் அல்லது ஸ்விஸ் நாட்டு எழுத்தாளனாக இருந்திருந்தால், அங்குமிங்கும் விளையாடிக் கொண்டு, ஜோக்கடித்துக் கொண்டு கவலையற்றிருந்திருப்பேன். அது எனக்கு வாய்க்கவில்லை. என் பின்னணியின் காரணமாக எனக்கு வேறு வழியும் இருந்திருக்கவில்லை. ஐம்பதுகளிலும் அறுபதுகளிலும் அடிநார் ஆட்சிக் காலத்தில் அரசியல்வாதிகள் கடந்த காலத்தைப் பற்றிப் பேசுவதை விரும்பமாட்டார்கள். பேசினாலும் அது நம் வரலாற்றின் ஒரு அரக்கத்தனமான காலகட்டமென்றும், பரிதாபமிக்க, அனாதரவான ஜெர்மானிய மக்களை துரோகம் செய்த ராட்சஸர்கள் என்றும் கதை கட்டுவார்கள். பச்சைப் பொய்களை அவர்கள் கூறுவார்கள். இளைய தலைமுறையினருக்கு அது உண்மையில் எவ்வாறு நிகழ்ந்தது, எப்படி பட்டப்பகலில், மிகவும் நிதானமாக, ஒழுங்குமுறையோடு நிகழ்த்தப்பட்டதென்பதைக் கூறவேண்டியது முக்கியம். அந்த நேரத்தில் என்ன நடந்து கொண்டிருந்தது என்பதை யார் வேண்டுமானாலும் பார்த்துக் கேட்டிருக்கலாம். ஃபெடரல் குடியரசின் நாற்பதாண்டுகால நன்மைகளில் ஒன்று, நாஜி காலகட்டத்தைப் பற்றி நம்மால் விரிவாகப் பேசமுடிவது. பேருக்குப் பிந்தைய இலக்கியம் இதைக் கொண்டுவந்ததில் முக்கியப் பங்கு வகித்திருக்கிறது.

***From the Diary of a snail* "அன்பார்ந்த குழந்தைகளே" என்று துவங்குகிறது. இது போருக்குப் பிறகு வளர்ந்த ஒரு மொத்தத் தலைமுறைக்குமான வேண்டுகோள். ஆனால் உங்களுடைய சொந்தக் குழந்தைகளுக்கும் சேர்த்துக் கூறுகிறீர்கள்.**

வரம்புமீறிய அந்த இனப்படுகொலைகளை நான் விவரிக்க விரும்பினேன். போருக்குப் பிறகு பிறந்திருந்த என் பிள்ளைகளுக்கு அவர்களுடைய அப்பா, எதற்காக தேர்தல் பிரச்சாரத்திற்காக திங்கட்கிழமை காலை கிளம்பிச் சென்று அடுத்த சனிக்கிழமை வரை வீட்டிற்கு திரும்பாமல் இருக்கிறார் என்பது புரியவில்லை. "ஏன்

போகிறீர்கள்? எதற்காக எங்களிடமிருந்து எப்போதும் எங்காவது போய் விடுகிறீர்கள்?" என்பார்கள். அவர்களுக்கு வார்த்தையாக மட்டுமின்றி நான் எழுதியதையும் வைத்து தெளிவுபடுத்த முயற்சித்தேன். அப்போதிருந்த ஜெர்மன் அதிபர் ர்ட் ஜார்க் கீஸிங்கர் போரின்போது ஒரு நாஜியாக இருந்தவர். எனவே ஒரு புதிய ஜெர்மன் அதிபருக்காக மட்டுமல்ல, நாஜி கடந்த காலத்திற்கு எதிராகவும் நான் பிரச்சாரம் செய்தேன். "இத்தனை, இத்தனை யூதர்கள் கொல்லப்பட்டனர்" என்று வெறும் எண்களை என் புத்தகத்தில் பதிவு செய்ய நான் விரும்பவில்லை. அறுபது லட்சம் என்பது புரிந்து கொள்ள முடியாத ஓர் எண். அதைவிட அதிகமானதொரு பௌதிக பாதிப்பை ஏற்படுத்த விரும்பினேன். எனவே, என் நாவலின் இழையாக டான்ஸிக்கில் பல நூற்றாண்டுகளாக இருந்து வந்த போரின்போது நாஜிகளால் - ஜெர்மானியர்களால்-இடித்துத் தள்ளப்பட்ட ஸினகாக் (யூதர்களின் வழிபாட்டுத்தலம்) கின் வரலாற்றைத் தேர்ந்தெடுத்தேன். அங்கே நடந்தது என்னவென்ற உண்மையைப் பதிவு செய்ய விரும்பினேன். நாவலின் இறுதிக் காட்சியில் இதனை நிகழ்காலத்தோடு தொடர்புபடுத்துகிறேன். ஆல்பிரட் டியூரெரின் முந்நூறாவது பிறந்த தினத்திற்காக நான் வழங்கப்போகும் உரையைத் தயாரிக்க நான் மேற்கொள்ளும் முயற்சியைப் பற்றி எழுதுகிறேன். டியூரரின் செதுக்கோவியமான *Melencholin-I* மனித சரித்திரத்தின் மேல் கவிந்திருந்த அத்துயரத்தின் விளைவு ஆகியவற்றின் துயரார்ந்த பிரதிபலிப்புதான் அந்த அத்தியாயம். கலாச்சார ரீதியான துயரம்தான் ஹோலோகாஸ்ட் எனப்படும் பாடழிவைப் பற்றிய ஜெர்மானியர்களின் சரியான அணுகுமுறையாக இருக்க முடியுமென்று நினைக்கிறேன். ஹோலோகாஸ்ட்டின் காரணங்கள் கழிவிரக்கத்தாலும் வருத்தத்தாலும் உணர்த்தப்படும். அது ஒரு பாடமாக நம் காலத்திற்கும் கடந்து வரும்.

சுற்றுச்சூழல் மட்டுமின்றி அரசியல் பிரச்னைகளுக்கும் உங்களது செயற் பாடுகள் நீள்கின்றன. உங்கள் படைப்புகளிலும் இதனைப் புகுத்துகிறீர்கள்?

கடந்த சில வருடங்களில் ஜெர்மனியிலும், மற்ற இடங்களிலும் விரிவாகவே பயணம் செய்திருக்கிறேன். இறந்து கொண்டிருக்கிற, விஷமூட்டப்பட்ட உலகங்களைப் பார்த்து, வரைந்து வந்திருக்கிறேன். மேற்கு ஜெர்மனிக்கும் கிழக்கு ஜெர்மனிக்கும் (இந்த நேர்காணல் ஜெர்மனி இணைவதற்கு முன் 1991-ம் ஆண்டு நிகழ்தப்பட்டது -மொ-ர்) இடையே எல்லையிலிருந்த அத்தகைய உலகம் ஒன்றைப்பற்றி ஒரு சித்திரப் புத்தகம் வெளியிட்டிருக்கிறேன். அரசியல் இணைப்பு நிகழ்வதற்கு பல வருடங்களுக்கு முன்பாகவே மடிந்து வரும் வனங்களின் மூலமாக ஜெர்மனி ஒருங்கிணைந்துவிட்டது. மேற்கு ஜெர்மனி செக்கோஸ் லாவாகியா எல்லைப் பகுதியிலிருக்கும் மலைத் தொடர்களுக்கும் இதே நிலைதான். இதைப் பார்ப்பதற்கு ஏதோ படுகொலை நிகழ்த்தப்பட்டதைப் போலிருக்கிறது. நான் அங்கே பார்த்தவற்றை வரைந்தேன். படங்களுக்கு சுருக்கமான, வர்ணிப்புக்கு பதிலாக கருத்துக்கள் செறிந்த தலைப்புகள் வைக்கப்பட்டன. அதன் பிறகு ஒரு பின் குறிப்பு.

இத்தகைய பொருளைக் கையாளும் போது வரைதல் என்பது எழுதுவதற்கு சமமான அல்லது எழுதுவதைவிட அதிகமான கனத்தைக் கொண்டுவிடுகிறது.

ஒரு காலகட்டத்தின் அரசியல் யதார்த்தங்களை வெளிச்சமிட்டுக் காட்டு மளவிற்குப் போதுமான சக்தி இலக்கியத்திற்கு இருப்பதாக நீங்கள் நம்புகிறீர்களா? ஒரு எழுத்தாளனாக செய்வதைவிட அதிகமாகச் செய்ய முடியும் என்பதற்காகத்தான் ஒரு குடிமகனின் கடமையாக அரசியலுக்குள் நுழைந்தீர்களா?

அரசியல் என்பதை கட்சிகளிடம் மட்டுமே விட்டு வைத்திருக்க வேண்டுமென்று நான் நினைக்கவில்லை. "இலக்கியத்தால் உலகத்தை மாற்ற முடியுமா?" என்று ஏராளமான கருத்தரங்குகளும், மாநாடுகளும் நடந்துகொண்டிருக்கின்றன. இலக்கியத்திற்கு மாற்றத்தை ஏற்படுத்தும் சக்தி இருப்பதாகவே நினைக்கிறேன். அதே போல கலைகளுக்கும். நவீன ஓவியத்தின் விளைவாக நாம் பார்க்கும் பழக்கமுறைகளையே மாற்றி கொண்டிருக்கிறோம். கியூபிஸம் போன்ற கண்டுபிடிப்புகள் நமக்கு புதிய கோணங்களில் சக்தியைத் தந்திருக்கின்றன. ஜேம்ஸ் ஜாய்ஸ் அறிமுகப்படுத்திய உள்நோக்கிய தன்னுரை இருத்தல் குறித்த நமது புரிதலின் சிக்கலை பாதித்திருக்கிறது. இலக்கியம் ஏற்படுத்தும் மாற்றங்களை அளவிட முடியாது என்பதுதான் இதிலிருக்கும் விஷயம். ஒரு புத்தகத்திற்கும் அதன் வாசகருக்கும் இடையேயிருக்கும் உறவு அமைதியானது. பெயரற்றது.

எந்தளவுக்கு புத்தகங்கள் மனிதர்களை மாற்றியிருக்கின்றன? இதைப்பற்றி நமக்கு அதிகம் தெரியாது. என்னைப் பொறுத்தவரை புத்தகங்கள் என்னைத் தீர்மானிப்பவை யாகவே இருந்திருக்கின்றன. நான் இளைஞனாக இருந்தபோது, போருக்குப் பிந்தைய காலத்தில், எனக்கு இன்றியமையாத புத்தகங்களாக இருந்தவற்றுள் ஒன்று காம்யுவின் அந்தச் சிறிய நூலான *The myth of sisyphus*. அந்தப் புகழ்பெற்ற, புராணீக நாயகன் ஒரு பாறையை மலையின் உச்சிக்கு உருட்டிச் செல்லும்படி தண்டிக்கப்படுகிறான். அது தவறாமல் உருண்டு கீழே விழுந்துவிடும். உண்மை யாகவே ஒரு சோக நாயகன்தான் அவன். ஆனால் அவன் தலைவிதியைக் குறித்து அவன் சந்தோஷமாக இருப்பதாக காம்யு ஒரு புதிய கோணத்தில் சித்திரிக்கிறார். இவன் தொடர்ந்து பலனேயில்லாமல் மலையுச்சிக்கு உருட்டிச் சென்று கொண்டிருப்பது அவனது இருப்பின் திருப்திகரமான செயல் என்று நம்புகிறான். யாராவது அந்தப் பாறையை அவனிடமிருந்து எடுத்துச் சென்றுவிட்டால் அவன் கஷ்டமாகிவிடுவான். அது என் மீது மகத்தான தாக்கத்தை ஏற்படுத்தியது. முடிவான இலக்கில் எனக்கு நம்பிக்கை இல்லை. பாறை மலையுச்சியில் நிரந்தரமாக நிற்கும் என்று நான் நினைக்கவில்லை. இந்தத் தொன்மத்தை மனித நிலையின் நம்பிக்கை வாய்ந்த நிலைக்கு உதாரணமாகக் கொண்டு செல்லலாம். அது கருத்திய கோட்பாடுகளின் எல்லா வடிவங்களுக்கும் ஜெர்மானிய கோட்பாடுகள் உட்பட, எல்லா கொள்கைகளுக்கும் எதிராக இருந்தபோதிலும். எல்லா மேற்கத்திய

கருத்தியலும் ஏதோ ஓர் இறுதி இலக்கை ஒரு சந்தோஷமான நியாயமான அல்லது அமைதியான சமுதாயம், வாக்களிக்கிறது. அதில் எனக்கு நம்பிக்கை இல்லை. தொடர்ந்து இளகிக்கொண்டே வருகிற பொருட்களாக இருக்கிறோம். பாறை எப்போதுமே உருண்டு விழுந்து கொண்டிருக்கலாம். நாம் அதை மீண்டும் உருட்டிக்கொண்டு மேலேற வேண்டியிருக்கலாம். ஆனால் நாம் நிச்சயமாக செய்ய வேண்டிய விஷயம் அது. அந்தப் பாறை நமக்குச் சொந்தமானது.

மனிதனின் எதிர்காலம் எவ்வாறிருக்கும் என அனுமானிக்கிறீர்கள்?

நாம் தேவைப்படும் வரையிலும் ஏதோவிதமான எதிர்காலம் இருக்கும். இதைப்பற்றி ஒரே வார்த்தையில் என்னால் கூறமுடியாது. இதற்கு ஒரே வார்த்தையில் பதில் கூறவும் விரும்பவில்லை. நான் ஒரு புத்தகம் எழுதியிருக்கிறேன். *The Rat*-பெண் எலி *The She Rrat, Rattesa* வேறு என்ன உங்களுக்கு வேண்டும்? உங்கள் கேள்விக்கு ஒரு நீளமான பதில் அது.

கதை சொல்பவன் ஒரு ரகசிய பயணி

குந்தர் கிராஸ் 1999 நோபல் பரிசு ஏற்புரை

மதிப்புமிகுந்த ஸ்வீடிஷ் அகாதெமியின் உறுப்பினர்களே, சீமாட்டிகளே, கனவான்களே.

இந்த அரங்கும், என்னை இங்கு அழைத்திருக்கும் ஸ்வீடிஷ் அகாதெமியும் எனக்கு அந்நியமானவர்களில்லை. ஏறத்தாழ 14 ஆண்டுகளுக்கு முன் வெளிவந்த எனது நாவலான *The Rat*இன் பிரளயமான கதையோட்டத்தில், கோணல்மாணலான தளங்களில் செல்லும் சுற்றிவளைந்த நடையில், இதைப்போன்றதொரு சபையோரின் முன்னால் நிகழ்த்தப்படும் ஒரு புகழுரை இடம் பெறுவதை எனது ஒருசில வாசகர்கள் இப்போது நினைவுபடுத்திக் கொள்ளலாம். ஓர் எலிக்கு-சோதனைக் கூடத்தில் பயன்படுத்தப்படும் வெள்ளெலிக்கு-அங்கே புகழாரம் சூட்டப்படுகிறது.

அந்த எலிக்கு நோபல் பரிசு வழங்கப்படுகிறது. அப்பாடா, கடைசியில் தரப்பட்டதே என்று ஒருவர் சொல்லலாம், அதன் பெயர் பல வருடங்களாக பட்டியலில் இருந்து வருகிறது. இறுதிப் பட்டியலில் இடம் பெற்றிருந்த இலட்சக்கணக்கான சோதனைக் கூட விலங்குகளிலிருந்து- கினிப் பன்றியிலிருந்து ரீஸஸ் குரங்குவரை-வெள்ளை ரோமமும், சிவப்புக் கண்களும் கொண்ட இந்த எலி இறுதியில் உரிய கௌரவத்தைப் பெறுகிறது. எனது நாவலில் கதை சொல்லியின் அபிப்பிராயத்தின்படி, நோபல் பரிசுக்குகந்த மருத்துவ ஆராய்ச்சிகளிலும், மரபணு ஆராய்ச்சியில் எல்லையற்ற சாத்தியக்கூறுகளை விரித்து வைத்த வாட்ஸன் மற்றும் க்ரிக்கின் ஆய்வுகளிலும் மற்றெந்த பிராணிகளை விடவும் இந்த வெள்ளெலிகளே உபயோகப் படுத்தப்பட்டு அவை வெற்றிபெற உதவியிருக்கின்றன. இதற்குப் பிறகே சோளத்திலும் மற்ற காய்கறிகளிலும், இதர சோதனைக்கூட விலங்குகளிலும் படியாக்க ஆராய்ச்சி மேற்கொள்ளப்பட சட்டபூர்வ அனுமதியே கிடைத்திருக்கிறது. இதனாலேயே இந் நாவல் முடிவிற்கு வரும்போது மனிதகுலத்தின் இறுதிநாட்களில் உருவான வாட்ஸன் க்ரிக்குகள் எனப்படும் எலி மனிதர்கள் இவ்வுலகை கோலோச்சத் துவங்குகின்றனர். இவர்களிடம் மனித, விலங்கினத்தின் இரு நற்பண்புகளும் கலந்திருக்கின்றன. மனிதர்களிடம் பெரும்பான்மையாக எலியும், எலியிடம் பெரும்பான்மையாக மனிதரும் இருக்கின்றனர். உலகம் இக்கலப்பின் மூலம் தனது ஆரோக்கியத்தை மீட்டெடுத்துக் கொள்கிறது. மாபெரும் அண்ட வெடிப்பிற்குப் பின், வெறும் எலிகளும், கரப்பான் பூச்சிகளும், ஈக்களும், ஒரு சில மீன், தவளை முட்டைகளுமே எஞ்சியிருக்கின்றன. அதனால் இக்களேபரத்திலிருந்து மீண்டு, ஒழுங்கிற்கு கொண்டுவர, ஆச்சரியகரமாக பிழைத்திருக்கும் இந்த வாட்ஸன் க்ரிக்குகள்தான்

ஜி. குப்புசாமி 257

அனைத்திற்கும் தலைமையேற்க வேண்டியிருக்கிறது.

ஆனால் சுலபமாக 'தொடரும்' போட்டு முடித்து, சோதனைக்கூட வெள்ளெலிக்கு நோபல் வழங்கப்படுவதுடன் நாவலை சந்தோஷமாக முடித்துவிடுவதற்காக பின்னப்பட்ட கதையிழை அல்ல இது. இப்போது நான் - நியாயப்படி கூறவேண்டுமானால் - கதை சொல்லலை தப்பிப்பிழைத்திருப்பதற்கான ஒரு வடிவமாகவும், கலையின் ஒரு வடிவமாகவும் அணுகியிருக்கிறேன் என்று சொல்லலாம்.

மனிதர்கள் எப்போதும் கதைகள் கூறி வந்திருக்கின்றனர். மனிதகுலம் எழுதக்கற்றுக் கொள்ளும்முன், படிக்கத்துவங்குமுன், எல்லோரும் எல்லோருக்கும் கதைகள் சொல்ல, எல்லோரும் எல்லோருடைய கதைகளையும் கேட்டு வந்திருக்கின்றனர். சில படிக்காத கதை சொல்லிகள் மற்றவர்களை விட அதிகமாகவும், சிறப்பாகவும் கதைகள் வைத்திருப்பது சீக்கிரமே தெரியவந்தது. அவர்களால் மனிதர்களை தமது பொய்களால் நம்ப வைக்க முடிந்தது. அவர்களிலும் சிலர் அமைதியாக ஓடிச்செல்லும் தமது கதையிழைகளை வெட்டி கிளையாறுகளாக பிரித்து திசைமாற்ற, அவைகளும் வியக்கத்தக்க வகையில் வற்றிப் போகாமல் திடுமென திரும்பி, அகன்ற படுகையாய் பெருகி, மூழ்கிய படகுகளின் சேதார மிச்சங்களும், எறிபளுக்களும் மிதக்கிற உபகதைகளுக்குள் புகுந்தன. இந்த ஆதிகால கதைசொல்லிகள் பகலையோ, விளக்கொளியையோ நம்பியில்லாமல், தமது கதைகளின் மர்மத்திற்கும். திகிலிற்கும் உதவக்கூடிய அரைவெளிச்சத்திலும், இருட்டிலும் தமது பணியை கச்சிதமாகச் செய்யக்கூடியவர்களாயிருந்தனர். வறட்சியோ கடுமழையோ எதுவும் அவர்களின் கதை சொல்லலை நிறுத்தக் கூடியதாயில்லை. கேட்பவரின் கவனம் திசைமாறுவதற்காகவோ, அல்லது தமது சொந்தக் கதைகளை மற்றவரிடம் சொல்லத் துவங்கி விட்டதாகவோ அறிந்தால் மட்டுமே தமது கதைசொல்லலை 'தொடரும்' போட்டு நிறுத்தினர்.

யாருக்கும் எழுதத்தெரியாத காலத்தில், அதனால் யாரும் எழுதாத காலத்தில் என்ன கதைகள் சொல்லப்பட்டன? 'கெய்ன்னும் ஏபலும்' காலத்திலிருந்தே கத்திக்குத்து, கொலைக்கதைகள் துவங்கிவிட்டன. பரம்பரைச் சண்டைகள் எப்போதுமே கதைகளுக்கு உகந்தவை. இனக்கொலைகள் வெள்ளங்களோடும், வறட்சிகளோடும் ஆரம்பத்திலேயே வரத்துவங்கிவிட்டன. கால்நடைகள், அடிமைகள் பட்டியல் நீளமாக இருப்பது உசிதமானது. ஆனால் சாகச வீரர்களின் கதைகளில் யாருக்குப்பின் யார் வந்ததென்ற குடிவழிப்பட்டியல் இல்லாவிட்டால் எந்தக்கதையும் நம்பப்பட மாட்டாது. இப்போதுகூட பிரபலமாயிருக்கும் முக்கோணக் காதல்களும், சிக்கலான திருக்கு மறுக்கு வழிகளுடே முன்னேறி வருகிற, நீண்டுயர்ந்த கோரைப் புற்களுக்கிடையில் ஒளிந்திருந்த பாதி மனித, பாதி விலங்கு அரக்கர் கதைகளும் பெருவாரியான வாசிப்பைத் தூண்டி வந்திருக்கின்றன. கடவுள் கதைகளும், கடல் யாத்திரைகளும் பளபளப்பேற்றப்பட்டு, பெரிதாக்கப்பட்டு, மாற்றப்பட்டு,

உருமாற்றப்பட்ட வித்தைகள் நடத்தி இறுதியில் இதைச் சொல்பவர் ஹோமர் என்றோ, அல்லது பைபிளாக இருந்தால், கதையாளர் குழு என்றோ பிரபலமாகி வந்திருக்கின்றன. சீனாவிலும், பெர்ஷியாவிலும், இந்தியாவிலும், பெரூவிய பீடபூமிகளிலும் எங்கெல்லாம் எழுத்து செழித்திருக்கிறதோ, அங்கே கதைசொல்லிகள் - குழுக்களாகவோ, தனி நபராகவோ, புனை பெயரிலோ, சொந்தப் பெயரிலோ அறிவுஜீவிகளாக, ஞானவான்களாக அங்கீகரிக்கப் பட்டிருக்கின்றனர். எழுதப்பட்ட இலக்கியத்திலேயே இப்போது நாம் பழகிவிட்டிருப்பினும் வாய்மொழி கதை சொல்லலின் ஞாபகங்களை இன்னமும் தக்க வைத்திருக்கிறோம். அதுவும் நல்லதிற்குதான். வாய்வழியாக வரும் கதையில் தொடர்பில்லாமல் தயங்கி, பின் பயத்தில் விரட்டப்பட்டதைப்போல பதைப்பில் கேட்கக்கூடாதவர் காதில் விழக்கூடாததைப்போல கிசுகிசுப்பில், பின் உரக்க, தெளிவாக என் சொந்தக் குமுறல்களிலிருந்து வாழ்க்கையின் ஆதாரத் தேடல் வரை எத்தனை விதப்பரப்புகளை இக்கதைகள் சித்தரிக்கின்றன! எழுதுவதை மட்டும் நமது நம்பிக்கையாகக் கொண்டால் நமது கதை சொல்லல் வெறும் ஏட்டுச் சுரைக்காயாக புழுதியில் உலர்ந்து போய்விடாதா? இருந்தும் உரக்கப் படித்துக் காட்டுகிறோமோ, அல்லது நமக்குள் வாசித்துக்கொள்கிறோமோ, எவ்வளவு புத்தகங்கள் நிரந்தர வஸ்துக்களாக நமக்குக் கிடைக்கின்றன! இவைகள் தாம் எனக்கு ஊக்கமளிப்பவை. என் இளமையில், மென்மையானவனாக நானிருந்த காலத்தில் மெல்வில்லி, டாப்ளின், லூதர் போன்ற ஆசான்கள் எனது விவிலிய பாடங்களைப் புராதனமான ஜெர்மன் மொழியில் எழுதுகையில், அவற்றை உரக்கச் சொல்லிக் கொண்டே,. மையோடு எச்சிலும் தெறிக்க எழுதவேண்டுமென கட்டாயப்படுத்துவர். இப்போதும் அதிகம் மாறிவிடவில்லை. எழுத்து என்கிற எனது ஐம்பதாண்டுகால ரசிப்பிற்குரிய சித்ரவதையில் வாசகங்களின் இழைகளை மென்று, இயன்றவரை கூழாக்கி, எனை மறந்த ஏகாந்தத்தில், என் பிரத்யேகமான மழலை மொழியில் எனக்கு நானே சொல்லிப்பார்த்துக்கொண்டு, சரியான தொனியோ, ஸ்வரமோ, இசையதிர்வோ கிடைத்தால் மட்டுமே எனது பேனாவை தாளின் மீது பதிக்கிறேன்.

ஆம், என் கதை ஒப்பிப்பை நான் நேசிக்கிறேன். அது எனக்குத் துணையாக, தனது பல்கூறான பேச்சுத் தடங்களோடு, என் எழுத்துக்களை இலக்கியப் பதிவுகளாக்கு கின்றது. தமது கூடுகளை விட்டுப் பறந்துபோய் வெகுநாளாகிவிட்ட எனது புத்தகங்களை வாசகரின் சொந்த உரிமையான பின் சந்திப்பதும், புத்தகங்களில் மௌனமாய் படிந்திருப்பவற்றை நேயர்கள் முன் வாசிப்பதற்கும் இணையான சந்தோஷம் எனக்கேதுமில்லை. மொழியிலிருந்து ஆரம்பத்திலேயே பால்குடி மறந்த இளவயதினருக்கும், நரை விழுந்தபின்பும் தணியாத பசிகொண்ட முதியோர்க்கும் எழுதப்பட்ட வார்த்தை உச்சரிக்கப்படும்போது அந்த மாயவித்தை மீண்டும் மீண்டும் உயிர்ப்பிக்கப்படுகிறது. படைப்பாளிக்குள்ளிருக்கும் மாயவித்தைக்காரன் காலவோட்டத்திற்கெதிராக எழுதிக்கொண்டு, நிலைத்திருக்கும் நிஜங்களை புளுகிக் கொண்டு இதில் பிழைப்பு நடத்தி வருகின்றான். அவன் வாய்விட்டுச் சொல்லாத

இந்த சத்தியத்தை அனைவரும் நம்புகின்றனர் : தொடரும் ...

ஆனால் நான் எவ்வாறு ஒரே சமயத்தில் எழுத்தாளனாக, கவிஞனாக, கலைஞனாக அதுவும் இந்த பயமுறுத்துகிற வெள்ளைத்தாள் மீது உருவாகியிருக்கிறேன்? ஒரு சிறுவனின் எந்த இறுமாப்பு இப்படியான பைத்தியக்காரத்தனத்திற்கு இட்டுச் சென்றது? நான் ஒரு எழுத்தாளனாக விரும்புவதை நான் புரிந்து கொண்டபோது எனக்கு வயது பனிரெண்டு. அது இரண்டாம் உலகப்போர் வெடித்திருந்த காலம். டான்ஸிக் நகரின் புறநகர் பகுதியில் நாங்கள் அப்போது குடியிருந்தோம். எனது திறமையை வெளிப்படுத்தும் சந்தர்ப்பம் அடுத்த வருடம்தான் கிடைத்தது. இளைஞர்களுக்கான ஹிட்லரின் பத்திரிகை *Hilf Mit* (உதவிக்கரம் நீட்டு)ல் ஒரு கதைப்போட்டி வெளிவந்தது. பரிசுகள் கவர்ச்சிகரமாக இருந்தன. உடனேயே என் முதல் நாவலை எழுத உட்கார்ந்தேன். என் தாயின் பின்னணி ஏற்படுத்தியிருந்த பாதிப்பில் அதற்கு *The Kashubians* என்ற தலைப்பு வைத்தேன். ஆனால் கதை நிகழ்வுகள் அப்போது அருகி வரும் சிறுபான்மையினரான அந்தப்பாவப்பட்ட மக்கள் மத்தியில் நடப்பதாக இல்லாமல், 13ஆம் நூற்றாண்டில் வழிப்பறித் திருடர்களும், கொள்ளைக் காரர்களும் கோலோச்சி வந்த ஓர் இடையாட்சிக் காலத்தில் நடப்பதாக அமைத்திருந்தேன். நீதி என்பதே ஒருவித கட்டைப் பஞ்சாயத்து மூலமே எளியோர்களுக்கு கிடைத்து வந்த காலம் அது.

அந்தக் கதையில் எனக்கு ஞாபகம் இருப்பதெல்லாம், அந்த கஷீபிய மண்டலத்தின் பொருளாதார நிலைமையை சுருக்கமாக கோடிட்டுக் காட்டிவிட்டு, வழிப்பறிக் கொள்ளைகளையும், கூட்டுக் கொலைகளையும் வெகு உக்கிரமாக விவரிக்க ஆரம்பித்ததுதான். ஏகப்பட்ட கழுத்து நெறிப்புகளும், கத்திக்குத்துகளும், வெட்டுகளும், கட்டைப்பஞ்சாயத்துத் தீர்ப்பாக ஏகப்பட்ட தூக்குத்தண்டனைகளும், சிரச்சேதங்களும் முடித்து, முதல் அத்தியாயம் முடிவதற்குள்ளாகவே எல்லா பிரதான பாத்திரங்களும், ஏராளமான துணைப் பாத்திரங்களும் ஒன்று இறந்தோ அல்லது புதைந்தோ அல்லது காகங்களுக்கு இரையாகியோ போயிருந்தனர். பிணங்களிலிருந்து ஆவிகளை எழுப்பி பேய்க்கதை எழுத எனது எழுத்துபாணி இடந்தராததால் தோல்வியை ஒப்புக்கொண்டு அத்துடன் முடிக்க வேண்டியதாயிற்று. தொடரும் போட இடமில்லை. பரிதாபமான முடிவுதான். ஆனாலும் அந்தக்கற்றுக்குட்டி தனது ஆரம்பப் பாடங்களை கற்றுக்கொண்டது: அடுத்த முறை தனது பாத்திரங்களிடம் இன்னும் கொஞ்சம் கருணையோடு நடந்து கொள்ள வேண்டும் என்று.

முதலில் நான் வாசிக்கத் துவங்கினேன். மேலும் மேலும் வாசித்தேன். நான் படிக்கும் விதமே தனியானது: விரல்களால் காதுகளை அடைத்துக்கொண்டு படிப்பது. காரணம் நானும் என் தங்கையும் எங்களுக்கென்று தனித்தனியான அறைகளில்லாத ஓர் இரண்டு அறை - குடியிருப்பில் வசித்தது. எங்களுக்கென்றொரு மூலைகூட தனியாக இல்லாத சூழலில் சிறு வயதிலேயே எந்தவொரு இரைச்சலுக்கும், ஜனக்கூட்டத்திற்குமிடையிலும் என்னால் மனதை ஒருமுகப்படுத்தி வாசிக்க

முடிந்திருக்கிறது. வாசிக்கத் துவங்கிவிட்டால் நான் ஒரு கண்ணாடி குடுவைக்குள் அடைக்கப்பட்டதைப் போல புத்தகத்திற்குள்ளேயே மூழ்கிவிட முடிந்திருக்கிறது. குறும்புத்தனங்களுக்கு பெயர்போன என் அம்மா, தனது மகனின் சிதறாத கவனப் பெருமையை தனது சினேகிதிகளிடம் காட்டிக் கொள்வதற்காக ஒரு விளையாட்டை செய்தார். அப்போது தட்டிலிருந்த பிஸ்கட்டை சாப்பிட்டுக் கொண்டே ஏதோ வாசித்துக் கொண்டிருந்த என்னிடம், பிஸ்கெட்டை எடுத்துவிட்டு, தட்டில் ஒரு சோப்புக் கட்டியை-பாமாலிவ் என்று ஞாபகம்-வைத்துவிட்டார். படிக்கிற ஆர்வத்தில் அதையும் எடுத்து வாயில்போட்டு, அம்மாவும் அவர் சிநேகிதிகளும் வியப்புடன் பார்த்துக் கொண்டிருக்க முழுசாக ஒரு நிமிடம் மென்றுமுடித்தபிறகுதான் எனக்கு உறைத்து புத்தகத்தைப் போட்டுவிட்டு வாயிலிருப்பதைத் துப்பியிருக்கிறேன்.

இன்றும்கூட அதைப்போலவே ஒருமுகப்படுத்தி, கவனம் விலகாது வாசிப்பேன்; அந்தளவிற்கு வெறிபிடித்து படிப்பதில்லை அவ்வளவுதான். அப்போது அலமாரியின் நீலத்திரையை மூடிய கண்ணாடிக்குப் பின்னால் எங்கள் புத்தகங்கள் இருக்கும். என் அம்மா ஒரு புத்தக கிளப்பில் உறுப்பினராக இருந்தார். தஸ்தயேவ்ஸ்கி, தல்ஸ்தோய் நாவல்கள் அருகருகே அடுக்கப்பட்டிருக்கும். இடையே ஹாம்ஸன், ராபே, விக்கி பெளம் நூல்களும் இருக்கும். ஸெல்மா லாகர்லாஃபின் கோஸ்டா பெர்லிங் கைக்கெட்டும் தூரத்தில் இருக்கும். பிற்பாடு நகராட்சி நூலகத்திற்கு நான் செல்ல வேண்டியிருந்தாலும் அம்மாவின் சேகரிப்புகள்தான் ஆர்வத்தின் முதல் தீண்டல். ஆசாரசீலரான வணிகராக, நாணயமற்ற வாடிக்கையாளர்களுக்கு கடனில் விற்று நொடிந்து போனாலும் பெரும் ரசனையாளராக அவர் இருந்தார். என் ஆரம்ப கதைகளை ஆர்வத்துடன் கேட்பார். என்னையும் அழைத்துக்கொண்டு நகராட்சி அரங்கிற்கு அடிக்கடி செல்வார்.

எனது சாதாரண பூர்ஷ்வா இளம்பிராயத்தை பல்லாண்டுகளுக்கு முன்னாலேயே கற்பனை பாத்திரங்களோடு சித்தரித்து முடித்துவிட்டும் இப்போது அவற்றை யெல்லாம் மீண்டும் அரங்கேற்றுவது என்னிடம் கேட்கப்பட்ட "எழுத்தாளராக உங்களை ஆக்கியது எது?" என்ற கேள்விக்கு பதிலைக் கூறுவதற்காகவே. தொடர்ந்து பகல்கனவு காணும் ஆற்றலும், மொழியை வைத்து உருட்டி விளையாடும் ஆதாரமான ஆர்வமும், நிஜத்தைப் பிடித்துக் கொண்டு தொங்குவ தென்பது சரியான போர் என்பதால் பொய்க்காகவே பொய்சொல்லும் வேட்கையும், ஏதோ கொஞ்சம் திறமையும் இதற்கெல்லாம் காரணமாக இருந்தது. கடைசியாக, அமைதியானதொரு குடும்பத்தில் திடீரென்று புகுந்த அரசியல், லேசாக மிதந்து கொண்டிருந்த திறமைக்கு எடைப்பாரமேற்றி ஒருவித நிரந்தரத்தையும் ஆழத்தையும் அளித்துவிட்டதும் இன்னொரு காரணம்.

என் அம்மாவைப் போலவே பிறப்பால் காஷுபியனான என் மாமா டான்ஸிகின் ஃப்ரீசிடியில் இருந்த போலந்து அஞ்சலகத்தில் பணிபுரிந்துவந்தார். அடிக்கடி வீட்டிற்கு வருவார். அவருக்கு நான் செல்லம். போர் வெடித்தபோது ஹெவிலியஸ்

ஸ்கொயர் அஞ்சலகக் கட்டிடம் *SS-Heimwehr*-களால் முற்றுகையிடப்பட்டது. மாமா உள்ளேதான் இருந்தார். இறுதியில் அனைவரும் சரணடைந்தனர். விசாரணைக்குப் பிறகு அவர்கள் வரிசையாக நிற்கவைக்கப்பட்டு சுட்டு வீழ்த்தப்பட்டனர். திடீரென்று அவர் எங்கள் வாழ்க்கையிலிருந்து முற்றிலுமாக அழிக்கப்பட்டுவிட்டார். இத்தனை நாட்களாக கேட்கப்பட்டு வந்த அவரது பெயர் உச்சரிக்கப்படுவது திடீரென்று நிறுத்தப்பட்டுவிட்டது. இல்லாத மனிதராக அவர் ஆகிவிட்டார். ஆனாலும் அவர் எனக்குள் தொடர்ந்து வாழ்ந்தேதான் வந்திருக்க வேண்டும். பதினைந்து வயதில் நான் சீருடை அணிந்தபோது, பதினாறு வயதில் முதன்முதலாக பயம் என்பது என்னவென்றுஅறிந்தபோது, பதினேழு வயதில் அமெரிக்கர்களால் போர்க்கைதிகள் முகாமில் அடைக்கப்பட்ட போது, பதினெட்டு வயதில் கல் உடைக்குமிடத்தில் வேலை செய்தபோது, கல்லில் வேலைக் கற்றுக்கொண்டு பாறையை செதுக்கி சிற்பம் வடிக்க அறிந்து கொண்டபோது, எழுதி, வரைந்து மேலும் வரைந்து வெள்ளோட்டமாக சுதந்திரக் கவிதைகள் எழுதி, புதிரான *One-Act* எழுதி, கடைசியில் எனக்கான தளம் எதுவென்றறிந்து அதில் கால் பதித்துக் கொண்டபோது இவை எல்லாவற்றின் அடியிலும், வண்டல் படிவங்களுக்குக் கீழே எனது பிரியமான மாமா, சுடப்பட்டு புதைக்கப்பட்ட என் ஆசை மாமா வீற்றிருந்ததை நான் (வேறு யாராக இருக்க முடியும்) கண்டுகொண்டேன். புதைந்திருந்த அவரைத் தோண்டி யெடுத்து, என் இலக்கிய மூச்சை அவருக்குள் செலுத்தி, வெவ்வேறு வேஷங்களில், வெவ்வேறு பெயர்களில், முழு உயிரோடும், வேகத்தோடும் என் அத்தியாயங்களில் பல்வேறு பிரதான, சிறிய பாத்திரங்களில் அவரை உலவவிட்டாலும்-சிலர் கடைசிவரை உயிரோடு இருந்தனர்-இந்த எழுத்தாளன் கொடுத்த வாக்குறுதிதான் அத்தனையையும் சாத்தியப் படுத்தியது. ‘தொடரும்’ என்ற வாக்குறுதி.

எனது முதல் இரு நாவல்கள் *The Tin Drum* மற்றும் *Dog Years* இவற்றிற்கு நடுவில் வெளிவந்த குறுநாவல் *Cat and Mouse* எனக்கு ஆரம்பத்திலேயே புகட்டிய பாடம் என்னவென்றால் புத்தகங்கள் காயப்படுத்தும்; கோபத்தை, ஏன் வெறுப்பைக்கூட மூட்டுமென்பதை, உங்கள் தேசத்தின் மீதுள்ள பிரியத்தால் எழுதுவது, நடுவீட்டிலேயே அசிங்கம் செய்வதாக அர்த்தப்படுத்தப்படலாம் என்பதை. எனவே ஆரம்பத்திலிருந்தே நான் சர்ச்சைக்குறியவனாக இருந்து வருகின்றேன்.

சைபீரியாவிற்கு நாடு கடத்தப்பட்ட எழுத்தாளர்களைப் போல எனக்கும் நல்ல துணை இருந்து வருகிறது. புகார் சொல்ல காரணங்கள் ஏதுமில்லை. பதிலாக இந்த நிரந்தர சர்ச்சைத்தன்மை எழுத்தாளர்களை ஊக்கப்படுத்துவதாக, இந்தத் தொழிலை தேர்ந்தெடுத்துக் கொள்வதில் இருக்கிற தொல்லையாகவே நினைக்கத் தோன்றுகிறது. பலவான்கள், செல்வாக்கானவர்களின் சூப்பில் எச்சில் துப்பிவிட்டு வருவது எப்போதுமே எழுத்தாளர்களின் வழக்கமாக இருந்து வரகிறது. இலக்கியத்தைப் போலவே தணிக்கை முறைகளும் வளர்ச்சியடைந்து இந்தளவிற்கு கூர்மையாகி யிருப்பதற்கு இதுவேதான் காரணம்.

அரசாளர்களின் சகிப்பின்மை சாக்ரடீஸிற்கு விஷமளித்து, ஓவிட்டை நாடு கடத்தி, ஸெனகாவின் இரத்தக்குழாய்களைப் பிளந்திருக்கிறது. பல நூற்றாண்டுகளாக இன்று வரையிலும் பல உன்னதமான மேற்கத்தைய இலக்கியக்கனிகள் கத்தோலிக்க தேவாலயங்களில் நசுக்கிப் பிழியப்பட்டிருக்கின்றன. அரசர்களும், அதிகார வர்க்கத்தினரும் தமது அராஜக தணிக்கை முறைகளை பூசிமெழுகி, மழுப்பி வந்தவற்றில் எத்தனை தூரம் இடைக்கால ஐரோப்பிய அறிவுப்புரட்சி கற்றிருக்கிறது என்று நான் வியக்கிறேன். இதுவரை எத்தனை ஜெர்மானிய, இத்தாலிய, ஸ்பானிஷ், போர்த்துகீசிய எழுத்தாளர்கள் தமது நாட்டிலிருந்தும் தாய் மொழியிலிருந்தும் விரட்டப்பட்டிருக்கின்றனர்? லெனினிய- ஸ்டாலினிய பயங்கரவாதத்தில் எத்தனை கலைஞர்கள் வீழ்ந்திருக்கின்றனர்? இன்று சீனாவிலோ, கென்யாவிலோ, குரவேஷியாவிலோ எழுத்தாளர்கள் சந்திக்கும் தடைகள் என்னென்ன?

நான் புத்தகங்களைக் கொளுத்துகிற தேசத்திலிருந்து வருகிறேன். பிடிக்காத புத்தகத்தை அழிக்கிற இச்சை நமது காலத்தின் அடையாளமாகியிருக்கிறது. தொலைக்காட்சியில் காட்டுவதற்கும், ஏராளமான பார்வையாளர்களை ஈர்ப்பதற்கும் நல்ல வாய்ப்பிருக்கிறது. இத்தகைய சுவாரஸ்ய காட்சிகள் ஈட்டுகிற ஆதாயம் ஊடகங்களுக்கு மட்டுமல்ல மற்றவர்களுக்கும் கணிசமானது. இதில் கொடுமை என்னவென்றால் உலகம் பூராவிலும் எழுத்தாளர்கள் மீதான அடக்குமுறைகளும், கொலை மிரட்டல்களும், ஏன் கொலையே கூட- இப்போதெல்லாம் மிகுந்துவிட்டது. இத்தகைய பயங்கரங்கள் உலகம் மௌனமாக சகித்துக் கொள்கிற அளவிற்கு சகஜமாகிவிட்டது. 1995இல் நைஜீரியாவில் கென்சரோவிவா போன்றதொரு எழுத்தாளரும் அவரது ஆதரவாளர்களும், அரசாங்கம் அந்நாட்டின் சுற்றுச்சூழலை மாசுபடுத்துவதற்கெதிராக போராடியதால் மரணதண்டனை விதிக்கப்பட்டு கொல்லப்பட்டபோது,தம்மை சுதந்திர உலகம் என்று கூறிக்கொள்கிற சில நாடுகள் பெரும் எதிர்ப்புக்குரல் எழுப்பியதென்னவோ நிஜம்தான். ஆனால் இத்தகைய சுற்றுச்சூழல் அக்கறைகள் உலகின் மிகப்பெரிய எண்ணெய் நிறுவனமான ஷெல்லின் ஆதாயங்களை பாதிக்கும் என்று தெரிந்ததும் சுதந்திர உலகின் எல்லா கூக்குரல்களும் அடங்கி, இயல்புநிலை விரைவிலேயே திரும்பிவிட்டது.

எதனால் தேவாலயங்களும், அரசாங்கங்களும், வெகுஜன ஊடகங்களும் புத்தகங்களையும் - அதனுடன் சேர்த்து-எழுத்தாளர்களையும் மிகுந்த ஆபத்தானவர் களென்று எதிர்க்கின்றன? ஆளும் கொள்கையை நேரடியாகத் தாக்குவதால் இந்த அடக்குமுறைகளும், வாயடைப்பு களும் நிகழ்வதாகக் கூற இயலாது. பெரும்பாலும் ஓர் இலக்கிய குறிப்பீடுவாயிலாக உண்மை என்பது பன்மையில்தான் இருக்கிறது என்றும்-ஒரேயொரு உண்மையென ஏதுமில்லை என்றும், பன்முக உண்மைகளை நிரூபிப்பதுமே,ஒன்றோ அல்லது மற்றொரு உண்மையையோ கைக்கொண்டிருக்கிற நபர்களுக்கு அபாயமாக, மரணபயத்தை ஏற்படுத்துகிற விஷயமாக இருக்கிறது. அதுவுமின்றி, இந்த எழுத்தாளர்களுக்கு கடந்த காலத்தை அமைதியாக விட்டுவிட முடியாதபடி ஒரு பிரச்சனை இருக்கிறது. ஆறிய ரணங்களைக் கிளறுகிற, மூடிய

கதவுகளுக்கிடையே எட்டிப்பார்க்கிற, அலமாரிகளில் ஒளித்துவைக்கப்பட்ட எலும்புக் கூடுகளைத் தேடுகிற, தெய்வப் பசுக்களை உண்கிற வழக்கம் அவர்களுக்கு இருக்கிறது. ஐரிஷ் குழந்தைகள் ஆங்கிலேயக் கனவான்களின் சமையலறைகளில் குழம்பாகி, வறுக்கப்பட்டு, சுடப்பட்டு, வேகவைக்கப்பட்டு வருவதை ஜொனாதன் ஸ்விஃப்ட் சொல்லி சங்கடப் படுத்துவதைப் போல, வேறு வார்த்தைகளில் சொல்வதானால், அவர்களுக்கு எதுவும் புனிதமாயிருப்பதில்லை. முதலாளித்துவம்கூட புனிதமாய் தோன்றுவதில்லை. அது அவர்களை வன்மமாக்கி, குற்றவாளிகளாகக்கூட ஆக்குகிறது. ஆனால் எல்லாவற்றையும்விட கொடுமை, அவர்களுக்கு மரபிற்காகக்கூட சரித்திரத்தின் வெற்றி வீரர்களின் பின்னால் நிற்கும் வழக்கமும் இருப்பதில்லை. அவர்களுக்கு சரித்திர நிகழ்வுகளின் விளிம்புகளில் தோல்வி யுற்றவர்களோடு அளவாளவித்திரிவதில்தான் விருப்பமிருக்கிறது. ஏராளமாக பேசுவதற் கிருந்தும் அதற்கான தளமில்லாதவர்களுக்கு குரல் கொடுப்பதன் மூலமும், வெற்றியை கேள்விக்குரியதாக்குவதனாலும், அவர்களுடன் இணைந்திருப்பதாலும் அவர்கள் பக்கமே நின்றுவிடுகின்றனர்.

அதிகாரத்தைக் கொண்டிருப்பவர்களுக்கு, அவர்கள் காலச்சக்கரத்தின் எந்த ஆடையை அணிந்திருந்தாலும், இலக்கியத்திற்கெதிராக எந்தக் கொள்கையையும் பெரிதாக வரித்துக் கொண்டிருந்ததில்லை. அதனை ஓர் அலங்கார ஆபரணமாகவே அணிந்து வந்திருக்கின்றனர். தற்சமயம் அதன் வேலை பொழுதைப்போக்கவும், வேடிக்கை கலாச்சாரத்தை வளர்க்கவும், விஷயங்களின் எதிர்மறையான எதிர்மறையான பகுதிகளை உதாசீனப்படுத்தி, மக்களுக்கு நம்பிக்கையூட்டும், இருட்டில் ஒளியாய் திகழவுமே நிர்ணயிக்கப்பட்டிருக்கிறது. அடிப்படையில் எதிர்பார்ப்பது என்னவென்றால், கம்யூனிச வருடங்களில் அப்பட்டமாக காட்டப்பட்டு வந்தது போலில்லாவிட்டாலும் ஒரு ‘நம்பிக்கை நாயக’ணைத்தான். சந்தைப் பொருளாதாரக் காட்டில் ராம்போவைப் போல பிணங்களை ஒதுக்கித் தள்ளிக் கொண்டு புன்னகையுடன் வெற்றியை நோக்கி படியேறி வரவேண்டும். சாகச வீரனாக, யுத்தத்திற்கு நடுவிலும் ஓர் அவசர சம்போகத்திற்கு தயாராக இருப்பவனாக, வரிசை வரிசையாக தோல்வியுற்றவர்களைத் தாண்டி வரும் வெற்றியாளனாக, சுருக்கமாக நமது ஒருமையாக்கப் பட்ட உலகிற்கு ஓர் உதாரண புருஷனாக இருக்க வேண்டும். மேலேயிருந்து தரையில் கால்தவறாமல் குதிக்கும் ஒரு வீரபுருஷனை ஊடகங்கள் எப்போதும் ஆதரித்து வந்திருக்கின்றன. டாலியைப் போல தனது படியாக்கங்கள் பலவற்றை ஜேம்ஸ்பாண்ட் பொரித்திருக்கிறான். தீமையை நல்லவை எப்போதும் வெல்லும், அவனைப் போல அலட்டிக் கொள்ளாத சாகசத்தைக் கைக்கொள்ளும் வரை.

இத்தகையக் காரணங்கள் அவனது போட்டியாளனை அல்லது எதிரியை எதிர் நாயகனாக்கி விடுமா? தேவையில்லை. உங்களது வாசிப்பிலிருந்து நீங்கள் அறிந்திருக்கலாம், எனது வேர்கள் ஸ்பானிய அல்லது மூரிஷ் மரபின் 17ஆம் நூற்றாண்டு *Picaresque* நாவல்களில் ஊன்றியிருக்கின்றன. காற்றாலைகளிடம்

வாளேந்தி சண்டைக்குச் செல்லும் சாகசம் காலகாலமாக இம்மரபில் ஊறிப்போயிருக்கிறது. குவிகாத்தேயின் இருப்பே தோல்வியின் நகைச்சுவை அம்சத்திற்காக படைக்கப்பட்டது. அவன் அதிகாரத்தின் தூண்களின் மேல் சிறுநீர் கழிக்கிறான். அரியாசனத்தின் கால்களை வாளால் அறுக்கிறான்-எதனையும் அவனால் சாய்த்துவிட முடியாது என்பது தெரிந்ததே! அவன் சென்றபின் அச்செறிவார்ந்த அரண்மனை கொஞ்சம் அசிங்கப்பட்டிருக்கலாம்; அரியாசனம் சிறிது தள்ளாடலாம், ஆனால் அவ்வளவு மட்டும்தான். அவனது நகைச்சுவை, அவன் விரக்தியின் பிரிக்கமுடியாததொரு பகுதியாகவே இருக்கிறது. நளினமான பேரூத் சபையோரின் முன்னால் சோம்பலாக, கடைசி வரிசையில் சிரிப்பை அடக்கிக் கொண்டு அமர்ந்திருக்க, அவரது நாடகங்களில் சோகமும் நகைப்பும் கைக் கோர்த்துக் கொண்டு செல்கின்றன. வெற்றிவீரர்கள் அணிவகுப்பை ஏளனத்துடன் இகழ்ந்து கொண்டு அமர்ந்திருக்கும் அவர், அவர்கள் நடந்து வரும்போது தனது காலை குறுக்கே நீட்டி தடுக்கிவிழ வைக்கிறார். அவரது தோல்விகள் நமக்கு சிரிப்பை உண்டாக்கினாலும் அச்சிரிப்பு நம் தொண்டையிலேயே சிக்கிக்கொள்கிறது. அவரது கிண்டலான வெறுப்புரைகளில் கூட சோகநிழல் படிந்திருக்கிறது. தவிரவும், ஒரு ஃபிலிஸ்திய வலதுசாரி அல்லது இடதுசாரி பார்வையில் அவர் ஒரு மரபுவழியாளர்-ஓர் உயர்தரமான தனிப்பங்காளர் ***(Mannerist)***. வேவு பார்க்கும் கருவியை தலைகீழாகப் பிடித்துக்கொண்டு பார்க்கிறார். பக்கத்துத் தடத்தில் இருக்கும் ரயிலைப் போல காலத்தைப் பார்க்கிறார். எல்லா இடங்களிலும் கண்ணாடிகளை வைக்கிறார்.யாருடைய குரலில் அவர் பேசுகிறார் என்பதை உங்களால் தெரிந்து கொள்ளவே முடியாது. அவர் கண்ணோட்டத்தில் குள்ளர்களையும், பூதங்களையும் தனது அணியில் சேர்த்துக் கொள்வதில் தடையில்லை. ராபலேஸ் மதச்சார்பற்ற காவல்களிடமிருந்தும் புனித விசாரணையிலிருந்தும் தொடர்ந்து தப்பியோடிக் கொண்டிருந்தாரென்றால் அதற்குக் காரணம் அவரது பிரம்மாண்டமான *Garganta*-வும் *Pantagruel*-லும் இவ்வுலகை அறிவுரீதியாக புரட்டிப் போட்டிருந்ததுதான். அவை கிளப்பிய சிரிப்பு நிச்சயமாக நரகவேதனையூட்டின. தோத்ரே- தாமின் கோபுரங்களின் மேல் கார்கந்த்வா நிர்வாணமாக நின்று, பாரிஸின் மேல் குறுக்கும் நெடுக்குமாக சிறுநீர் கழித்து நகரை மூழ்கடித்தபோது அதில் மூழ்காத ஜனங்களெல்லாம் வெடிச்சிரிப்பு சிரிக்கின்றனர். ஸ்விஃப்டிற்குத் திரும்பச் செல்லலாம்: அயர்லாந்தின் பசியைப் போக்க அவர் பரிந்துரைக்கும் எளிய முறைகளின்படி, பிரேசில், தெற்கு சூடானின் தெருச்சிறுவர்களை ருசியாக சமைத்து விருந்து படைத்தால் பொருளாதார மாநாட்டின் தேசத்தலைவர்கள் சங்கடத்தில் நெளிகின்றனர். அங்கதம் என்ற கலை வடிவத்தில் எதற்கும் அனுமதி உண்டு.

ஹென்ரிஷ் போல் இங்கே தனது நோபல் உரையை மே இரண்டாம் தேதி, 1973இல் நிகழ்த்திய போது எதிரெதிர் நிலைகளில் இருந்த கவிதையையும், தர்க்கத்தையும் அருகில் கொண்டு வந்து நிறுத்திவிட்டு 'எதிர்ப்புணர்வு ஒளிந்து கொள்ளும் இடமாக இருக்கிற நகைச்சுவையைத் தாண்டி நான் செல்லவேண்டி யிருக்கிறது' என்றார்.

அவர் குறிப்பிடும் ழீன் பால் அவர்களுக்கு ஜெர்மனியின் புகழ் மண்டபத்தில் இருக்கும் இடம் அவருக்குத் தெரியும். தாமஸ்மன்னின் இலக்கியப் படைப்புகள் எந்தளவிற்கு, வலது மற்றும் இடது சாரிகளால் அப்போது (இன்றும்கூட) சந்தேகத்திற்குள்ளாகின என்ற முரண்நகையும் அவருக்குத் தெரியும். போல் குறிப்பிடுவது வயிறு வெடிக்கச் சிரிக்கும் சிரிப்பையல்ல, வரிகளுக்கிடையே சத்தமின்றி படிந்திருக்கிற அவரது கோமாளியை விசனத்தில் வீழ்த்துகிற, மௌனிகளாய் மாறிப்போன விரக்தி, ‘சுயகட்டுப்பாடு’ என்ற பெயரில் தணிக்கையிலிருந்து தப்பிக்க சூடிக்கொள்ளும் மாறுவேஷத்தின் நகைச்சுவையை அவர் குறிப்பிடுகிறார்.

நான் எழுதத்துவங்கிய ஐம்பதுகளின் ஆரம்பம் வரை ஹென்ரிஷ் போல் பிரபல மாயிருந்தாலும், அதிகம் ஏற்றுக்கொள்ளப்படாத எழுத்தாளராகவே இருந்தார். உல்ஃப்காங் கோப்பென், குந்தர் யீஷ், ஆர்நோ ஷ்மிட் போன்றோருடன் அவரும் கலாச்சார உற்பத்தி சாலைகளிலிருந்து விலகியே நின்றிருந்தார். போருக்குப் பிந்தைய ஜெர்மன் இலக்கியம் அதிகம் வளராமல், நாஜி அரசாங்கம் பாழ் படுத்திவிட்டுச் சென்றிருந்த ஜெர்மன் மொழியிடம் போராடிக் கொண்டிருந்த காலம் அது. மேலும் போலின் தலைமுறைக்கு-என்னைப் போன்ற இளம் எழுத்தாளர்களுக்குக்கூட-அப்போது தியோடர் அடோர்னோவின் தடையுத்தரவு கட்டிப் போட்டிருந்தது: ‘ஆஷ்விட்ஸிற்குப் பிறகு கவிதை எழுதுவதென்பது காட்டுமிராண்டித் தனமானது. ஆஷ்விட்ஸ் நிகழ்வுகளுக்குப் பிறகு கவிதை இங்கே உருவாகுதல் சாத்தியமல்ல.’ வேறு வார்த்தைகளில் சொன்னால் ‘தொடரும்’ கிடையாது. இருந்தும் நாங்கள் எழுதினோம். அடோர்னோ தனது மினிமா மொராலியாவில் குறிப்பிடுவதைப் போல ஆஷ்விட்ஸ் கடக்க முடியாத பெரும்பிளவை கலாச்சார சரித்திரத்தில் உண்டாக்கியிருக்கிறது என்பதை நினைவில் வைத்துக் கொண்டே நாங்கள் எழுத வேண்டியிருந்தது. அதுதான் தடையைத் தாண்டிச் செல்ல எங்களுக்கிருந்த ஒரே வழி. இருந்தும் அடோர்னோவின் எச்சரிக்கைக்கு இன்றுவரை பலம் இருக்கிறது. என்தலைமுறை எழுத்தாளர்கள் அனைவரும் அதனுடன் பேராடியிருக்கிறோம். யாருக்கும் அமைதியாக இருக்க ஆவலோ, திறனோ இல்லை. ஜெர்மன் மொழியை அதனது மந்தமான, உள்நோக்கித் திரும்பிய குணத்திலிருந்து இழுத்துவர வேண்டிய கடமை எங்களுக்கிருந்தது, இத்தகைய பாதிப்புகளிலிருந்து, கருப்பு வெளுப்பு யதேச்சதிகாரத்தை நாங்கள் மறுதலிக்க வேண்டியிருந்தது. ஐயங்களுக்கும் அவ நம்பிக்கைக்கும் பிறந்தவர்கள் நாங்கள், வயோதிக மதிப்பீடுகள் எங்களுக்குத் தரப்பட்ட சீதனம். எப்படியிருப்பினும் இத்தகைய விரதத்தை என்மேல் சுமத்திக்கொண்டு, முன்பு அலட்சியமாக தூக்கியெறிந்து பேசிய என் மொழியை தாமதமாகவேனும் அறிந்துகொண்டு, அதன் கவர்ச்சியான மென்மையை, எந்தவொரு ஆழத்தையும் எட்டுகிற அதன் கூர்மையை, அதன் அபாரமான இளகிய கடினத்தை, அதன் வட்டார வழக்குகளின் ஜொலிப்புகளை, அதன் வினைரூபங்களின் கலையற்ற, கலாபூர்வமான விநோத அழகுகளை அறுவடை செய்யத் துவங்கினேன்.

இந்த முதலை மீட்டெடுத்ததும் மேலும் முதலீடு செய்ய ஆரம்பித்தேன். அடோர்னோவின் உத்தரவை மீறி, அல்லது அதனால் தூண்டப்பட்டு. ஆஷ்விட்ஸிற்குப் பிறகு கவிதையோ உரைநடையோ எழுதுவதற்கிருந்த ஒரேவழி எழுத்தை ஞாபகங்களாக மாற்றுவதுதான். கடந்த காலத்தை முடிவிற்கு வராமல் தடுக்க இருந்த ஒரே வழி. இதனால் மட்டுமே ஜெர்மனியின் போருக்குப் பிந்தைய இலக்கியம் தனக்கும், தனது வாரிசுகளுக்கும் ‘தொடரும்’ என்கிற பதத்தை நியாயப்படுத்தவும், நடந்தவற்றை சௌகரியமாக மறந்து, தட்டையாக ‘முன்பொரு காலத்தில் ...’ என்று ஆரம்பித்துவிடாதிருக்கவும், காயங்களை திறந்தே வைத்திருக்கவும் முடியும்.

நடந்தவற்றையெல்லாம் முடிந்துபோன கதையென்றும்-சகஜ நிலைக்குத் திரும்பிவிட்டதால் நமது அவமானகரமான கடந்த காலத்தை மறந்து போக வேண்டுமென்றும் எத்தனைமுறை இலக்கியத்திடம் கூறப்பட்டிருக்கிறது, நியாயம் தானே! இந்த நிலை அபத்தமான அதேயளவு புரிந்துகொள்ளக் கூடியதுமாகும். ஒவ்வொருமுறையும் போருக்குப் பிந்தைய காலம் முடிந்து விட்டதா க ஜெர்மனியில் அறிவிக்கப்படும் போதெல்லாம்-10 வருடங்களுக்கு முன்பு அந்தச் சுவர் இடிக்கப் பட்டு ஒற்றுமை கோரப்பட்டதைப் போல-கடந்த காலம் நம்மை துரத்திக்கொண்டு வந்து பிடிக்கிறது.

அப்போது, பிப்ரவரி 1990இல், ஃபிராங்க்ஃபர்ட்டில் மாணவர்களிடம் ஆஷ்விட்ஸிற்குப் பிறகு எழுதுதல் என்ற தலைப்பில் உரையாற்றியபோது, எனது நூல்களை ஒவ்வொன்றாக திறனாய்வு செய்து கொள்ள விரும்பினேன். 1972இல் வெளிவந்த எனது *The Diary of a Snail* இல் கடந்த காலமும் நிகழ்காலமும் குறுக்கிட்டுக் கொண்டும், இணையாகவும் செல்கின்றன. அவ்வப்போது மோதிக் கொள்கின்றன. என் மகன்கள் எனது தொழிலை விவரிக்குமாறு கேட்கின்றனர். ‘எழுத்தாளன் என்பவன் காலத்தில் ஓட்டத்திற்கெதிராக எழுதுபவன் என்கிறேன். மாணவர்களிடம் நான் சொன்னது என்னவென்றால், “இதைப்போன்றதொரு கருத்தை எழுத்தாளர்களை தனியாக பெட்டகத்தில் தம்மைப் பூட்டிக் கொண்டிருப்பவர்களல்ல வென்றும், சாஸ்வதமானவர்களென்றும் சித்தரிக்கிறது. அவர்கள் தம்மை இந்த இடத்தில், இன்றைய தினத்தில் வாழ்பவர்களாகவும், காலமாற்றங்களுக்குத் தம்மை ஆட்படுத்திக் கொள்பவர்களாகவும் ஒரு சார்பு நிலையை எடுத்துக் கொள்பவர்களாகவும் சித்தரித்துக் கொள்கின்றனர்.”

ஒரு சார்பு நிலையை எடுப்பதில் இருக்கும் அபாயங்கள் நன்றாகத் தெரிந்தவையே. ஒரு எழுத்தாளன் விலகி நிற்கவேண்டிய தூரம் இதனால் பாதிப்படைகிறது. கைக்கும் வாய்க்கும் போதுமான சிக்கனத்தில் அவன் மொழி இருக்க வேண்டும். நடப்பு சம்பவங்களின் குறுகியதன்மை அவனையும் குறுக்கி, அவனது கற்பனையின் சுதந்திரத்தைத் தடுத்துவிடலாம். மூச்சுமுட்டி அவன் ஓடிவிழுந்து போகலாம்.

நான் குறிப்பிட்ட அந்த அபாயம் என்னிடம் வருடக்கணக்காக இருந்துவருகிறது.

ஆனால் அபாயமில்லாத எழுத்தாள வாழ்க்கை என்ன வாழ்க்கை? எழுத்தாளனுக்கு ஒரு கலாச்சார வர்க்கத்தின் அதிகாரம் பாதுகாப்பாக இருப்பதென்னவோ உண்மைதான், ஆனால் தற்காலத்தை எழுதி தன் கையை அசுத்தப்படுத்திக் கொள்வோமோ என்கிற பயமே அவனை சிறைப்படுத்தியிருக்கிறது. தனக்கான தூரத்தை இழந்துவிடும் பயத்தில், தொன்மங்களும் இறுமாந்த சிந்தனைகளும் வசிக்கும் ராஜ்யத்தில் தன்னையே இழந்துவிடுகிறான். ஆனால் கடந்த காலம் தொட்டு திரும்பிவரும் நிகழ்காலம் இறுதியில் அவனைக் கவ்விப்பிடித்து கிழித்துவிடுகிறது. எல்லா எழுத்தாளனும் சீக்கிரமாகவோ அல்லது தாமதமாகவோ பிறந்து விட்டதாக எவ்வளவுதான் புலம்பிக்கொண்டாலும் அவன் தன்னுடைய காலத்தின் எழுத்தாளன்தான். எதை எழுதுவது என்பதை அவன் தேர்ந்தெடுப்ப தில்லை. அவனுக்காக தேர்ந்தெடுப்பு நிகழ்த்தப்படுகிறது. தேர்ந்தெடுக்கும் சுதந்திரம் எனக்கு இல்லை என்பதை மட்டும் சொல்வேன். என் சொந்த விருப்பத்தைக் கேட்டால் அழகியல் விதிகளுக்கு கீழ்படிந்து, பாடப்புத்தகங்களில் என் எழுத்துக்கள் தூங்கிக்கொண்டிருக்க, பத்திரமானதோர் இடத்தில் உபத்திரவமில்லாமல் சந்தோஷமாக காலம் தள்ளுவதே என் விருப்பம்.

ஆனால் அதற்கு கொடுத்து வைத்திருக்கவில்லை. தளர்வுறச் செய்யும் எத்தனையோ சந்தர்ப்பங்கள். ஜெர்மானிய சரித்திரத்தின் கருப்பை ஈன்றெடுத்த மலையாய் குவிந்திருக்கும் குப்பைகளையும், பிணக்குவியல்களையும் தோண்டத்தோண்ட வளர்ந்து கொண்டே செல்லும்போது என்னால் எப்படி இவற்றைப் புறக்கணிக்க முடியும்? தவிரவும், நான் ஒரு அகதிகள் குடும்பத்திலிருந்து வந்தவன். இதனால், சாதாரணமாக ஒரு எழுத்தாளனை ஒரு புத்தகத்தைவிட்டு மற்றதிற்கு விரட்டும் காரணங்களான பொதுநோக்கங்கள், சலிப்பு ஏற்படுத்தும் பயம், சுய பிரக்ஞையின் இயங்குவிதங்கள் ஆகியவற்றைத் தவிர எனக்குக் கூடுதலாக என் பிறந்த இடத்தை தொலைத்த ஈடுசெய்ய முடியாத இழப்பும் சேர்ந்திருக்கிறது. கதைகளைப் படைப்பதன் மூலம் அழிக்கப்பட்டு தொலைந்து போனதொரு நகரத்தை மீண்டும் உருவாக்க முடியாவிட்டாலும் சித்தரிக்கவாவது முடியும். இதுதான் என்னைத் தொடர்ந்து செலுத்தி வருகிறது. எனக்கு நானேவும், என் வாசகர்களுக்கும் தெளிவுபடுத்த வேண்டியதெல்லாம் மறைந்துபோன அனைத்தும் மறதியில் மூழ்கிப்போக வேண்டியதில்லை. இலக்கியத்தின் திறனால் அதன் கம்பீரத்தையும், அசட்டுத்தனத்தையும், தேவாலயங்களையும், கல்லறைகளையும், கப்பல் துறைகளின் சப்தங்களையும், பால்டிக் கடலலைகள் எழுப்பும் மெல்லிய தாளங்களையும், வெளியேறிக் கொண்டிருந்தாலும் கதகதப் பாகவும், சுவையாகவும் இருக்கும் ஒரே மொழியையும், பாவமன்னிப்பு கேட்கத் தேவையிருக்கும் பாவங்களையும், தண்டிக்கப்படாத ஆனால் மன்னிக்க வேண்டிய குற்றங்களையும் உயிரூட்டி எழுப்பிக் காட்ட முடியும் என்பதை மட்டுமே.

இத்தகைய இழப்புகள் மற்ற எழுத்தாளர்களுக்கும் பல கொதிநிலைப் பட்டங்களைத் தந்திருக்கின்றன. பல வருடங்களுக்கு முன்னால் ஸல்மான் ருஷ்டியுடன்

பேசிகொண்டிருந்த போது நான் தொலைத்த டான்ஸிகைப் போல அவருக்கு பம்பாய் என்று குறிப்பிட்டேன். இரண்டுமே ஆதார ஊற்றாகவும், குப்பைத் தொட்டியாகவும், உலகின் கர்ப்பப்பையாகவும், வெளிவாசலாகவும் எங்களுக்குத் திகழ்கின்றன. இந்தத் திமிரும், கடுமையும் இலக்கியத்தின் இதயத்திலேயே பதிந்திருக்கின்றன. எல்லாத்தடைகளையும் தடுத்து நிறுத்தின எழுத்தின் நிலை இதுதான். நுணுக்கமான விவரணைகள், உன்னிப்பான சிந்தனையாக்கம், நிஜவாழ்க்கையின் யதார்த்தம்-இவை எதனாலும் நமது அசுரத்தனமான கச்சாப் பொருட்களைக் கையாள முடியாது. தர்க்க சாஸ்திரத்தின் அறிவுப்பரப்பில் வந்தவர்களாததால் சரித்திரத்தின் அபத்தங்கள், அர்த்தமுள்ள விளக்கங்கள் எல்லாவற்றையும் எற்றித்தள்ளி விடுகிறது.

அதன்மேல் சுற்றப்பட்டிருக்கும் பொன்னாடைகளைக் கழற்றிவிட்டுப் பார்த்தால் நோபல் பரிசின் வேர்கள்கூட டைனமைட் கண்டுபிடிப்போடு சேர்ந்திருக்கிற மாதிரி மனிதனின் மற்றெல்லா கண்டுபிடிப்புகளும், அணுவைப் பிளந்தது முதல் மரபணுக்களை பட்டியலிட்டது வரை, அனைத்தும் அழிவையும் ஆக்கத்தையும் ஒருங்கே தன்னகத்தில் கொண்டிருக்கின்றன. எனவே இலக்கியம் தனது வேர்களில் வெடிகுண்டுகளைக் கொண்டிருந்தாலும் அவற்றின் வெடிப்பு உலகில் தாமதாகவேனும் ஏற்படுத்தும் பாதிப்புகளை, பூதக்கண்ணாடியால் காலத்தைப் பெரிதாக்கிப் பார்த்தால்தான் கண்டறியமுடியும். மான்டைனிலிருந்து வால்டேர் வரை ஐரோப்பிய அறிவுப்புரட்சி இடைநிலைக்கால ஐரோப்பிய இறைமை வாதத்தின் இருட்டை எந்தளவிற்கு ஒளியேற்றியிருக்கிறது? இவர்களுடைய வெளிச்சத் துணுக்குகள் கூட வழியில் எதிர்ப்பட்ட தணிக்கைக் காற்றில் அணைந்து போயின. ஆனால் அறிவொளி இறுதியில் பிரகாசமாக எரியத் துவங்கியபோது அது வெறும் வறட்டு தர்க்க அறிவுணர்ச்சியின் வெளிச்சமாகவே இருந்தது. சரி தவறுகளைப் பட்டியலிட்டு, பொருளாதார சமுதாய முன்னேற்றங்களுக்கான வழிமுறைகைள அறிவுறுத்துகிற பிற்பாடு தர்க்கவியல் இருகூறாகப்பிரிய நேர்ந்த முதலாளித்துவ, சோஷலிஸ தத்துவங்களுக்கு முன் அறிவிப்பு செய்து கொண்டிருந்தன என்பதைக் காட்டின.

இன்று அறிவுப்புரட்சியின் வாரிசுகளான இவை எவ்வாறு தோல்வியுற்றிருக்கின்றன வென்பதைப் பார்க்கிறோம். புத்தகங்களின் வெடிகுண்டுகள் வெடித்ததால் நேர்ந்த தாமத விளைவுகள் எவ்வளவு அபாயகரமான நிலைகளை இப்போது உண்டாக்கி யிருக்கினவென்பதையும் பார்க்கிறோம். இந்தச் சிதைவுகளை சரிப்படுத்த அறிவுசார்ந்த கருவிகளையே நாம் நம்புகிறோமென்றால் அதற்கு காரணம் வேறெந்தக் கருவிகளும் நம்மிடம் இல்லை. முதலாளித்துவம்-இதன் சகோதரனான சோஷலிஸம் இறந்துவிட்டதாக அறிவிக்கப்பட்டு விட்டது-குறையாத வெறியோடு, தற்பெருமையோடு, இறந்துவிட்ட சகோதரன் செய்த அதேவிதமான தவறுகளை தானும் செய்துவருவதை பயத்துடன் இப்போது பார்த்துக் கொண்டிருக்கிறோம். இது கட்டற்ற சந்தையை ஒரு சித்தாந்தமாக ஆக்கி, தனது அளவற்ற பலத்தை வைத்து

அதற்கு போதையேற்றி, நிறுவனங்களை ஒன்றுடன் ஒன்று இணைத்துக் கொண்டு, மேலும் லாபத்தை ஈட்டுவதைத் தவிர வேறெந்த நோக்கமும் கொண்டிராததாகவே இருந்து வருகிறது. கம்யூனிசத்தைப் போலவே, முதலாளித்துவமும் எந்தவொரு சீர்திருத்தத்திற்கும் இடம் தராது தன் கழுத்தைத் தானே நெரித்துக்கொண்டு வருகிறது. உலகமயமாக்கம் என்ற தனது கொள்கையை அகந்தையுடன் ‘இதற்கு மாற்று ஏதுமில்லை’ என்று அறிவிக்கிறது.

அதனால் வரலாறு ஒரு முடிவிற்கு வந்துவிட்டது. இனி ‘தொடரும்’ என்பது இல்லை. ஆவலைத் தூண்டுகிற உத்திகள் இனி இல்லை. அரசியல் தனது முடிவெடுக்கும் அதிகாரத்தை பொருளாதாரத்திற்கு துறந்ததைப் போல, இலக்கியம் முன்னெழுந்து இப்புதியக் கோட்பாட்டின் தவறுகளை சரி செய்யுமென நம்பிக்கை கொள்ளலாம்.

இத்தகைய மாற்றங்களைக் கொண்டுவரும் ஓர் எழுத்து எவ்வாறு தனது இலக்கியத்தரத்தை தக்க வைத்திருக்கும்? அதன் தாமதமான பாதிப்புகளுக்கு காத்திருக்குமளவிற்கு உலகத்திற்கு நேரம் இருக்கிறதா? எதிர்காலம் என்ற கிடைத்தற்கரிய பொருளை வழங்கக்கூடிய புத்தகம் ஏதாவது இருக்கிறதா? பொதுவாழ்க்கையிலிருந்து இலக்கியம் தற்போது விலகி, இளம் எழுத்தாளர்கள் இணையதளத்தை விளையாட்டு மைதானம் போல் பயன்படுத்தி வருவதன் காரணமா? தகவல் தொடர்பு என்ற மாய வார்த்தைதான் அனைத்தையும் முன்னெடுத்துச் செல்லும் தலைவிதியாகிவிட்டதா? காலத்தின் ஒவ்வொரு துளியும் பதட்டத்தோடு முன்கூட்டியே தீர்மானிக்கப்படுகின்றன. கலாச்சார தொழிற்சாலை உற்பத்தி செய்யும் கண்ணீரில் உலகம் மூழ்குகிறது. என்ன செய்ய வேண்டும்?

எனது நாத்திகத்தைப் பொருட்படுத்தாமல், என்னை இதுவரை ஏமாற்றாத துறவி ஒருவரின் முன் மண்டியிடுகிறேன். ‘ஓ, புனித (காமுவின் கருணையால்) ஸிஸிஃபஸே உமது பாறை குன்றின் மீது நில்லாது, நாங்கள் மீண்டும் அதை கீழிறக்கி வருவோமாக. அதில் நீங்கள் மகிழ்ச்சி கொண்டு, எங்கள் வாழ்வின் கடுமைகளைச் சொல்கிற கதைகளை முடிவற்றதாக்குவீராக, ஆமென்.’

என் பிரார்த்தனை கேட்கப்படுமா? அல்லது வதந்திகள் உண்மைதானா? புதிதாக படியாக்கம் செய்யப்பட்ட ஜந்துக்கள் மனித சரித்திரத்தை நீட்டிக்கப்போகின்றனவா? இது எனது உரையின் ஆரம்பத்திற்கு கொண்டு செல்கிறது. மீண்டும் *The Rat* நாவலை திறந்து அத்தியாயம் 5க்கு வருகிறேன். அதில் சோதனைக் கூடத்து எலி, இலட்சக்கணக்கான பிற ஆய்வு விலங்குகள் சார்பாக நோபல் பரிசினைப் பெறுகிறது. மனிதகுலத்தின் தீராத பிரச்சனையான பசியைப் போக்கும் ஆராய்ச்சிகளை நடத்தியவர்களுக்கு வழங்கப்படும் பரிசுகளையும் அதில் பார்க்கிறேன். காசு கொடுப்பவர்களுக்கு ஒரு ஜோடி சிறுநீரகங்கள் கிடைக்கின்றன. இதயங்கள் மாற்றப்படலாம். கம்பியின்றி உலகம் முழுக்க தொலைபேசியில் தொடர்பு கொள்ளலாம். செயற்கை கோள்களும் விண்வெளி நிலையங்களும் மனிதர்களைச் சுமந்துகொண்டு சுற்றுகின்றன. பரிசுவென்ற ஆய்வின் மூலம் உருவாக்கப்பட்ட நவீன

ஆயுதங்கள் தமது முதலாளிகள் மரணத்தை கைக்கருகிலேயே பாதுகாப்பாக வைத்திருக்க உதவுகின்றன. மனித மனம் கற்பனை செய்யும் எதுவும் வியப்பூட்டும் சாதனங்களால் நிறைவேற்றப்படுகின்றன. பசி மட்டும்தான் எதிர்க்கின்றது. அது வளர்ந்துகொண்டும் செல்கிறது. ஆழப்பதிந்த ஏழ்மையின் அவலம் பெருகி வருகிறது.

உலகம் முழுக்க பசியோடு அகதிகள் பரவிவருகின்றனர். அரசியல் உறுதியோடு, அறிவியல் மேன்மையைச் சேர்த்து இந்த மகத்தான அவலத்தைப் போக்க வேண்டும். ஆனால் யாருக்கும் இதில் ஆர்வமிருப்பதாகத் தெரியவில்லை. 1973இல், அமெரிக்காவின் துணையோடு, பயங்கரவாதம் சிலியில் தாக்கத்துவங்கியபோது வில்லி பிராண்ட். ஐக்கிய நாடுகள் சபையின் பொதுக்குழுவில் பேசினார். உலகளாவிய ஏழ்மையைப் பற்றி அவர் ‘பசி என்பதும் போர்தான்!’ என்று அறிவித்தபோது எழுந்த கரவொலி பிரமிப்பூட்டுவதாக இருந்தது.

அவர் உரையாற்றும்போது நானும் அங்கிருந்தேன். அப்போது எனது *The Flounder* நாவலை எழுதிக் கொண்டிருந்தேன். அது மனித இருப்பின் ஆதாரமான உணவு ஓரிடத்தில் அபரிமித மாகவும், அதற்கருகிலேயே பற்றாக்குறையோடும் இருப்பதைப் போலவே, பெருந்தீனியர்களும், ஒட்டிய வயரினர்களும், அருகருகே ஒன்றியிருப்பதைப் பற்றியும், நாக்கில் ஊறும் அறுசுவைகளின் இன்பத்தையும், செல்வந்தனின் சாப்பாட்டு மேசையினடியில் இறைந்திருக்கும் துகள்களைப் பொறுக்குபவர்களின் ஆர்வத்தையும் அந்நாவல் கூறிச்செல்கிறது.

இந்த விஷயம் இன்னமும் நம்மிடமே இருக்கிறது. ஏழை தேசங்களில் பிறப்பு விகிதங்கள் மட்டுமே செழிப்பாக இருக்கின்றன. வசதிபடைத்த வடக்கு, மேற்கு நாடுகள் தமது பாதுகாப்பு அரணை இன்னமும் உயரமாக்கிக் கொண்டு இவற்றையெல்லாம் பாராமுகமாக திரையிட்டுக் கொண்டுள்ளன. ஆனால் அகதிகள் கூட்டமாய் வந்து மோதும்போது எந்தக் கோட்டைச்சுவரும் பசியின் வேகத்தில் நொறுங்கிவிடும். எதிர்காலம் இவையெல்லாவற்றையும் பற்றிச் சொல்வதற்காக ஏதேனும் மிச்சம் வைத்திருக்கலாம். நமது பொதுவான நாவல் தொடரப்பட வேண்டும். என்றாவது ஒருநாள் மனிதர்கள் எழுதுவதையும் வெளியிடுவதையும் நிறுத்தி விட்டாலும், அல்லது நிறுத்துமாறு கட்டாயப்படுத்தப்பட்டாலும் புத்தகங்கள் கிடைப்பது நின்று போனாலும், அப்போதும் கதைசொல்லிகள் தமது வாயிலிருந்து கேட்போரின் செவிகளுக்கு செயற்கை சுவாசம் அளித்துக்கொண்டுதானிருப்பர். பழைய கதைகளை புதுவடிவத்தில், உரத்த குரலிலும், மென் குரலிலும், திகைக்க வைத்து, பின் திடுக்கிட வைத்து, சிரிக்க வைத்து, பின் அழுகையின் விளிம்பிற்குச் சென்று கதைகள் தொடர்ந்து கொண்டேதானிருக்கும்.

◆

எடுவார்டோ காலியானோ

எட்டு வருடங்களுக்கு முன் ஸ்பானியச் சிற்பியும் கவிஞருமான காயத்ரி கேம்யூஸிடம் உரையாடிக்கொண்டிருக்கும்போது தென்அமெரிக்க எழுத்தாளர் களைப் பற்றி பேச்சு எழுந்தது. "இன்னமும் மார்க்வெஸ், போர்கெஸ், யோசா, ஃப்யூவென்டஸ் என்று காலாவதியான எழுத்தாளர்களை மட்டுமே படித்துக் கொண்டிருக்கிறீர்களே, இப்போது எழுதிக் கொண்டிருக்கும் புதிய எழுத்தாளர்களில் முக்கியமானவரான எடுவார்டோ காலியானோவை படித்திருக்கிறீர்களா?" என்று கேட்டார். தொடர்ந்து, "கடந்த ஐந்து வருடங்களாக காலியானோவிற்கு நோபெல் பரிசு கிடைக்கும் என்று தென் அமெரிக்கா முழுவதுமே எதிர்பார்த்திருக்கிறது" என்றார்.

எடுவார்டோ காலியானோவை எப்படி வகைப்படுத்துவது? கவிஞரா, அரசியல் விமரிசகரா, சரித்திரவியலாளரா, நாவலாசிரியரா? இவை எல்லாமும் என்றுதான் கூறமுடியும். அவரது நூல்களை நாவல்கள் என்றோ, வரலாற்று ஆவணம் என்றோ நமக்கு அறிமுகமான வடிவங்களில் அடைத்துவிட முடியாது என்பதுதான் அவர் எழுத்தில் உள்ள கவர்ச்சி. ஆம், காலியானோவைப் பற்றி ஒரேவாக்கியத்தில் அறிமுகப்படுத்த முனைந்தால் மனதில் தோன்றும் ஒரே வரி : மிகக் கவர்ச்சிகரமான எழுத்தாளர் என்பதுதான். அவரது எழுத்தின் கவர்ச்சி தென் அமெரிக்க மண்ணிற்கேயுரிய கவர்ச்சி. நெருடாவிலும் மார்க்வெஸ்ஸிலும் நமக்கு அறிமுகமாயிருந்த அதேவிதமான உயிர்ப்பும், துடிப்புமான கவர்ச்சி.

தென் அமெரிக்காவிற்கு வெளியே இருக்கும் இடதுசாரி எழுத்தாளர்களுக்கும் காலியானோ போன்ற லத்தீன் அமெரிக்கர்களுக்கும் உள்ள மிகபெரிய வேறுபாடு, பின்னவர்களின் எழுத்தில் கொப்பளிக்கும் உற்சாகம், நகைச்சுவையுணர்வு, கிண்டல், பகடி அதன் பின் மிக முக்கியமாக அந்த எழுத்துக்களில் எப்போதுமே கொப்பளித்துக் கொண்டிருக்கும் ஒரு கொண்டாட்டவுணர்வு போன்றவைதான். கடும் போராட்டவெளிகளிலும் தீவிரமான தத்துவ அலசல்களிலும்கூடத் தெறிக்கும் அவர்களது நகைச்சுவையுணர்வும், கூர்மையான அங்கதமும் லத்தீன் அமெரிக்கர்களின் கவர்ச்சிக்கு எடுத்துக்காட்டு. மாறிவரும் சூழலுக்கேற்றபடி தமது தத்துவங்களை தகவமைத்துக் கொண்டு குறிக்கோளை மட்டும் கவனத்திலிருந்து விலக்காமல் செயல்படுகிற சூட்சுமம் தென்னமெரிக்கர்களுக்கே உரியது. இன்று அமெரிக்காவின் எதேச்சதிகாரத்திற்கு எதிராக தென் அமெரிக்க நாடுகள் அனேகமாக அனைத்துமே அணிதிரண்டு நிற்பது இனிவரும் காலங்களில் உலக சரித்திரத்தின் போக்கை நிர்ணயிப்பது லத்தீன் அமெரிக்காவாகத்தான் இருக்கும் என்ற அனுமானத்தை ஏற்படுத்துகிறது. சோவியத் யூனியனின் சிதறலில் மனம் தளர்ந்து போயிருந்த இடதுசாரிகளுக்குத் தற்போது புத்துயிரூட்டியிருப்பது தென் அமெரிக்கக் கண்டத்தில் தொண்ணூறு சதவீத நாடுகளில் இடதுசாரி அரசாங்கங்கள் ஆட்சியமைத்திருப்பதுதான்.

இந்தப்பின்னணியில் 'அடையாளத்திற்குள் அடங்க மறுக்கும்' கலைஞனான எடுவார்டோ காலியோனாவை அணுகலாம்.

"தேசங்களுக்கிடையே தொழிற்பங்கீடு என்பது சிலர் ஜெயிப்பதில் விசேஷ கவனம் எடுத்துக் கொள்வதும், மற்றவர்கள் தோற்பதற்குப் பயிற்சி எடுப்பதும்" என்ற துவக்க வாசகத்துடன் தனது Open veins of Latin Americaவை ஆரம்பிக்கும் காலியானோ உருகுவே நாட்டில் பிறந்தவர். 1970களில் ஏற்பட்ட ராணுவ ஆட்சியில் நாட்டை விட்டு வெளியேறி தலைமறைவான இவர் எப்போதுமே தோற்கும் தரப்புடன் அடையாளம் கண்டுகொள்ளப்படுபவர். 1971ல் முதன்முதலாக வெளிவந்த மிகவும் Open Veins மிகவும் ஈர்ப்பான துயரக்கவிதை நடையில் லத்தீன் அமெரிக்கா ஐநூறு ஆண்டுகளாக சூறையாடப்பட்ட, ஏகாதிபத்தியத்தில் நசுக்கப்பட்ட வரலாற்றைப் பதிவு செய்கிறது. காலனிய காலத்திலிருந்தே லத்தீன் அமெரிக்கா உலகப் பொருளாதாரத்திலிருந்து திட்டமிட்டு ஒதுக்கப்பட்டு வந்திருக்கிறது என்ற 1960களின் மார்க்ஸிய 'சார்பு நிலைத் தத்துவ'த்தின் உள்ளடக்கத்திலிருந்து மாறுபடாத ஆனால் நடையில் மாறுபட்டிருந்த Open Veins விரைவிலேயே புரட்சிகர வட்டங்களின் அங்கீகரிக்கப்பட்ட நூலாகி தென்னமெரிக்காவிலேயே லட்சக்கணக்கான பிரதிகள் விற்றது. ஆனால் சமுதாய எழுச்சியும், கெரில்லா யுத்தமும், சர்வாதிகாரமும் நடைபெற்றுவந்த அக்காலகட்டத்தில் மூன்று மாதக் கடும் உழைப்பில் உருவான அந்நூல் வெளிவந்தவுடனேயே அரசால் தடைசெய்யப்பட்டது. பினோச்சேவின் ஆட்சிக்காலத்தில் சிலி நாட்டு இளம்பெண்ணொருத்தி தன் குழந்தையின்

அணையாடைக்குள் அப்புத்தகத்தை ஒளித்து வைத்துக் கொண்டு சிலியை விட்டுத் தப்பிச்சென்றாள். அப்படித்தான் வெளியுலகிற்கு நுழைந்த *Open Veins* உலக மொழிகள் அனைத்திலும் மொழிபெயர்க்கப்பட்டது.

காலியானோவின் ஆகச்சிறந்த படைப்பும், ஒரு முக்கதையுமான *Memory of Fire* நூற்றுக்கணக்கான கலைடாஸ்கோப் சித்திர பிம்பங்களில் கேம்ப்பசீனோக்களின், அடிமைகளின், சர்வாதிகாரிகளின், பொறுக்கிகளின், கவிஞர்களின், ஞானிகளின் வாழ்க்கைகளைக் காட்டித் தென் அமெரிக்காவின் ரகசிய சரித்திரத்தைப் புத்துயிர்க்க வைக்கிறது. நினைவுக்குறிப்புகள், நாவல்கள், சில கவிதைகள், நாட்டார் கதைகள், மறந்துபோன பயண நூல்கள், வைதீக சாத்திரங்கள், ரிவிஷனிஸ்ட்டுகளின் தனிவரைவு நூல்கள், அம்னெஸ்டி இன்டர்நேஷனலின் அறிக்கைகள் எனபல்வேறு ஆதார ஆவணங்களைக் கொண்டு பரந்து விரிந்த தளத்தில் மொஸைக் வடிவங்களைப் போல காலியானோவின் இந்நாவல் உருவாக்கப்பட்டுள்ளது. *Genesis,Faces and Masks* மற்றும் *Century of the wind* என்ற இந்நாவலின் மூன்று தொகுதிகளும் காலக்கிரமமாக அமைக்கப் பட்டிருந்தாலும் புவியியல் களங்கள் மாறிக்கொண்டேயிருக்கின்றன. விளைவு, மருட்டுவ தாகவும், செறிவூட்டு வதாகவும் அமைந்திருக்கிறது.

பெரும்பாலான எழுத்தாளர்களைவிட காலியானோ கவிஞராகவும், பிரச்சார கராகவும் வெற்றிகரமாக கயிற்றின்மேல் நடக்கிறார். வாஷிங்டன் போஸ்ட் பத்திரிகையின் மைக்கேல் திர்தா அவரை காஃப்காவுடனும், போர்கெஸ்ஸுடனும் ஒப்பிடுகிறார். *City of Quartz*-இன் ஆசிரியர் மைக் டேவிஸ், "புதிய பொருளாதாரம் என்கிற மாயையை தக்கவைத்துக் கொள்ள ஏற்படுத்தப்படும் மனிதத்தன்மையற்ற சூழலையும். பாரபட்சக் கொள்கைகளையும் காலியானோவை விட அதிகமான அறத்தெளிவுடன் யாரும் பதிவு செய்ததில்லை" என்கிறார். சமீபத்தில் வெளிவந்த *Upside Down : A Primer for the Looking - Glass World* காலியானோவின் படைப்புகளிலேயே மிகவும் கோபமான படைப்பு. நையாண்டி 'பாடத்திட்ட'ங்களாக 'அநீதி-101', 'புனித வாகனம்', 'தனிமைக்கும் ஒரு பயிற்சிமுறை' போன்ற தலைப்புகளில் உள்ளீடற்ற மேற்கத்திய நுகர்வோர் கலாச்சாரத்தை, தேய்ந்துவரும் கருத்தியற் கோட்பாடுகளை, அதிகரித்துவரும் வடக்கு-தெற்குப் பிளவை கூர்மையாக வர்ணிக்கிறார். "ஏழை நாடுகள் நன்னடத்தை உலகப் போட்டியில் இதயப்பூர்வமாக, ஆத்மபூர்வமாக ஈடுபட்டு, எலும்பைத் தேய்க்கும் அடிமாட்டுக் கூலிக்கும், சுற்றுச்சூழலில் விஷத்தைக் கலப்பதற்கான சுதந்திரத்திற்கும் ஒப்புக்கொள்வது யார் என போட்டியிடுகின்றன." *Upside Down*-இல் மெக்ஸிகோ ஓவியர் ஹொசே குவாதுலேபே பொஸாடா (1852-1913)வின் அற்புதமான செதுக்கோவியங்கள் இடம் பெற்றிருக்கின்றன. இவரது ஓவியங்களின் காரமான நகைச்சுவை, ஃப்ரீடா காலோவிலிருந்து ஜோசப் மிட்செல் வரை - பல ஓவியர்களைப் பாதித்திருக்கிறது.

காலியானோவின் இன்னொரு முகம் கால்பந்து ஆர்வம். லத்தீன் அமெரிக்கர்களுக்கு கால்பந்து என்பது வெறும் விளையாட்டு அல்ல என்பது அனைவருக்கும் தெரியும். அதனை வெறி என்றுகூட கூறமுடியாது. தென்னமெரிக்கர்களுக்குக் கால்பந்து ஒரு மதம், அவர்கள் வாழ்க்கையிலிருந்து பிரிக்க முடியாத ஓர் அங்கம். அவர்களது கால்பந்து ஆர்வத்தை, உண்மையான பிரச்னைகளிலிருந்து திசை திருப்பும் ஒரு லாகிரி வஸ்து என்று வர்ணிப்பவர்கள் உண்டு. காலியானோவின் Soccer in Sun and Shadow- வை வாசிப்பவர்களுக்கு அத்தகைய கருத்து சரியல்ல என்பது விளங்கும். காலியானோவிற்கு கால்பந்து ஒரு சங்கீதம் போல, ஒரு இலக்கியம் போல, ஒரு நாட்டியம் போல இருக்கிறது. பீலேவையும், மரடோனாவையும், ரொமாரியோவையும் காலியானோ ஒரு நெருடாவை ரசிப்பதைப் போலவே அணுஅணுவாக ரசித்து எழுதுகிறார்.

மரடோனாவைப் பற்றி எவ்வளவோ விளையாட்டு விமரிசகர்கள் பக்கம் பக்கமாக எழுதியிருக்கின்றனர். ஆனால் எடுவார்டோ காலியானோ என்ற ஒரு கலைஞன் மரடோனாவைப் பற்றி எழுதும்போது அந்த வார்த்தைகளிலிருந்து அம்மாபெரும் மேதை, கால்பந்துக் கலைஞன் தனது மந்திரக்கால்களில் பந்தை ஒட்டவைத்து, திருப்பி, உதைத்து, சுழற்றி, போக்குக்காட்டிவிட்டு, நம்பமுடியாத கோணத்தில் ஒரு மாய வித்தை போல் கோலிற்கு அடிப்பது கண்முண் எழுகின்றது.

மரடோனாவைப் போல புகழின் உச்சியைத் தொட்டவர்களும் இல்லை, அவதூறுகளில் சிக்கிச் சீரழிந்தவர்களும் இல்லை. ஒரு நிஜமான மேதையின் சோகம் அது. ‘மரடோனாவின் முதுகைக் காயப்படுத்தியது மரடோனா என்ற சுமைதான்’ என்று வர்ணிக்கிறார் காலியானோ, 1986ம் வருட உலகக்கோப்பை கால்பந்து காலிறுதி ஆட்டத்தில் இங்கிலாந்தை (ஃபாக்லந்து யுத்தத்தை அர்ஜென்டீனியர்கள் மறந்திருக்கவில்லை) மரடோனா தனியாளாக வென்று சரித்திரம் படைத்ததை ரசனை ததும்ப எழுதுகிறார் காலியானோ. ஒரு அற்புதக் கலைஞனின் படைப்பை மற்றொரு அற்புதக் கலைஞன் வர்ணிக்கிறான்! (நமது தமிழ்ச் சூழலில் விளையாட்டைப் பற்றி ஆழமாகப் புரிந்து எழுதக்கூடிய நவீன எழுத்தாளர்கள் எத்தனை பேர் இருக்கின்றனர்?)

காலியானோ இளவயதில் தொழிற்சாலையில் தொழிலாளியாக, பில் கலெக்டராக, சுவர் விளம்பரங்கள் எழுதுபவராக, தபால்காரராக, தட்டச்சராக, வங்கிப்பணியாளராக பல வேலைகளில் இருந்திருக்கிறார். தனது பதினான்காவது வயதில் இடதுசாரி நாளிதழ்களுக்கும், பத்திரிகைகளுக்கும் கார்ட்டூன்களும், கட்டுரைகளும் அனுப்பத் தொடங்கினார். 1973 ல் நடைப்பெற்ற உருகுவே கலகத்தின்போது பல்லாயிரக்கணக்கான சக நாட்டவர்களுடன் காலியானோவும் சிறிது காலம் சிறைப்பட்டிருந்தார். பிறகு அர்ஜென்டைனாவிற்குத் தப்பிச் சென்றார். 1976 ல் அங்கும் ராணுவம் ஆட்சியைக் கைப்பற்றியதும் பார்ஸிலோனாவில் அடைக்கலம் புகுந்தார். சகஜநிலை திரும்பியதும் 1985 ல் உருகுவேவிற்குத்

திரும்பினார். அதுமுதல் லத்தீன் அமெரிக்காவின் மிக முக்கிய எழுத்தாளர்களில் ஒருவராகத் திகழும் இவரது படைப்புகளில் குட்டிக் கதைகளும், நாட்டுப்புறக் கதைகளும், சிறுவர் கதைகளும், அங்கதமும், வரலாறும், கனவுகளும், கவிதைகளும் ஒன்றாகப் பிணைந்திருக்கின்றன. காலியானோவைப் படிப்பது லத்தீன் அமெரிக்காவின் இதயத்தைப் படிப்பது போல. அந்தப் பிரதேசத்தின் ஆன்மாவை காலியானோவின் எழுத்துக்களில் தரிசிக்கும்போது நமது கலாச்சாரத்திற்கும், அவர்களுடைய கலாச்சாரத்திற்கும் இடையேயிருக்கும் நெருக்கமான ஒற்றுமை ஆச்சரியமாக வெளிப்படும்.

“நான் ஏன் எழுதுகிறேன்” என்ற கட்டுரையில் ஜார்ஜ் ஆர்வெல் “எனது துவக்கப்புள்ளி எப்போதுமே ஒரு பக்கச் சார்பு கொண்டதாக, அநீதி இழைத்த உணர்வைத் தருவதாக இருக்கிறது” என்றார். உங்களது துவக்கப்புள்ளி என்ன?

என் கைகள் அரிப்பெடுக்கும் போது மட்டுமே, அதைச் செய்யும் அவசியத்தை உணரும்போது மட்டுமே எழுதுகிறேன். ட்ரம்ஸை கடவுளைப் போல வாசிக்கக் கூடிய ஒரு கியூப இசைக்கலைஞரிடம் இதைக் கற்றுக்கொண்டேன். அதுதான் அவரது ரகசியமும் கூட. “என் கைகள் அரிப்பெடுக்கும்போது மட்டுமே நான் ட்ரம்ஸ் வாசிக்கிறேன்,” எழுத வேண்டிய அவசியத்தை உணரும்போது மட்டுமே எழுதுகிறேன்: என் மனசாட்சி ஆணையிடுவதனால் அல்ல. அநீதியைக் கண்ட சீற்றத்தினால் மட்டும் அது வருவதில்லை. அழகான பயங்கரமாகவும், பயங்கரமான அழகாகவும் இருக்கும் வாழ்வைக் கொண்டாடுவது அது.

1993இல் வெளிவந்த தனது *Utopia Unarmed : The Latin American Left After the Cold War* என்ற புத்தகத்தில் ஜோர்ஜ். ஜி. காஸ்டநாடா லத்தீன் அமெரிக்க அறிவுஜீவிகள் எப்போதுமே ஒரு ‘பிரதானக் கடமையை’ நிறைவேற்றி வருகின்றனர் என்று வாதிடுகிறார். அவரது வார்த்தைகளில் அவர்கள் “தேசிய மனசாட்சியின் காவலர்களாகவும், விமரிசகர்களாகவும், பொறுப்புடைமையை தொடர்ந்து கோருபவர்களாகவும், கொள்கைக்கும், சத்தியத்திற்கும் அரணாகவும் விளங்குகின்றனர்.” ஸ்பானிய போர்ச்சுகீசிய மொழிகள் பேசும் உலகிலுள்ள பல கலைஞர்கள், எழுத்தாளர்கள், இசை கலைஞர்களுக்கு தம்மைச் சுற்றியுள்ள அநீதியும், ஏழ்மையும் மிகுந்த சஞ்சலத்தையும் பாதிப்பையும் உண்டாக்குவதாகத் தெரிகிறது. உதாரணமாக நோபல் பரிசு பெற்ற போர்ச்சுகீசிய எழுத்தாளர் ஹொஸே ஸரமாகோ, மெக்ஸிகோவின் சியாபுஸிற்கு அடிக்கடி சென்று ஸபாடிஸ்டா வீரர்களுக்கு தனது ஆதரவான பங்களிப்பை செய்துவிட்டு வருகிறார். லத்தீன் அமெரிக்க எழுத்தாளர்களுக்கு, யு.எஸ். எழுத்தாளர்களை விட அதிகமான அரசியல் பிரக்ஞை இருப்பதன் காரணம் என்ன?

பொதுமைப்படுத்துவதில் எனக்கு நம்பிக்கையில்லை. அறிவு ஜீவியின் 'பங்கை'ப் பற்றியோ, எழுத்தாளனின் 'பணி'யைப் பற்றியோ ஊகிக்க எனக்கு உண்மையில் விருப்பம் கிடையாது. அது களத்தைப் பொறுத்திருப்பதாக நம்புகிறேன். அதைப் பொதுமைப்படுத்தினால் அநீதியாகிவிடும். ஸரமாகோ ஓர் உன்னதமான எழுத்தாளர். தனது பாத்திரங்களின் ஆன்மாக்களுக்குள் அவரால் ஆழமாகத் தோண்டிக் கொண்டே சென்றுவர முடிகிறது. அவரைச் செலுத்தும் ஒருமைப்பாட்டின் உத்வேகத்தை நானும் பகிர்ந்து கொள்கிறேன், பாராட்டுகிறேன். ஆனால் வெளிப்படையாக அரசியல் சாராத எழுத்தாளர்கள் பலர் இருக்கின்றனர். தமது மக்களின் புதைந்திருக்கும் அடையாளத்தை வெளிப்படுத்த உதவிய சில எழுத்தாளர்களும் இருக்கின்றனர். அவர்களையும் அறியாமல் மகத்தான அரசியல் பணியை அவர்கள் ஆற்றியுள்ளனர். மாபெரும் மெக்ஸிக எழுத்தாளரான ஹுவான் ரூல்ஃபோ அப்படிப்பட்டவர் தான். இருபதாம் நூற்றாண்டின் மிகச்சிறந்த லத்தீன் அமெரிக்க எழுத்தாளராக அவரைக் கருதுகிறேன். நிஜத்தில் முகத்திரையை நீக்கி, வெறும் பகல் நேர நிஜத்தையல்ல-நிஜத்தில் ஆழமான அர்த்தத்தில், கனவுகளையும் சேர்த்திருக்கும் நிஜத்தை, நிஜத்தில் சித்த பிரமையை தரிசிக்க வைக்க அவரால் முடிந்திருக்கிறது. இப்போதெல்லாம் தனி நபர்களுக்கு முத்திரை குத்திவிடுவதில் ஆர்வம் அதிகரித்துள்ளது. 'அரசியல் எழுத்தாளன்' என்பது அப்படிப்பட்ட ஓர் முத்திரை. நமக்குத் தெரியாவிட்டாலும் நாமெல்லாம் அரசியல் எழுத்தாளர்கள்தாம். வெளிப்படையான அரசியல் அடையாளம் மட்டும் ஒரு சாத்தியக்கூறு அல்ல. இந்த முத்திரையிடும் விளையாட்டு மிக ஆபத்தானது.

எனவே நமக்கு ஸரமாகோவின் உதாரணம் ஒரு கையிலும், மற்றொரு கையில் ரூல்ஃபோவும் இருக்கிறது.

இல்லை, 'மற்றொரு கையில் அல்ல.' இருவருமே ஒரேவிதமான செயல் பாட்டில்தான் ஈடுபட்டிருந்தனர். ஈடுபட்டிருக்கின்றனர். ஏனெனில் ரூல்ஃபோவின் படைப்புகள் உயிரோடிருக்கும் வரை அவரும் உயிரோடு இருப்பதாகத்தான் பொருள். இன்னமும் அவர் நம்முடன் தொடர்பு கொண்டேதான் இருக்கிறார். இருவருமே நிஜத்தின் முகத்திரையை, முகமூடியை கிழித்து வந்தனர்-வருகின்றனர். *Ayudar a ver:* பார்ப்பதற்கு உதவி செய்வதற்காக. கலையின் முக்கியப்பணி அதுதான்.

எழுத்தாளர் ஒருவருக்கு அரசியல் பொறுப்புகள் இருக்கிற பட்சத்தில் அவர் எவ்வாறு ஒரு பிரச்சாரத் தொனி இல்லாமல் கலாபூர்வமாக தன்னை வெளிப்படுத்திக் கொள்வது?

நான் என்னை "அரசியல் பொறுப்புகள் இருக்கும் ஓர் எழுத்தாளராக" பார்க்கவில்லை. வாழ்க்கையின் மர்மங்களுக்கும் சமுதாயத்தின் ரகசியங்களுக்கும் புதைக்கப்பட்ட பிரதேசங்களுக்கும், மறைக்கப்பட்ட பிரதேசங்களுக்கும் செல்ல

முயல்கிற ஓர் எழுத்தாளன் நான். ஏனெனில் யதார்த்தம் திரையிடப்பட்டிருக்கிறது. எனது அரசியல் பணியும் எழுத்தாளனாக எனது பணியும் ஒன்றாகவேயிருந்தது. அதனால் பிரச்சாரம் என்ற பிரச்சினையை நான் எதிர் கொள்ள வேண்டியதில்லை. பொதுவாக பிரச்சாரம் எடுபடுவதில்லை. அது ஒரு கணத்திற்கு மட்டுமே சொந்தமாக இருக்கிறது. அது பரவாயில்லை, ஆனாலும் அது கலை அல்ல. சில நேரங்களில் கலைப்படைப்புகள் மிகச் சிறந்த பிரச்சாரமாகவும் அமைந்து பிறகு நிலைத்து நின்றுவிடும். *Casablanca* ஒரு பிரச்சார திரைப்படம். ஐஸன்ஸ்டீனின் திரைப்படங்கள் ஸ்டாலின் காலத்திய பிரச்சாரங்கள் தானென்றாலும் அவை மிக அழகான, அற்புதமான கலைப்படைப்புகள். எனவே பிரச்சாரம் எப்போதுமே அற்பாயுள் கொண்டவையாயிருப்ப தில்லை. ஆனால் பொதுவாக அப்படித்தான் இருக்கிறது. பார்க்கப் போனால் திட்டமிட்ட சூத்திரங்களில் எனக்கு நம்பிக்கையில்லை. யதார்த்தம் மிகச் சிக்கலானது.

ஒரு சாத்தியமான உதாரணமாக ழீன்-பால் சார்த்தரைக் கூறுகிறேன். 'எழுத்தாளர்கள் ஒரு குறிப்பிட்ட விதத்தில் நடந்து கொள்வது அவர்களது கடமை' என்று அவர் சொன்னது தவறு - அப்படித்தானே?

எழுத்தாளர்கள் அரசியல் சார்புள்ளவர்களாக இருக்க வேண்டுமென நான் கருதவில்லை. எழுத்தாளர்கள் நேர்மையானவர்களாக, எதைச் செய்தாலும் நேர்மையாகச் செய்ய வேண்டுமென மட்டுமே எதிர்பார்க்கிறேன். தன்னை விலைபேச முடியாதபடிக்கு சுயமரியாதை கொண்டவர்களாக. கௌரவத்தோடும், மனிதர்களாக, எழுத்தாளர்களாக இருக்க வேண்டும். சொல்ல விரும்புவதை சொல்லியாக வேண்டும். வார்த்தைகள் சத்தியமானதாக, இதயத்திலிருந்து வரவேண்டும். இல்லையெனில் செயற்கையாகிவிடும். அரசியல் கண்ணோட்டத்தை மட்டுமே படைப்பாக்கினால் படுதோல்வியில் அது முடிந்துவிடும். 'சோஷலிச யதார்த்தம்' அதற்கோர் உதாரணம். 'பொருள் முதல்வாத யதார்த்தம்' என்பதைப் போல அபத்தமான தோல்வி அது.

உங்களுடைய *Memory of Fire*-இல் காப்ரியல் கார்ஸியா மார்க்வெஸ், செஸார் வாயெஹோ, குறிப்பாக பாப்லோ நெரூடா ஆகியோரைப் பற்றி விரிவாகவும், சரளமாகவும் புகழ்ந்துரைத்துள்ளீர்கள். ஆனால் ஜோர்ஜ் லூயிஸ் போர்கெஸ் பற்றி 1935ஆம் வருட புயேனஸ் அய்ரெஸ் பகுதியில் குறிப்பு வருகிறது. "மக்களை ஒன்றுபடுத்துகின்ற எதைக் கண்டாலும் - அது கால்பந்தோ அல்லது அரசியலோ எவையெல்லாம் அவர்களைக் கண்ணாடியைப் போல பெருக்கிக் காட்டுகிறதோ - காதல் போல, அவை அவருக்கு அச்சமூட்டுகின்றன. அதை அங்கீகரிப்பது பழங்காலத்தில் நிலவிய, அவர்கள் முன்னோர்கள் காலத்தில் நிகழ்ந்த புராதன யதார்த்தத்தை மட்டுமே. அத்தகைய யதார்த்தத்தை விரிவாக்கி வியாக்கியானம் செய்த

நூல்களைத் தவிர வேறெதையும் அவர் பொருட்படுத்துவதில்லை. மற்றதெல்லாம் அவருக்குப் புகையாகி விடுகிறது. மிகச்சுவையாக. கூர்மையாக போர்ஹெஸ் *Universal History of Infamy* யைக் கூறுகிறார். அவரைச் சுற்றியுள்ள தேசிய அபகீர்த்தி பற்றி அவர் விசாரிப்பதில்லை."

நெரூடா கம்யூனிஸ்ட் கட்சியின் உறுப்பினராக, ஒரு புரட்சியாளராக செயலாற்றிக் கொண்டிருந்த போது மிக மட்டமான கவிதைகள் எழுதிக் கொண்டிருந்தார். ஸ்டாலினுக்குப் புகழாரம் செலுத்தியதைப் போன்ற விஷயங்கள். *Canto General* இன் சிறந்த பகுதிகள், அந்த சந்தோஷத்தையும், பயங்கரத்தையும், உன்னதத்தையும், அசிங்கத்தையும் லத்தீன் அமெரிக்காவில் பிறந்த நேர்ந்ததையும் பாடும்போது உண்டானவை.

ஆனால் போர்கெஸ்ஸைப் பொறுத்தவரை அவர் என் இதயத்தில் எப்போதும் விசேஷமான இடத்தில் இருந்ததில்லை. அவரது படைப்புகளில் வாழ்வின் மின்சாரத்தை நான் உணர்வதில்லை. அவர் பாணியை, அவரது திறமையை, அவரது செய்நேர்த்தியை நான் ரசிக்கிறேன். அவர் ஒரு அறிவுஜீவி. தலைமட்டும் கொண்டதோர் மனிதர். இதயம் கிடையாது, செக்ஸ் கிடையாது, வயிறு கிடையாது- வெறும் மூளை மட்டுமே. மிகக் கூர்மையான, மிகச் சாமர்த்தியமான மூளை. ஆனால் அவர் ஒரு மேல் மட்டத்து மனிதர். இனவாதி. மிகப் பிற்போக்குவாதி. அர்ஜென்டைனாவில் ஜெனரல் விதேலா, சிலியின் பினாசே போன்ற இராணுவ சர்வாதிகாரிகளுக்கு மரியாதை செலுத்தியவர். அவருக்கு நான் நெருக்கமாக உணர்ந்ததில்லை. இருந்த இடத்திலேயே அமர்ந்து எழுதுகிற எழுத்தாளர். நூலகத்தில் உட்கார்ந்திருக்கும் ஓர் அறிவுஜீவி. நெருடா உலகத்தோடு வேறுவகையில் பிணைந்திருக்கிறார். அவரது கவிதைகளில் வாழ்வின் கொண்டாட்டத்தை, கனிகளை, கடலை, காதலை காண்கிறோம்.

போர்ஹெஸ்ஸை விட நெருடா மேலான எழுத்தாளர், மேலான மனிதர் என நீங்கள் குறிப்பிடுவதற்கு அவரது இடதுசாரி அரசியல் காரணமா? *Memory of Fire*-ல் உள்ள போர்கெஸ் பற்றிய பத்தி, நெருடாவை நீங்கள் வர்ணிக்கு மளவிற்கு தாராளமாக இல்லையே.

அந்தப் புத்தகத்தில் போர்கெஸ்ஸைவிட நெருடாவிடம் நான் தாராளமாக இருப்பது ஒருவேளை உண்மையாகவே இருக்கலாம். ஆனால் அது அவர்களது அரசியல் நிலைப்பாடுகளின் காரணமாக அல்ல. நெருடாவைப் படிக்கும்போது, வாழ்க்கையின் பயங்கரங்களையும், அற்புதங்களையும் கடந்து வந்திருக்கின்ற, விழுந்து மீண்டும் எழுந்து காதலாலும், காலத்தாலும், மரணத்தாலும் காயமுற்றிருக்கும் ஒருவனை உணர்கிறேன். நெருடாவின் சில படைப்புகள் நான் உணர்கிற வாழ்வின் மின்சாரத்தை போர்ஹெஸ்ஸின் பெரும்பாலான படைப்புகளில் காணமுடிவதில்லை. போர்ஹெஸ்ஸின் சில படைப்புகளில் அதை நான்

உணர்ந்தாலும் அது வலியேற்படுத்தும் விதத்தில், சோகமாக-ஆனால் மிக மதிப்புள்ளதாகவும் இருப்பதை உணர்ந்திருக்கிறேன்.

லத்தீன் அமெரிக்க, ஐபீரிய எழுத்தாளர்களில் ஒரு தலைமுறைக்கே வயதாகிக் கொண்டு வருகிறது. கார்ஸியா மார்க்வெஸ், ஸரமாகோ, கார்லோஸ் ஃப்யூவெண்டஸ், மரியோ வர்காஸ் யோசா, கார்லோஸ் மான்ஸிவயிஸ், மானுவல் வாஸ்க்வெஸ் மாண்டல்பான் மற்றும் பலர். லத்தீன் அமெரிக்காவின் அடுத்த தலைமுறையினர் இவர்களது அரசியல் பொறுப்புணர்வை கொண்டிருக்கிறார்களா? கியூப புரட்சியைப் பற்றி கார்ஸியா மார்க்வெஸ் அளவிற்கு இவர்கள் அக்கறை கொண்டிருப் பார்களா?

நான் ஒரு மோசமான தீர்க்கதரிசி. எதைப் பற்றியாவது நான் ஊகித்துச் சொன்னால் அது எதிர்மறையாக நடந்து முடியும். ஜோசியக்காரனாக நான் பிழைக்க வேண்டியிருந்தால் தேவாலயத்திறகு எதிரே உட்கார்ந்து பிச்சை எடுத்துக் கொண்டிருந்திருப்பேன். அடுத்த தலைமுறையில் என்ன நடக்குமென எனக்குத் தெரியாது. தற்போது எழுத்தாளர்களிடம் மட்டுமல்ல, பொதுவாகவே அரசியல் பிரக்ஞை குறைந்து கொண்டே வருவது கண்கூடான உண்மை. இது கூட்டு அரசியலின் அழிப்பு காலம். ஆனால் சரித்திரம் சுற்றிக்கொண்டே முன்னேறுகிறது. விஷயங்கள் மாறும். யதார்த்தம் என்பது விதி அல்ல. அது ஒரு சவால். இளைஞர்களிடம் என்ன நடக்குமென நான் அறியேன்.

எழுத்தாளர்களைப் பொறுத்தவரை அவர்கள் நேர்மையானவர்களாக, தமது எழுத்தை வியாபாரக் கருவியாக பயன்படுத்தாதவர்களாக, சொல்லப்பட வேண்டிய சொற்களை வெளிப்படுத்துபவர்களாக இருக்க வேண்டும். என்னைப் பொறுத்தவரை இதுதான் அடிப்படை. சொல்வதற்கு தகுதி படைத்த சொற்கள், சொல்வதற்கான அவசியத்திற்கு பிறந்தவை- இவற்றை மட்டுமே எழுதுபவர்களிடம் நான் கேட்பது. மற்றவை முக்கியமல்ல. நல்ல குறிக்கோள்களுடன் உள்ள பல இடதுசாரி எழுத்தாளர்கள் மனித வர்க்கத்தைப் பற்றி ஆழமாக எதையும் எழுதுவதில்லை. பல அரசியல் எழுத்துக்கள் கொடுமையாக, அச்சுறுத்து பவையாக உள்ளன. பல அரசியல் எழுத்தாளர்கள் எதனையும் பொருளாகக் கொண்டு எழுதுவது சாத்தியம் என்பதைப் புரிந்து கொள்ள மறுப்பதாகத் தோன்றுகிறது. காற்றில் ரீங்காரமிடும் ஓர் ஈ, ஒரு லைட்டர், ஒரு ஜன்னல், காலடி ஓசைகள் ... முக்கியமான விஷயம் உங்கள் கண்ணோட்டம்தான். எங்கே நீங்கள் நின்றிருக்கிறீர்கள்? எந்தத் திசையிலிருந்து நீங்கள் பார்க்கிறீர்கள்? எந்தக் கண்ணோட்டத்திலிருந்து நீங்கள் உணர்வதை நினைப்பதை எங்களுக்குக் கூறுகிறீர்கள்? சில விதங்களில் Upside Down ஓர் அரசியல் புத்தகம். மற்ற விதங்களில் அப்படியில்லை. இந்த விஷயங்களை விவாதிக்கும்போது ஒருவர் ஜாக்கிரதையாக இருக்க வேண்டும். ஓர் எழுத்தாளனையோ, ஒரு கலைஞனையோ, “ஓ, அவர் அரசியல் சார்புடையவர்”

எனக்கூறி தகுதியிழக்கச் செய்துவிடுவது சுலபம்.

முப்பது வருடங்களுக்கு முன்னால் நீங்கள் *Open Veins of Latin America* **எழுதும் போது உங்கள் குறிக்கோள் பட்டாம் பூச்சியின் அழகை வர்ணிப்பதல்ல. லத்தீன் அமெரிக்காவில் யு.எஸ்.ஸின் ஏகாதிபத்தியத்தை பதிவு செய்வது தான்.**

ஆம். உண்மைதான். முப்பது வருடங்களுக்கு முன்பு அக்காலகட்டத்தில் பல கேள்விகள் என்னைப் பற்றிக்கொண்டிருந்தன. விடைகளை நான் தேடிக் கொண்டிருந்தேன். முன்னேறாத நாடுகளை "வளரும்" நாடுகள் என்று வளர்ந்து வரும் குழந்தைகளை அழைப்பது போல கூறுவது ஒரு அபத்தம். இவை முன்னேறாமல் இருப்பதற்கு காரணம் வலிமையான நாடுகள் இவர்களை வைத்து முன்னேறுவதுதான். மூன்றாம் உலகத்தின் ஏழ்மை முதல் உலக முன்னேற்றத்தின் விளைவு. வளர்ச்சியின் ஆரம்ப நிலையாக இந்த ஏழ்மையைச் சித்தரிப்பது ஏமாற்று வேலை. *Open Veins* இன் முக்கியத்துவம் அதுதான். செல்வத்தின் வரலாறும், ஏழ்மையின் வரலாறும் ஒன்றுடன் ஒன்று பின்னிப்பிணைந்திருக்கின்றன. ஐந்து நூற்றாண்டுகள் இது எவ்வாறு நடந்து வருகிறது என்பதை இந்நூல் விளக்க முயல்கிறது. யு.எஸ்.ஸின் ஏகாதிபத்தியம் இக்கதையின் ஒரு பகுதி-மொத்தமும் அல்ல. மூன்று வருடங்களுக்குத் தாக்குப்பிடித்து நிற்குமென நம்பினேன். அப்படித் தாக்குப்பிடித்த புத்தகமாகவே இருந்தது அது. ஒரு விதத்தில் அது பிரச்னையான புத்தகம்தான். ஆம். ஆனால் பிறகு வெவ்வேறு விஷயங்களை எழுத முயற்சி செய்ய ஆரம்பித்தேன். திரும்பத் திரும்ப சொன்னதையே சொல்லக்கூடாதென்பதற்காக, *Upside Down, Open Veins* இன் மொழியிலிருந்து வேறுபட்ட நடையில் எழுதப்பட்டது. ஆனாலும் அப்புத்தகத்தின் கருத்துக்களுடன் நான் விசுவாசமாக இருந்தேன். அந்நூலைக் குறித்து எனக்குப் பெருமைதான். நான் விரும்பும் ஒரு புத்தகம் அது. *Open Veins* ஐ பொறுத்தவரை அதை எழுதியதற்காக நான் எப்போதும் வருத்தப்படாத படைப்பு அது.

Open Veins **லத்தீன் அமெரிக்காவில் ஒரு 'கிளாஸிக்' என கருதப்படுகிறது. எத்தனை பிரதிகள் அது விற்றிருக்கிறது?**

அதைப்பற்றி எனக்கு அக்கறையில்லை.

எழுத்தாளர்கள் தமது புத்தக விற்பனை பற்றி அக்கறை எடுத்துக் கொள்வார்கள்.

வாழ்க்கையை நடத்துமளவிற்கு எழுத்தாளனாக சம்பாதிக்க முடிகிறது. இதுவே போதும். இது நேர்மையான பணி. பணக்காரனாவதற்காக இதை நான் செய்யவில்லை. சில விஷயங்களை நான் சொல்லித்தீர வேண்டும். எத்தனை பிரதிகள் விற்றிருக்கின்றன, அதிக விற்பனை பட்டியலில் இருக்கிறதா என்பதைப்

பற்றியெல்லாம் கவலைப்படுவதில்லை. அவை எக்கேடும் கெட்டுப்போகட்டும்.

மெக்ஸிகோ, சியாபாஸின் ஸபாடிஸ்டா பேராளிகளின் கவர்ச்சிகரமான தலைவர் சப் கமாண்டந்தே மார்கோஸைப் பற்றி இப்போது அமெரிக்காவில் அதிகம் கேள்விப் படுவதில்லை. ஆனால் மார்கோஸ் ஐரோப்பாவிலும், லத்தீன் அமெரிக்காவிலும் மிகப்பிரபலம். சொல்லப்போனால் மெக்ஸிகோ நாளிதழான *La Jormada*-வில் 1994 முதல் வெளிவருகிற அவரது இயக்க அறிவிப்புகளை ஊன்றி கவனித்துவரும் விமரிசகர்கள் அப்பிரதேசத்தின் மிக அருமையான எழுத்தாளர்களில் ஒருவராக அவரைக் கருதுகின்றனர். அவரை பாதித்த இலக்கியவாதிகள் யார்யாரென மெக்ஸிகோவில் பரவலாகத் தெரிந்திருக்கிறது. வில்லியம் ஷேக்ஸ்பியர், ஃபெட்ரிகோ கார்ஸியா லோர்கா, ஜூலியோ கொர்தஸார் ... பிறகு எடுவார்டோ காலியானோ.

அவரை நான் பார்த்திருக்கிறேனா என்பது எனக்குத் தெரியாது. அவர் வழி நடத்துகிற இயக்கத்தின் கூட்டு நம்பிக்கையை, சியாபாஸின் பூர்வகுடிகளின் எதிர்ப்பினால் விளைந்த போராட்ட இயக்கத்தை, ஒன்று சேர்த்து கட்டமைத்தது அவர்தான் என நம்புகிறேன். அவரால் தான் ஓர் உள்ளூர் இயக்கம் தேசிய அளவிற்கு, சர்வதேச அளவிற்கு ஊதிப்பெருத்திருக்கிறது. ஸபாடிஸ்டாக்கள் விளையாட்டின் விதிகளை மாற்றிவிட்டனர். மெக்ஸிகோ ஜனநாயக நாடாக இல்லாதிருப்பதற்கு காரணம் மெக்ஸிகோவின் பொருளாதாரம் ஜனநாயகமாக இல்லை. அதுவரை நிச்சயம். ஆனால் அரசியல் ரீதியாக, ஜனநாயக திசை நோக்கி மெக்ஸிகோ பெரிதும் நகர்ந்திருக்கிறது. கணிசமான அளவிற்கு ஸபாடிஸ்டாக்களின் செல்வாக்கே இதற்குக் காரணம். அவர்கள் தேச சமூகத்தின் சக்திகளைக் கடிவாளமிட்டு சரியாக வழிகாட்டியிருக்கின்றனர். அவர்கள் சர்வதேச அளவில் வலுவான பாதிப்பை ஏற்படுத்தி யிருப்பதற்கு முக்கிய காரணம் மார்கோஸின் மொழி. சீற்றம், கவிதை, அனைத்திற்கும் மேலாக நகைச்சுவை உணர்வோடு சேர்ந்த சரளமான நடை. நம்மெல்லோர்க்கும் உணவும் நீரும் போல நகைச்சுவையுணர்வும் அவசியத் தேவை. ஓர் எழுத்தாளராக அவரின் மகத்தான தகுதி அதுதான்.

அமெரிக்க எழுத்தாளர்கள், அறிவு ஜீவிகளில் உங்களைக் கவர்ந்தவர்கள் யார் யார்?

இந்தக் கேள்விக்குப் பதிலளிப்பதில் விருப்பமில்லை. ஏனெனில் நிறைய பேர் இருக்கின்றனர். ஆரம்பத்தில் என் மீது செல்வாக்கு செலுத்தியவர் களாக அம்புரோஸ் பியெர்ஸ், கார்ஸன் மெக்கல்வெர்ஸ், வில்லியம் ஃபாக்னர், ஜே.டி. ஸாலிங்கர் போன்றோரைச் சொல்லாம். ட்வைன் பியெர்ஸ் போன்றோரின் நகைச்சுவை பெரிதும் என்னை ஈர்த்திருக்கிறது.

தனது முதல் நூலான *Notes of a Native Son* **இல் ஜேம்ஸ் பால்ட்வின் "நான் ஒரு நேர்மையான மனிதனாகவும், நல்ல எழுத்தாளராகவும் இருக்க**

விரும்புகிறேன்" என்று அறிவித்தார். என்னமாதிரியான மனிதராக-என்ன மாதிரியான எழுத்தாளராக நீங்கள் இருக்க விரும்புகிறீர்கள்?

ஜேம்ஸ் பால்ட்வின் சொன்னதைப் போல நேர்மையான மனிதராக, நல்ல எழுத்தாளராக. அவர் சொன்ன ஒரு சம்பவத்தை எனது *Memory of Fire* இன் மூன்றாம் பாகத்தில் உபயோகப்படுத்தி யிருக்கிறேன். அவருடைய சிறு வயதில் ஓவிய நண்பர் ஒருவருடன் தெருவில் நடந்து சென்று கொண்டிருந்தார். போக்குவரத்து விளக்கிற்காக அவர்கள் நின்றபோது நண்பர் "அங்கே பார்" என்று எதையோ காட்டினார். சாலையோரத்தில் குட்டையாக அழுக்கு நீர் தேங்கியிருந்ததைத் தவிர வெறெதுவும் பால்ட் வின்னுக்குத் தெரியவில்லை. "சரியாகப் பார்," என்று நண்பர் வற்புறுத்தினார். எனவே பால்ட்வின் மீண்டும் அங்கே உற்றுப் பார்க்க, அந்தக் குட்டை நீரில் எண்ணெய் பரவியிருந்தது தெரிந்தது. அந்த எண்ணெய்ப் பரப்பில் வானவில் தெரிந்தது. அதன்மேல் அத்தெரு நகர்வதைப் பார்த்தார், தெருவில் ஜனங்கள் செல்வதைப் பார்த்தார். அதில் பைத்தியக்காரனும், மந்திரவாதியும், மொத்த உலகமுமே வழுக்கிச் செல்வதைக் கண்டார். உலகமே அந்தச் சிறிய குட்டையில்தான் இருந்தது. தான் கவனிக்கக் கற்றுக் கொண்டது அன்றுதான் என்று அவர் கூறினார். எனக்கு இது ஒரு முக்கியமான பாடம். உலகத்தை தெருவில் தேங்கியுள்ள குட்டை நீரின் வழியாகப் பார்ப்பதற்கு எப்போதும் முயற்சி செய்து கொண்டிருக்கிறேன்.

கட்டுரை

தர்மயுத்தம் சில கேள்விகள்

எடுவார்டோ காலியானோ

தெரிந்து கொள்ளுங்கள் , சென்ற வருட மத்தியில், இந்த யுத்தம் சூல்கொண்டிருந்த காலத்தில் ஜார்ஜ் டபிள்யூ புஷ் "உலகின் எந்த மூலை முடுக்கையும் தாக்குவதற்கு நாம் தயாராக இருக்க வேண்டும்," என்றார். ஆகவே இராக் உலகின் ஏதோவொரு மூலை முடுக்கில்தான் இருக்கிறது. மனித நாகரிகம் டெக்ஸாஸில்தான் தொடங்கிய தென்றும், சக டெக்ஸன்கள்தான் எழுதுவதை கண்டுபிடித்தனர் என்றும் புஷ் நம்பிக்கொண்டிருக்கிறாரா? நினிவேயின் நூலகத்தை, பாபெல்லின் கோபுரத்தை, பாபிலோனின் தொங்கும் தோட்டத்தை அவர் எப்போதுமே கேள்விப்பட்ட தில்லையா? பாக்தாத்தின் ஆயிரத்தொரு இரவுகளில் ஒரு கதையைக்கூட அவர் கேட்டதே கிடையாதா?

* * *

இந்த பூமியின் ஜனாதிபதியாக அவரை யார் தேர்ந்தெடுத்தது? அதைப் போன்றதொரு தேர்தலில் வாக்களிக்க யாரும் என்னை அழைத்ததில்லை. உங்களை?

பொதுமக்களிடம் செவிடாக இருக்கும் ஒரு ஜனாதிபதியை நாம் தேர்ந்தெடுப் போமா? தனது குரலின் எதிரொலியைத் தவிர வேறெதையும் கேட்கும் திறனற்ற ஒருவரை தேர்ந்தெடுப்போமா? போரை நிறுத்தி, அமைதியை அறிவிக்க இலட்சக் கணக்கானோர் இடி முழங்க ஊர்வலம் சென்றதை காதில் வாங்கிக் கொள்ளாத ஒருவரை?

ஜெர்மானிய எழுத்தாளர் குந்தர் கிராஸின் நட்பார்ந்த அறிவுரையைக் கூட அவர் கேட்பதாக இல்லை. தன்னுடைய அப்பாவிற்கு ஏதோ முக்கியமாக நிருபிப்பதற் காகவே புஷ் இப்போரை நிகழ்த்துகிறார் என்பதால் இராக்கின் மேல் குண்டு வீசுவதற்கு பதிலாக ஒரு மனநல மருத்துவரைப் போய் பார்க்க கிராஸ் ஆலோசனை தெரிவித்திருக்கிறார்.

1898இல் ஜனாதிபதி வில்லியம்ஸ் மெக்கின்ஸி, ஃபிலிப்பைன்ஸ் மக்களை நாகரிகப்படுத்தவும், கிருஸ்தவர்களுக்காகவும் அந்நாட்டைக் காப்பாற்றுவதற்கு கடவுள் தனக்கு கட்டளையிட்டிருப்பதாக அறிவித்தார். நள்ளிரவில், வெள்ளை மாளிகையின் தாழ்வாரத்தில் உலவிக் கொண்டிருந்தபோது கடவுள் தன்னிடம் பேசினதாகக் கூறினார். நூறு ஆண்டுகள் கழித்து ஜனாதிபதி புஷ், இராக்கை கைப்பற்றும் தனது முயற்சியில் கடவுள் தன் பக்கம் சேர்ந்திருப்பதாக நம்மிடம்

உறுதியளிக்கிறார். எந்த நேரத்தில், எந்த இடத்தில் இவருக்கு இந்த தெய்வீகக் கட்டளை கிடைத்தது என்று நாம் வியக்கிறோம். புஷ்ஷிற்குக் கிடைத்த கட்டளைக்கும் ரோமின் போப்பாண்டவருக்கு கிடைத்த கட்டளைக்கும் ஏன் இவ்வளவு முரண்பாடுகள் இருக்கின்றன என்றும் நாம் கேட்கிறோம்.

* * *

யுத்தங்களால் சீரழிக்கப்பட்டிருக்கும் சர்வதேச சமுதாயத்தின் பெயரால் இந்த யுத்தம் அறிவிக்கப்பட்டிருக்கிறது. வழக்கம் போல் அமைதியின் பெயரால்தான் யுத்தம் அறிவிக்கப் பட்டிருக்கிறது.

இந்தப் போர் எண்ணெய்க்காக நடப்பதல்ல என்கின்றனர் இவர்கள். இந்த எண்ணெய்க்குப் பதிலாக முள்ளங்கி உற்பத்தி செய்து கொண்டிருந்த யாராவது அதனைக் கைப்பற்ற முனைந்திருப்பார்களா?

புஷ், டிக் சினாய், இனிமையான காண்டலீஸா ரைஸ் ஆகியோர் எண்ணெய் தொழிலிலுள்ள தமது உயர்பதவிகளை நிஜமாகவே துறந்துவிட்டனர். இராக்கின் சர்வாதிகாரியின் மீது டோனி பிளேருக்கு ஏன் இவ்வளவு வெறி? ஒருவேளை சதாம் உசேன் 30 வருடங்களுக்கு முன்னால் பிரிட்டிஷ் இராக் பெட்ரோலியம் கம்பெனியை தேசியமயமாக்கிவிட்டதால் இருக்குமோ? சிதைவுகளை ஏலமிடும்போது ஹொஸே மரியா அஸ்நாருக்கு கிடைக்கப் போகிற பங்கு எத்தனை எண்ணெய் கிணறுகள்?

பெட்ரோல் போதையில் சிக்கியிருக்கும் நுகர்வோர் சங்கம், வாயு வாங்கிக் கொள்ளும் அறிகுறிகளால் மிரண்டு போயிருக்கிறது. கருப்பு அமுதம் இராக்கில்தான் மிக மலிவாக, மிக அதிகமாக இருக்கிறது.

நியூயார்க்கின் அமைதி ஊர்வலங்கள் ஒன்றின் தட்டியில் எழுதப்பட்டிருக்கும் வாசகம், “ஏன் நமது எண்ணெய் அவர்களது மணலுக்கடியில் இருக்கிறது?”

* * *

தனது வெற்றிக்குப் பிறகு அமெரிக்க ராணுவம் இராக்கில் நீண்ட காலத்திற்கு சுவாதீனம் செய்து கொண்டிருக்கும் என அமெரிக்கா கூறுகிறது. இராக்கில் ஜனநாயகத்தை உருவாக்க அமெரிக்க ஜெனரல் பொறுப்பேற்றிருப்பார்.

அந்த ஜனநாயகம், ஹைதியைப் போல, டொமினிக் குடியரசைப் போல அல்லது நிகரகுவாவைப் போல இருக்குமா? ஹைதியை அவர்கள் சில வருடங்கள் ஆக்கிரமித்துவிட்டு அங்கே ராணுவ அதிகாரத்தளம் ஒன்றை நிறுவினர். பின்பு அது ஃபிரான்காய்ஸ் துவாலியெர்ரின் சர்வாதிகார ஆட்சியாக மாறியது. டொமினிக் குடியரசை ஒன்பது வருடங்கள் ஆக்கிரமித்து ரஃபேல் லியோனிடாஸ் ட்ருஹியோவின் சர்வாதிகார ஆட்சிக்கு அஸ்திவாரமிட்டனர். நிகரகுவாவை 21 வருடங்கள் ஆக்கிரமித்திருந்து ஸொமோஸா குடும்பத்தின் சர்வாதிகாரத்திற்கு அடிகோலிட்டனர்.

அமெரிக்க கடற்படையால் முடிசூடப்பட்ட ஸொமோஸா பரம்பரையாட்சி அரை நூற்றாண்டிற்கு சர்வாதிகார ஆட்சி நடத்தி, பின் 1979இல் மக்கள் புரட்சியால்

வீழ்த்தப்பட்டது. அப்போது ஜனாதிபதி ரோனால்ட் ரீகன் தன் குதிரையின் மீது பாய்ந்தேறி ஸாண்டனிஸ்டா புரட்சியிலிருந்து நாட்டைக்காப்பாற்ற புறப்பட்டார். ஏழைகளிலும் ஏழை நாடாக இருந்த நிகரகுவாவில் இருப்பதே ஐந்து எலிவேட்டர்களும், பழுதடைந்த ஒரு எஸ்கலேட்டரும்தான். இருந்தும் அந்த நிகரகுவா ஒரு மாபெரும் அச்சுறுத்தல் என்று ரீகன் தொலைக்காட்சியில் உரையாற்றிக் கொண்டிருக்கும்போதே பின்னணியிலிருந்த யு.எஸ். வரைபடத்தில் வரப்போகும் ஆக்கிரமிப்பை உணர்த்துவதாக தென் பகுதியிலிருந்து ஒரு சிவப்பு கறை மேலே பரவிவருவதைப் போல காட்டினர். இத்தகைய பீதி கிளப்பும் உரைகளை தனது முன்னோரைப் போலவே புஷ்ஷும் நிகழ்த்துவாரா? நிகரகுவா என்று ரீகன் சொன்ன இடத்தில் புஷ் இராக் என்பாரா?

* * *

போர் துவங்குமுன் வந்த தலைப்புச் செய்தி. “தாக்குதலை சமாளிக்க யு.எஸ். தயாராகிவிட்டது.”

இன்சுலேட்டிங் டேப்புகளும், விஷவாயுக் காப்பான்களும், கதிர்வீச்சு மாத்திரைகளும் விற்பனையில் சாதனை படைக்கின்றன. பலியாகிறவனை விட பலியிடுகிறவன் ஏன் அதிகம் பயப்படுகிறான்? ஒட்டுமொத்த மனச்சிதைவின் உச்சம் என்பது இதுதானா? அல்லது தான் செய்யப் போகும் காரியங்களுக்கு கிடைக்கப் போகிற பதிலடிகளுக்காக யு.எஸ். நடுங்குகிறதா? இராக்கின் எண்ணெய் உலகத்தையே கொளுத்திவிட்டால் என்ன செய்வது? சர்வதேச பயங்கரவாதம் எதிர்பார்த்துக் காத்திருக்கிற ஓர் ஊக்க மருந்தாக இந்தயுத்தமே அமைந்துவிடாதா?

* * *

அல்-காய்தாவின் வெறித்தனங்களுக்கு சதாம் உசேன் ஒத்தாசையாக இருப்பதாக நம்மிடம் சொல்லப்படுகிறது. தன்னைக் கொல்வதற்காக தானே பாம்பை வளர்க்கிற கதையா இது? இஸ்லாமிய அடிப்படைவாதிகள் அவரை வன்மையாக வெறுக்கின்றனர். ஹாலிவுட் திரைப்படங்களைப் பார்க்கிற, பல பள்ளிகளில் ஆங்கிலம் கற்றுத்தருகிற கிருஸ்துவர்கள் சிலுவைச் சின்னங்களை அணிந்து நடந்து செல்வதையும், மிகச்சிறிய கால்சராயும் வெங்காயச் சருகு மேலுடையும் அணிந்து பெண்கள் தெருக்களில் செல்வதையும் பெரும்பான்மையான முஸ்லீம்கள் எதிர்க்காத ஒரு நாட்டை சாத்தான் தேசம் என்று நாம் சொல்லாமா?

நியுயார்க்கின் இரட்டை கோபுரங்களைத் தகர்த்த தீவிரவாதிகளில் இராக்கியர் ஒருவரும் இல்லை. அநேகமாக அவர்கள் அனைவருமே யு.எஸ்.ஸின் முதல் வாடிக்கையாளரான சவுதி அரேபியாவைச் சேர்ந்தவர்கள்தாம். உளவு செயற்கை கோள்களின் பார்வையிலிருந்து குதிரை மேலேறி பாலைவனத்தில் தப்பியோடுகிற, தொழில்முறை நரபக்ஷன் புஷ்ஷிற்கு தேவையென்றால் முதலில் வருகின்ற பின்லேடனும் ஒரு சவுதி அரேபியன்தான்.

***

"தற்காப்பு யுத்தம்" என்பதைக் கண்டுபிடித்ததே அடால்ஃப் ஹிட்லர்தான் என்று 1953இல் ஜனாதிபதி ட்வைட் டி. ஐஸனோவர் சொன்னது உங்களுக்குத் தெரியுமா? அவர் சொன்னார்: "... இதைப்போன்றதொரு விஷயத்தை யார் வந்து என்னிடம் சொன்னாலும் காது கொடுத்து கேட்க மாட்டேன்."

***

உலகிலேயே அதிக அளவு ஆயுதங்களை உற்பத்தி செய்வதும், விற்பதும் யு.எஸ்.தான். பொதுமக்கள் வசிக்குமிடங்களில் அணுகுண்டுகளை வீசும் ஒரே நாடும் அமெரிக்காதான். இன்றுவரை எப்போதும், யாருடனும் போரிட்டுக் கொண்டே யிருக்கும் ஒரே ராணுவம் அமெரிக்காவினுடையதுதான்.

உலக அமைதியை குலைப்பது யார்?

இராக்?

***

எனவே, ஐக்கிய நாடுகளின் தீர்மானங்களை இராக் நிறைவேற்ற மறுத்துவிட்டது. சரி, சர்வதேச சட்டதிட்டங்களுக்கு இதுவரை தந்திராத மரண அடியைத் தந்த புஷ் எதில் சேர்த்தி?

ஐக்கிய நாடுகள் சபையின் தீர்மானங்களை மதிக்காமல் செயல்படும் முன்னணி நிறுவனமான இஸ்ரேல்?

இராக் ஐக்கியநாடுகள் சபையின் 17 தீர்மானங்களை மீறியிருக்கிறது. இஸ்ரேல் மீறியிருப்பது 64. தனது விசுவாசமான தோழன் மீது புஷ் குண்டு வீசுவாரா?

***

புஷ் மூத்தவர் 1991இல் தொடுத்த யுத்தத்தில் இராக் சீரழிந்து போனது. தொடர்ந்த பொருளாதாரத் தடைகளால் பட்டினியாக்கப்பட்டது. எந்தப் பேரழிவு ஆயுதங்கள் இவ்வளவு துப்புரவாக ஒரு தேசத்தை அழித்திருக்க முடியும்?

பாலஸ்தீனிய நிலத்தை 1967 முதல் பலாத்காரமாக ஆக்கிரமித்து வரும் இஸ்ரேல் அணு ஆயுதங்களை வரிசையாக அடுக்கி ஓர் அயோக்கிய கவசத்திற்குள் அமர்ந்திருக்கிறது. மற்றுமொரு நம்பிக்கையான கூட்டாளியும் தீவிரவாதங்களின் சரணாலயமுமான பாகிஸ்தானும் அணுஆயுத அணிவகுப்பைக் காட்டி பீற்றிக் கொள்கிறது. ஆனால் எதிரி இராக் மட்டும்தான். ஏனெனில் அவர்கள் அத்தகைய ஆயுதங்களை 'வைத்திருக்கக்கூடும்.' வட கொரியா பறை சாற்றிக் கொள்வதைப் போல இவர்களிடமும் இருந்திருந்தால் இந்நேரம் உபயோகப்படுத்தி யிருக்கலாமே.

ரசாயன, உயிரியல் ஆயுதங்களைப் பார்க்கலாம்.

குர்துகளைக் கொல்ல ஹெலிகாப்டரில் செலுத்தப்பட்ட விஷவாயு ரசாயனங்களை சதாம் உசேனுக்கு விற்றது யார்? ஏன் அந்த ரசீதுகளை புஷ் காட்டக்கூடாது?

இரான் மீதும் குர்துகள் மீதும் போர்தொடுத்து வந்த வருடங்களில் சதாம் இப்போதிருந்ததை விட குறைந்த அளவு சர்வாதிகாரியாக இருந்தாரா? டோனால்ட் ரம்ஸ்ஃபெல்டே நட்பு ரீதியான விஜயமாக ஒரு முறை சதாமை சந்தித்திருக்கிறார். இராக்கில் கொல்லப்படுகிற குர்துகளை விட அதிக அளவில் துருக்கியில் கொல்லப்படுகிற குர்துகளைப் பற்றி நாம் ஏன் கவலைப் படுவதில்லை.

பாதுகாப்பு செயலாளர் ரம்ஸ்ஃபெல்ட், தனது நாடு 'விஷமற்ற வாயு'க்களை இராக்கெதிராக பயன்படுத்தும் என்று அறிவித்திருந்தார். இந்த 'விஷமற்ற வாயு' என்பது சென்ற வருடம் விளாதிமீர் புதின் ஒரு மாஸ்கோ அரங்கில் நூற்றுக்கணக்கான பிணைக் கைதிகளைக் கொன்ற வாயுவைப் போலிருக்குமா?

* * *

ஐக்கிய நாடுகள் சபையில் காலின் பவல் எக்காளமாக உரையாற்றுவது அருவருப்பான காட்சிகளால் தடைபட்டு விடக் கூடாதென்பதற்காக ஐ.நா. சபை மண்டபத்திலிருந்த பிகாஸோவின் குவெர்னிகாஓவியம் ஒரு திரையால் மூடப்பட்டது.

இராக்கில் நடக்கும் படுகொலைகளை, பென்டகனின் போர் செய்தியாளர்கள் மேல் விதிக்கப்பட்டிருக்கும் ஒட்டு மொத்த தணிக்கையால் மூடி மறைக்க எவ்வளவு பெரிய திரை தேவைப்படும்?

* * *

இராக்கில் பலியானவர்களின் ஆவிகள் எங்கே செல்லும்? புஷ்ஷின் ஆன்மீக ஆலோசகரும், ஜோதிடருமான பில்லி கிரஹாமைப் பொறுத்தவரை சொர்க்கத்தில் ஒன்றும் அவ்வளவு அறைகள் இல்லையாம். ஆயிரத்து ஐநூறு சதுர அடி பரப்பளவுதானாம். ஒரு சிலர் மட்டுமே தேர்ந்தெடுக்கப்படுவார்களாம். எந்த நாடு எல்லா நுழைவுச் சீட்டுகளையும் முன் கூட்டியே வாங்கி வைத்திருக்கிறதென்பதை நீங்களே ஊகித்துக் கொள்ளுங்கள்.

* * *

ஒரேயொரு கடைசி கேள்வி, ஜான் லெ காரேவிடமிருந்து.

-நிறைய பேரை அவர்கள் கொன்றுவிடுவார்களா, அப்பா?

-உனக்குத் தெரிந்த யாரையும் இல்லை கண்ணே. வெறும் அயல்நாட்டவர்களை மட்டும்தான்.

♦